आपल्या स्नेहीजनांना पुस्तके भेट द्या

टॉडलर टेमिंग ह्या इंग्रजी पुस्तकाचा मराठी अनुवाद

हसत-खेळत बालसंगोपन

आपल्या चार वर्षापर्यंतच्या अपत्याचं अवखळ वागणं
जगण्याची गुरुकिल्ली

लेखक
डॉ. ख्रिस्तोफर ग्रीन

अनुवाद
मंजूषा आमडेकर

मेहता पब्लिशिंग हाऊस

Please contact us at **Mehta Publishing House Pvt. Ltd.,** Pune 411030.
✆ +91 020-24476924 / 24460313 / Mob. No. 9545000513
Email : production@mehtapublishinghouse.com
Website : www.mehtapublishinghouse.com

- *या पुस्तकातील लेखकाची मते, घटना, वर्णने ही त्या लेखकाची असून त्याच्याशी प्रकाशक सहमत असतीलच असे नाही.*

First Published Random House Australia Pty Limited, Sydney,Australia.
This edition Published by arrangement with Random House Australia.
Translated into Marathi Language by Manjusha Amdekar

हसत-खेळत बालसंगोपन / मार्गदर्शनपर

अनुवाद : मंजूषा आमडेकर
Email : author@mehtapublishinghouse.com

संस्थापक : सुनील अनिल मेहता
प्रकाशक : मेहता पब्लिशिंग हाऊस प्रा. लि.,
१९४१, सदाशिव पेठ, माडीवाले कॉलनी, पुणे ४११०३०.
मुद्रक : ट्रिनिटी अॅकॅडमी फॉर कॉर्पोरेट ट्रेनिंग लिमिटेड
मुखपृष्ठ : चंद्रमोहन कुलकर्णी
प्रकाशनकाल : नोव्हेंबर, २०१२ / पुनर्मुद्रण : जुलै, २०२५
किंमत : ₹ ७२०
P Book ISBN 9788184984361

माझी पत्नी, डॉ. हिलरी ग्रीनला अर्पण. तिची प्रेरणा, तिचं पाठबळ आणि तिच्या प्रोत्साहनाखेरीज या पुस्तकाचा जन्मच झाला नसता.

मुलांशी क्षुल्लक कारणांवरून भांडणं करणं, मनात अढी धरून ठेवणं किंवा वाद घालत बसणं या गोष्टी करत बसायचं ठरवलं तर आयुष्य फारच लहान पडेल, अशी तिची ठाम समजूत होती; त्याऐवजी एकमेकांना समजून घेत, प्रेम करत आणि मायेची ऊब देत आयुष्य आनंदानं घालवण्याचं महत्त्व तिनंच आम्हां सर्वांना पटवलं.

दुर्दैवानं हिलरीनं फारच लवकर जगाचा निरोप घेतल्यामुळं तिला या पुस्तकाची संपूर्ण अशी नवी आवृत्ती पाहता आली नाही, पण तरीही या पुस्तकाच्या रूपानं तिच्या कल्पना मात्र चिरंतन टिकून राहतील.

अनुक्रमणिका

प्रारंभ

एक काळ असा होता, की लहान मुलांच्या तऱ्हेवाईक वागण्यामुळे अन्य पालकांइतकाच मीही गोंधळून गेलेलो होतो. पंचवीस वर्षांपूर्वी, बालरोगतज्ज्ञ म्हणून प्रशिक्षण घेताना मला लहान मुलांच्या वर्तनात काडीइतकाही रस नव्हता. आव्हानात्मक प्रसंग हाताळण्याच्या युक्त्या-प्रयुक्त्या माझ्याकडे मुळीच नव्हत्या. इतर सर्वच प्रशिक्षणार्थींप्रमाणे माझीदेखील सहा महिन्यांकरता मानसोपचार विभागात पाठवणी करण्यात आली. मला या विभागात जायची इच्छा तर नव्हतीच, शिवाय माझं असं मतही होतं, की खरं काम करण्याच्या दृष्टीनं मानसशास्त्र हा फारच मर्यादित स्वरूपाचा विभाग होता. मी तर 'खराखुरा' डॉक्टर होतो, मला गंभीर आणि जीवन-मरणाशी संबंधित समस्यांमध्ये विशेष रस होता, आणि माझं आयुष्य जास्त चांगल्या पद्धतीनं घालवण्याचा मी विचार करत होतो.

मानसोपचार विभागात या सहा महिन्यांत मी बरंच काही शिकलो. इडिपस गंडापासून ते खच्चीकरण करणाऱ्या चिंता, दडपून ठेवण्यात आलेल्या भावना आणि वरकरणी दिसणाऱ्या गोष्टींचा अर्थ लावण्यापर्यंत बरंच काही. जागतिक कीर्तीचे बालमानसोपचारतज्ज्ञ असलेले ऑस्ट्रेलियाचे एक श्रेष्ठ महाविद्यालयीन

प्राध्यापक माझे निरीक्षक म्हणून काम पाहत होते. तसा माझा बहुतेक वेळ इतर मानसोपचारतज्ज्ञांचं आणि मानसतज्ज्ञांचं निरीक्षण करण्यातच जात असे, पण तरीही मलासुद्धा काही केसेस हाताळण्याकरता देण्यात आल्या होत्या. दर आठवड्याला माझे प्राध्यापक या सर्व केसेसची माझ्याबरोबर चर्चा करत असत आणि मला त्यांची अनुभवी मतं देत असत, पण तरीही बालसंगोपनतज्ज्ञ म्हणून मी अजूनही अनभिज्ञच होतो. त्यानंतर अचानक एका खोडसाळ बालकामुळे आणि त्याच्या गोंधळून गेलेल्या त्रस्त पालकांमुळे माझं सगळं विश्वच बदलून गेलं...

हे बालक दोन वर्षांचं होतं आणि अत्यंत व्रात्य होतं. त्याचा पिता लांब पल्ल्याचा प्रवास करणाऱ्या विमान कंपनीत सेवक म्हणून काम करत होता; आपल्या मुलाच्या लाजिरवाण्या वर्तनापासून सुटका करून घेण्याच्या आशेनं तो त्याच्या पत्नीसह माझ्याकडे सल्लामसलत करण्यासाठी म्हणून आला होता. दर वेळेला हे पिताश्री लंडनहून काही दिवसांकरता म्हणून घरी आले की आपल्या चिरंजीवांचे प्रताप पाहून त्यांना असं वाटायला लागायचं की घरी परत येण्यापेक्षा पुन्हा एकदा ३०,००० किलोमीटर दूर गेलेलंच बरं.

सुरुवातीला मी माझ्या सन्माननीय प्राध्यापक महाशयांच्या सूचनांप्रमाणे त्यांच्याशी चर्चा केली. केसची सखोल माहिती घेतली आणि संबंधित बालकाच्या वागण्याबद्दल आणि मुलाच्या आयुष्याबद्दल जाणून घेतलं.

एका आठवड्यानंतर हे जोडपं आपल्या नाठाळ बालकासह पुन्हा मला भेटायला आलं. दरम्यान माझ्या प्राध्यापकांनी ही केस माझ्याकडून समजून घेऊन मला असं मत दिलं होतं, की मी त्या बालकाच्या आईचे तिच्या आईशी कसे संबंध होते याबद्दल अधिक माहिती घ्यावी, ते बालक नेमकं कशामुळे किरकिर करतं याबद्दल अजून काहीच निष्कर्ष काढता येण्याइतपत माहिती मला मिळालेली नव्हती. दुसऱ्या भेटीच्या वेळी मी मुलाच्या आईला अनंत प्रश्न विचारले. आता ते पाहून त्याचे वडील चक्रावून गेले. त्यानं मला त्याच्या खोड्यांचं कारण विचारलं. त्यावर मी त्याला असं उत्तर दिलं, 'उपाययोजना करण्यापूर्वी मला आणखी बरंच काही जाणून घेण्याची गरज आहे.'

मग मी मला मिळालेली नवी माहिती घेऊन पुन्हा माझ्या निरीक्षकासमोर बसलो, त्यांनी सगळं काही तपशिलवार ऐकून घेतलं आणि असं मत दिलं की त्या मुलाच्या माता-पित्यांमधल्या लैंगिक संबंधांची मी माहिती करून घ्यावी. या कुटुंबाची ही समस्या सोडवण्यासाठी मी उत्सुक असल्यामुळे ही मंडळी पुढच्या आठवड्यात परत आल्यानंतर मी लगेच आज्ञाधारकपणे या नाजूक मुद्द्याला हात घातला. त्यांनी माझ्या सर्व चिकित्सक प्रश्नांना उत्तरं

दिली, आणि त्याच्या वडिलांनी मला पुन्हा विचारलं, 'पण आम्ही त्याचा खोडकरपणा आवाक्यात आणायचा तरी कसा?' मला अजूनही या प्रश्नाचं उत्तर माहीत नव्हतं, त्यामुळे मी पुन्हा माझ्या प्राध्यापकांकडे परत गेलो आणि त्यांना सगळी माहिती दिली अन् म्हटलं, 'आता मात्र ते पालक माझ्यावर चिडायला लागलेले आहेत. आपण मुलाचा खोडसाळ स्वभाव बदलण्यासाठी काय उपाययोजना करू शकतो?' या प्रश्नावर त्यांचं उत्तर काय होतं माहीत आहे? 'तुला आणखी माहिती घ्यावी लागेल.'

त्यामुळे मी पुन्हा माझा मोर्चा त्या पालकांकडे वळवला, ते मला सांगत असलेल्या त्यांच्या मुलाच्या खोडकरपणाच्या कथांवर काहीतरी उपाय सापडेल या आशेवर कित्येक आठवडे उलटले.

कित्येक आठवडे निघून गेले आणि तरीही त्या नाठाळ मुलाच्या खोडकरपणात तसूभरही फरक न पडलेला पाहून त्या मुलाच्या आईची सहनशक्ती संपली आणि त्याचा पिताही वैतागला. मग पुढच्या आणखी एका निरर्थक भेटीनंतर मी पुन्हा माझ्या प्राध्यापकांकडे परत गेलो.

'आता मात्र या लोकांची सहनशक्ती संपलेली आहे; त्यांचं नाठाळ कार्टं जमिनीवर लोळण घेतं आणि बेबीच्या देठापासून किंचाळत सुटतं. आता त्यांना आणखी माहिती पुरवण्यात काहीही रस उरलेला नाहीये, आता काय करावं ते सांगून टाका एकदाचं!' त्या प्राध्यापकांनी काहीही उत्तर दिलं नाही, त्यामुळे मी पुन्हा पुन्हा त्यांना विनवलं, त्यांनी काहीच उत्तर न दिल्यामुळे मी आणखी एक प्रयत्न करून पाहिला, 'तुम्ही स्वत: अशा हटवादी वागण्यावर कसा इलाज करता?'

बराच काळ मौन पाळल्यावर शेवटी मी ज्या उत्तराची वाट पाहत होतो,

ते उत्तर त्यांनी दिलं: '...अं...हं...अं...'

माझ्या डोक्यात एकदम प्रकाश पडला. माझ्या लक्षात आलं, या प्रश्नाचं उत्तर ना मला माहीत होतं आणि ना त्या अनुभवी तज्ज्ञांना! आणि मग तिथल्या-तिथे मी मनाशी निर्णय घेऊन टाकला, की मला सर्वसामान्य समस्यांवर तोडगे देण्यातच तज्ज्ञ व्हायचं आहे आणि मग या अशा प्रकारच्या नैराश्यानं ग्रासलेल्या पालकांची आयुष्यं सुसह्य करण्यासाठी मार्ग शोधण्याकरता मी कंबर कसली.

मी माझ्या सिंहासनावरून खाली उतरलो आणि वास्तवातल्या जगात पाऊल टाकलं. काही बालरोगतज्ज्ञांनी मला नवजात बालकांच्या दवाखान्यात जाण्याचा सल्ला दिला. घरामध्ये जेव्हा नवीन बाळ जन्माला येणार असतं, त्या वेळी पहिल्या बालकांचा नाठाळपणा नेहमीच शिगेला पोहोचत असतो, त्यामुळे बाळाची आई आपल्या बाळाचं वजन किती वाढलंय ते तपासायला लागली, की तेवढ्या वेळात मी तिच्या मोठ्या मुलाला पाहून घ्यायला लागलो. मग मी आयांना त्रासदायक वाटणाऱ्या मोठ्या मुलाच्या वागण्याबद्दल त्यांच्याशी चर्चा करायला लागलो. मी त्यांना काही युक्त्या सुचवून पाहायचो आणि त्या घरी जाऊन त्यांचा रोजच्या जीवनात कितपत उपयोग होतोय ते अजमावून पाहायच्या. मी फारच हुशार आहे आणि हे सगळं इतकं सोप्पं असेल असं त्यांना वाटलंही नव्हतं अशी शाबासकी काही आया देत. काही जणी मला बिनधास्तपणे सांगायच्या की माझ्या कल्पनांनी काही ढिम्मही फरक पडलेला नाही. तर काही आया मी त्यांचं आयुष्य आणखी कसं बिघडवून ठेवलं याची इत्थंभूत हकिकत सांगायच्या. मग मी गोळाबेरीज करून यशस्वी झालेल्या कल्पनांमध्ये आणखी सुधारणा करायचो; पण हा सगळा प्रकार कासवाच्या गतीनं चाललेला असायचा.

मी माझं प्रशिक्षण संपवलं आणि विशेषज्ञांच्या पंगतीत जाऊन बसलो. त्यापुढील तीन वर्षांच्या काळात मला रोजच्यारोज दवाखान्यात आणि वॉर्डात खूपच रुग्णांना तपासावं लागायचं आणि त्यांच्यावर उपचार करावे लागायचे, पण ज्या विमानकर्मचाऱ्यानं आणि त्याच्या कुटुंबीयांनी माझं खरं कुतूहल जागवलं होतं, ते कुतूहल मला राहून राहून मुलांच्या वागणुकीकडे खेचून घेत राहिलं. अशीच काही वर्षं गेल्यानंतर पालक मला शोधत यायला लागले आणि माझ्या लक्षात आलं की मी माझ्या प्राध्यापकांना जे प्रश्न विचारत होतो, त्यांची उत्तर मला सापडलेली आहेत.

मग पालकांच्या गटांकडून मला मुलांच्या झोपण्याच्या, खाण्यापिण्याच्या, स्वच्छतेच्या सवयींबद्दल आणि त्यांच्या वागण्याच्या समस्यांवर बोलण्यासाठी

आमंत्रणं यायला लागली. लवकरच रेडिओवरही माझी भाषणं सुरू झाली. एके दिवशी एका पित्यानं माझं बोलणं ऐकलं, तो आपल्या मुलामुळे रात्र रात्र जागून अक्षरश: हैराण झाला होता – त्या मुलाचे आभारच मानायला हवेत! पालकांना काय हवं आहे ते मला माहीत आहे असं त्याला वाटत होतं आणि माझं सुदैव म्हणजे तो आंतरराष्ट्रीय प्रकाशक निघाला. त्यानं माझ्या दारात चक्क तळच ठोकल्यावर मी त्याला एक पुस्तक लिहून द्यायचं कबूल केलं. अशा प्रकारे या पुस्तकाचा जन्म झाला.

गेल्या दोन दशकांत जगात बरीच उलथापालथ झालेली असली तरी एका गोष्टीत मात्र काहीच बदल झालेला नाही; आणि तो म्हणजे बालकांचा व्रात्यपणा. मग ही मुलं वेगळ्या फॅशनचे कपडे घालत असोत, नवीन प्रकारच्या नॅपी वापरत असोत, दुडदुडणाऱ्या तीनचाकी बाबागाडीतून फिरत असोत अथवा त्यांच्याकडे नव्या डीव्हीडीज आलेल्या असोत, मुलं ही शेवटी मुलंच असतात. गोंधळ घालून ठेवण्याच्या बाबतीतला या मुलांचा उत्साह काळाच्या ओघात जराही मावळलेला नाही, असं तुम्हाला कोणताही पालक छातीठोकपणे सांगू शकेल; बदलत्या काळाचा मुलांच्या अविचारीपणावर आणि वाट्टेल तशा वागण्यावर काहीही बदल झालेला नाही. स्वत:कडे लक्ष वेधून घेण्याचा त्यांचा हटवादीपणा जराही दबला गेलेला नाही. ही मुलं पूर्वीइतकीच चैतन्यानं आणि त्यांच्यामध्ये असलेल्या सदाबहार जादूनं रसरसलेली आहेत.

त्यामुळे थोडक्यात काय, तर २१ वर्षांपूर्वी पालकांना ज्या काळज्या आणि चिंता सतावत होत्या त्याच आजही त्रास देतच असतात. आधुनिक पालकही आपल्या नखरेल मुलाला जेवूखाऊ घालण्याच्या बाबतीत पूर्वीच्या पालकांइतकेच गोंधळून गेलेले आहेत आणि स्वच्छतेचे अंतहीन धडे देऊन देऊन जेरीला आलेले आहेत. आपल्या झोपेचं खोबरं करत धावपळ करून थकले-भागलेले पालक दिवस उजाडायची वेळ होईपर्यंत चिडीला आलेले असतात, आपल्या चिरंजीवांच्या नाठाळ कारवायांनी हादरून गेलेले असतात आणि त्याच्या अगम्य सवयी पाहून हवालदिल झालेले असतात – त्यांच्या चिरंजीवांची बोटं एरवी गोंडस दिसणाऱ्या नाकांमध्ये अखंड खुपसलेली असतात आणि आतल्या चिकट द्रवाच्या तारांमधून ही मुलं आपल्या 'कलेचं' प्रदर्शन करत असतात.

अशा परिस्थितीत बिचारे पालक जीवघेणा संघर्ष करत राहतात यात काहीच नवल नाही. 'माझं काय चुकलं?' असं विचारत राहतात. खरं म्हणजे काहीच चुकलेलं नसतं आणि इतकी तडतड करण्याचीही खरं तर काहीच गरज नसते. तुमचं मूल अगदी नाठाळात नाठाळ असलं, तरी त्यावरही उपाय आहेत. मुलांची बाल्यावस्था आनंददायी व्हायला हवी आणि तुम्हाला सांगतो,

माझ्या मदतीनं ते नक्की शक्य आहे. तर मग चला, पाय घट्ट रोवून उभे राहा, बाह्या सरसावा आणि तुमच्या अपत्याच्या बालपणातली गंमत चाखायला तय्यार व्हा.

लेखनाच्या सोयीकरता म्हणून मी सगळीकडे खोडकर मुलांचा उल्लेख 'तो' आणि 'त्याला' अशा प्रकारे केला आहे.

– डॉ. ख्रिस्तोफर ग्रीन

१
व्रात्यपणाला आवर

बऱ्याच पालकांना कल्पना आहेच, की त्यांच्या आयुष्यात बाळराजाचं आगमन झालं की सगळं आयुष्यच बदलून जातं आणि मग – अचानक, रातोरात– त्यांच्या आज्ञाधारक गुणी बाळाचं रूपांतर एकदम एका नाठाळ बालकात होतं. हा एक जोरदार धक्काच असतो.

या खोडकर बालकांचं वागणं अगदी मिनिटामिनिटाला आणि दर दिवसागणिक बदलत असतं आणि नवख्या पालकांची तर गोष्टच सोडा, पण चांगल्या अनुभवी जाणत्यांनाही गोंधळात पाडू शकतं.

मी या प्रकरणात खोडकर बालकांना कसं वठणीवर आणायचं या बाबतीतल्या महत्त्वाच्या मुद्द्यांवर प्रकाश टाकणार आहे. आता शक्यता अशी आहे, की त्यातले बरेचसे उपाय अगदी सोपे आणि स्वाभाविक असतील आणि त्याचा तुम्ही निश्चितच चुकतमाकत का होईना पण, नक्की अवलंब केलेला असल्याचं तुम्हाला जाणवेल. तुम्हाला आव्हान देणारा हा जो कालखंड आहे त्याची सुरुवात कशी करावी याची मी तुम्हाला युक्ती सांगतो. तुम्हाला जर या पुस्तकाचं फक्त एकच प्रकरण वाचायचं असेल, तर तुम्ही हेच प्रकरण वाचावंत, अशी माझी इच्छा आहे.

महत्त्वाच्या चार गोष्टी

अत्यंत व्रात्य अशा नाठाळ मुलांना वठणीवर आणायची कठीण कामगिरी तब्बल २५ वर्षं पार पाडल्यानंतर, बहुतांशी आई-वडिलांना सतावणाऱ्या, नाठाळ मुलांच्या बाबतीतल्या सर्वसाधारण समस्यांवर मी काही युक्त्या आणि उपाययोजनांचं संकलन केलेलं आहे. बालसंगोपन आणि त्यानंतरच्या संगोपनाची पायाभरणी ज्यांच्या आधारे होऊ शकेल अशा या गोष्टी आहेत.

एरवी एखाद्या रहस्यमय कादंबरीच्या शेवटच्या पानावर येईपर्यंत काही त्यातल्या रहस्याचा उलगडा होत नाही, पण मी इथे तुम्हाला सुरुवातीलाच काही चातुर्याच्या गोष्टी सांगणार आहे. माझ्या दृष्टीनं या युक्त्यांचं महत्त्व अनन्यसाधारण आहे.

बालकांना काय हवं असतं?

- लक्ष/अवधान
- वेळ
- प्रेम आणि ममत्व

यातही त्यांच्याकडे लक्ष दिलं जाणं ही गोष्ट सर्वाधिक महत्त्वाची आहे; इतकी, की मी त्याचं वर्णनच करू शकणार नाही. बहुतेक सर्वच पालकांना ही गोष्ट माहीत असते, की स्वत:कडे लक्ष वेधून घेणं ही मुलाची गरज असते, आणि मुळात तेच पालक फारसं करू शकत नाहीत.

मुलांचा खोडसाळपणा कमी करण्याचा रामबाण उपाय म्हणजे, त्यांच्याकडे चांगलं व्यवस्थित लक्ष देणं; संपूर्णपणे, कसलाही व्यत्यय मध्ये येऊ न देता, केवळ त्यांच्याकडेच लक्ष देणं फारच महत्त्वाचं असतं. मुलांकडे जर अशा प्रकारे नीट लक्ष देता आलं नाही, तर ती त्याकरता काय वाट्टेल ते करू शकतात.

कामाच्या घाईगडबडीत असलेल्या पालकांच्या डोक्यात बरीच व्यवधानं असतात, ते रात्री स्वयंपाक काय करावा, सतत वाजणारा मोबाईल फोन किंवा हातघाईवर येऊन ठेपलेला ऑफिसातला एखादा प्रकल्प यावर मनातल्यामनात काथ्याकूट करत असतात. मग अशा वेळी आपल्या श्रोत्याचं आपल्यावरचं लक्ष क्षणभरानंही कमी झाल्याचं लक्षात आल्यावर आपला नाठाळ बंटी अचानक लुडबुड आणि गोंगाट करत हट्ट करायला लागतो. आपल्याला जेव्हा तो छळवादीपणानं वागतोय असं वाटत असतं, तेव्हा खरं तर तो आपल्याला काहीतरी सांगायचा प्रयत्न करत असतो. 'आणि माझ्याबद्दल काय? मी जास्त

महत्त्वाचा आहे आणि जर तुम्ही माझ्यावरचं लक्ष काढून घेतलंत, तर मी काहीही करून ते पुन्हा माझ्याकडे वेधून घेईनच घेईन.' असा काहीसा तो संदेश असतो. पालकांचं डोकं फिरवणाऱ्या मुलांच्या खोडसाळपणाच्या कारवायांचं मूळ त्यांच्याकडे कमी लक्ष दिलं जाण्यातच आहे. तुमचं लक्ष मुलांनी वेधून घेण्यापूर्वीच जर तुम्ही त्यांच्याकडे नीट लक्ष दिलंत, तर मग त्यांच्यावर आकांडतांडव करण्याची वेळच येणार नाही.

हे लक्षही अगदी नजरेत भरण्याइतकं असणं जरुरीचं असतं- अवखळ मुलांना सकारात्मक दुव्यानं जोडण्याची आवश्यकता असते. एखादं शांत, आनंदी बालक तुमचं लक्ष वेधून घेण्यासाठी मुळीच त्रागा करणार नाही, खोलीभर आदळआपट आणि फेकाफेक करणाऱ्या नाठाळ मुलाइतकीच त्याच्याकडेही लक्ष दिलं जाण्याची गरज असली तरीही ते शांतच राहील. त्यांना आपलं कौतुक व्हावं ही इच्छा असल्यामुळेच ती जरा जास्तच शहाण्यासारखी वागत राहतात; अशी मुलं गुणी बाळासारखी वागतात आणि आपल्याकडे इतरांचं लक्ष वेधून घेण्यासाठी उचापत्या करत नाहीत, म्हणूनच त्यांच्याकडे फारसं लक्ष दिलं जात नाही.

वेळेचा आणि लक्ष देण्याचा अगदी जवळचा संबंध आहे. आपण आपल्या मुलांसोबत पुरेसा वेळ घालवू शकत नाही अशी एक अपराधीपणाची टोचणी नोकरदार पालकांना लागून राहिलेली असते. मुळात दिवसा असे पालक मुलांच्या नजरेला फार काळ पडतच नाहीत, आणि त्यात गडबड्या मुलाला त्यांनी कितीही वेळ दिला तरी तो कमीच वाटतो. मोठ्या माणसांसारखं लहान मुलांना काळवेळेचं भान नसतं आणि त्यांना घड्याळाकडे पाहणं किंवा वेळेचं नियोजन करणं यासारख्या गोष्टींमध्ये काडीचाही रस नसतो. ते फक्त वर्तमान काळात जगत असतात; त्यांना त्यांच्याशी *आत्ताच्या आत्ता* खेळायला कुणीतरी हवं असतं. सुदैवानं ही मुलं काही वेळ झोपी जातात, पण तरीही त्यांच्यासोबत एकत्रितपणे वेळ घालवणं याला काहीही पर्याय असू शकत नाही.

या अवखळ मुलांना प्रेम हवं असतं आणि आपल्यावर कुणीतरी प्रेम करतंय, याची जाणीव हवी असते. माझं हे विधान गुळगुळीत आणि गुडीगुडी नाही बरं का – आपल्यावर आपल्या पालकांचं प्रेम आहे हे लहान मुलाला कळेल अशा बेतानं पालकांकडून जाणीवपूर्वक प्रयत्न झाले पाहिजेत असं माझं म्हणणं आहे. चूक असो अथवा बरोबर, पण पुष्कळ लोक प्रेमाच्या इतर नातेसंबंधातही आपल्यावरील प्रेमाबाबत निश्चिंत नसतात. हीच तऱ्हा आपले-पणाचीसुद्धा आहे, ते असलं तरीही दाखवायची आवश्यकता तेवढीच असते. त्यामुळे मधून मधून त्याला जवळ घेऊन त्याचे थोडेसे लाड करावेत हे बरं!

पालकांच्या समस्या मुलांनाही भेडसावतात

- ताण
- तणाव
- निराशा

मुलं फारच संवेदनशील असतात – लहान मुलं त्यांच्या आसपास जे काही घडत असतं, ते एखाद्या अँटेनासारखं ताबडतोब ग्रहण करतात. त्यामुळे त्यांच्या आसपासच्या वातावरणाचं महत्त्व कमी लेखून चालत नाही, मग भले ते वातावरण चांगलं असो अथवा वाईट!

ज्या गोष्टींचा परिणाम पालकांवर होतो, त्या गोष्टींचा त्यांच्या लहानग्या मुलांवरही परिणाम होत असतो. तुम्हाला कदाचित त्याची लक्षणं दिसणारही नाहीत, पण त्याचा अर्थ परिणाम झालेला नाही, असं नक्कीच नसतं. मुलांना जे दिसत नाही आणि जे त्यांच्या कानावर पडत नाही, अशाही गोष्टींची त्यांना जाणीव होत असते. उदा. तुमच्या जोडीदाराबरोबर असलेले तुमचे मतभेद कदाचित तुमच्या मुलाला समजणार नाहीत, किंवा त्यांच्यादेखत तुमच्यामध्ये काही वादावादी झालेली नसली, तरीही घरातल्या वातावरणातला तणाव त्याला जाणवल्याशिवाय राहत नाही. फार काय, मुलापासून एखादी वाईट गोष्ट आपण लपवून ठेवतोय, असं तुम्हाला जरी वाटत असलं, तरीही त्यांना वातावरणातील अनिश्चितता समजतेच.

तुमच्याही नकळत तुम्ही तुमच्या भावना व्यक्त करतच असता आणि तुमचं मूल अचूकपणे त्या ग्रहण करतं आणि मग प्रश्न अधिक बिकट बनतो. मग तुमचं मूल किरकिर करत तुम्हाला चिकटून बसतं, शू-शीवरती त्याचा ताबा राहत नाही किंवा मग आरडाओरडा करून ते आपली चिडचिड व्यक्त करतं. त्यामुळे तुमच्या वर्मावर बोट ठेवल्यासारखं होऊन तुमच्याही मनावरचा ताण वाढतो आणि हे दुष्टचक्र चालूच राहतं.

नुकतंच जन्मलेलं बाळ, प्रवास, आजारपण, घर बदलणं, भावनिक दडपण किंवा पैशाच्या चिंता या गोष्टी नेहमीच ताणतणाव निर्माण करत असतात. अशा प्रसंगी दिसून येणारा वागण्यातला बदल स्वाभाविकच असतो आणि अपेक्षितही. पण अशा परिस्थितीत, लहान मुलांना जास्त शिस्त लावत बसण्यापेक्षा त्यांना समजून घेण्याची जास्त गरज असते.

त्यामुळे आईबाबा काळजीत असतील, तर मूलही तणावग्रस्त राहणार हे ठरलेलं आहे. आयुष्य खूप धकाधकीचं आहे, याची मला जाणीव आहे,

त्यामुळे मी तुम्हाला काळजी करू नका, किंवा गोंधळून जाऊ नका असं काही सांगणार नाही. पण या गोष्टींचा मुलांवर कसा परिणाम होत असतो याची आपल्याला जाणीव असली पाहिजे आणि सगळं धीरानं घेता आलं पाहिजे.

सगळ्याच गोष्टी स्वतःच करणं आपल्याला शक्य नसतं

- ◻ परिवार
- ◻ आजीआजोबा
- ◻ अन्य आधार

मूल जन्माला घातलं म्हणजे आपण खूप हुशार आहोत असं बऱ्याच पालकांना वाटतं आणि आपल्याला करिअर घडवता आलं, ड्रायव्हिंगचा परवाना मिळवता आला किंवा घराचं गहाणपत्र करू शकलो तसंच मूलही वाढवणं सहज शक्य आहे असा आपला समज असतो. पण मुलांपायी काही रात्री जागवून काढायला लागल्यावर एके दिवशी खाडकन त्यांचे डोळे उघडतात आणि लगेचच त्यांच्या लक्षात येतं, की त्यांना मदतीची अत्यंत आवश्यकता आहे. मग त्या बाळाचं बालकात रूपांतर होईपर्यंत, बहुधा त्यांच्या हेही लक्षात आलेलं असतं, की त्यांना जिथून मिळेल तिथून मदतीची आणि आधाराची गरज आहे.

मुलाचं संगोपन स्वतःच करण्याचा प्रयत्न करणं नक्कीच जमण्यासारखं आहे, पण स्वतःचा इतका छळ करून घेण्याची गरज काय? तुम्हाला हव्या असलेल्या आधाराचा शोध घेणं आधी महत्त्वाचं आहे, म्हणजे मग तुम्हाला तुमच्या मुलाला ज्या गोष्टींची आवश्यकता आहे ते देता येणं शक्य होईल.

आपल्याला लागणारा मदतीचा हात बऱ्याच ठिकाणांहून मिळवता येतो, आणि त्यातला अगदी स्वाभाविकपणे मिळणारा आधारस्त्रोत असतो – आपला परिवार. कुटुंबामधून सुरक्षिततेची जाणीव मिळते, आणि सर्वांत महत्त्वाचं म्हणजे, आपल्याला आपलं म्हणावं असं कुणीतरी हक्काचं आहे या जाणिवेनंच मुलाचा आत्मविश्वास वाढत असतो. कुटुंबाच्या आधाराचं मोल करणं शक्य नाही. आजकाल तर जगाच्या पाठीवर तुम्ही कुठेही असला तरी तुम्हाला तुमच्या कुटुंबीयांशी जवळीक साधता येणं सहज शक्य होतं.

मला वाटतं, आजीआजोबांसारखा मायेचा आधार सर्वांत उत्तम असतो. आता काही आजीआजोबा जुन्या वळणाचे असतीलही आणि आधुनिक जगाशी त्यांचा काही संपर्कही नसेल, पण नव्या पिढीचे आधुनिक आजीआजोबा ही एक वेगळीच जमात आहे. बऱ्याच जणांमध्ये पालकांइतकाच उत्साह असतो आणि नातवंडांच्या अवतीभोवती वावरताना त्यांना आपण आणखीनच तरुण झाल्यासारखं

वाटत असतं. आजीआजोबांकडे पालकत्वाचा अनुभव आणि शहाणपणही असतं.

पण दुर्दैवानं, परिवार आणि आजीआजोबा या मौल्यवान घटकांकडे दुर्लक्ष केलं जातं. आजकालच्या काळात एकत्र कुटुंबपद्धती जवळपास लुप्त झालेली असताना आणि जवळपास राहणाऱ्या नातेवाइकांची संख्याही आटलेली असताना, परिचित मंडळी, शेजारीपाजारी, मित्रमंडळी या माध्यमातून तुम्ही तुमच्या आसपास आधारवड निर्माण करणं अधिक महत्त्वाचं होऊन बसलेलं आहे. अर्थात सगळं काही सुरळीत चाललेलं असताना तुम्ही स्वतःही सगळं काही नीट हाताळू शकता तो भाग वेगळा, पण आयुष्य काही नेहमीच सरधोपटपणे चालत राहत नाही. संकटाच्या काळात आपले जे आधारस्तंभ असतात, मग भले ते आपले आप्त असोत वा नसोत, त्यांच्या मदतीचा हात आपल्याला कायम धीर देत राहतो.

शिस्तीचे मधुर फळ

- □ बक्षिसं
- □ सातत्य
- □ मर्यादा

शिस्त लावण्यासाठी प्रचंड देखावा करण्याची मुळीच गरज नसते, पण बऱ्याच पालकांच्या दृष्टीनं ते महाकर्मकठीण असतं. आपल्या नाठाळ बालकाला कसं वठणीवर आणायचं हेच कळेनासं झाल्यामुळे धास्तावलेले पालक शांतपणे आयुष्य जगण्याची आशाच सोडून देतात.

शिस्त लावण्याची सवय लावून घेतली तर त्यातून खूप चांगला परिणाम साधता येऊ शकतो – शिस्त लावणं याचा अर्थ नियंत्रण ठेवणं किंवा शिक्षा करणं असा नसून तिच्याकडे एक सकारात्मक कृती म्हणून पाहता येऊ शकतं. या पुस्तकातून मला एवढंच सांगायचं आहे, की मूल जेव्हा योग्य प्रकारे वागत असेल तेव्हा त्याला प्रोत्साहन देऊन हळुवारपणे त्याच्या वागण्याची रीत बदलत राहिलं पाहिजे. ९५ टक्के वेळा उपयोग होतो, याचा अर्थ असा की खरोखरच गरज असल्याखेरीज शिस्तीचा बडगा उगारण्याची गरज नसते. तसं पाहिलं तर जबरदस्ती करण्याची खरोखरच काही आवश्यकता नसते. धमकी देणं, ओरडणं आणि मारहाण करणं, या कुस्तीमध्ये करावयाच्या गोष्टी बालसंगोपनात करण्याची काहीच गरज नसते.

लहान मुलाला शिस्त लावण्याचा सर्वांत जास्त प्रभावी उपाय म्हणजे बक्षीसयोजना. मी त्यांना लाच देणं किंवा लालूच दाखवण्याबाबत बोलत नाहीए, पण मुलाला वळण लावण्याकरता त्यांच्याकडे लक्ष देण्याचा, बक्षीस

म्हणून चांगला उपयोग करता येण्यासारखा असतो. कौतुकानं पाहणं, प्रेमानं बोलणं, कुरवाळणं आणि त्यांची दखल घेणं अशा गोष्टी करून मुलाच्या चांगल्या वागण्याला आपण उत्तेजन देऊ शकतो. या प्रकारे आपण आपल्याला अपेक्षित असलेल्या चांगल्या वागणुकीला प्रोत्साहन देऊन, नको असलेल्या वागणुकीला आपला विरोध दर्शवू शकतो, आणि या बक्षिसांमध्ये अशी काही ताकद असते की मुलाकडून चांगल्या वागणुकीची पुनरावृत्ती होत राहण्याची दाट शक्यता निर्माण होते. बऱ्याचदा या अशा साध्यासुध्या पद्धतीनंच यश येत राहतं. मुख्यत: त्यांच्याकडे पुरेसं लक्ष देता देता आपल्याला कधीकधी ऐकून न ऐकल्यासारखं करणं, एखाद्या वेळेस कानाडोळा करणं या प्रचलित उपयुक्त युक्त्यांचा प्रयोग करून संकटाचा प्रसंग शिताफीनं टाळता येऊ शकतो. आपण जेव्हा खरोखरच खिंडीत सापडलेलो असतो तेव्हा उग्र स्वरूप धारण करत चाललेल्या समस्येचं निवारण करण्यासाठी वेळ जाऊ देणं हाच एक पर्याय असतो.

आयुष्यात थोडीशी शिस्तबद्धता नेहमीच स्वास्थ्य निर्माण करते आणि विशेषत: लहरी आणि अविचारी बालकाच्या बाबतीत तर हे अगदी खरं असतं. शिस्तीमुळे वागणुकीबाबतचे नियम आणि मर्यादा ठरवता येतात. त्यातून सातत्य, सुरक्षिततेची जाणीव निर्माण होते. आपल्याकडून कशाची अपेक्षा आहे याचा मुलाला अंदाज येत राहण्याची आणि आजच्या घडीला जे नियम आहेत तेच उद्याही असणार आहेत याची जाणीव होण्याची गरज असते. सकारात्मक आणि सुसंगत अशा न बदलणाऱ्या शिस्तीमुळे कोणत्या प्रकारच्या वागणुकीला प्रोत्साहन मिळतं आणि कशा प्रकारे वागल्यास विरोध होतो हे मुलाच्या लक्षात यायला लागतं.

मुलाला मार्गदर्शन करण्यासाठी, उत्तेजन देण्यासाठी आणि हळुवारपणे त्यांच्यात बदल घडवून आणण्यासाठी चांगल्या प्रकारची शिस्त कशी लावता येऊ शकते हे तुमच्या आता लक्षात आलं असेल. मला माझ्यावर सक्ती केलेलीही आवडत नाही आणि मला धाकदपटशा दाखवलेलाही आवडत नाही; पण माझी खात्री आहे, की मला प्रेमानं समजावून शिकवलेलं आवडतं आणि मला बक्षीस मिळालेलंही आवडतं. एखाद्या लहान मुलालाही याच प्रकारे प्रोत्साहन देऊन चालना देता येऊ शकते.

साधेसोपे उपाय

- ☐ झोपेच्या समस्या
- ☐ आहार
- ☐ स्वच्छतेचे धडे

झोप, आहार आणि स्वच्छता या तीन समस्यांपैकी प्रत्येक पालकाला एका तरी समस्येला सामोरं जाण्याची वेळ येतेच, असं म्हटल्यास वावगं होणार नाही. तुम्हाला रातोरात क्रांती घडवून आणायची घाई नसेल तर या समस्यांवरचे उपाय अगदी साधेसोपे आहेत. तुम्हाला अगदी मुळापासून सुरुवात करावी लागेल.

झोपेच्या बाबतीत प्रत्येक मुलाची गरज वेगळी असते आणि ती त्याच्या पालकांना सोयीची असतेच असं नाही. त्यामुळे झोपी जाण्याच्या वेळेबाबत शिस्त लावून घेणं ही चांगली सुरुवात ठरू शकेल. मध्यरात्री झोपेतून उठण्याच्या बाबतीत आम्ही मर्यादित रडण्याच्या युक्तीचा वापर करतो आणि मुलांना त्यांच्या खोलीतच किंवा जागेवरच राहू देण्याकरता आमच्याकडे ग्रीन यांची एक खास अशी दोरीची युक्तीही आहे.

खाण्यापिण्याच्या बाबतीतला सावळा गोंधळ टाळायचा असेल तर त्याबाबतीत आरडाओरडा करून काहीच फायदा होणार नाही; त्यातून तुमचा रक्तदाब वाढणं ही एकच गोष्ट निष्पन्न होऊ शकते. माझ्यावर विश्वास ठेवा : हटवादीपणामुळे आजवर एकही मूल उपाशी राहिल्याची घटना घडलेली नाही. त्यामुळे मुलाला पुरेसं पोषक अन्न मिळेल याची काळजी घेणं यावरच आपलं सगळं लक्ष केंद्रित केलं पाहिजे.

मुलाला स्वच्छतेचे धडे द्यायला फारच लवकर सुरुवात केली तर तुम्हाला नैराश्य येतं आणि तुमचं मूल गोंधळात पडून एकंदरीत ते सगळंच तापदायक ठरतं. दीड वर्षांच्या मुलाच्या बाबतीत ते उतावळेपणाचं ठरतं, दोन वर्षांच्या मुलाच्या बाबतीत उपयुक्त ठरू शकतं आणि अडीच वर्षांच्या मुलाच्या बाबतीत स्वच्छतेचे धडे देणं निश्चितपणे यशदायी ठरतं. तीन वर्षांची मुलं ही बहुधा शू-शी नियंत्रित करू शकतात. क्वचित प्रसंगी कपडे ओले करतात, नाही असं नाही, पण ते अगदी नैसर्गिक असतं.

जेरीला आलेले पालक वैतागून जातात आणि त्यांना सगळंच बिनसलेलं आहे, काहीच नीट होत नाहीये असं वाटायला लागतं. पालकांशी बोलताना मी त्यांना विचारतो की 'माझ्याकडे जर जादूची छडी असती आणि मला चुटकीसरशी कोणतीही समस्या सोडवता येत असती, तर तुम्हाला कोणता प्रश्न निकालात काढावासा वाटेल?' थोडक्यात तुम्हाला सर्वाधिक छळणाऱ्या समस्येवर सगळं लक्ष केंद्रित करणं ही महत्त्वाची गुरुकिल्ली आहे आणि मग पुस्तकात दिलेल्या उपाययोजनांचा अवलंब करून तुम्हाला पटापट प्रश्न सोडवता येऊ शकतील. एक समस्या सोडवल्याबरोबर तुमचं मनोधैर्य वाढतं आणि मग त्या आत्मविश्वासाचे चांगले पडसाद उमटत राहतात. चमत्कार घडावा तसं, तुम्हाला एका गोष्टीचा चांगला अनुभव आला की मग तुमचा विश्वास आणखी दुणावत जातो.

व्यक्ती तितक्या प्रकृती

- □ स्वभाव
- □ सहनशीलता
- □ स्पर्धा

एके काळी असा समज प्रचलित होता की सर्व मुलं कोऱ्या पाटीसारखी जन्माला येतात आणि त्यांना लागणाऱ्या वाईट सवयींसाठी त्यांचे पालकच संपूर्णपणे जबाबदार असतात; पण आता आपल्या हे लक्षात आलेलं आहे की प्रत्येक मूल आपापला स्वतंत्र स्वभाव आणि आगळंवेगळं व्यक्तिमत्त्व घेऊनच जन्माला येत असतं. काहीजण जन्मतःच गुणी बाळं असतात; बऱ्याच मुलांच्या बाबतीत एखाददुसरा चमत्कारिक प्रसंग घडू शकतो आणि उरलेली थोडी मुलं मात्र कधी काय करतील त्याचा नेम नाही, अशी काळजात धडकी भरवणारी असतात.

स्वभावातल्या या जन्मजात फरकांमुळे, तुम्हाला पुस्तक समोर ठेवून मुलांना लहानाचं मोठं करता येणार नाही. तुम्ही कितीही प्रयत्न केलात, तरी एखाद्या नाठाळ मुलाला तुम्ही सद्‌गुणी आदर्श बाळ काही बनवू शकणार नाही, त्यामुळे तुम्ही तसा प्रयत्न न केलेलाच बरा. त्यामुळे आपलं बाळ जगावेगळं आहे याचा मनोमन स्वीकार करणं आणि अशा बालकाच्या बाबतीत कोणता उपाय लागू पडू शकतो याचा शोध घेणं हा एकच उपाय आहे.

या सगळ्यामध्ये पालकांचा सहनशीलपणा हा एक अत्यंत महत्त्वाचा घटक आहे. सहनशीलतेची पातळी प्रत्येकाची वेगवेगळी असते आणि कोणत्या प्रकारची वागणूक ते खपवून घेऊ शकतात याचे ठोकताळेही वेगवेगळे असतात. काही पालक मोठ्या धीराचे असतात, तर बाकीचे कठोर आणि चटकन संतापणारे असतात. यात पालक आपल्या पालकांकडून जे काही शिकलेले असतात त्याही विभिन्न दृष्टिकोनांची भर पडत असते.

मग आयुष्य आनंददायी बनवण्याच्या ऐवजी, या सगळ्या वैविध्यांमुळे आपल्या मुलाची शाळेतल्या किंवा पाळणाघरातल्या इतर मुलांशी तुलना करायला लागल्यावर स्पर्धा, अपराधीपणाची भावना आणि आपलंच काहीतरी चुकतंय अशी रुखरुख पालकांना छळायला लागते. इतर दोन वर्षांची मुलं तासन्‌तास झोपा काढत असताना तुमचं मूल मात्र दुपारी डोळे मिटायलाही तयार नसतं. एखादं मूल हॅरी पॉटर पुस्तक उत्सुकतेनं पाहत असतं त्याच वेळी तुमच्या मुलाची मात्र खात्री पटलेली असते की पुस्तकं ही वाचण्यासाठी नसून चावून खाण्यासाठी असतात. विश्वास ठेवा, यात तुमची काहीही चूक नाही, तुमचं

मूलच जगावेगळं असतं, हेच खरं!

तुमचं मूल ज्या प्रकारचा स्वभाव घेऊन जन्माला आलेलं आहे, त्यात परिवर्तन घडवून आणणं, त्यांची गुणसूत्रं बदलणं हे काही तुमच्या हातात नाही, पण तुम्ही त्यांच्या वागण्याची तऱ्हा मात्र नक्की बदलू शकता. तुमच्या मुलाला लागू पडेल असा दृष्टिकोन बाळगून तुम्हाला हे सहज साध्य करता येऊ शकेल. तयार कपडे घेणं आणि खास तुमच्या मुलाकरता त्याच्या मापाचे कपडे शिंप्याकडून शिवून घेणं यात जो फरक आहे, तोच फरक इथेही आहे.

मुद्दामहून त्रास ओढवून घेऊ नका

- स्वाभाविक काय आहे ते जाणून घ्या
- कशाला महत्त्व द्यायचं आहे ते ठरवा
- वास्तववादी अपेक्षा करा
- झोपलेल्या सिंहाची खोड काढायला जाऊ नका

पालकांना त्रासदायक वाटणाऱ्या बऱ्याच गोष्टी मला समस्या वाटतच नाहीत. आपण त्यांचा समावेश खरोखरच स्वाभाविक गोष्टींमध्ये करू शकतो. आता त्यातल्या सर्वच बाबी तुम्हाला आवडू शकतील किंवा तुम्ही त्या सर्वच गोष्टींचा आनंदानं स्वीकार करून त्यांच्यासह जगू शकाल अशा असतीलच असं नाही, पण तरीही आयुष्य सुसह्य व्हावं या दृष्टीनं विचार केल्यास काही गोष्टी फारशी दखल घेण्यासारख्या नसतात, याचा मनोमन स्वीकार करण्यानं बराच फायदा होऊ शकतो.

जेव्हा कधी अशा सर्वसामान्य पण अप्रिय वाटणाऱ्या प्रसंगांना सामोरं जाण्याची वेळ येते, उदा. मुलाच्या वागण्याच्या विशिष्ट तऱ्हा, तेव्हा समरप्रसंगाची निवड करून तुमच्या दृष्टीनं महत्त्वाचं काय आहे याचा चटकन निर्णय घ्यावा लागेल. लहानसहान झटापटीचं प्रचंड मोठ्या मतभेदात रूपांतर होण्यापेक्षा ज्या युद्धातली हार अटळ आहे, तिथे पडतं घेणं हे योग्य!

थोडक्यात बरेच पालक संकट ओढवून घेण्याची गरज नसताना आपल्या मुलांना विनाकारणच चिथावणी देत असतात. मला जर जंगलात एखादा सिंह वाट अडवून बसलेला आढळलाच, तर माझ्यापुढे त्या प्रसंगाला तोंड देण्याचे दोन उपाय असतात. एकतर मला हळूच चोरपावलांनी बाजूबाजूनं सटकता येऊ शकतं किंवा मग सिंहाला विनाकारण काठीनं ढोसून चिथावणी देता येते. लहान मुलांच्या बाबतीतही अगदी असाच प्रकार असतो – सर्वसामान्य मुलांना वठणीवर आणायचा निर्णय घेणाऱ्या पालकांच्या 'शौर्याला' आपल्याला दाद द्यावीच लागेल.

मुलांकडून रास्त अपेक्षा ठेवणं हेच बालसंगोपनाचं गमक आहे; पण दुर्दैवानं परिस्थितीच्या गाळात रुतायची वेळ येईपर्यंत बऱ्याच पालकांच्या हे लक्षातच येत नाही की आपण फारच अवास्तव अपेक्षा करत होतो.

तुम्ही हे पुस्तक वाचत जाल तसतसं तुमच्या लक्षात येईल की सर्वांत कमी झळ बसेल असा मार्ग निवडण्यानंच सहजीवन सुसह्य होऊ शकेल.

साशंक असाल तेव्हा हे लक्षात ठेवा

एक पाऊल मागे जा

कठीण प्रसंगात स्वत:लाच विचारा, 'आजचा दिवस मुलासाठी वाईट आहे की माझ्यासाठी?' पुष्कळदा दृष्टिकोनात बदल करण्याची गरज मुलापेक्षा पालकांनाच जास्त असते.

एक पाऊल मागे घ्या आणि मूल असं का वागत असेल याचा विचार करा. त्याच्या त्या वर्तणुकीला सर्वसामान्य वागणूक मानता येऊ शकेल का? त्याला त्यातून काय मिळणार असतं? त्याच्याकडे तुम्ही तातडीनं लक्ष द्यायला पाहिजे हे मूल तुम्हाला सुचवत असतं.

थांबा आणि त्या प्रसंगाकडे मुलाच्या दृष्टिकोनातून पाहा

मुलं ही काही लहान आकाराची मोठी माणसं नसतात. त्यांना असलेली समज आणि अवधान यांचं प्रमाण मर्यादित असतं. मुलं आपल्यासारखा विचार करू शकत नाहीत – किंबहुना कृती करण्यापूर्वी मुलं क्वचितच विचार करतात. दुसरं मूल आपलं खेळणं घेतं तेव्हा पहिल्या मुलाच्या हे लक्षात येत नाही, की त्यानं ते फक्त तात्पुरतं खेळण्याकरता म्हणून घेतलेलं आहे. मोठ्या माणसांसारखं, वस्तू वाटून घेण्याचं मूल्य त्याच्या अजून परिचयाचं झालेलं नसतं, त्याला काहीही करून फक्त आपलं खेळणं परत हवं असतं.

मुलांच्या मनात दुष्टावा नसतो

लहान मुलं मनात आकस धरून ठेवणारी नसतात आणि तुम्हाला वाटतं त्याप्रमाणे ती तुमच्या सहनशीलतेचा अंतही पाहत नसतात किंवा तुम्हाला अद्दलही घडवत नसतात. सर्वाधिक नाठाळ मुलं शेकडा ९५ टक्के वेळा चांगुलपणानं वागत असतात, तरीही ती आपली शत्रू आहेत की काय, असं वाटायला लागणं अगदी स्वाभाविक असतं.

आपण लहान मुलांना छोटीशी जरी संधी दिली तरी ती शहाण्यासारखं वागून दाखवतील, कारण त्यांची शहाणं बनायची इच्छा असते.

नाहीतरी ती त्या अवस्थेतून बाहेर पडणारच असतात

प्रथमदर्शनी जरी धडकी भरवणारं वाटत असलं, तरीही एक ना एक दिवस अचानक कोणतीही पूर्वसूचना न देता तुमच्या बाळाचं वर्तन बंद होणार असतं. नशिबानं लहान मुलांच्या काही विशिष्ट अशा लक्षणांमधलंच हेही एक लक्षण असतं. शाळेत जाण्याचं वय होईपर्यंत ते सगळं भूतकाळात जमा होऊन जातं आणि तुम्हाला कदाचित ती सगळी गंमत हरवून गेल्याची खंतही वाटायला लागते.

यशाचं रहस्य

मी आता तुम्हाला एक रहस्य सांगणार आहे : मी नाठाळ लहान मुलांना मुळीच वठणीवर वगैरे आणत नाही. संगोपन म्हणजे लहान मुलांना निव्वळ वठणीवर आणणं नाही आणि मी ज्याबद्दल सांगणार आहे ते हे नक्कीच नाही. वठणीवर आणणं याचा अर्थ, लहान मुलांवर नियंत्रण ठेवणं आणि वरकरणी ते तसंच आहे असं वाटलं तरी तुमच्या मुलांच्या संदर्भातल्या समस्यांवरचा हा तोडगा नक्कीच नाही.

नियंत्रण ठेवण्यापेक्षाही समजून घेणं आणि वास्तवाला धरून असलेल्या अपेक्षा करणं या गोष्टींनी तुम्हाला बरंच काही साध्य करता येऊ शकेल. तुमच्या मुलाला चालना देणाऱ्या गोष्टींना ओळखणं आणि त्या गोष्टींचा वापर करून स्वत:हून संकट ओढवून घेण्यापेक्षा त्याला बगल देता येणं हेच खऱ्या यशाचं गमक आहे. याचा अर्थ मुलांना मुक्तपणे उधळण्यासाठी मोकाट सोडून देणं नाही. उलटपक्षी ज्या गोष्टींना खरोखरच महत्त्व देण्याची गरज आहे अशा गोष्टींसाठी तुमची सगळी ताकद राखून ठेवणं हाच याचा खरा अर्थ आहे.

या शांतीपूर्ण मार्गाचा अवलंब केला म्हणजे आता कसलीही काळजी

करण्याचं काहीही कारण नाही, असं मात्र होत नाही बरं का! कारण अगदी गुणी बाळसुद्धा वेळप्रसंगी आपली चुणूक दाखवतच असतं आणि अशाही वेळा येऊन ठेपतात की तुम्हाला आपण हे काय करून बसलो आहोत असंही वाटायला लागतं. मुलांना लष्करी खाक्याच्या शिस्तीत वाढवण्यानं कदाचित ती आदर्श मुलं होतीलही, पण पुढचा विचार करता मला असं वाटतं की मुलांना प्रेमानं लहानाचं मोठं करण्यानं त्यांच्याशी आपल्या नात्याची वीण जास्त घट्ट होते, आणि नातेसंबंधाची घडी विस्कटत नाही.

माझ्या कल्पनांमुळे तुमचं आयुष्य सुखावह होईल असा मला विश्वास वाटतो. याच विषयावर मी पुढच्या प्रकरणात बोलणार आहे.

२

आत्मविश्वासपूर्ण पालकत्व

ज्या पालकांचे पाय जमिनीवर घट्ट रोवलेले आहेत आणि ज्यांना आपल्या मुलाला लहानाचं मोठं करण्यात यश आणि आनंद मिळवण्यासाठी वास्तवाला धरून असलेल्या कल्पना हव्या आहेत त्यांच्यासाठीच हे पुस्तक आहे. पण असं आढळलेलं आहे की बालसंगोपनाची जितकी जास्त गुंतागुंतीची पद्धत समोर येते, तेवढा आपला नैसर्गिक प्रवृत्तींवरचा विश्वास ढासळत जातो. आपण सर्वच जण आपल्या पालकत्वाची सुरुवात मनाशी भव्य कल्पना बाळगून करतो, पण ताणतणाव आणि थकवा जसजसे आपल्याला ग्रासून टाकायला लागतात, तसं आपण आपल्या कल्पनांना हळूहळू जमिनीवर उतरवायला लागतो, हे नशीबच म्हणायचं! ज्यांना शंका आहेत, न्यूनगंड आहेत आणि ज्यांचा आत्मविश्वास ढासळलेला आहे असे आपणच एकमेव पालक आहोत की काय असंही वाटायला लागतं. खरं सांगायचं झालं तर बहुतांशी पालक प्रत्यक्षात त्रासलेले असूनही असा देखावा करत राहतात की आपला परिस्थितीवर पूर्णपणे ताबा आहे.

आत्मविश्वास ही गोष्ट अशी आहे, की त्यामुळे पालक सकारात्मक आणि सशक्त होऊन निर्धारानं परिस्थितीवर ताबा मिळवू शकतात. थोडक्यात, 'मी हे करू शकतो' असा दृष्टिकोन हवा. आत्मविश्वासपूर्ण पालक होण्यासाठी काय

करावं लागतं? काही जणं वाऱ्याच्या हलक्याशा झुळकीसरशीही डगमगतात, तर काही जण वादळवाऱ्यालाही न जुमानता भक्कमपणे उभे राहताना दिसतात. बालसंगोपनात अटळपणे येणाऱ्या चढउतारांना तोंड देता यावं यासाठी आवश्यक अशा आत्मविश्वासाची चर्चा या प्रकरणात केली आहे.

साप आणि शिड्या

जेव्हा आपल्यात आत्मविश्वास भरपूर असतो, तेव्हा आपल्याला सगळ्या गोष्टी किरकोळ वाटतात; पण जेव्हा तो ढासळतो तेव्हा त्याच क्षुल्लक गोष्टींचा आपल्याकडून राईचा पर्वत केला जातो. त्यामुळे बाहेरच्या वातावरणाचा आपल्यावर तत्काळ परिणाम होऊन आपला आत्मविश्वास आणखी आणखी ढासळत जातो.

आयुष्य सापशिडीच्या खेळासारखं आहे – जरा वर चढलात की तुम्हाला सापानं गिळलंच म्हणून समजा. आयुष्याच्या प्रवासात आत्मविश्वास येत आणि जात राहतो, आणि सकारात्मक विचार करणाऱ्या लोकांवरही शंकासुराला बळी पडण्याची वेळ येते. सुदैवानं या खेळात आत्मविश्वास वाढवणाऱ्या शिड्या आणि सापांना चुकवण्याच्या युक्त्या खूप असतात.

शिड्या

तुमचा आत्मविश्वास वाढवणाऱ्या गोष्टी पुढे दिल्या आहेत. या गोष्टी तुमच्याकडे जितक्या जास्त आणि भक्कम प्रमाणात असतील, तेवढं तुमचं पालकत्व सोपं होत जातं. त्यांच्यापैकी काही शिड्या लांबच लांब असतात, तर काही अगदी छोट्या छोट्या पायऱ्यांसारख्या असतात, पण त्या प्रत्येकीचा तुम्हाला पुढचा अडथळा पार करायला उपयोग होतो.

सुरक्षितता

तुमच्या मनात जेव्हा सुरक्षिततेची भावना असते, तेव्हा तुम्ही तुमची पालकत्वाची भूमिका उत्तम प्रकारे पार पाडू शकता; पण तुमचा बहुतांशी वेळ तुमची नोकरी, तुमचे नातेसंबंध आणि तुमची कर्जं यांचीच चिंता करण्यात जात असेल, तर मात्र तुमच्या मुलाला आवश्यक असलेला भावनिक आधार देण्याचं त्राणच तुमच्यात उरत नाही.

संध्याकाळी घरी परत येण्यासाठी एक उबदार घर असणं, दैनंदिन गरजांकरता पुरेसा पैसा हाताशी असणं आणि सक्षम नातेसंबंध असणं या सर्व गोष्टींमुळे

तुमच्या मनात सुरक्षिततेची भावना निर्माण होते. या सर्व गोष्टींना कमी लेखण्याऐवजी तुम्ही जर आधारासाठी त्यांच्यावर विसंबून राहिलात, तर तुमचा आत्मविश्वास बळावत जातो.

तुमचं घर दोन खोल्यांचा छोटा फ्लॅट असो, अथवा भलामोठा वीस खोल्यांचा महाल असो, ते तुम्हाला सदैव शक्ती देत राहतं. हा पाया जर मजबूत असेल तर तुम्हाला आकाशात हव्या तितक्या भराऱ्या घेता येतील. आपल्या नात्याची वीण जर घट्ट असेल तर त्याच्या जोरावर आपल्याला जगही जिंकता येतं. इथेच आपल्या पालकत्वाला खरीखुरी सुरुवात होते आणि मुलाला त्याच्या कुटुंबातून पाठबळ मिळतं. निरोगी आणि पाठबळ देणारी नाती म्हणूनच फार अमूल्य असतात.

आधार

आधी सांगितल्याप्रमाणे पालकत्वाला आधार तर मिळायलाच हवा. ज्या पालकांमध्ये आत्मविश्वास पुरेपूर असतो, ते लोक इतरांकडून आधार आणि सल्ले घेतात, अनुभवांची देवाणघेवाण करतात. त्यांना त्यात काहीच गैर वाटत नाही. आत्मविश्वास नसलेले लोक सगळ्या गोष्टी स्वतःच करायला बघतात.

या पाठबळामुळे तुमचं पालकत्व जास्तीत जास्त सोपं होत जातं आणि आधारयंत्रणा जितकी व्यापक असेल तितक्या मोठ्या प्रमाणावर यश तुमच्या हाती लागतं. ज्या एकत्र कुटुंबांचा एके काळी पालकत्वाला फार मोठा आधार होता, तीच आता दुर्मीळ होत चालली आहे. प्रत्येक गोष्ट तुम्ही स्वतःच धडपडून केली पाहिजे असं नाही, उलट इतरांकडे आधारासाठी पाहणं हेच समंजसपणाचं लक्षण आहे.

अनुभव

पालक बनायची तुमची जेव्हा पहिलीच वेळ असते, तेव्हा अनेक गोष्टींना तुम्ही प्रथमच तोंड देत असता. अनेक पालकांसाठी तर हे अगदीच धक्कादायक असतं. अनेक गमतीदार अनुभवांची दुनिया तुम्हाला खुणावत असते – मुलाचा लहरीपणा अनुभवणं हे पहिल्यांदाच कार चालवायला बसण्यासारखं असतं – नाट्यमय प्रसंगांनी भरलेलं आणि लटपटायला लावणारं. मात्र सराईत होताच तुम्ही अवघड वळणंही डोळ्यांची पापणी लवायच्या आत पार केलेलीही असतात.

तुमचा अनुभव जितका जास्त, तितका तुमचा आत्मविश्वासही जास्त असतो. आपल्या मुलाच्या लडिवाळ बाळलीलांमध्ये हरवून गेलेल्या अनेक नवख्या पालकांना त्याच्या भावी वागणुकीतल्या समस्यांची पुसटशी शंकाही आलेली नसते. मात्र तुमचं मूल तुम्हाला अशा अनेक संधी बहाल करून तुमच्या

आत्मविश्वासात भर घालेल हे नक्की!

सर्वसाधारण बाबी समजून घेणं

आपल्याला असं वाटत असतं की आपल्याच वाट्याला हे सगळं आलेलं आहे, पण इतरांनाही याच समस्या भेडसावत असतात. मुलांच्या वागण्याच्या सर्वसाधारण पद्धतीमुळे मुलाचं व्यक्तिमत्त्व जरी घडत जात असलं, तरी तुमचा आत्मविश्वास वाढण्याच्या दृष्टीनं त्याचा फारच कमी उपयोग होतो.

सर्वसाधारण बाबी कोणत्या आहेत हे नुसतं जाणून घेण्यानंही तुमच्या आत्मविश्वासात वाढ होत असते. त्यामुळे किरकोळ बाबींवर तुमची सगळी ताकद वाया घालवण्याऐवजी तुम्ही इतर अधिक महत्त्वाच्या गोष्टींवर शांतपणे सगळं लक्ष केंद्रित करू शकता. उदा. तुम्ही तुमच्या दीड वर्षांच्या मुलाला जेव्हा आदर्श मूल बनवायचा प्रयत्न करता तेव्हा ते अगदीच निष्फळ असतं, कारण त्या मुलाची समज खूपच कमी असते, आणि तुम्हाला मात्र वाटत राहतं की 'यात माझं काय चुकलं?' मुलाचं वागणं सर्वसाधारण आहे हे लक्षात घेतलं तर तुमच्या आत्मविश्वासाला धक्का लागणार नाही.

एखादं चांगलं पुस्तक

काही वेळा सगळंच काम एखाद्या चांगल्या पुस्तकानं होऊन जातं. तुम्हाला सत्य आणि कल्पित अशी दोन्ही प्रकारची पुस्तकं सापडतील; पण पालकत्वाच्या मार्गदर्शनासाठी तुम्ही कल्पित पुस्तकांपेक्षा सत्यावर आधारलेल्या पुस्तकांवर जास्त भर द्या.

चांगल्या पुस्तकात तुम्हाला सोपे आणि सुटसुटीत सल्ले मिळतात. अशी पुस्तकं तुम्हाला निर्धोक मार्ग दाखवतात आणि वाटेत अशा पाऊलखुणाही दाखवतात की ज्यांच्या मागावरून तुम्ही निर्धास्तपणे वाटचाल करू शकता. रस्ता चुकला असता, योग्य रस्त्यावर येण्यासाठी वाटाड्या म्हणूनही उपयोगी पडतात. मी जरा पक्षपातीपणा करतोय खरा, पण मला एक ग्रीन नावाच्या माणसाचं पुस्तक फार उपयुक्त आहे असं वाटतंय.

साप

प्रत्येक वळणावर साप लपून बसलेले आहेत असं तुम्हाला वाटेल आणि तेही अशा वेळी, जेव्हा तुम्ही अगदी गाफील असता. काही पालक सापांना चुकवण्यात अगदी तरबेज असतात. मात्र आपण अशा वर्गातील आहोत, जे निसरड्या शिडीवरून सपशेल आपटतात. यातील काही साप जहाल विषारी असतात, तर

काही कमी विषारी असतात. मात्र तणावाखाली आपल्याला सगळेच साप सारखे वाटायला लागतात. कशाचा आधार घ्यायचा हे पक्कं ठाऊक असलेले पालक मात्र त्यांना टाळू शकतात.

स्पर्धा

आपण स्पर्धेच्या जगात राहत असल्यामुळे इतरांची घरं, नातेसंबंध आणि मुलं यांच्याशी नकळत तुलना करत राहतो आणि मग या तुलनेतच आपलं आयुष्य जायला लागतं. त्यातच पुन्हा आजकालच्या प्रसारमाध्यमांची भर! 'आदर्श कुटुंब', 'आदर्श मुलं', 'आदर्श जीवनपद्धती', आणि अशा प्रकारच्या आदर्शांचा मारा करण्याचं काम करण्यात मासिकंही मागे नसतात. बालसंगोपनाचा विषय निघाला की जीवघेणी स्पर्धाच सुरू होते.

लहान मुलांच्या दवाखान्यात गेल्यावर इतरांची मुलं जास्त गुटगुटीत आणि जास्त गोंडस वाटतात, त्यांचे दातही कुंदकळ्यांसारखे सुरेख आहेत आणि त्यांची वाढही जास्त जोमानं झालेली आहे असं आपल्याला वाटतं. बालवाडीतली इतर मुलं जेव्हा चित्रंबित्रं काढून रंगवून चिकटवत असतात आणि तुमचं मूल टंगळमंगळ करत असतं तेव्हा तुम्हाला आगदी लाजल्यासारखं वाटतं.

तुमचा आत्मविश्वास जर आधीच डळमळीत झालेला असेल तर स्पर्धेमुळे तो आणखीनच ढासळतो. पालकत्व सोपं कधीच नसतं, पण सतत तुलना करत राहिल्यानं तुम्हाला ते वैफल्यग्रस्त बनवतं. लक्षात घ्या, सर्व लहान मुलांमध्ये सारख्याच प्रमाणात दिसून येणाऱ्या सवयींवर, हे तुलना करणारे पालक पांघरूण घालत राहतात आणि आपल्या मुलाच्या वेगळेपणाचा मात्र अवास्तव डांगोरा पिटत राहतात.

हस्तक्षेप

हस्तक्षेप म्हटल्याबरोब्बर तुमच्या डोळ्यांपुढे सगळ्यात आधी काय आलं असेल तर सासू! पण हस्तक्षेप कुठूनही होऊ शकतो : तुमचे आईवडील, भावंडं, मुलाच्या आईच्या मैत्रिणी, मित्र आणि शेजारीपाजारी कुठूनही. मुळात गरज नसताना केलेला भोचकपणा आणि अनाहूत सल्ले म्हणजेच हस्तक्षेप.

पालक म्हणून तुमच्या आत्मविश्वासाचं खच्चीकरण करण्यासारखं असं असतं तरी काय एवढं त्या हस्तक्षेपात? बाकीच्या लोकांना काय वाटेल याचा विचार करत बसण्यातच तुमचा सगळा वेळ घालवता तेव्हा तुमचा स्वत:वरचा विश्वासच ढासळतो. तुम्हाला वाटायला लागतं की 'मी आदर्श पालक बनतोय की नाही, की अगदीच गचाळ पालक आहे?' कारण हस्तक्षेप करणारी माणसं जणू सुचवत असतात की 'बघ, तुझ्यापेक्षा मी हे काम जास्त चांगलं करू

तुमचे स्पर्धक ओळखा

आपलं बाळ कसं गुणाचं आहे असं सांगणारे पालक तुम्हाला अगदीच खिंडीत पकडत असतात. बालवाडीच्या दाराशी जमा असलेल्या मातांमध्ये पुढील संवाद सहजपणे कानावर पडतील : 'माझा चार वर्षांचा मुलगा सगळी रामरक्षा अगदी घडाघडा म्हणतो.' त्यावर श्वासही घ्यायची उसंत न देता दुसरी आई सांगायला लागते, 'माझी साडेतीन वर्षांची मुलगी तर पेटीवर अख्खं गीतरामायण वाजवते.' तुम्ही मात्र एवढाच विचार करत राहता की 'आमचे चिरंजीव पाच वर्षांचे होत आले तरी अजूनही बिछाना ओला करतात.'

शकतो; तेव्हा माझं ऐक, मी सांगतो तसं कर.'

आजीआजोबा हे तर नातवंडांच्या बाबतीत हस्तक्षेप करण्यात सगळ्यात पुढे असतात. त्यांना त्यांनी केलेलं बालसंगोपन आठवत असतं; आणि त्या वेळच्या चुका आता होऊ नयेत असं वाटत असतं. पण मुलांप्रमाणेच पालकही अनुभवानंच शिकत असतात आणि म्हणून आजी काहीही म्हणाली, तरी पालकांना ते त्यांच्या पद्धतीनंच करायचं असतं.

खरं तर मदत आणि हस्तक्षेप यांच्यामध्ये एक अगदी धूसर सीमारेषा असते. कुणालाही काय करावं, हे दुसऱ्याकडून ऐकायला आवडत नाही. मग नैसर्गिक प्रतिक्रिया अशी घडते की आपण तिकडे काणाडोळा करत राहतो आणि

आतल्याआत धुमसत राहतो. हे जसं वाढत जाईल तसा संवाद संपून वाद सुरू होतात.

आत्मविश्वास न गमावताही आणि युद्धाचा प्रसंग न ओढवू देता परिस्थितीवर मात करण्याचे मार्ग असतात. आपलं पहिलं प्राधान्य मुलाच्या हिताला आणि मग आईबाबांच्या हिताला असतं. मुलांवर सर्वप्रथम आईवडिलांचा हक्क असतो आणि हस्तक्षेपामुळे त्यांच्यात आणि परिणामी मुलांमध्ये ताणतणाव निर्माण होत असतील तर योग्य पर्याय निवडण्याची गरज आहे. तुम्हाला मन:शांती राखून ठेवायची असेल तर काही नियम आणि मर्यादा पाळाव्या लागतात. एरवी मदत करणारी आजी काय म्हणते ते ऐकायला हरकत नाही, पण प्रत्यक्ष कृती करताना त्यातलं तुम्हाला योग्य वाटेल तेच करावं लागतं. आपल्याच घरातली माणसं असल्यामुळे त्यांच्या मर्यादा कठोरपणे त्यांच्या लक्षात आणून देण्याची गरज नसते; पण सूचकपणे जाणीव करून द्यायला काही हरकत नाही.

थकवा आणि तणाव

आजच्या घडीला सगळं काही सुरळीतपणे चाललेलं असताना उद्याच्या दिवसाबाबत मात्र तुम्ही साशंक असता, या विरोधाभासाचा सामना तुम्ही कसा कराल? ताणतणाव या गोष्टी इतक्या सार्वत्रिक आहेत, की पालक म्हणून तुमचा आत्मविश्वास त्यामुळे किती कमी होतो याची तुम्हाला कल्पनाच येत नाही. वाढत्या थकव्याबरोबर तुम्ही पालक म्हणून कमी पडत जाता. इतके की काही वेळा तुम्हाला मानही वर काढता येत नाही. एखाद्या बाबतीत आपण कमी पडलो तर आपल्याला असं वाटायला लागतं की आपण सगळीकडेच आपटी खाऊ.

कारणं काहीही असली तरी एकच परिणाम घडवून आणणाऱ्या असंख्य झंझावाती गोष्टींवर मी एक अख्खं पुस्तक लिहू शकेन. जेव्हा तुम्ही ताणतणावाला बळी पडता, तेव्हा मुलाच्या ते चटकन लक्षात येतं आणि तुमच्या या दुखऱ्या भागावर त्यानं जोरदार हल्ला करताच तुमचा आत्मविश्वास साफ कोलमडतो. या दुष्टचक्राचा अंत एकच असतो – तुमची सहनशक्ती संपते.

सगळ्या बाजूंनी तुमच्या नाड्या जेव्हा घट्ट आवळल्या जातात तेव्हा समस्येकडे पाहण्याचा दृष्टिकोन बदलून टाका. चमत्कारांची अपेक्षा ठेवण्यापेक्षा साध्य करता येतील अशी ध्येयं ठरवा. जुन्या पुस्तकांमध्ये हेच तर लिहिलंय!

औदासिन्य

तुम्हाला नैराश्यानं घेरलेलं असताना तुम्ही आत्मविश्वासाची अपेक्षा ठेवू नका. अनेकदा तुम्ही लपवल्यामुळं किंवा आजूबाजूच्या लोकांच्या डोळेझाक करण्यामुळं तुमचं नैराश्य आतच दबून राहतं. सध्या मात्र काळ बदललेला असून सामान्य

लोकच नाही तर प्रसिद्ध, नामवंत लोकही अगदी खुलेपणानं यावर चर्चा करताना दिसतात.

असं म्हणतात, की पाचातील एक व्यक्ती संपूर्ण आयुष्यात एकदा तरी नैराश्याची शिकार झालेली असते. स्त्रियांमध्ये पुरुषांपेक्षा याचं प्रमाण जास्त दिसतं आणि नवमातांपैकी सुमारे १४ टक्के स्त्रिया नैराश्याला बळी पडतात. प्रसूतिपश्चात येणारं नैराश्य ही एक सर्वसाधारण समस्याच आहे आणि दुर्दैवानं हार्मोन्सची पातळी पूर्ववत होताना बऱ्याच स्त्रियांच्या बाबतीत ही समस्या आहे तशीच राहते. बालसंगोपनात यामुळे बऱ्याच अडचणी निर्माण होतात.

हळूहळू ही समस्या संपूर्ण कुटुंबालाच ग्रासते. वैफल्यग्रस्त आईला तिची दैनंदिन कर्तव्यं पार पाडताना शक्ती अपुरी पडते. भरीला भर म्हणून, मुलाला घरातल्या वातावरणाचा अर्थ जरी लागत नसला तरी त्याला त्याची जाणीव मात्र होत असते. अशा वेळी मुलाला आई-वडिलांशी संवाद साधता येत नाही आणि ते त्यांचं लक्ष वेधून घेण्यासाठी निकराची धडपड करतं. खरी समस्या पालकांचीच असूनही प्रत्यक्षात त्याचं खापर मात्र मुलाच्या खोडकर वागण्यावरच फोडलं जातं.

नैराश्य ही सगळीकडे आढळणारी सर्वसाधारण समस्या आहे आणि तिच्यावर नक्की उपाय करता येतो. आपण नैराश्याचे बळी आहोत असं जर तुम्हाला वाटत असेल, तर मुळीच वेळ घालवू नका. वेळच्या वेळीच तज्ज्ञांचा सल्ला घ्या.

अपराधीपणाची भावना

मनात कशाबद्दलही अपराधीपणाची भावना नसलेला जगात एक तरी माणूस आहे का? जगात अस्तित्वात असलेला हा सर्वांत प्राचीन (आणि बहुधा सर्वमान्य) साप आहे. पालकांना बऱ्याच बाबतीत अपराधीपणाची भावना छळत असते : मुलांना पुरेसा वेळ न दिला जाणं, नोकरी करत असलेल्या स्त्रियांच्या बाबतीत मुलांना मातेचं दूध न देऊ शकणं – फार काय, आपण थोडीशी मौजमजा केली तरी आपल्याला अपराधी वाटायला लागतं. आपण आपल्या मुलांना फार काही देऊ शकत नसल्याची भावना आपल्याला छळायला लागते. आपण आपल्यालाच दोष द्यायला लागतो, की 'मी जर असं केलं असतं तर...' आणि 'अरेरे, मी असं करायला हवं होतं...'

तुम्ही अपराधी वाटून घ्यायचं काही कारण नाही असं सुचवणंही व्यर्थ आहे, कारण बऱ्याच जणांना तसं वाटतच असतं. अपराधीपणाची भावना आयुष्यातलं

संतुलन बिघडवून टाकते. मनात घर करून राहणारी ही भावना आपल्या आयुष्यातला सगळा आनंद शोषून घेते.

वेगळेपणाची जाणीव नसणं

प्रत्येक मूल स्वतंत्र व्यक्ती म्हणून जन्माला आलेलं असतं आणि आपल्या वाट्याला जे मूल आलेलं आहे त्याचा स्वीकार करायला शिकणं अत्यंत आवश्यक असतं; पण काही पालक आपल्या मुलांवर असं काहीतरी बनण्याची सक्ती करू पाहतात – जे त्या मुलाला अशक्य असतं!

जे मूल चळवळं आहे ते एका जागी बसून शांतपणे पुस्तक वाचूच शकणार नाही, आणि शांतताप्रिय मुलाला चुळबुळ करायला लावणं अशक्य!

आपल्या वेगळेपणामुळेच आपण, आपण असतो! जे कधी बदलणारच नाही ते बदलण्याचा अट्टहास करण्याच्या भानगडीतच पडू नका. इतर लोक काय करू शकतात याचा विचार करत स्वत:ला कमी लेखण्यापेक्षा, आपण आपल्याला जे येतं ते करण्याबद्दल आत्मविश्वास बाळगलेला बरा.

एव्हाना तुमच्या लक्षात आलंच असेल की आत्मविश्वासानं वावरण्यासाठी फक्त थोड्याशा चतुराईची गरज असते. शिड्यांना धरून ठेवणं आणि सापांना टाळणं हे कठीण असलं तरी अशक्य नाही. कशाचा आधार घ्यायचा हे तुमच्या लक्षात आल्यामुळे ते जास्त सोपं होईल.

पांडित्यामुळे भारावून जाणं

आजच्या या टी.व्ही. आणि इंटरनेटच्या युगात बालसंगोपनाच्या गुरूंची आणि बालसंगोपन कसं करावं हे सांगणाऱ्या पुस्तकांची साथ आलेली असताना पालकांचा आत्मविश्वास वाढीस लागायच्या ऐवजी त्याला उतरती कळा लागलेली पाहून अनेकांना आश्चर्यच वाटेल. कधीकधी मला अत्यंत खेदानं असं वाटतं की हे सगळे तथाकथित तज्ज्ञ पृथ्वीवरून हद्दपार केले तरी पालकांचं काही नुकसान होणार नाही.

मी तुम्हाला जेव्हा बालसंगोपनाचं गुपित सांगत असतो तेव्हा इतर अनेक तथाकथित पंडित त्या समस्या आणखीनच जटील करून ठेवतात. आयुष्य काही कमी गुंतागुंतीचं नाही. या तथाकथित पंडितांची मतं वाचून उगीचच आपण खुजे असल्यासारखं वाटायला लागतं. त्यांच्या मतांमुळे मनात भीती आणि अपुरेपणाच्या भावनाच वाढीस लागतात. कधीकधी तर मला असं वाटतं की नवीन पुस्तकांसाठी झाडं नष्ट करण्यापेक्षा सरळ या असल्या पुस्तकांचा लगदा

पुन्हा कागद करून वापरावा!

पालक भांबावून जाऊ शकतील अशी ही काही अगम्य उदाहरणं :

प्रत्येक आईनं दिवसाचे २४ तास पालकच असलं पाहिजे. शुद्ध भंपकपणा आहे हा! एखाद्या महामातेच्या बाबतीत हे ठीक आहे, पण सर्वसामान्य आईला तिच्या मातेच्या भूमिकेपलीकडेही वाव हवा असतो. आपण बाबांच्या बाबतीत अशी अपेक्षा ठेवत नाही. मग आईच्याच बाबतीत असं का? तिलाही तिच्याकरता काही वेळ देणं हे सर्वांच्याच हिताचं असतं.

नोकरी करणाऱ्या स्त्रिया मुलांचं नुकसान करतात. हे खरं नाही. स्त्रियांनी नोकरी करणं हे आता अगदी सामान्य झालेलं आहे. त्यांना जरी असं वाटत असलं की आपण आपल्या मुलांना वंचित ठेवतो आहे, तरी त्या कामाच्या निमित्तानं किती तास बाहेर राहतात हे महत्त्वाचं नाही. त्या मुलांची काळजी किती चांगल्या प्रकारे घेतात आणि मुलांसोबतचा वेळ किती आनंदानं घालवतात हे जास्त महत्त्वाचं आहे. आई घरी परत आल्यानंतर ती मुलाला जी प्रेमाची ऊब देते, त्याच्याकडे जे लक्ष देते त्यानं खूप काही साध्य होत असतं.

रबरी बुचाचा वापर टाळा. रबरी बुचं मला कधीच आवडली नाहीत. मला असं वाटतं, की ती वापरणारी मुलं अगदीच बावळट दिसतात – पण याचा अर्थ असा नाही की रबरी बुचं कधीच वापरू नयेत. एखाद्या खट्याळ मुलाला शांत ठेवण्यासाठी अगदीच गरज असेल तेव्हा त्याचा जरूर वापर करावा. रबरी बूच वापरण्यानं मूल आणि पालक दोघांनाही आनंद होत असेल तर वापरायला काहीच हरकत नाही.

'आम्ही सांगितलेल्या पद्धतीप्रमाणे मुलाला वाढवलं नाहीत तर त्याचं कायमस्वरूपी मानसिक नुकसान होईल', असे इशारे देऊन धमकवणाऱ्या तथाकथित तज्ज्ञांपासून विशेष सावध राहा. मुलांना वाढवण्यासाठी कोणताही एकमेव सरधोपट मार्ग अस्तित्वात नाही. बालसंगोपनाच्या फॅशन्स पॅरिसच्या फॅशनजगताप्रमाणेच नित्य बदलत राहत असतात.

साप सोडून भुई धोपटणारे तज्ज्ञ

तज्ज्ञांची खरं तर समाजाला मदत व्हायला हवी, पण दुर्दैवानं बऱ्याचदा असं होत नाही. अनेक तज्ज्ञ अजूनही प्राचीन काळातून बाहेर पडायलाच तयार नसतात. ते मुलाचा संपूर्ण भूतकाळ तपासत राहतात, त्याचं आणि त्याच्या पालकांचं मानसिक विश्लेषण करत राहतात आणि या सगळ्या गदारोळात मूळ समस्येवरचा तोडगा मात्र द्यायचा राहूनच जातो.

या परिस्थितीला मी 'हवामानखात्याचा अंदाज' अशी उपमा देईन. काल थंडी का पडली, परवा पाऊस का पडला याची पूर्ण कारणमीमांसा ते पुढे ठेवतात; पण आज, उद्या किंवा परवा काय घडेल हे सांगताना मात्र त्यांची भंबेरी उडते.

समस्येच्या उगमाविषयी मला जरूर आस्था वाटते, पण ती सोडवण्यात मला जास्त रस आहे. त्यामुळे जे तज्ज्ञ तुमची समस्या सोडवायच्या ऐवजी भलत्या चौकश्या करण्यातच वेळ घलवतात त्यांची मला फार तिडीक येते.

आत्मविश्वास हाच कळीचा मुद्दा!

खरं तर बरेच आईबाबा पालकत्वामध्ये अगदी दहापैकी नऊ मार्क मिळवतात; पण याची त्यांना जाणीवच नसते. इथे त्यांच्या पाठीवर थाप मारण्याची गरज असते, पण त्यांच्या पदरी मात्र पडते टीका आणि तुलना. केवळ लोकांनी दाद न दिल्यामुळे त्यांचा सगळा आत्मविश्वास विरून जात असतो.

पालक म्हणून आपण जे जे काही करतो त्यात आत्मविश्वासाचा वाटा सगळ्यात जास्त असतो. आत्मविश्वासानं निभावलेल्या पालकत्वामुळे मुलांमध्ये शिस्त बाणते आणि त्यांचं वर्तन सुधारतं. 'बोले तैसा चाले' असेच माझे पालक आहेत हे मुलांना चांगलं उमगतं. मुलाचा स्वतःचा आत्मविश्वास घडण्यासाठी याचे दीर्घकालीन फायदे होतात.

आत्मविश्वास ही एक अत्यंत मौल्यवान गोष्ट आहे. तो वाढवण्यासाठी जे काही करता येईल ते करा आणि तो खच्ची करणाऱ्या गोष्टींना नेस्तनाबूत करा. तेव्हा उठा, करा गोळा तो आत्मविश्वास; कारण आता मी तुम्हाला तुमच्या मुलाची ओळख करून देणार आहे.

३

बाल्यावस्थेच्या ठळक खुणा

१ ते ४ या वयाचे शिशु हे मोठं कुतूहलजनक व्यक्तिमत्त्व असतं. काही लोक या वयाला 'थैमान, वादळ' असं म्हणतात, पण असं नसतं – खरं म्हणजे गोड निरागसता, अवलंबित्व आणि जादुभरं मन यानं भारलेला काळ असतो. लहान मुलं चैतन्यानं रसरसलेली असतात, खूप मजेशीर असतात, एवढंच नाही तर ती त्यांच्या निरागस नजरेनं जगाकडे पाहतात आणि त्यातून अनेकविध कल्पना करतात. त्यांच्या या सगळ्या परिपूर्णतेत एकाच गोष्टीची कमतरता असते : सारासार विचारशक्ती, अर्थात कॉमन सेन्स. त्यांचा सर्व कारभार एखाद्या आंतरराष्ट्रीय विमानतळाप्रमाणे चालू असतो खरा, फक्त तिथला कंट्रोल टॉवर तेवढा गायब असतो. आता तुमच्या लक्षात येईल की त्यांचा कारभार घड्याळाच्या काट्यावर का चालत नाही. ती केव्हा काय करतील याचा कयास लावण्याचा कोणताही मार्ग नसतो आणि म्हणूनच पालकांचा वेळ अनेकदा चकित आणि हताश होण्यात जात असतो. बऱ्याच अनुभवामुळे माझी खात्री झाली आहे की बालपणाचा हा काळ सर्वांत सुखाचा असतो आणि हे तुम्हालाही पटेल. पण या बाललीलांचा खराखुरा आस्वाद घेण्यासाठी मुलांकडून काय अपेक्षा करायच्या हे कळायला हवं. मग तुम्हालाही युक्तीच्या चार गोष्टी

आत्मसात करून त्या वापरता येतील.

मुलं अशी का वागतात?

साधारणपणानं पहिल्या वाढदिवसापासून बालकत्व सुरू होतं. एखाद्या दिवशी मुलाला जेवायला वाढल्यावर लगेचच ते नाक मुरडायला लागतं तेव्हा त्याचं खरं बालकत्व सुरू झाल्याची तुम्हाला चुणूक मिळते. तुम्हाला हे आवडत नाही आणि तुम्ही संतापता. यामुळे त्या मुलाला आपल्या 'सामर्थ्याची' जाणीव होते व तिथूनच खऱ्या समस्येला सुरुवात होते.

इतके दिवस तुम्हाला आनंदकंद वाटणारे तुमचे चिरंजीव आता उद्योगवीर होतात. सगळ्या बालकांमध्ये समान असलेल्या वागणुकीच्या अजब तऱ्हा आता आपण पाहू; जणू काही त्या त्यांना ओळखण्याच्या निशाण्याच असतात! ती अशी का वागतात, ते आता आपण पाहू.

अबोधता

सर्वच मुलांमध्ये अगदी ठळकपणे दिसून येणारं हे लक्षण आहे – त्यांना विचार करता येत नाही. पुनरुक्तीचा दोष स्वीकारून तुम्हाला कंटाळा येईपर्यंत मी पुन्हा पुन्हा हेच सांगणार आहे, कारण हे समजणं फार महत्त्वाचं आहे. मुलांमधल्या गुणधर्मांची यादी करायला गेलात तर त्या यादीत 'सुबुद्धपणा' हा गुण कधीही येणार नाही.

माझा असा ठाम विश्वास आहे की १ ते २ वर्ष वयाच्या दरम्यान मुलांची बुद्धी शून्य असते. दोन ते अडीच वर्षांच्या वयात बुद्धीचं पुसटसं अस्तित्व जाणवू शकेल – पण तज्ज्ञांना. आपल्यासारख्या पालकांना तेही जाणवत नाही. सुदैवानं यानंतर मात्र बुद्धी वाढीस लागते आणि तीन वर्षं होईपर्यंत तिच्यात लक्षणीय वाढ झालेली दिसते. चौथ्या वाढदिवसापर्यंत बरेचसे छोटे वीर अगदी 'शहाण्यासारखे' वागायला लागलेले असतात.

दोन वर्षांचं मूल लोकांना 'भयंकर' वाटतं खरं, पण माझ्या दृष्टीनं ती अवस्था दीड ते अडीच यातच असते. या थोडक्या काळात मुलांची बुद्धी किमान आणि हालचाल कमाल असते. हा काळ तुमचं मनोधैर्य कोलमडवून टाकणारा असतो हे जाणून घेण्यासाठी तुम्हाला स्वत:ला फ्रॉइड म्हणवून घ्यायची गरज नाही.

बालक वाद घालू शकतं, भांडू शकतं आणि अशी विचित्र परिस्थिती निर्माण करतं की ज्यात त्यांना कुठे थांबावं हेच कळत नाही. हे वयच अविचारानं

वागण्याचं असतं (उदा. लहरीपणा). मुलांना धोक्याची जाणीवही नसते. आपल्या वागण्यामुळे निर्माण होणाऱ्या समस्यांचं त्यांना भानच नसतं आणि ती फक्त त्या वर्तमान क्षणातच जगत असतात. कुठेतरी अडखळून धडपडल्याशिवाय पुढे काहीतरी येऊ घातलेलं आहे हे त्यांना दिसत नाही.

अमर्याद सत्ता

बालवयातल्या मुलांचा स्वत:वर ताबा नसतो, मात्र ती आपल्या आसपासच्या लोकांवर सत्ता गाजवू पाहतात. ती इतरांच्या हक्कांविषयी अनभिज्ञ असतात, बुद्धी तर नसतेच, म्हणून ती नेमकी उलट वागतात. (बुद्धीविना सत्ता असं हे अजब मिश्रण मुलांमध्ये तर पाहायला मिळतंच – आणि बऱ्याचशा पुढाऱ्यांमध्येही!) लहान मुलं मोठ्या माणसांवर बेबंद सत्ता गाजवतात. त्यांना हवं ते मिळालं नाही तर ती असं काही आकांडतांडव करतात की पालकांनी नांगी टाकलीच पाहिजे.

सत्ता ही खरी समस्या नसून ती कशासाठी वापरली, भल्यासाठी की बुऱ्यासाठी हे महत्त्वाचं आहे. मुलं तिचा वापर नीटनेटकेपणानं तयार होण्यासाठीही वापरू शकतात किंवा दंगाधोपा करून आरडाओरडा करण्यासाठीही वापरू शकतात. त्यांच्या दृष्टीनं मुठी वळून थयथयाट करण्याचीच खोटी, की पालक आपोआपच धावत येतात.

लक्ष वेधून घेणं

सगळ्यांचं लक्ष आपल्याकडे वेधून घेऊन सर्वांच्या केंद्रस्थानी राहण्याची लहान मुलांना चटक लागलेली असते. त्यांना हवं ते तुम्ही दिलं नाहीत तर ती ते हक्कानं

मागून घेतात. पालकांनी दुसरीकडे लक्ष दिलेलं त्यांना मुळीच खपत नाही – मग ते कुणी शेजारी अगदी थोड्या गप्पा मारायला आलेला असो, एखादा लांबलेला फोन किंवा तुमचा पती/पत्नी कामावरून घरी आलेला/ली असो.

दिवसाचे चोवीस तास त्यांच्याकडेच तुम्ही लक्ष देत राहण्याची गरज असते आणि हे झाल्यावर, मग त्यांना चोवीसचे पंचवीस तास करून हवे असतात. त्यांना आपल्याकडे थोड्या वेळानं लक्ष दिलेलं चालत नाही, जे काही पाहिजे ते आत्ता, या क्षणी. आणि थोड्या वेळानं आणखी लक्ष द्यायला हवं असतं.

दिवसभर त्याच्याशी खेळून, त्याच्या अनंत प्रश्नांना उत्तरं देऊन देऊन प्रत्येक आई अगदी थकून जाते. हा केवळ शारीरिक थकवा नसतो, तो मानेच्या वरच्या भागालाही आलेला असतो. बाबा येतात आणि हाशहुश्श करत म्हणतात, 'आजचा दिवस फारच कटकटीचा होता बुवा!' आईच्या डोक्याला आलेल्या मुंग्या त्यांना ठाऊकच नसतात. हे पाहून तिचा मेंदू संपावरच जातो. लक्ष देणं हे फार महत्त्वाचं असतं खरं पण ते फारच जिकिरीचं असतं हेही खरं!

आत्मकेंद्रितपणा

मुलं एककल्ली असतात, त्यांना फक्त त्यांच्या गरजा आणि आनंद समजतो. इतरांच्या हक्कांची त्यांना जाणीवच नसते. त्यांच्या दृष्टीनं जगातली सर्वांत महत्त्वाची व्यक्ती म्हणजे ती स्वत:च!

खेळताना मुलाला एखादं खेळणं हवं असेल तर 'हिसकावण्याचा हक्क' माहिती असल्यामुळे ते प्रेमानं मागून घेण्यात त्याला स्वारस्य नसतं. आळीपाळीनं घेणं, इतरांसोबत वाटून घेणं वगैरे गोष्टी त्यांच्या विश्वात अस्तित्वातच नसतात. जणू काही ती एक परग्रहावरची कल्पना आहे.

या मुलांना इतरांच्या 'बाजूला' खेळायला आवडतं, इतरांच्या मध्ये नाही. खरं तर हे आत्मकेंद्रित वागणं अगदी नैसर्गिक असतं. अर्थात काहींच्या बाबतीत मोठे झाल्यावरही उरतं.

दहा मिनिटांची मर्यादा

बऱ्याचदा आई-वडील मुलाला विचारात न घेता दिवसाची आखणी करतात. मुलं फक्त वर्तमानात जगत असतात. फार फार तर दहा मिनिटं पुढे मागे आणि आई-बाबांना हेही वाटत असतं, की मुलं आपल्यासारखीच विचार करू शकतात. पण त्यांचा मेंदू वेगळ्या पद्धतीनं काम करतो.

या वयात त्यांना बक्षीस आणि कौतुक लगेचच्या लगेच द्यायला हवं, आणि

शिस्तीच्या बाबतीत म्हणाल तर, लावली तर आत्ताच नाहीतर कधीच नाही. एखादी घटना घडून गेल्यावर काही तासांनी बाबा आल्यावर याला शिस्त लावू म्हणाल, तर काही उपयोग होणार नाही. त्याचबरोबर अशीही अपेक्षा करणं व्यर्थ आहे की 'तू आज चांगला वाग, आपण तुला पुढच्या आठवड्यात बागेत नेऊ', हे त्याला समजणंच शक्य नाही.

याचा तुम्हाला फायदाही करून घेता येण्यासारखा आहे. मुलाचं लक्ष दुसरीकडे वळवणं या तंत्राचा शिस्त लावण्यासाठी चांगला वापर करता येऊ शकतो. दिवसभरात थोड्या थोड्या वेळानं तुम्हाला याच तंत्राचा पुन्हा पुन्हा वापर करता येईल. सकाळी वापरलेली युक्ती तो जेवायच्या वेळेपर्यंत विसरून जातो आणि तुम्ही पुन्हा त्याला रमवू शकता.

नकारात्मकता

'हो' म्हणायला शिकण्यापूर्वीच मुलं 'नाही' म्हणायला शिकतात. दोन वर्षं सातत्याच्या सरावानं मुलं तिसऱ्या वर्षानंतर हा छोटासा शब्द फार खुबीनं वापरायला शिकतात. नकार देणं मूलपणाचं खास लक्षण आहे. ती अत्यंत हटवादीपणा करतात आणि मग पालक इरेला पेटून त्याला सरळ करायला पाहतात, पण खरा शहाणपणा मुद्दा सोडून देण्यातच असतो.

काही तज्ज्ञांच्या मते मुलं हा नन्नाचा पाढा त्यांच्या पालकांकडूनच शिकतात. ऐकायला हे मजेदार वाटेल, पण माझ्या मते सकारात्मक पालकांची मुलंपण अनेकदा विरुद्ध वागताना दिसतात. ती तुम्हाला चक्क गुंडाळत असतात आणि अशा प्रसंगी कुठल्याही चर्चेचा उपयोग होत नाही, कारण त्यांना त्यातच जास्त गंमत वाटायला लागते.

प्रवाहाबरोबर राहा

थोडक्यात काय तर, लहान मुलं आत्मकेंद्रित असतात, लक्ष वेधून घेणारी असतात आणि नकारघंटा वाजवणारी असतात... पण ती अत्यंत गोंडस असतात! या गोष्टींकडे आपण समस्या म्हणून पाहत असलो तरी त्या आपल्याच अपेक्षांमधून निर्माण झालेल्या असतात. त्यातला 'खट्याळपणा' तर आपल्या आयुष्यात रंग भरत असतो. पुढची तीन वर्षं जाता जात नाहीत तेव्हा तुम्हाला वाटतं की मागचा काळच सुंदर होता – अपूर्व अशा जवळिकीचा आणि जिव्हाळ्याचा.

बालसंगोपनाचा बाऊ करणारे पालक पाहून मला नेहमीच विषाद वाटतो. मुलाच्या वागण्याचा त्यांना थांग लागत नाही आणि त्यांना असं वाटत राहतं की

आपलं मूल मुद्दामच आपल्याला छळतंय. कधीकधी तर ते त्यांना खुनशी वाटायला लागतं – अगदी शत्रूसुद्धा.

पालक म्हणून मुलांच्या या लक्षणांमध्ये अडकून पडू नका. त्यापेक्षा सर्वसामान्य काय आहे ते जाणून घ्या, तारतम्य बाळगा आणि थोडं चातुर्य वापरा आणि मग प्रवाहाबरोबर वाहत राहा. पालक होण्यातली मजा अनुभवायला शिका. लहान मुलांच्या या विश्वात तुमचं स्वागत आहे!

४

लहान मुलांची सर्वसामान्य वर्तणूक

सगळं सुरळीत चाललेलं असताना, आपण आनंदानं आपल्या मुलांच्या बाललीलांमधला आनंद घेत असताना, एखाद्या दिवशी थोडंसं बिनसतं अन् सगळं संपतंच. तसं पाहिलं तर मुलं मुलांसारखीच वागत असतात, पण आपली मन:स्थिती ठीक नसेल तर त्यांचं ते वागणं आपल्या पचनी पडत नाही.

मी लहान मुलांसोबत जितकं जास्त काम करत गेलो तितकं मला त्यांचं वर्तन अंगवळणी पडत गेलं. सर्वसामान्य वागणुकीत मोडणाऱ्या असंख्य तऱ्हा मुलांच्या वागण्यात असतात, मात्र प्रत्येकाची सहनशक्तीची पातळी वेगवेगळी असते.

जगाच्या पाठीवर कुठेही जा, सगळीकडच्या मुलांच्या वागण्याची पद्धत एकच असते. या प्रकरणात आपण मुलांच्या अशा तऱ्हेवाईक वर्तनांचा मागोवा घेऊ म्हणजे तुमच्या परीक्षेच्या काळातही तुम्हाला त्यांचं वर्तन सुसह्य होईल.

वागणूक कशी विकसित होत जाते

मुलाच्या पहिल्या आठ वर्षांच्या काळात त्याची वागणूक, मागण्या आणि गरजा

नाट्यमयरीत्या बदलत असतात आणि मग पालक गाफील असताना, जेव्हा त्यांना वाटत असतं की सगळं काही सुरळीत चाललेलं आहे, तेव्हा सगळा घोटाळा उडतो.

मुलाचं सर्वसामान्य वर्तन समजून घेण्यासाठी आपल्याला त्याच्यात होणारे बदल जाणून घेणं आवश्यक असतं. सोप्या भाषेत सांगायचं तर त्याच्या जन्मापासून आठ वर्षांच्या काळात ते मूल मानसशास्त्रीय विकासाच्या चार टप्प्यांमधून जात असतं. हे टप्पे त्याच्या शारीरिक आणि बौद्धिक विकासाशी निगडित आहेत.

अर्भक : जन्मापासून ते १ वर्ष

यातील बराचसा वेळ आईवडिलांच्या अंगाखांद्यावरच जातो, मूल आईवडिलांना आणि ते मुलाला जाणून घेऊ पाहत असतात. परस्परांशी अनुबंध जुळण्याच्या प्रक्रियेत हा काळ महत्त्वाचा आहे. मुलाच्या मनात आईवडिलांविषयी सुरक्षितता आणि विश्वासाची भावना निर्माण होण्याच्या दृष्टीनं हा काळ उपयुक्त असतो.

बालसंगोपनाविषयीची मतं कालानुरूप बदलत जातात, पण माझा असा ठाम विश्वास आहे की एका नवजात अर्भकाला तुम्ही बिघडवू शकत नाही. त्याला भूक लागताच त्याला खाऊ घाला, आणि ते घाबरलेलं असताना त्याला आश्वस्त करा, ते रडत असेल तर त्याला चुचकारा, मात्र ते त्रास द्यायला लागलं की त्याला त्याच्या बाळपणाचे हक्क भोगू द्या.

नात्याची वीण घट्ट करा

अर्भकावस्थेत त्यांना शिस्तीची गरज नसून काळजी आणि आरामाची गरज असते. या बाळांवर तुमच्या मायेचा भरभरून वर्षाव होऊ द्या, त्यांच्या सर्व वेळा पाळा आणि पाहा आनंद कसा अवतरतो ते!

एक ते अडीच वर्षांचं बालक

आपल्या तालावर लोकांना कसं नाचायला लावायचं हे पहिल्या वाढदिवसानंतर त्याला बरोब्बर उमजलेलं असतं. सुरुवातीच्या काळात ते मूल हे सगळं अबोधपणे करत असतं, पण दीड वर्षांचं होताच जणू त्याला या सगळ्यातली गंमत कळायला लागते.

काही मुलं जात्याच शांत आणि गरीब स्वभावाची असतात, पण काही

व्रात्य मुलं मात्र सांभाळणाऱ्यांच्या नाकी नऊ आणतात. दोन वर्षं पूर्ण होईपर्यंत हे अगदी टोकाला जातं आणि आता ते मूल त्याच्या साऱ्या युक्त्यांमध्ये तरबेज होऊन जातं.

आता त्यांचा दंगामस्तीचा, इतरांना चावण्याचा, वस्तू हिसकावण्याचा आणि आपली खेळणी दुसऱ्यांना न देण्याचा काळ आहे आणि तुमचा काळ आहे ओशाळण्याचा. हे सगळं काही ती दुष्टाव्यानं करत नसतात. त्यांचा त्यांच्यावरच ताबा नसतो, ही खरी त्यांची समस्या असते. त्यांना थांबायला सवड नसते, ती इतरांना थांबवतात, कोणतीही गोष्ट सर्वांत आधी त्यांना हवी असते, आळीपाळीनं मुळीच नाही.

मुलांच्या वाढीतील महत्त्वाचे टप्पे या अवस्थेत येत असतात, जसं, चालणं आणि बोलणं. नव्यानंच चालायला लागलेलं मूल इतकं अवखळ होतं की ते सगळ्या जगाला कवळू पाहतं. एखाद्या टीपकागदाप्रमाणे ही मुलं सगळं टिपून घेत असतात आणि काल न जमलेली एक तरी नवी गोष्ट त्याला आज जमते.

हीच वेळ आहे तुम्ही त्याला मदत करण्याची. आणि हेच तर मला तुम्हाला या पुस्तकातून सांगायचं आहे.

अक्षरशः निरर्थक!

मेंदूच्या विस्मयकारी रचनेमध्ये विवेक आणि स्वसंतुलनाचं कार्य वरच्या भागात होतं, त्याला 'फ्रॉन्टल लोब' म्हणतात. एखादी क्रिया घडण्यापूर्वी इथे तपासली जाते आणि वयाच्या तिसऱ्या वर्षापर्यंत हा भाग अविकसितच असतो.

म्हणूनच वयाच्या दुसऱ्या वर्षापासून त्याच्याकडून 'शहाण्या मुलासारखं' वर्तन अपेक्षिणाऱ्या पालकांची फसगत होते. मग याची कल्पना नसलेले पालक आपल्या बालकांशी वाद घालत राहतात; खाकी ड्रेस घातलेल्या पोस्टमनच्या अंगावर भुंकणाऱ्या मोतीला तुम्ही कितीही समजावून सांगितलंत, की पोस्टमन चांगला माणूस आहे, तो आपली पत्रं घेऊन येतो, वगैरे... तरी पालथ्या घड्यावर पाणीच पडल्यासारखं असतं; तसंच या बालकांशी वाद घालणं निरर्थक असतं.

मुलांना मोठ्या माणसांसारखा विचार करता येत नाही, हे समजून घेतलं तर तुम्हाला जगभर भरपूर आनंदी पालक दिसतील.

जादू अनुभवा

पालकांच्या दृष्टीनं ही अशी विचित्र घडी आहे की त्यात त्यांचा खरा कस लागतो आणि त्याची गोड फळंही भरभरून मिळायला लागतात. त्यांच्या वागणुकीतली खरी मजा आत्ताच उपभोगा. यातला हेतू असा की ते मूल त्रासांपासून मुक्त राहावं आणि हळूहळू तुमच्या शिकवण्याच्या पठडीच्या जवळ यावं, तेही आनंदानं. तुमच्या मुलाच्या वागण्याबद्दल इतर पालकांनी काहीही म्हटलं तरी तुम्ही कमीपणा वाटून घेऊ नका – विश्वास ठेवा, अत्यंत नाठाळ मूलही कालांतरानं अतिशय नम्र आणि प्रेमळ होतं.

अडीच ते चार : बालवाडीचा काळ

अडीच वर्षांनंतर मुलं स्वत:च्या लहरीपणावर स्वत:च ताबा मिळवायला लागलेली असतात. अगदी फार वेळ नाही, पण थोडासा धीर धरणं त्यांना जमायला लागतं. आईपासून दूर राहून आपल्या मित्रांमध्ये रमण्यासाठी ती आपला लहरीपणाही बाजूला ठेवायला शिकतात. नुसतंच समूहात खेळण्याच्या ऐवजी त्यांना त्यांच्यापेक्षा थोड्या मोठ्या मुलांप्रमाणे आता एकमेकांशी खेळायचं असतं.

त्याच्या कल्पनाशक्तीला आता उधाण आलेलं असतं आणि सगळं विश्व त्याला सप्तरंगी भासायला लागतं. इतरांना जरी त्याचा काल आणि आज सारखाच वाटत असला तरी, येणारा प्रत्येक दिवस त्याच्यासाठी मात्र धमाल आणि मजेचा असतो. आजूबाजूच्या व्यक्ती आणि वस्तूंशी त्याला संपर्क हवा असतो, आणि त्याला स्वत: काहीतरी करायचं असतं. त्याची भाषात्मक कौशल्यंही आता वाढीस लागलेली असतात. त्याच्याकडे भरपूर शब्द असतात पण तर्काचा तुटवडा असतो. तुम्हाला छळण्यासाठी नाही, तर त्यांना जमतं म्हणून ती वाद घालतात. मोठ्या माणसांच्या जगातील डावपेच त्यांच्या ध्यानीमनीही नसतात – त्यांचा व्यवहार स्वच्छ आणि पारदर्शी असतो.

सृजनशीलता

बालवयातली सृजनशीलता ही सर्वांत सुंदर गोष्ट आहे. या वयातलं मूल अत्यंत कल्पक आणि बडबडं असतं आणि त्याला सगळ्या गोष्टी जवळ ओढून हातात धरून ठेवायच्या असतात.

कुठे आहे वादळ?

मला आठवतंय, मी एका तीन वर्षांच्या चिमुरडीवर उपचार करत होतो– तिची रात्री उगीचच झोपमोड व्हायची. पेन सरसावून मी तिला विचारलं, 'का गं उठतेस तू दररोज रात्री?'

ती म्हणाली, 'अहो वादळ येतं ना!' (हे प्रकरण फारच बोलबच्चन होतं बरं का!)

माझ्यातला डॉक्टर हुशारीनं म्हणाला, 'पण तिथे तर वादळच नसतं.'

आता ती म्हणते कशी, 'अहो, बंदरावर रात्रभर जहाजं ये-जा करत राहतात ना, आणि त्यांचे भोंगे वाजत राहतात.'

मी अडवलं, 'पण तू तर बंदरापासून कितीतरी लांब राहतेस.'

तिला हा मुद्दा निकालात काढायचा होता. 'पण तरीही मी झोपू शकत नाही कारण खरं सांगू का, माझ्या खिडकीपाशी रात्रभर घोड्यांच्या टापा वाजत राहतात.'

आता मात्र माझी सपशेल दांडी उडाली. लिहिता लिहिता मी स्वत:शीच म्हणालो, 'किती अजब, माझ्या आगामी पुस्तकात मी हे नक्की टाकणार.' तेवढ्यात ही ठकूबाई म्हणते कशी, 'काका, नीट लिहून घेताय ना सगळं?'

चार ते आठ : शाळेचे आरंभीचे दिवस

चार पुरी होताच त्या मुलालाच आता मोठं, म्हणजे अगदी शाळकरी व्हावंसं वाटायला लागलेलं असतं. पण या अवस्थेचं निश्चित वय सांगता येत नाही, तीन ते साडेचारच्या दरम्यान ती येते मात्र नक्की.

आधीच्या अवस्थांपेक्षा ही चौथी अवस्था अगदी भिन्न असते. त्याची बुद्धी आता विकसित होऊ पाहत असते आणि आपल्या कृत्यांच्या परिणामांचं भान त्याला यायला लागलेलं असतं. त्याला आता नियम जाणून घ्यायचे असतात आणि तेही पाळण्यासाठी. शाळेत त्याला इतर मुलांप्रमाणे शिस्तीत बाकावर बसायचं असतं आणि इतरांनाही हीच शिस्त लावायची असते. त्याच्यात पोलिसाचा संचार होतो आणि नियम मोडणाऱ्यांचं नाव टीचरना सांगायचं असतं. इतरांवर दादागिरी करण्याचं हे वय आहे, पण वयाच्या आठव्या वर्षानंतर मात्र त्याला यात काही रस नसतो.

त्यांच्या सुजाणतेला दाद द्या

या वयात त्याला 'तो आता मोठा झालाय' अशी वागणूक दिली जावी अशी त्याची अपेक्षा असते, तीही विश्वासानं, कारणं देऊन आणि लोकशाही मार्गानं. बालवयातली त्याची अजाणता कधीच दूर पळालेली असते. नियमांबद्दल त्याला वाटणाऱ्या 'प्रेमाचा' तुम्ही त्याच्या भल्यासाठी वापर करू शकता आणि तुमची आणि त्याची मिळून एक 'नियमावली' जन्माला येते (अगदी प्रत्येकानं पाळण्यासाठी)! (आता ती या पुस्तकाच्या कक्षेबाहेर गेलेली आहेत असं समजा आणि माझं पुढील वयाच्या मुलांसाठी लिहिलेलं *बालवयानंतर : पाच ते बारामध्ये त्यांना रुळावर कसं ठेवाल* हे पुस्तक वाचायला घ्या.)

या सर्व अवस्थांमध्ये मुलाला आणि पालकांना वेगवेगळ्या समस्यांना तोंड द्यावं लागतं. प्रत्येक मूल त्याच्या स्वभावाप्रमाणे वेगळं वागत असतं –काही मुलं सुतासारखी सरळ तर काही अडेलतट्टू. एखाद्या मुलाला समस्या आहे असं तेव्हाच म्हणता येईल जेव्हा त्याचं वागणं वयाच्या त्या टप्प्याला अनुरूप नसेल.

प्रत्येक अवस्थेत त्याच्याकडून काय अपेक्षा ठेवावी हे जाणलं की साधलं म्हणायचं सगळं! एका पायरीवरून ते दुसऱ्या पायरीवर जातं ती वेळही ओळखायला पाहिजे, हे जमलं तर तुम्हाला त्याच्या अनोळखी वर्तनाचे धक्के बसणार नाहीत. तुम्ही तुमच्या अपेक्षा बदलायला शिकाल आणि लक्षात ठेवा ही वर्षं भुर्रकन उडून जाणार आहेत आणि आपलं कुक्कुलं बाळ शाळेत जायला लागणार आहे.

लहान मुलं म्हणजे छोटे प्रौढ नाहीत

वेळेआधीच त्यांच्याकडून मोठ्या माणसांच्या वर्तनाची अपेक्षा ठेवलीत तर तुम्ही नक्कीच पस्तावाल आणि यात काही अर्थही नाही. दोन वर्षांच्या मुलाला समजशक्तीच नसते, तर त्याच्या कृतीचा परिणाम त्या बिचाऱ्याला काय कळणार?

मोठ्यांच्या जगातल्या नियमांबाबत ती अगदी अनभिज्ञ असतात – टेबलावर चॉकलेटांचा डबा विसरला की सगळी संपलीच म्हणून समजा; इथे त्यांना कुणाला फसवायचंही नसतं किंवा लुबाडायचंही नसतं. त्यांना फक्त 'हे माझं नाही' हे कळत नसतं.

सगळ्या गडबडी यामुळेच तर होत असतात. आपल्या, मोठ्या माणसांच्या जगातल्या 'विचित्र' नियमांशी जुळवून घ्यायला मुलं हळूहळू शिकत असतात. या काळात मात्र त्यांच्यावर खोडसाळपणाचा शिक्का मारून चालणार नाही. इथे त्यांना शिक्षा करू नका, त्यांना गरज आहे ती त्यांना समजून घेण्याची आणि प्रेमळ सल्ल्याची.

ताबा मिळवणं

बाळाचं छोट्या मुलात रूपांतर होताना मिळणाऱ्या सवलती त्याला अद्‌भुत वाटायला लागलेल्या असतात. उभं राहणं, चालणं, धावणं, कुठेही चढणं जमत असल्याचा त्यांना शोध लागलेला असतो. वस्तूंना हात लावणं, त्या उचलून दुसरीकडे नेणं आणि त्यांची वाट लावणं हा जणू त्यांचा हातखंडा बनतो. स्वत:च्या या करामतींवर ती जाम खूश असतात – जणू काही हात लावू नये अशा वस्तूंच्या खोलीत त्यांना एकट्यानं जायला मिळालेलं आहे, पण त्या वापरायच्या कशा हे मात्र त्यांना ठाऊक नाही. मग शहाणपणानं वापरणं हे आणखी दुर्लभ.

हे वय म्हणजे त्यांच्यासाठी ताबा मिळवण्याचं – त्यांना त्यांचं शरीर आणि वागणुकीवर ताबा मिळवायला शिकायचं असतं. ते आत्मसात करत असलेल्या सहा गोष्टी अशा :

- ***शारीरिक हालचालींवर ताबा :*** स्वच्छतेच्या सवयी लावून घेणं.
- ***लहरीपणानं वागण्यावर नियंत्रण :*** आपले सगळेच लाड ताबडतोब पुरवले जाणार नाहीत हे हळूहळू शिकणं.

- ***निराशेवर ताबा :*** काही गोष्टी त्यांना स्वत:च्या हातानं करायच्या असतात, पण ते जमेलच अशी खात्री नसते, उदा. हातानं खाणं, कपडे घालणं.
- ***वागणुकीवर ताबा :*** आईबाबांवर विजय मिळवण्याकरता प्रत्येक वेळी नखरे करून चालणार नाही हे शिकणं.
- ***आईबाबांपासून दूर राहायला शिकणं :*** बालवाडीत आणि पुढे शाळेत जाण्याची पूर्वतयारी म्हणून आईला चिकटून न राहण्याचं तंत्र साधारणपणे एक वर्षाचं होईपर्यंत मुलाला जमायला लागतं.
- ***स्वार्थावर मात :*** इतरांकडे लक्ष देणं आणि त्यांनाही काही हक्क आहेत हे मान्य करणं, आपल्या वस्तू दुसऱ्यांना देणं, आणि आईबाबांच्या कामात अडथळा न आणणं.

या तीन वर्षांच्या अवधीत त्याला हे सगळं शिकायचं आहे. त्याचबरोबर सामान्य बुद्धिमत्ता आणि विवेकाचे काही ढोबळ धडेही.

संकट ओढवून घेणं

आपल्या पालकांच्या प्रतिक्रियांमुळे मुलं बऱ्याचदा कोड्यात पडतात. 'मागच्या वेळी माझ्या चित्रकलेचं कौतुक करणारी आई आत्ताच एवढी का रागावलेली आहे' असा प्रश्न पडतो तेव्हा त्याला हे कळत नाही की मागच्या वेळी तो वहीत रंगवत असतो आणि आत्ता भिंतीवर.

ही वेळ त्यांच्या उत्साहाला उधाण येण्याची असते, फक्त गोंधळ आणि निराशा मधूनच डोकावत असतात. मनात आलेल्या धमाल कल्पना केवळ शारीरिक असमर्थतेमुळे प्रत्यक्षात न आणता आल्यामुळे हिरमुसले होण्याचा हा काळ आहे.

आपल्या नवनव्या करामतींमुळे आपण लोकप्रिय होतो हे आता त्यांना कळायला लागलेलं असतं; मात्र डाव कधीतरी उलटतोच. त्यामुळे कधीकधी अगदी बाल्यावस्थेत असताना मिळालेली ऊब आईबाबांच्या रागामुळे दुरावल्यासारखी होते. तुमची नापसंती त्यांना जाणवते, पण त्याची कारणं कळत नाहीत.

मूल अशा प्रकारे गोंधळून गेल्यास आणि निराश झाल्यास पालकांनी निग्रही राहायला हवं आणि मुलांना त्यांच्या मर्यादा अगदी साधेपणानं समजावून द्यायला हव्यात. बदलाची अप्रिय प्रक्रिया आत्मसात करताना त्याला मार्गदर्शन करणारे पालकच तर असतात.

एकाच बोटीतले प्रवासी

पालक म्हणून तुमच्यावर साशंक होण्याच्या वेळा येतील हे ठीक आहे, पण असं वाटून घेऊ नका की सगळ्याच समस्या तुमच्याच वाट्याला आल्या आहेत आणि त्यांना तोंड देणारे तुम्हीच एकमेव आहात. अशा गैरसमजुतींपायी तुम्हाला हतबल होण्याचं काहीच कारण नाही. संशोधकांनी केलेल्या कामाचा फायदा इथं जरूर करून घेता येईल. त्यांना सापडलेली तथ्यं तुम्हाला हेच सांगतील की प्रत्येक पालकाचा बालसंगोपनाचा मार्ग खाचखळग्यांचाच आहे.

जगभरातील संशोधकांच्या निदर्शनास आलेलं आहे की दहातील नऊ मुलांना वर्तनाची काही ना काही समस्या असतेच. दर चार पालकांपैकी एका पालकाला कठीण समस्यांना सामोरं जावं लागतं. एका हॉस्पिटलमध्ये मी केलेल्या अभ्यासातील आकडे याच्याशी मिळतेजुळते आहेत, त्याहून महत्त्वाचं म्हणजे ७७ टक्के लोकांना आपल्या पालकत्वाच्या सक्षमतेबद्दल शंका होत्या. तात्पर्य काय, झगडणारे तुम्ही एकटेच नाही. अहो, हे आहेच कठीण काम.

इथे, पूर्वी झालेल्या काही अभ्यासाचा उपयोग करून घ्यायलाही काही हरकत नाही. पुढे दिलेली दोन परीक्षणं काही दशकांपूर्वी केलेली असली तरी त्यांचे निष्कर्ष आजही तितकेच लागू पडतात – जगाच्या पाठीवर कुठेही जा, मुलं ही मुलंच असतात.

न्यूयॉर्क येथील संशोधन

यामध्ये १९५६ साली १३३ मुलांचा जन्मापासून ते प्रौढावस्थेपर्यंत अभ्यास केला गेला. संशोधकांनी स्वभाव आणि वर्तणूक यामधील दुवे शोधले होते. त्यांना असं दिसून आलं की मुलं काही स्वभावविशेष जन्मत:च घेऊन येतात. याचा परिणाम त्यांच्या बालवयातील आणि प्रौढ वयातील वर्तणुकीवर दिसून आला. पालकांच्या सहनशीलतेवरही याचा चांगलाच परिणाम दिसून आला.

निष्कर्षांचं विश्लेषण करता असं दिसून आलं की जरी काही मुलं पालकांसाठी 'गुणी बाळं' असली तरी निम्म्याहून अधिक मात्र जास्तच खोडसाळ निघाली.

गुणी बाळं : चाळीस टक्के मुलं या गटात होती, त्यांचा सांभाळ करणारे अगदी खूश होते.

पालक, शिक्षक आणि डॉक्टर सगळ्यांनाच या गटात काम सोपं झालं. पालकांच्या सक्षम किंवा अक्षम असण्याचा फारसा प्रतिकूल परिणाम या गटात दिसून आला नाही.

यातील काही पालक इतके आनंदी होते की त्यांना दुसऱ्या मुलाचा मोह आवरला नाही.

छोटे सैतान : दहा टक्के मुलं या गटात होती. तान्ही असताना, शिशु असताना आणि शाळेत नेहमीच ही मुलं हाताळणं अवघड गेलं.

पालक, शिक्षक आणि डॉक्टर या सगळ्यांनाच यांनी हैराण करून सोडलं. नकारात्मक वागणूक, तावातावानं बोलणं, मोठ्यानं गळा काढणं आणि चटकन पराभूत होणं ही यांची खास वैशिष्ट्यं; यांच्या खाण्यापिण्याच्या आणि झोपण्याच्या वेळाही विचित्रच होत्या आणि बदलांना सामोरं जाताना ती कासावीस होत होती. त्यांना हाताळणं नेहमीच कठीण जायचं, पटवून न घेणं आणि हेकटपणे वागणं हे त्यांचे गुणधर्म!

अशा नाठाळ मुलांचे पालक हताश होत असत आणि शाळेतही हीच रडकथा चालू राहिल्यास शिक्षकांवरही पळून जायची वेळ येई. सज्जन पालकांना अशी मुलं होणं कठीणच, पण असेच पालक अशा मुलांना जास्त प्रभावीपणे सांभाळू शकतात – खरं तर, हे छोटे सैतान म्हणजे प्रत्येकाचीच डोकेदुखी असते. काही पालकांना तर असं वाटायला लागतं की, त्यापेक्षा निपुत्रिक राहणं बरं!

थोडं तळ्यात थोडं मळ्यात : पंधरा टक्के मुलं प्रतिसाद द्यायला मागेपुढे पाहत होती. छोट्या सैतानांचे बरेच गुण यांच्याकडेही होते पण कमी तीव्रतेनं. त्यामुळे त्यांना समजुतीनं, काळजीपूर्वक, सातत्यानं आणि संयमानं हाताळल्यावर यशाची शक्यता अनेक पटीने वाढली.

या गटातल्या मुलांचे पालक झगडतच होते; इथेही 'शहाण्या पालकांचं' निभावून जायचं आणि इतर पालक धडपडत राहायचे.

आम्ही मधले : उरलेली पस्तीस टक्के मुलं बिचारी मध्यममार्गी होती, वाढवायला ना फार अवघड ना फार सोपी. यांच्या हाताळणीतलं यश पालकांचं कौशल्य आणि मुलांच्या जन्मजात गुणांवर सरळसरळ अवलंबून होतं.

यावरून असं दिसून येतं की स्वभावाचा वर्तणुकीवर प्रचंड परिणाम होतो. आपल्याला हे ठाऊकच आहे की सर्व मुलांमध्ये नकारात्मकता, हेकटपणा, शक्तिप्रदर्शन, आत्तापुरतं पाहणं आणि निर्दयपणे वागणं हे सारे दोष काही ना काही प्रमाणात भरलेले असतातच. फक्त प्रमाण कमीजास्त आढळतं एवढंच. आपल्याला असंही म्हणता येईल की सगळ्या मुलांची वागणूक सरासरीनं समानच असते, मात्र त्यांच्या अंगभूत गुणावगुणांचा मोठा परिणाम त्यांच्या

दैनंदिन वर्तणुकीत नक्की दिसून येतो. शर्यतीत प्रत्येकाचे प्रारंभीचे गुणांक वेगवेगळे असतात. पालक मुलाचा स्वभाव जितका अचूकपणे ओळखतील तितकंच त्या मुलाच्या सामान्य वर्तनाचे निकष ठरवताना त्यांना सोपं जाईल.

चेंबरलीन संशोधन

न्यूयॉर्कमधील दुसऱ्या अभ्यासात दोन ते शाळकरी वयापर्यंतच्या २०० मुलांचा मागोवा घेण्यात आला. वेगवेगळ्या वयोगटात मुलांविषयीच्या पालकांच्या विविध तक्रारी आणि त्यासाठी तज्ज्ञांची घेतलेली मदत यांचा अभ्यास करण्यात आला. (तक्ता पाहा). अनेक पालकांशी संवाद साधून मुलांच्या तीन मुख्य वयोगटात आढळलेल्या तक्रारींविषयी त्यांना बोलतं करण्यात आलं. दोन, तीन आणि चार वय असतानाची वागणूक नोंदवून गांभीर्याच्या क्रमानुसार त्यांची वर्गवारी करण्यात आली.

दोन वर्ष वयोगटातील मुलांच्या अनेक पालकांनी तक्रार केली की, 'तो आमची एक गोष्ट ऐकेल तर शपथ'. अर्थातच अशा तक्रारींना यादीत शीर्षस्थान मिळालं. दुसरं स्थान होतं, नखरे आणि 'ज्यात त्यात लुडबुड करणं'. चार वर्षांच्या मुलांच्या बाबतीत याच हटवादीपणाला आणि जाणूनबुजून छळण्याला अग्रक्रम असला तरी आता त्यात भर पडली होती ती उलट उत्तर देणं आणि उद्धटपणाची. या खालोखाल या गटात मोठ्यानं आरडाओरडा, फटकळपणा या तक्रारी सापडल्या, आणि सर्वांत कमी होत्या त्या भांडखोरपणा आणि वाटणी करायला नकार देण्याच्या तक्रारी.

या अभ्यासाला आता तीस वर्षं उलटून गेली असली तरी पालकांचे दृष्टिकोन अजूनही तसेच आहेत. मला तर हा तक्ता पाहिल्यावर सगळं कसं सामान्य वाटतं! जर दोन आणि चार या वयात निम्म्याहून जास्त मुलं अशीच वागत असतील तर हे सामान्यच म्हणायला हवं. म्हणूनच माझा तमाम पालकवर्गाला प्रेमाचा संदेश : तुमचं डोकं ठिकाणावर राहणार आहे की नाही, हे तुमच्या मुलाच्या वागणुकीवर बिलकुल अवलंबून नाही, तर तुम्ही ती वागणूक कशी घेता आणि त्यावर कसे वागता यावरच अवलंबून आहे.

बालरोगतज्ज्ञांच्या मुलांचं काय?

मी एक बालरोगतज्ज्ञ आणि पिता असल्यामुळे मला हे नेहमीच विचारलं जातं : 'काय हो, तुमच्या मुलांच्या वेळी तुम्हाला काय समस्या आल्या, की ती अगदी आदर्श मुलं होती?'

या पुस्तकाची प्रथमावृत्ती लिहिताना मी २८ बालरोगतज्ज्ञांच्या मुलांचा अभ्यास

२, ३ आणि ४ वयाच्या मुलांच्या वर्तनाचं मातांनी केलेलं वर्णन

वागणूक	वयोगटातील टक्केवारी		
	२ वर्षे	३ वर्षे	४ वर्षे
	%	%	%
अगदी थोडं खाणं	५०	२६	३७
योग्य आहार न घेणं	६४	४३	५४
रात्री झोपायला नकार देणं	७०	४६	५६
रात्री झोपमोड होणं	५२	५२	५६
झोपेत दचकून उठणं	१७	१८	३६
टॉयलेटमध्ये जायला नकार देणं	४३	२	२
कपड्यात शी करणं	७१	१७	१
दिवसा कपडे ओले करणं	७५	१४	७
रात्री बिछाना ओला करणं	८२	४९	२६
भिन्नलिंगाविषयी आकर्षण	२८	४५	७५
स्वत:च्या लिंगाशी चाळा	५६	४९	५१
कपडे घालण्यास कुरकुर	१	७	२६
भांडणं किंवा मारामाऱ्या	७२	७५	९२
मत्सरीपणा	५४	४७	४२
धाकट्या भावंडाला इजा करणं	४४	५१	६४
दुसऱ्यांना बडवणं किंवा वस्तू काढून घेणं	६८	५२	४६
हेकटपणा	९५	९२	८५
सांगितलेलं न ऐकणं (उद्धटपणा)	४२	७३	७२
आज्ञा न पाळणं	८२	७६	७८
बनवाबनवी	२	२६	३७
स्वत:कडे सतत लक्ष वेधून घेणं	९४	४८	४२
आईला चिकटून राहणं	७९	३४	२६
बोंबाबोंब करणं आणि कुरकुर करणं	८३	६५	८५
सतत भोकाड पसरणं	७९	५३	५८
भावनांचा उग्र उद्रेक	८३	७२	७०
अस्थिरता आणि चळवळेपणा	१००	४८	४०

केला. हे सगळे तज्ज्ञ आमच्याच हॉस्पिटलमध्ये कामाला होते. यात आम्ही डॉक्टरांना विविध प्रश्न विचारले असले तरी मुख्य भर मुलांच्या वर्तणुकीवर दिलेला होता. काही साध्यासुध्या प्रश्नांना तर आश्चर्यजनक उत्तरं मिळाली. उदा. चार तज्ज्ञांना त्यांच्या मुलांची जन्मतारीखच ठाऊक नव्हती, तिघांना मुलांचं लसीकरण पूर्ण झालंय की नाही याची कल्पना नव्हती. तब्बल १९ जण घरातल्या औषधांच्या साठ्याच्या बाबतीत हॉस्पिटलमधील औषधांइतकेच निष्काळजी होते.

वर्तणुकीच्या प्रांतात १० टक्के तज्ज्ञांच्या मुलांनी श्वास कोंडण्याचे पराक्रम केलेले होते. १५ टक्के मुलांनी स्वच्छतेच्या सवयी लावून घेण्याच्या बाबतीत असहकार पुकारलेला होता, तर ३० टक्के मुलांनी जेवण्याच्या बाबतीत. ४० टक्के तज्ज्ञांच्या एका तरी मुलाच्या बाबतीत झोपेच्या तक्रारी होत्या आणि जवळ जवळ निम्म्या तज्ज्ञांचं मत असं होतं की त्यांचे शिस्तीचे प्रयोग कुचकामी ठरलेले होते.

जाता जाता, असंही दिसलं की या तज्ज्ञांना त्यांच्या मुलाच्या बाबतीत मानसोपचार तज्ज्ञ मित्राची मदत उपयोगी ठरली असती. यात अगदी कमी संख्येनं केसेस तपासल्या असल्या तरी सामान्य निष्कर्ष असा दिसतो की बऱ्याच पालकांना त्यांच्या मुलांचं वर्तन हा काळजीचा विषय वाटतो – मग ते पालक सामान्य असोत अथवा तज्ज्ञ.

सामान्य काय आहे?

मी तुम्हाला वारंवार सांगितलंच आहे की ज्या समस्याच नाहीत त्यावर व्यर्थ काळजी करू नका. अशा प्रकारचं वर्तन इतकं सहजपणे आढळतं की तुम्हाला ते सामान्यच म्हणावं लागेल. इथे एक चूक करू नका, मी सामान्य म्हणतो तेव्हा त्याचा अर्थ 'तुम्हाला आवडणारं' असा घेऊ नका. जीवनाचं अपरिहार्य अंग म्हणून त्याचा स्वीकार करा, कारण तुमची त्यातून सुटका नाही.

सामान्य वर्तणुकींची एक यादी मी खाली देत आहे; त्यातल्या बऱ्याच गोष्टी तुमच्या परिचयाच्या असतील आणि लवकरच तुम्हाला उमगेल की तुम्ही एकटे नाही.

सर्व बालकं...

□ ***माझ्याकडेच लक्ष द्या आणि जराही दुर्लक्ष करू नका असं सुचवत असतात :*** काही मुलं या बाबतीत समाधानी असली तरी फक्त त्यांच्या निगराणीसाठी इतरांना ती नजर दिवसाला २५ तास आणि आठवड्याचे आठ दिवस हवी असते,

- ***हेतुपुरस्सर हटवादीपणा करतात :*** काही मुलं तर बंडखोरच असतात. पण काही मात्र यथावकाश समजावल्यावर निवळतात.
- ***अबुद्धपणानं वागतात :*** लहान मुलं लहरी, बेभरवशाची आणि धोक्याची अजिबात जाणीव नसलेली असतात, वरवर समंजस वाटणाऱ्या मुलांमध्येही या समस्या दिसतात. रस्त्यावर वावरताना तर सर्वच मुलांची डोळ्यात तेल घालून काळजी घ्यावी लागते.
- ***आईबाबांना चिकटून राहतात :*** पहिल्या तीन वर्षांत मुलं आईच्या जवळपास खेळणंच पसंत करतात आणि आईला जास्त वेळ नजरेसमोरून दूर होऊ देत नाहीत. अनोळखी व्यक्तीसोबत एकाच खोलीत अडकून पडायची वेळ आली तर बरीच मुलं बिथरतात आणि आईबाबा दुकानात खरेदीसाठी गेल्यावर थयथयाट करतात.
- ***सतत काहीतरी उचापती करत राहतात :*** काही मुलं अति चळवळी असतात, शांत राहतील तर शपथ; बाकीची बऱ्यापैकी उद्योगी असतात.
- ***दुसऱ्याच्या वस्तूंबद्दल अनादर दाखवतात :*** जवळून जाणाऱ्या बहुतेक सर्व गोष्टी यांना लोहचुंबकासारख्या पकडायच्या असतात. तुमचे दागिने ओढतील, कपाटं विस्कटून ठेवतील. चॉकलेटचा आपल्या तोंडातील उष्टा प्रसाद मोठ्या प्रेमानं सर्वांना आपल्या दहाही बोटांनी वाटत राहतील.
- ***पसारा मांडून त्या गावचेच नाहीत असं दाखवतात :*** आपल्या वस्तू नीट ठेवणारं आणि खेळणी वापरून उचलून ठेवणारं मूल असेल तर त्यात काहीतरी गडबड आहे हे नक्की समजा.
- ***असंख्य प्रश्नांचा भडिमार करतात :*** ही मुलं एकच प्रश्न शंभरदा विचारतील आणि त्यांना तुमच्या उत्तरात काहीही रस नसतो. विशेषत: तीन वर्षांनंतर हे जास्त जाणवतं.
- ***मनस्वीपणा :*** आज तुम्हाला म्हणतील की 'कॅडबरी हवी', पण तुम्ही मोठ्या प्रेमानं आणून दिली की तोंड वाकडं करून 'मला नाही आवडत' म्हणत फेकून दिलीच म्हणून समजा. होतो ना डोक्याचा भुगा?
- ***सतत व्यत्यय आणत राहतात :*** हे खरं आहे की त्यांना उद्दामपणा बळेच करायचा नसतो, पण त्यांची अशी ठाम समजूत असते की त्यांना सांगायची असलेली गोष्ट ही सर्वांत महत्त्वाची आहे. आईबाबांच्या निरर्थक बडबडीपेक्षा तर नक्कीच. तुमचं एकही वाक्य पूर्ण होऊ न देणारं मूल बऱ्याच वेळा संतापजनक असतं.

- ***वर्मावर आघात हा तर त्यांच्या डाव्या हाताचा खेळ असतो :*** आईचा पचका करणं हे काही मुलांना सहज जमतं. काही मुलं तर इतरांशी देवासारखी वागतात पण स्वत:च्या आईबाबांसाठी मात्र त्यांनी राक्षसीपणा राखून ठेवलेला असतो. काही मुलं आयांना रडकुंडीला आणतात आणि बाबांशी अगदी प्रेमानं वागतात. याचं साधं कारण असं आहे की कोणती गोष्ट आईच्या वर्मी लागेल त्यांचा गहिरा अभ्यास असतो. बरं, पुन्हा हे कुणाला सांगायची चोरी- कारण त्यावर कोण विश्वास ठेवणार आहे?
- ***अतिभावनाशील असणं :*** वातावरणातील ताण, अस्वस्थता किंवा उत्साहाला मुलं सहज बळी पडतात. थोडासा ताण, आजारपण, जागेतला बदल यामुळे त्यांची झोप चाळवते. अगदी साध्या घटनेनंसुद्धा शिस्तबद्ध मुलाचं अंथरूण ओलं झाल्याची उदाहरणं कमी नाहीत.

बरीच लहान मुलं...

- ***निश्चयी आणि स्वयंपूर्ण असतात :*** काही मुलं इतकी आक्रमक असतात की त्यांना स्वत:चं स्वत: जेवण किंवा कपडे घालणं शक्य नसतानाही या गोष्टी दुसऱ्यांकडून करून घेणं मान्य नसतं. याउलट काही मुलं स्वखुशीनं सहकार्य करतात आणि त्यांना स्वत:चे लाड करून घ्यायला आवडतं.
- ***उंचावर चढून बसतात :*** स्टुलं, टेबलं, खुर्च्या वगैरे दिसेल त्या गोष्टीवर चढून बसण्यात काही मुलांना अगदी लहान वयात काय आनंद मिळतो कोण जाणे! दुसऱ्या गटातली मुलं थोडी विचारी असतात आणि अनुभवामुळे शिकलेलं 'पडण्यातलं दु:ख' अनुभवायला सहसा तयार नसतात.
- ***खाद्यपदार्थांशी खेळ मांडतात :*** खाण्याचे पदार्थ खेळायला वापरण्यात काहींना फारच मजा येते. आणि तुम्ही कितीही सांगा, त्यांच्यावर त्याचा काडीचाही परिणाम होत नाही. मुलाच्या आहारावर चौकस नजर ठेवणं म्हणजे पालकांसाठी एक आव्हानच असतं. आणि त्या मुलांनी या पुस्तकातलं चौदावं प्रकरण अजून वाचलेलं नसतं ना!
- ***खाण्याच्या सवयी :*** पहिल्या वर्षानंतर हे गोंधळ सुरू होतात आणि मुलांना ठरावीक वेळी खायला लावणं अवघड होऊन बसतं. काही मुलं मात्र साध्या वरणभातावरही खूश असतात. काहींना जेवणात रस असतो तर काहींना अरबटचरबट खाण्यात.
- ***झोपेच्या तक्रारी :*** तीन वर्षांची होईपर्यंत बरीच मुलं दिवसा झोपतात. काहींच्या बाबतीत ही सवय दीड वर्षांतच मोडते आणि काही केल्या पुन्हा ती दिवसा झोपायची सवय लावता येत नाही. कित्येक मुलं रात्री आठच्या

आत झोपी जातात तर काहींची दंगामस्ती मध्यरात्र झाली तरी थांबायला तयार नसते. काही जण सकाळी उठल्यावर आळसावलेली असतात, इतकी की अंथरूण सोडायलाही तयार नसतात. तर काहींची तऱ्हा उलटीच असते, पहाटे अवेळी उठून सगळ्या घरादाराला जागं करतील. पहाटेपासून रात्रीपर्यंत दंगेधोपे करणाऱ्यांचा गट झोपी जाणं महाकठीण. ही मुलं जणू काही झोपेच्या गोळीचीच वाट पाहत असतात.

- ***भित्रेपणा करतात :*** कुत्री, मोठे आवाज, नवीन परिस्थिती, वेगळ्या वस्तू आणि लोक इत्यादी कारणं निम्म्याहून अधिक मुलांना घाबरवायला पुरेशी असतात.
- ***विचित्र सवयी असतात :*** फक्त मुलांच्याच बाबतीत ही समस्या असते असं मी म्हणू शकत नाही.
- ***बदलती वागणूक :*** दिवसागणिक किंवा दर आठवड्याला काही मुलांची वागणुकीची तऱ्हा बदलत राहते. काही पालक तर माझ्याकडे अशी तक्रार करतात की त्यांच्या मुलांची वागणी पाहून ती मनोरुग्ण आहेत की काय अशी शंका यावी. बऱ्याचदा पालकांचा कल मुलांचे दात येणं, अपुरी झोप किंवा 'त्यांनी काहीतरी खाल्लं' अशासारख्या तक्रारींवर खापर फोडण्याकडे असतो. खरं तर मोठ्यांनाही चढउताराचे दिवस काढावे लागत असतातच. त्यावेळी आपण कुठे त्याची कारणं शोधत राहतो? घोड्याचा प्रशिक्षक सुद्धा त्याला एखादा दिवस मोकळं सोडतोच की!

- ***अस्वस्थपणा :*** काही मुलं अगदी शांतपणे बसून चित्रं काढणं, पुस्तकातली चित्रं पाहणं, अशा गोष्टी करत असतात. खूप वेळ शांत राहणारी फारच थोडी मुलं असतात. बहुतेक जण पाच मिनिटांनी विचलित होतात आणि पळून जाण्यासाठी उपाय शोधायला लागतात.
- ***वस्तू हाताळणं :*** काही मुलं एखादी वस्तू तुम्ही मागितली की लगेच प्रेमानं देतील. मात्र बरीचशी मुलं हात मागे घेऊन चक्क नकार देतील किंवा लांब पळून जातील. दुसऱ्याला काही देणं म्हणजे जणू त्यांच्यासाठी संकटच असतं.

मी या तऱ्हांना सामान्य म्हणत असलो तरी त्यांच्याशी निभावताना पालकांची काय त्रेधा उडते याची मला चांगलीच जाणीव आहे. या गोष्टी सामान्य असोत वा नसोत, तुम्हाला थकवणाऱ्या असतात हे निश्चित.

स्वत:चा तोल ढळू न देता मुलांना अधिक चांगलं वागायला उद्युक्त करणं शक्य असतं. पुढील प्रकरणांमध्ये आपण अशाच काही मार्गांचा विचार करणार आहोत, ज्यामुळे तुमचं आणि त्यांचं सहजीवन सुखाचं होऊ शकेल.

आदर्श नमुना

एखादं मनमिळाऊ, आज्ञाधारक, बिलकुल आरडाओरडा न करणारं आणि हेकट नसलेलं मूल : वाटते ना अशक्य गोष्ट? खरं आहे ते! घरांमध्ये, बालवाडीत, दुकानांमध्ये आणि मैदानावर दिसणारी मुलं सहसा यापेक्षा वेगळी असतात – जगात कुठेही जा.

तुम्ही एक सर्वसामान्य पालक आहात, तसंच तुमचं मूलही आहे. याचाच अर्थ सर्वसामान्यपणे येणारे खाचखळगे तुम्हाला आणि त्यालाही पार करायचे आहेत. त्यातील समस्यांवर सामान्य उपाय तुम्हालाच शोधून काढायचे आहेत; आणि हे करत असतानाच त्यांच्या निरागसतेचा आनंदही लुटायचा आहे.

गंमत म्हणजे आदर्श मूल असलेल्या पालकांच्याही काही ना काही तक्रारी असतातच. मूल म्हटल्यावर त्याच्या वागणुकीसंबंधी काही ना काही खटके उडणारच – अगदी ते मोठे झाल्यानंतरही. आपण एवढंच लक्षात ठेवूया की मुलाला समज नाही आणि समजूतदारपणे वागायचं आहे ते आपल्याला. यातून काही आदर्श बालक निर्माण होणार नाही हे नक्की; पण अपूर्णतेतली पूर्णता कशी असते ते कधी अनुभवून तर पाहा!

५

वर्तणूक : मुलं हे सगळं शिकतात तरी कुठून?

मुलं अशी वागतात हे खरं, पण त्यांचं हे वागणं येतं कुठून? हा पालकांना सरसकट पडणारा प्रश्न! मुलांमधील चांगल्या गोष्टी आपल्याला खूश करतात. बऱ्याच पालकांना ते आपलं कर्तृत्व वाटायला लागतं. मग ते मुलाचे सुंदर डोळे असोत, किंवा उमदा स्वभाव. 'अहो, अगदी माझ्यावर गेलाय तो!' असं म्हणणारे आईबाबा तुम्हाला अनेक वेळा भेटले असतीलच की! समस्या सुरू होतात मुलांच्या अप्रिय वर्तनाच्या वेळी. मग अचानक ते कोड्यासारखं वाटायला लागतं आणि त्याच्या उगमाचा शोध कुणीच लावू शकत नाही. या सवयी जन्मजात असतात, की मुलं ती आत्मसात करतात?

विचित्र वागणाऱ्या मुलांचे पालक अपराधी आणि हताश झालेले दिसतात, कारण त्यांच्या अनेक जबाबदाऱ्यांमध्ये या समस्येची अप्रिय भर पडलेली असते. जन्मजात की नवीन शिकलेल्या – हा वाद अनंत काळ चालणारा आहे आणि त्याचं निर्णयात्मक उत्तर अजूनही सापडलेलं नाही. खरंच आपण एखाद्या मुलाला चांगलं किंवा वाईट बनवू शकतो का?

गुणसूत्रं आणि परिस्थिती

१९ व्या शतकापर्यंत मुलांच्या वागण्यातले दोष त्यांच्या पालकांच्याच माथी मारले जायचे, कारण त्या दोषांना तेच जबाबदार असतात अशी गाढ समजूत होती. इथे 'जन्मजात गुन्हेगारी वृत्ती' किंवा 'पापी लोक जन्मापासून पापी नसतात' वगैरे अनेक सिद्धान्त चढाओढीनं मांडले जातात; म्हणे कुणी असा नसतो, तो तसा बनतो. खरं पाहता जन्मत:च तुम्ही स्वत:बरोबर काही चांगल्या-वाईट गोष्टी आणता आणि त्यात तुम्हाला फारसा बदल करता येत नाही.

विसावं शतक उजाडेपर्यंत या दृष्टिकोनात फरक पडत गेले आणि वर्तनाचा ठपका परिस्थितीवर ठेवण्याकडे वाढला. मुलंही याला अपवाद नव्हती. १९५० च्या आसपास तर जणू या सिद्धान्ताला परिपूर्णता आली. गैर वागणाऱ्या मुलांचा दोष त्याच्या पालकांवर, मुख्यत: मातांवर ठेवण्यात आला. पालकांचा वेगळेपणा किंवा वैवाहिक स्थैर्य याला ते महत्त्व देत नव्हते. खरी कारणं बाजूला ठेवून माताही हे दोष स्वीकारून परिणामांना निमूटपणे तोंड देत होत्या.

आता मात्र अधिक संतुलित विचार पुढे येऊ लागलेले आहेत. वारसा

नको असलेला वारसा

मोठ्यांच्या बाबतीत बऱ्याचदा आपण पाहतो, की एखाद्याचं किंवा दोन्ही पक्षांचं असह्य वागणं हे त्यांचे संबंध तुटण्यास पुरेसं ठरतं. हे गुण रक्तातून मुलांमध्ये उतरण्यास वाव असतो असं म्हणायला जागा आहे. कारण, अनेक मुलं हे अगदी सहजपणे सिद्ध करून दाखवतात. म्हणतात ना, आधीच उल्हास त्यात फाल्गुन मास! आता हेच उदाहरण पाहा ना :

मातापित्यांचे स्वभाव अगदी भिन्न आहेत : आई सौम्य स्वभावाची, तर बाबा जमदग्नीचा अवतार. काही वर्षं दु:ख सोसून नाट्यमयरीत्या ते विभक्त होतात. आईकडे बाळाचा ताबा येतो. अपुरे पैसे आणि दैनंदिन विवंचना यांनी पिचून ती आयुष्य ओढत असते. तिचं मूल मात्र अतिशय नाठाळ आणि कुणालाही न जुमानणारं झालेलं असतं.

इथे असं म्हणायला जागा आहे की हे गुण त्यानं बाबांकडून घेतले. पण असाही निष्कर्ष चूक नाही, की त्याच्या अवतीभोवती जे घडत होतं, त्यातूनच ते तसं बनलं. हे कोडं उलगडायला प्रत्यक्ष ब्रह्मदेवालाच अवतरावं लागेल, एवढी ही कारणं अगदी गुंतागुंतीची असतात.

आणि परिस्थिती या दोन्हीचा परिणाम वागणूक आणि स्वभावावर होतो याला मान्यता मिळत चाललेली आहे. मला विचाराल तर, आनुवंशिक भाग निम्म्याहून जास्त असतो आणि बऱ्याच गोष्टी मुलाच्या जन्माआधीच ठरून जातात. वागणुकीचं विश्लेषण करायला या मुद्द्यांपासून सुरुवात छान होते, आणि मग डोकावते ती आजूबाजूची परिस्थिती. इथे असं म्हणायला वाव आहे, की पालकांनी केलेले संस्कार आणि लावलेल्या सवयी यांचा ही परिस्थिती घडण्यात मोठा सहभाग असतो.

गुणसूत्रातून आणलेल्या गुणांवर तुमचा काहीच ताबा नाही, हे खरं मानलं तरी ते गुण फोफावण्यास मदत करणारी परिस्थिती घडवणं मात्र तुमच्या हातात असतं. इथेच तुमच्या पालकत्वाचा कस लागतो. तेव्हा चला, अधिक सावध व्हा.

खाण तशी माती

बरीच मुलं त्यांच्या पालकांसारखीच असतात. एखाद्या चळवळ्या मुलाची आई सतत म्हणते, 'माझ्याच पोटी असं मूल का यावं?' मग मी डोळ्यांच्या कोपऱ्यातून हळूच टिपतो, की ही आई स्वत:च हातातील किल्ल्यांशी चाळा करीत आणि पाय हलवत बोलतेय. त्या मुलाच्या वागणुकीचा उगमच माझ्या डोळ्यांसमोर असतो. याउलट निरुत्साही मुलांना घेऊन आलेले पालक असेच रडे असलेले मी अनेक वेळा पाहिलेले आहेत.

अखंड धडपड

चळवळ्या, लहरी आणि जराही संयम नसलेल्या पालकांची मुलं ही बऱ्याचदा तशीच असतात. काही वर्षांपूर्वी एक आई एका तीन वर्षांच्या जुळ्यांना माझ्याकडे घेऊन आली होती. तक्रार होती ती त्यांच्या सततच्या धडपडी, आणि तोडफोडींची. अनेकदा ही मुलं डोकंही आपटून घेत असत. त्यांचं वर्तन न्याहाळताना मला माझ्या गाडीच्या बिघडलेल्या वायपरचीच आठवण आली.

आणि मग, काही पोलिसांनी धाड टाकावी तसे त्यांचे वडील आले. काही क्षणातच मी ओळखलं की हा माणूस जन्मापासून स्वत:च कधी शांत बसू शकलेला नाही. एकीकडे तो मुलांच्या तक्रारी मला सांगत होता, आणि दुसरीकडे स्वत: मात्र अखंड चुळबुळ करत होता! हातवारे करणं, माना हलवणं, पाय हलवणं. मग मुलं अशी झाली यात काय नवल?

'बाप तसा बेटा' म्हणतात ते अगदीच काही चूक नाही. पालकांना वाटतं की मुलांनी त्यांचे फक्त गुण घ्यावेत, दोष उचलू नयेत. खरं पाहता याच्या उलट घडण्याचीच जास्त शक्यता असते. मुलं आपले दोष पटकन उचलतात आणि ते वाढवूनही दाखवतात.

दोष कुणाचा?

तुम्हाला माझं निरीक्षण कदाचित तऱ्हेवाईक वाटेल, पण कधीकधी एखादं मूल त्या कुटुंबाशी अगदीच विसंगत असतं. एखाद्या शांत, सोशीक, सालस आणि नीटनेटक्या कुटुंबात एखादं बालकरूपी वादळ जन्माला येतं तेव्हा संतुलन हे बिघडतंच. याच्या उलट एखाद्या पहिलवानाच्या घरी एखादं फुलांची आवड असणारं मूल जन्माला येतं, तेव्हाही गडबड होते.

एखाद्या गडबड्या कुटुंबात एखादं धडपडं मूल सहज खपून जातं मात्र उलट घडताच सगळ्या गमती दिसू लागतात. एखाद्या कोळ्याच्या घरी शाकाहारी मूल जन्मावं तशा.

असं विसंगत मूल कुटुंबात जन्माला आलं तरी भलत्याच गोष्टींना दोष देऊ नका. निसर्गाची एक सवय आहे – भिन्न चवीचे मसाले एकत्र करायचे. तुमच्या कुटुंबातली मुलं भिन्न गुणांची असू दे, तुमच्या जगण्यात ती एक खुमारी नक्कीच आणतात.

हाताची पाच बोटं सारखी नसतात

कितीही कानाडोळा करू म्हटलंत तरी वारशानं आलेल्या गोष्टी तुम्हाला जीवनात इथे तिथे दिसतच राहतील आणि त्या सगळ्यांसाठी संगोपनच कारणीभूत आहे असं तुम्ही नेहमीच म्हणू शकत नाही.

पहिल्या मुलाच्या बाबतीत जमलेले उपाय दुसऱ्याच्या बाबतीत फसल्यावर पालक नेहमी माझ्याकडे विचारत येतात, 'आमचं काही चुकत तर नाही ना?' सत्य असं आहे की सगळी मुलं सारखी नसतात आणि प्रत्येकाला वेगळ्या पद्धतीचं संगोपन लागतं. अगदी शिस्तीच्या बाबतीतही जे नियम एका मुलाला लागू पडतात, ते दुसऱ्याला लागू पडत नाहीत. अशा वेळी प्रत्येकाच्या बाबतीत अपेक्षित बदल तुम्हाला करावे लागतात.

प्रचंड विरोधाभास

हॉस्पिटलच्या नवजात मुलांचा वॉर्ड हे गुणसूत्रांच्या अभ्यासासाठी उत्तम ठिकाण आहे. इथली मुलं त्यांच्या आईच्या अंगाखांद्यावर पुरेसं खेळण्याआधीच आपापल्या व्यक्तिमत्त्वातील भिन्नता दाखवायला लागतात. एका बिछान्यात आपल्याला, शांतपणे पहुडलेलं निरागस मूल पुढे केलेलं बोट प्रेमानं घट्ट धरून आरामात दूध पिताना दिसतं, तर शेजारच्याच कॉटवर असे महाभाग अवतरलेले असतात की सतत लाथा झाडणं, किंचाळून रडणं, तुमच्या स्पर्शाबद्दल नावड दाखवणं आणि दुधाच्या चुळा टाकणं याचीच फक्त त्यांना आवड असते. आता इथे ओळखणं सोपं आहे की पहिल्या मुलाचे आईबाबा सुखात न्हाऊन निघणार आणि दुसऱ्याच्या पालकांची सत्त्वपरीक्षेची घडी अगदी समोर येऊन ठाकलेली आहे.

नाठाळ मूल

एका बंडखोर मुलामुळे त्रासलेली आई माझ्याकडे तक्रार घेऊन आली असता मी तिला विचारलं होतं, 'तुमच्या समस्या तुम्हाला प्रथम कधी जाणवल्या?' तिला तत्काळ आठवलं – तिच्या तीव्र कळा, द्यावी लागलेली भूल आणि तातडीची शस्त्रक्रिया. प्रसूतितज्ज्ञ लगेच तिला म्हणाला, 'मला वाटतं, हे मूल तुम्हाला काहीसा त्रास देईल.' काही काळानंतर तिला चांगलंच उमगलं,

की त्या डॉक्टरनं तिच्या बाळाची नाडी त्याच्या पहिल्या श्वासालाच अचूक ओळखली होती. बऱ्याच केसेसमध्ये माझा हाच अनुभव आहे, हॉस्पिटलमधून घरी जाण्याआधीच हे चिरंजीव आपल्या पालकांना व्यवस्थित छळायला लागलेले असतात.

काही मुलांवर माया करणं आणि त्यांच्याशी जुळवून घेणं अवघड असतं, असं म्हणणं फारसं इष्ट नसलं तरी ते सत्य आहे. अशी मुलं येतानाच तणाव घेऊन येतात आणि भोवतालची परिस्थिती अगदी ढवळून टाकतात.

बरेच तज्ज्ञ सगळा दोष पालकांवर टाकतात, पण मी मात्र यावर पूर्णत: विश्वास ठेवत नाही. काही मुलांना वाढवणं हे जन्मत:च सोपं किंवा कठीण असतं. पालक काही विधात्याकडे आपल्या नाठाळ मुलांना त्यांच्या गुणसूत्रांमध्ये बदल करण्यासाठी परत पाठवू शकत नाहीत; त्यामुळे कठीण मुलांच्या बाबतीत त्यांनाच तडजोडी कराव्या लागतात. संगोपनात सुधारणा करूनच यावर मात करता येईल.

संयमी मूल तुमच्या घरात जन्माला आल्यास गर्वानं फुगून जाण्याचं कारण नाही. पण त्रासदायक मूल पदरी आल्यास मी तुमच्याबद्दल सहानुभूती व्यक्त करून या पुस्तकाद्वारे मदत देऊ इच्छितो. मुलांचे गोडवे गाणाऱ्या पालकांचा तुम्हाला कंटाळा आला असेल, तर असंही होऊ शकतं की पुढच्या वेळी त्यांच्यावर त्रासदायक मुलाची रडगाणी गात बसायची वेळ येते. जगात न्यायालाही स्थान असतं ते असं.

मुलं सांभाळणाऱ्या आयाचं पलायन

एक आई तिच्या मुलाच्या विक्षिप्तपणाच्या तक्रारींचा पाढा माझ्याकडे वाचत होती. एकदा बाळाला सांभाळायला एक अनुभवी आया ठेवून तिनं आणि तिच्या पतीनं एका जवळच्याच हॉटेलात जेवणाचा बेत आखला. सगळं छान आटपून घरी पोहोचतात तर काय, ती आया बिचारी वेडीपिशी होऊन दारातच यांच्या येण्याची वाट पाहत उभी होती. आईला पाहताच ती किंचाळली, 'मला एकही पैसा नको, मला फक्त इथून बाहेर पडू द्या.' यानंतर आयाकडे मुलाला सोपवून ते पुन्हा कधीच बाहेर जाऊ शकले नाहीत.

मुलांचं वर्तन बिघडत चाललं आहे का?

हल्लीची मुलं जास्तच बिघडलेली आहेत असं आजकाल सर्रास म्हटलं जातं आणि मग त्याच्या समर्थनार्थ कारणं देण्याची चढाओढ लागते, अगदी रासायनिक धान्यापासून ते सतत फालतू टी.व्ही. कार्यक्रम बघण्यापर्यंत. माझ्या मते यासाठी अधिक तर्कसुसंगत कारणंही देता येतील.

कदाचित असंही असेल की समस्या तेवढ्याच आहेत, पण आपल्याला त्यांची जाण अधिक प्रकर्षानं होते आहे. पन्नास वर्षांपूर्वी मुलाची तक्रार घेऊन डॉक्टरकडे जाणाऱ्या आईलाच दोष दिला जायचा. एवढंच नाही तर पालकांनाच काही दीर्घकालीन सुधारणा सुचवल्या जायच्या, तसंच उपायांना यश यायलाही प्रदीर्घ काळ लागत असे. यामुळेच बरेचसे पालक डॉक्टरी सल्ला घ्यायला बिचकायचे आणि आपल्या मुलांचं रडगाणं फक्त अगदी जवळच्यांनाच सांगायचे. इतरांसमोर सगळं कसं छान चाललं आहे असा देखावा करायचे.

गुणसूत्रं आणि गुणवत्ता

वारसा की परिस्थिती या वादाला आणखीही काही सकारात्मक पैलू आहेत. तुमच्या मुलाची देवदत्त प्रतिभा आणि बुद्धीची जोपासना तुम्ही त्यांना कसं वाढवता यावरच अवलंबून असते.

रविंद्रनाथ टागोर, जगदीशचंद्र बोस आणि रविशंकर हे अलौकिक बुद्धिमत्ता घेऊन अवतरले, पण त्यांनी तिचा विकास केला हेही तितकंच महत्त्वाचं आहे.

प्रत्येक मुलाच्या कौशल्यांवर त्याच्या गुणसूत्रांची सत्ता चालते; पण त्याचा वापर तो कसा करतो हे पाहणं अधिक रंजक असतं. जरी मुलात काही विशिष्ट पातळीपर्यंत गुण असले तरी बाह्य घटकांचा प्रभाव त्यांच्या क्षमतेवर होतो. अतिबुद्धिमान मुलांच्या जवळ असलेला नैसर्गिक साठा नीट आकार न दिल्यास मुळीच विकसित होणार नाही.

आता मी जेव्हा 'भोवतालची परिस्थिती' असं म्हणतो तेव्हा मला मूल वाढत असताना त्याच्या आजूबाजूच्या घटकांविषयी उल्लेख करायचा असतो. आपल्या पाल्याचं जास्तीत जास्त भलं होण्यासाठी तीन घटकांवर पालकांनी लक्ष ठेवावं. प्रथम म्हणजे संधी; यात वेळ, शिक्षक, साधनं आणि उपकरणांचा समावेश होतो. मग येतं प्रोत्साहन, ज्याच्यामुळे मुलांना बुद्धी विकासाच्या पायऱ्या चढता येतात आणि अखेरीस सराव, ही तर सर्व यशाची गुरुकिल्लीच आहे. यात थोडा नशिबाचा भाग मिसळला (लोक तुम्हाला पुराणमतवादी

मानतील) की ते मूल आकाशाला गवसणी घालू शकेल.

मुलांना त्यांच्या उपलब्ध गुणांचा फायदा मिळवून द्यायचा असेल तर त्याचे उपजत गुण आणि तुम्ही दिलेली परिस्थिती यांचं प्रभावी मिश्रणच तुम्हाला उपयोगी पडेल.

नैसर्गिक गुणांची जोपासना

थोडक्यात पुन्हा सांगायचं तर, तुमच्या मुलाचा उपजत स्वभाव आणि वागणूक कशीही असो, तुम्ही पालक म्हणून त्याच्याकडे कसं बघता सगळं अवलंबून आहे.

तुम्ही हे एक आव्हान म्हणून स्वीकारा, आणि त्यांच्या उपजत समस्यांवर मात करा. तसं न करता रागावून, तिरस्कार करून किंवा त्याला इजा करून सुधारू पाहाल तर त्याच्यासाठी ती सर्वांत वाईट परिस्थिती ठरेल आणि सगळ्यांचंच आयुष्य कष्टप्रद होईल.

त्याऐवजी प्रवाहाबरोबर राहून त्याच्या गुणांना प्रोत्साहन देत राहणं जास्त श्रेयस्कर आहे. उपजत दोष घालवण्याचा हव्यास सोडून, त्याच्या सद्‌गुणांची जोपासना करूनच तुम्ही त्याच्यासाठी सर्वोत्कृष्ट वातावरण निर्माण करू शकता – प्रेमळ, उबदार आणि जोपासना करणारं. वर्तनावर वारसा आणि परिस्थिती दोन्हीही परिणाम करत असले तरी लक्षात ठेवा, परिस्थिती बदलणंच फक्त तुमच्या हाती आहे.

६

मुलांना चालना देणारे घटक

मॉलच्या गर्दीत तुमच्या चिरंजीवांनी सर्वांना असा 'नेत्रदीपक पराक्रम' दाखवला आहे की डोकं दाबून तुम्ही आक्रोश करता, 'माझ्याच वाट्याला हे सगळं का?' 'मी त्याला इतकं प्रेमानं वाढवते, आणि हा सगळीकडे माझी लाज घालवतो'.

या 'प्रतापांनी' थकलेल्या पालकांना ठामपणे वाटायला लागलेलं असतं की हे बाळ आम्हाला शिक्षा देण्यासाठीच अवतरलेलं आहे. खरं म्हणजे असं नसतं. प्रत्यक्षात ती एक छोटीशी मजेशीर व्यक्ती आहे, पण अगदी अक्कलशून्य. त्याची उत्सुकता जागवणारे घटक पालकांना दिसत किंवा समजत नाहीत.

मला असं वाटतं की सगळ्या वर्तणुकीच्या मुळाशी ही उत्सुकता, कुतूहल असतं. तुम्ही अचूक चाहूल घेतलीत, तर ते मूल आता काय करणार याविषयीचे तुमचे अंदाज ९० टक्के खरे ठरतील. हे कसं करायचं ते आपण या प्रकरणात पाहू.

मुलांना उद्दीपित करणारे पाच घटक

आपलं मूल दिवसभर धिंगाणा घालतंय, आपण बेजार झालेलो आहोत;

पण या सर्व प्रसंगांच्या मुळाशी फक्त पाचच घटक चालना देण्याचं काम करत असतात. ते असे :

१. लक्ष वेधून घेणं
२. मत्सर आणि स्पर्धा
३. निराशा
४. दुरावण्याची भीती
५. किरकोळ कुरबुरी आणि आजारपणं

१. लक्ष वेधून घेणं

फिल्मी तारे किंवा राजकीय पुढाऱ्यांप्रमाणेच मुलांनाही सतत लोकांच्या केंद्रस्थानी राहायचं असतं. बऱ्याच पालकांना हे समजत नाही. आपण इतकं लक्ष पुरवत असताना आणखी लक्ष पुरवावं म्हणून हे असले चाळे करण्याची त्यांना काय गरज आहे? आपल्याला नाही, पण मुलांना मात्र ती असते. मुलांना याची चटक लागलेली असते आणि पालकांना ती सवय मोडण्याची गरज वाटत नाही. तुम्ही लक्ष देणं कमी केल्यावर त्याचा भावनिक आधारच तुटून पडेल अशी भीती त्याला वाटते.

तुम्ही दुर्लक्ष केलंत तर मुलं तुमचं लक्ष खेचून घेतील. जणू ती म्हणत असतात, 'माझ्याकडे पाहा!' तेव्हा ती स्वार्थी नसतात. तुम्ही त्यांच्याकडे लक्ष द्यावं एवढंच त्यांना वाटत असतं.

***उपाय* :** मुलांच्या गैरवर्तणुकीमागील या महत्त्वाच्या घटकाकडे नेहमीच दुर्लक्ष होतं. मी पुन्हा या मुद्द्याकडे लक्ष वेधू इच्छितो की मुलं अजाण आहेत आणि तुमचं लक्ष वेधून घेण्यासाठी आसुसलेली आहेत. तेवढं केलं की तुम्ही बाजी मारली म्हणून समजा.

शांतपणे विचार करा

माझ्या बालमानसशास्त्राच्या अभ्यासादरम्यान मी एके काळी मुलांच्या मानसशास्त्राचा औपचारिक अभ्यास केला होता. त्यातून मानसशास्त्रीय अंगानं मुलाच्या वर्तणुकीचा अन्वयार्थ लावायला शिकवलं गेलं. तेव्हापासून मी एक सोपा आणि व्यावहारिक मार्ग अनुसरला आहे. जेव्हा एखादं मूल समाजात अगदीच विचित्र वागतं तेव्हा थांबा, शांतपणे विचार करा आणि ते असं का वागलं असावं हे शोधण्याचा प्रयत्न करा. 'मी असं कधी वागेन असा प्रश्न स्वत:ला विचारा' आणि मग

टेलिव्हिजनसाठी...

पंधरा वर्षांपूर्वी ऑस्ट्रेलियात टी.व्ही.वर 'द टेरिबल टूज' ही एक तासाची कार्यक्रम मालिका सादर करायची होती. त्यासाठी त्यांनी काही आठवडे आधी सिडनीमधील एका अत्यंत नाठाळ मुलाची जाहिरात प्रसारित करायला सुरुवात केली आणि आश्चर्य म्हणजे आपलं मूल या कार्यक्रमात दाखवलं जावं म्हणून शेकडो पालकांनी निर्मात्यामागे लकडा लावला.

टी.व्ही. वर दाखवला गेलेला हा कार्यक्रम म्हणजे बालवर्तणुकीचं एक उत्तम उदाहरण होतं. एक अडीच वर्षाचं मूल घराच्या मागच्या अंगणात बागडतंय आणि त्याची आई आणि आजी व्हरांड्यात चहा घेत गप्पा मारत बसल्या आहेत. हे मूल पुन्हा पुन्हा वर चढून त्यांच्याशी बोलू पाहतं, पण दोघीही गप्पा मारण्यात इतक्या दंग झालेल्या आहेत, की त्याच्याकडे लक्ष द्यायला त्यांना वेळच नाहीय. शेवटी ते मूल वैतागून अंगणाच्या दुसऱ्या टोकाला जाऊन एक भलामोठा झाडू घेऊन येतं आणि तो उंचावून पळत सुटतं. इथे टी.व्ही.वाल्यांनी कॅमेऱ्यांचा वेग कमी केला आणि ढणाढणा संगीत वाजायला लागलं आणि त्या झाडूचा प्रसाद त्याच्या आजीच्या डोक्यात बसतो!

इथे प्रसंग संपतो आणि मुलाखतकार मला विचारतो, 'डॉ. ग्रीन, अशा परीक्षेच्या घडीला तुम्ही काय कराल?' आता मी काही ज्येष्ठ नागरिकांना झोडून काढण्याच्या बाजूनं नक्कीच नाहीये; पण माझं उत्तर अगदीच साधं होतं : त्या मुलाकडे कुणी लक्ष देत नव्हतं आणि त्याला त्याची नितांत गरज होती. जणू ते त्यांना सांगू बघत होतं : 'अहो, तुम्ही दोघी माझ्याकडे किती दुर्लक्ष कराल?'

चटकन उत्तर मिळेल की 'लोकांचं लक्ष वेधून घेण्यासाठी.'

बऱ्याच वर्तणुकीच्या समस्यांच्या मुळाशी मुलांची लक्ष वेधून घेण्याची गरज हेच कारण असतं, पण आपण पालक ते लक्ष सतत पुरवून अगदी कंटाळलेलो असतो आणि मग जे घडताना दिसतं ते भयानक असतं. काही आणीबाणीच्या प्रसंगात आपण असे काही वाहवत जातो की पाहणाऱ्याला ते अजब दिसत असतं, पण आपल्या मुलांचा होत असलेला जय उघड्या डोळ्यांनी हताशपणे पाहण्याविना आपल्या हातात काही उरत नाही.

लक्ष वेधून घेण्याची व्याप्ती

- अ श्रेणी (सर्वोत्तम) : इथे तुम्ही मुलाकडे पूर्ण लक्ष देत असता, अगदी कुठल्याही अडथळ्याविना. यात येणाऱ्या क्रिया म्हणजे गप्पाटप्पा, पुस्तक वाचणं आणि एकत्र खेळणं. इथे संगत आणि सहवासाची ऊब असते. अशा प्रकारचं लक्ष दिल्यास मूल प्रफुल्लित होतं.
- तुम्ही काम करताकरता बाळाला भरवता तेव्हा मूल ब किंवा क श्रेणीत घसरतं. आता ते बहुधा न संपणाऱ्या प्रश्नांची मालिका सुरू करतं. त्याला ठाऊक असतं, की तुम्ही दिलेल्या उत्तरात त्याला काहीही गम्य नाही. पण निदान संवादाची तार तुटत नाही आणि तुमचं थोडं तरी लक्ष त्याच्या पदरी पडतं. अशा बहुतांश वेळी पालकांना त्यांचं काही चूक आहे असं वाटत नाही, पण मुलानं मात्र खरं काय ते जाणलेलं असतं.
- ड आणि इ श्रेणी : इथे मुलांना वादावादी करायला काहीच गैर वाटत नाही. मग ती तुमच्याशी काहीही निरर्थक वाद घालायला लागतात. जसं, काळा रंग पांढरा असतो, जग सपाटच आहे आणि मग एखाद्या मुरलेल्या वकिलाप्रमाणे ती तुम्हाला साफ गुंगवून टाकतील. मुलं इतकी हुशार असतात की पालक भुलतायत तोपर्यंत कुठल्याही फडतूस विषयाचं त्यांना वावडं नसतं.
- पुढील गटात आता परिस्थिती अजून घसरलेली असते आणि प्रत्येक गोष्ट 'नाही' असं म्हणून उडवून लावल्याशिवाय आई आपल्याकडे बघणारच नाहीये अशी मुलाची खात्री झालेली असते. हीपण मात्रा लागू पडली नाही की पुढील प्रकार सुरू होतात– धाकट्या भावंडाच्या अंगावर बसणं, तुमची आवडती मालिका चालू असताना टी.व्ही. फटकन बंद करणं, किंवा तुमची पर्स उचकणं. या मात्रा मात्र अगदी जरूर लागू पडतात.
- आता परिस्थितीचा ताबा घेण्यासाठी ते मूल तोंडाचा दुरुपयोग सुरू करतं. 'आई, तू मला आवडत नाहीस. तू बाबांचे जास्त लाड करतेस.' तुमचं लक्ष पुन्हा त्याच्यावर केंद्रित होईपर्यंत या वाक्याचा शेकडो वेळा भडिमार झालाच म्हणून समजा.
- आता आपण तळाच्या गटांकडे चाललो आहोत. इथे ते मूल धुमश्चक्री माजवणार असतं. लहरीपणा, श्वास रोखून धरणं, हुकमी ओकारी काढणं अशी कृत्यं तुम्ही अनुभवू शकता. असं करून तुमचा प्रेमळ

पापा जरी त्याला मिळाला नाही तरी जणू तो तेवढ्याच गोष्टीवर आपल्या मायेची भूक भागवून घेतो.

- शेवटच्या गटांमध्ये असलेल्या पालकांचं मुलांकडे लक्ष जवळजवळ नसतंच. शिवाय ते रागानं ओरडतात, चिडून एखादी थप्पडही देतात. हे दुःख मुलांना का ओढवून घ्यावंसं वाटतं हे समजून घेणं जरी अवघड असलं तरी ध्यानात ठेवा, त्याच्या दृष्टीनं तुमच्या चापटीपेक्षा तुम्ही केलेल्या दुर्लक्षाचं दुःख त्याला जास्त वाटत असतं.

उपाय : उपाय एकच आहे : शांतपणे विचार करा. 'काय चाललंय याचं? का करत असेल तो असं?' तुम्हाला जर जाणवलं की तुमचं लक्ष वेधण्यासाठीच त्याची धडपड आहे तर तुम्ही त्याच्याकडे किती लक्ष देत आहात याविषयी गांभीर्यानं विचार करा.

लक्ष वेधून घेण्याचे अनेक प्रकार आहेत

आईबाबांपैकी प्रत्येकाचा हेतू असा असावा की त्यांचं सर्वोत्तम जास्तीत जास्त लक्ष मुलाच्या वाट्याला येईल; कारण यावर त्याचा आनंदीपणा आणि भावनिक पोषण अवलंबून आहे. तुमचं संपूर्ण लक्षच त्याला हवं असतं आणि तसं करण्यात तुमचाही फायदा असतो.

आता हे 'सर्वोत्तम किंवा संपूर्ण लक्ष' म्हणजे नेमकं काय, हेही ठरवायला हवं. त्यासाठी मी वरती वर्णन केलेल्या श्रेणींवर नजर टाका म्हणजे झालं.

वरून खाली जाताना मुलाच्या दृष्टीनं त्याचा भावनात्मक फायदा सातत्यानं घटत जातो. मुलांना तुमचं संपूर्ण लक्षच हवं असतं. ते मिळणं शक्य नाही असं दिसताच त्यांच्या गरजेच्या प्रमाणात ती त्यांच्या नाट्याची तीव्रता वाढवतात.

तुम्ही मुलाकडे जितकं जास्त लक्ष पुरवता तेवढा तो जास्त सद्वर्तनी होतो; त्याचा दर्जा घसरला की त्याच्या वर्तनातही घसरण होते आणि याची परिणती दुःखी मुलं आणि हताश आईवडील अशीच होते.

मुलांकडे कमी लक्ष देण्यात तसा तुमचाही फारसा फायदा नसतो. मुलांकडे लक्ष देणं हे तसं थकवणारं असतं – दिवसाच्या शेवटी तर बहुतेक पालक गळून गेलेले असतात. होणारी दमणूक गृहीत धरलीत तर किमान तुम्ही चिडचिड, रागराग आणि तिरस्कारापासून दूर राहू शकता, तुमच्या घराचं रणभूमीत रूपांतर होण्याचं तरी टळतं. तात्पर्य काय, तर मुलांकडे संपूर्ण लक्ष द्या आणि तेही भरपूर.

२. मत्सर आणि स्पर्धा

दोन वर्षं हे वयच असं असतं, की वस्तू वाटून घेणं, दुसऱ्याला समजून घेणं वगैरे गोष्टी मुलांजवळ फिरकतही नाहीत. त्यांना सतत नायकाच्या भूमिकेतच चमकायचं असतं आणि ती भूमिका हातून निसटताच ती अस्वस्थ होतात. काही मुलं सोशीक आणि सुस्वभावी असतात, पण बहुतेकांना त्यांच्या सीमा ओलांडणाऱ्यांचा प्रचंड राग येतो. पालकांना वात आणणाऱ्या मुलांच्या वर्तनामागे स्पर्धा आणि मत्सर ही कारणं खूप वर असतात आणि बहुतेक पालकांना असे प्रसंग अगदी तोंडपाठ असतात.

छोट्या भावंडाला छळणं

घरात नवीन छोटं बाळ येणार असेल तर मुलं बिथरून जातात. खरं तर त्यांना खेळायला मिळणाऱ्या या नव्या बाहुलीविषयी त्यांच्या मनात खूप उत्सुकता असते; पण आईबाबांचं होणारं दुर्लक्ष स्पर्धेला जन्म देतं. बऱ्याचदा मुलं छोट्या भावंडाशी छान जमवून घ्यायला शिकतात पण मोठ्याला समजून घेण्यात पालक कमी पडले तर ती फार नाराज होतात.

बालक आपल्या छोट्या भावंडाची काळजी घेतच असतं, पण तरीही एखादी नवमाता आपल्या छोट्या बाळाला जरा जास्तच जपते हेही स्वाभाविकच असतं.

- जेव्हा मूल धाकट्या भावंडाजवळ जाताच आई अतिहळवेपणा दाखवते हे त्या मुलाच्या लक्षात येतं आणि त्याला असं वाटतं की माझ्याजवळ जाण्यानं आई हळवी होत आहे. यामुळे भावंडांमधील प्रेम उमलण्याच्या टप्प्यावरच त्याला तडे जाऊ शकतात.
- काही वेळा मुलं धाकट्या भावंडाच्या मुद्दाम खोड्या काढतात, त्याला चिमटे काढणं, चापट मारणं किंवा त्याचा कान ओढणं वगैरे, कारण त्यांना पक्कं ठाऊक असतं की आईची यावरील प्रतिक्रिया अगदीच तीव्र असणार आहे. पण ती म्हणतात, निदान यामुळे का होईना ती माझ्याकडे लक्ष देईल. मग त्यांना या हत्याराच्या धारेची कल्पना येऊ लागते.
- काही वेळा नवीन बाळाला बघायला आलेले लोक आपल्याकडे पूर्वीसारखं लक्ष देत नाहीत हे पाहून बऱ्याच वेळा मुलं कासावीस होतात आणि मग ती विचित्र वागून पूर्वी मिळालेला मान पुन्हा मिळवू पाहतात.
- बऱ्याच वेळा थकलेले आईबाबा छोट्या बाळाला भरवत असतात, त्याचे कपडे बदलत असतात किंवा त्याला जोजवत असतात तेव्हा 'मलाही असेच लाड करून हवे आहेत हे ते का विसरतात?' या विचारानं मुलांचा अस्वस्थपणा वाढतो.

उपाय : तुम्ही छोट्या बाळाच्या अनेक कामांमध्ये मुलाचा सहभाग घेतलात तर बऱ्याच समस्या दूर होऊ शकतात. मुलांना मोठ्या माणसांसारखं वागायला खूप आवडतं. आणि असं महत्त्व दिल्यावर काम करायलाही त्याला हुरूप येतो. यातूनच त्यांच्याकडेही लक्ष दिलं जातंय हीपण भावना वाढीला लागते आणि ती थोडी शांत होतात.

भावंडाशी स्पर्धा

दुसऱ्या बाळाच्या आगमनानं होणाऱ्या आनंददायक बदलांची कल्पना एकच मूल असलेल्या पालकांना क्वचितच असते. बहुतेक वेळा भावंडांमध्ये उत्तम मैत्री जमते पण काही वेळा भयानक ईर्ष्याही निर्माण होऊ शकते. स्पर्धेत उतरलेल्या मुलाचं वागणं भयंकर असतं.

- पालकांनी लक्ष द्यावं यासाठी मुलं चढाओढ करतात आणि त्यात कमतरता भासल्यास जोरदार हरकत घेतात. इथे हिस्सा कशाचाही असो – आइस्क्रीम किंवा लाडानं जवळ घेणं, त्यांना नेहमीच जास्तीचा हिस्सा हवा असतो.
- मोठ्या भावंडाप्रमाणे सर्व गोष्टी आपल्याला करायला जमत नाहीत हे पाहून धाकटं मूल निराश होऊ शकतं.
- धाकट्या मुलाला असंही वाटतं की मला न मिळणाऱ्या सवलती मोठ्याला

दिल्या जातात. उदा. सायकल चालवणं. त्यांना त्यातली गंमत चाखायची असते.

- छोट्यांनी मोठ्याला टोमणा मारणं, मग मोठ्यानं छोट्याला, मग उलट वार असं हे युद्ध चालूच राहतं, आणि आईबाबा मात्र त्यानं वैतागून जातात.

उपाय : भावंडाशी दुष्टाव्याचं मूळ स्पर्धेत आहे आणि बऱ्याच मुलांच्या दुर्वर्तनाचं ते प्रमुख कारण असतं. लहान वयात हे ठीक असतं, फार तर पुढील आणखी थोडा काळ. मुलांना त्यांच्या उद्योगात गुंतवणं, त्यांच्या भांडणांकडे दुर्लक्ष करणं आणि सर्वांकडे उत्तम लक्ष देणं हेच यावरील उपाय आहेत.

मोठ्यांचा अडथळा

द्वेष आणि मत्सर नेहमी लहान भावंडामुळेच निर्माण होतो असं नाही, मुलांना मोठ्यांविषयीही असूया वाटू शकते. तुम्ही मुलाला घेऊन खरेदीला जाता आणि कुणी भेटताच गप्पा मारत उभे राहता, यावर मुलं चिडतात ते यामुळेच. ती चळवळ करायला लागतात किंवा पळायला लागतात आणि सुचवतात, 'आता पुरे. माझ्याबरोबर चला, पहिल्यासारखे.'

- तुम्ही फोनवर बोलता आहात आणि दर दोन मिनिटांनी घरात कसले ना कसले आवाज येत आहेत. हे तुम्ही अनुभवलं असेल, की हे सगळं तुम्ही धावून त्यांच्याकडे बघण्यासाठीच असतं. मुलं खरी गंमत यानंतर करतात, कारण नंतर आता बराच वेळ शांतता नांदते आणि पुन्हा तुम्ही काळजीनं बघायला येता. मुलं काहीतरी तोडफोड करून ठेवतील या भीतीनं तुम्ही ग्रासलेले असता अशावेळी कॉर्डलेसच्या निर्मात्याला तुम्हाला शतश: धन्यवाद द्यावेसे वाटतात.
- संध्याकाळी बाबा कामावरून घरी आलेले आहेत, ते आईला आणि आई त्यांना दिवसभराच्या घडामोडी/बातम्या सांगत असतात, पण बाळ मात्र त्यांना दोन मिनिटं बोलू देईल तर शपथ; मग काही खास विषय येऊ देणं तर दूरच. अगदी दोघांच्या मध्ये घुसून पद्धतशीरपणे मुलं हा अडथळा आणतात.
- कधी तुमच्या जिवलग मैत्रिणी खरंच एखाद्या महत्त्वाच्या मुद्द्यावर निवांतपणे बोलण्यासाठी येतात. या मुलांचं डोकंच फिरतं आणि त्यांचे शी लागणं, तुमच्या अंगावर चढून कसरती करणं असे सगळे उद्योग सुरू होतात.

उपाय : काही गोष्टींचं महत्त्व तुम्ही मुलांना समजावूच शकत नाही आणि त्यांनाही ते शिकून घ्यायचं नसतं. म्हणून समजावणं नेहमीच व्यर्थ जातं. यावर

उपाय म्हणजे दुसऱ्या व्यक्तीशी वागताना बाजूला तुमचं मूल आहे याचं भान ठेवा आणि शक्यतो प्रसंग आवरता घ्या. ते काम चटकन हातावेगळं करा. तुमची हितगुजं ते मूल झोपल्यावरच केलेली बरी.

इतर मुलांमुळे येणारी स्पर्धा

इतर मुलांबरोबर मजा करायला तुमच्या मुलाला नेहमी आवडतं, पण त्याची काही खेळणी इतरांना द्यायची वेळ आली की स्वार्थ डोकावतो. हाच प्रकार आईबाबा इतर मुलांशी बोलायला लागल्यावर तीव्रतेनं घडतो. तुमचं मूल या कृतीकडे द्वेषानं पाहतं. तुमच्या मुलाची मालकी सगळ्यावर असते : 'हे *माझं* खेळणं आहे, हे *माझं* घर आहे आणि ही आईपण *माझीच* आहे.'

- ☐ बहुतेक मुलांना त्यांच्या खेळण्यांना इतरांनी हात लावलेला आवडत नाही. या वयाचा विचार करता हे वागणं अगदी स्वाभाविक आहे, आपल्या पोटी एक स्वार्थी आणि दुष्ट मूल जन्माला आलं आहे, असा विचारही अशा वेळी मनात आणू नका.

अजब संवाद– दोघांशी

आईची आवडती मैत्रीण आलेली आहे, पण ती एका संकटात आहे. तिच्या घरच्या कलहांना मोठंच तोंड फुटलेलं आहे. तुम्ही सहानुभूतीनं म्हणता, 'बस पाहू इथे, थोडी कॉफी घे आणि सगळं नीट सांग बरं मला.' मग ती तिची कर्मकहाणी सुरू करते.

एक मिनिटही होतं न होतं तोच तुमचं मूल तुमच्यामध्ये अशी काही लुडबूड करायला लागतं की तुमच्या समुपदेशनाच्या मन:स्थितीचा बट्ट्याबोळ झालाच म्हणून समजा.

विशेषत: तीनपेक्षा कमी वयाची मुलं घरात असल्यास तुम्हाला दोन्हीकडे समान लक्ष पुरवावं लागेल. ते संभाषण बंद करावं लागेल. किंवा ते पुढील पद्धतीनं होईल, ''पण मग तुझ्या सासूबाईंचं यावर काय म्हणणं आहे? अरे, पक्ष्याला चोचच काढायची राहिली की! पण हे सगळं तू किती दिवस सहन करू शकशील असं तुला वाटतंय? व्वा, फूल मात्र अगदी छान आलंय हं!'

मूल आसपास असताना वरील प्रकारचा तरी संवाद होईल, किंवा काहीच होणार नाही हे गृहीत धरा.

- तुमच्या घरी दुसरं मूल येऊन त्याचे लाड होऊ लागले, की तुमचं मूल विचार करायला लागतं, 'माझं काय?' त्याच्या प्रतिक्रियांकडे तुमचं दुर्लक्ष झालं की गेलेलं राज्य परत मिळवायला याची नाटकं सुरू झालीच म्हणून समजा.
- पाळणाघर चालवणाऱ्या स्त्रियांची मुलं तर त्यांचं सगळं कार्यक्षेत्रच नेस्तनाबूत करून टाकतात. पाळणाघर चालवणाऱ्या स्त्रीच्या मुलांच्या मनात पाळणाघरात बाहेरून येणाऱ्या मुलांबद्दल इतकी असूया निर्माण होते की मत्सरापोटी ही मुलं आईच्या कामात प्रचंड व्यत्यय आणतात; त्यांना फक्त एकच हवं असतं, ते म्हणजे त्या मुलांनी ताबडतोब त्याच्या साम्राज्यातून हद्दपार व्हावं, बस्स!

उपाय : काळ हा या समस्येवर चांगला उपाय असतो; केवळ सहा महिन्यांत नाट्यमय बदल दिसून येतात. इतर मुलांसमोर आपल्या मुलाचे हक्क डावलू नका. इतरांना तो खेळणी देत नसेल तर त्याच्यावर सात्त्विक संतापानं उसळू नका. त्याला कामात गुंतवणं किंवा त्याचं लक्ष दुसरीकडे वेधणं यासारख्या युक्त्या वापरा. मुलं ही मुलंच आहेत आणि ती तशीच वागणार.

३. वैफल्य

छोट्या मुलांना हे कळत नसतं की त्यांच्या कल्पना मारे वाऱ्यावर स्वार होऊन दौडत असतील तरी तशी कृती करण्याची क्षमता मात्र त्यांच्यात नसते, यामुळे ती निराश होऊ शकतात. ती त्यांच्या मर्यादा जाणायला शिकतात; पण निराश होताच अतिशय वाईट वागतात, मोठेही याबाबतीत असंच वागत असतात. म्हणूनच तर लहान असणं काही सोपं नाही.

- सव्वा वर्षाच्या बाळाला हातानं जेवायचं असतं. आता ठिकठिकाणी सांडणारं अन्न ते उचलून खाऊ पाहतं आणि तोंडापर्यंतचा प्रवास अनेक मार्गांनी होतो – शेवटी हातातील वाटी जमिनीवर उपडी होते.
- तुमचा अडीच वर्षांचा मुलगा ठोकळ्यांचा किंवा पत्त्यांचा बंगला उभा करतो आणि सुबकतेच्या अभावी तो सारखा कोसळतो.
- हे तीन वर्षांचे महाशय महाबंडखोर आहेत. माझी चड्डी मीच घालणार, या धडपडीत एकाच बाजूला दोन्ही पाय घालून जमिनीवर धडपडतात. तुम्हाला ऐकू येणारा चीत्कार किती रागानं काढलेला असतो नाही?

उपाय : हे गृहीत धरा की आलेल्या अपयशामुळे मूल हातपाय आपटणारच आणि नाना नखरेही दाखवणार; लगेच त्याला दुर्वर्तनी ठरवू नका. शिकणं म्हणजे आपल्या क्षमतांचा नव्या कामात वापर करून यश मिळवणं, पण प्रयत्न चालू असताना ताणही येतो; आणि अपयश आल्यावर निराशाही येणार. इथे त्याला नेमकं काय हवं आहे, ते जाणून घ्या. त्याच्या धडपडींना यश येत नसेल तेव्हा त्याला गरज आहे ती तुम्ही जवळ घेऊन कुरवाळण्याची, शिक्षेची नाही.

४. दुराव्याचं भय

मुलांना नेहमी आईबाबांच्या जवळ राहायचं असतं आणि यातले अडथळे त्यांना सहन होत नाहीत. त्यांच्या वयाच्या आठव्या महिन्यापासून याचा अनुभव येतो. आणि ती वर्षाची होताच ही भावना अगदी कळस गाठते. तीन वर्षांची होताच ती अगदी सुटी होतात. त्यांच्या वाढीमधील हा अगदी सामान्य टप्पा आहे. या भीतीमुळे वेगळी वागली म्हणजे लगेच ती विचित्र असल्याचा त्यांच्यावर शिक्का मारू नका. इथे त्यांच्या दृष्टीनं बघण्याचा प्रयत्न करा: जेव्हा जेव्हा तुम्ही बाहेर जाता तेव्हा सर्वांत सुरक्षित मूलही विचार करत असतं, 'आई परत येईल की नाही?' तुम्ही आसपास असला की मुलांना सुरक्षित वाटतं आणि तुम्ही जवळ

आहात की नाही हे तपासण्यासाठी ती विचित्र वागतात. आपण मुलांना सांगितलेल्या अनेक परिकथांमध्ये हरवलेल्या किंवा चुकलेल्या मुलांचा हमखास उल्लेख आलेला असतो, हे जरी या भीतीमागचं कारण असलं, तरी मूल कासावीस होण्यासाठी तुम्हाला अगदी घनदाट अरण्यात निघून जाण्याची गरज नाही, तुमचं दुसऱ्या खोलीत जाणंही त्याला पुरतं.

अशा वेळचं मुलाचं विचित्र वागणं हे या दुराव्याच्या भीतीपोटीच जन्माला आलेलं असतं.

- बाळाला पाळणाघरात ठेवून आई निघते तो एक समरप्रसंगच असतो. तो थयथयाट उगाच केलेला नसतो. मला आईजवळच जास्त राहायचं आहे, असं ते सुचवत असतं.
- तणाव असलेल्या घरांमधली मुलं (बाबा व्यवसायानिमित्त नेहमीच बाहेर असणं किंवा आईवडिलांमधील दरी) बऱ्याच वेळा रात्री झोपेतून दचकून उठतात. मी झोपेत असताना काही अघटित तर घडलं नसेल? ही भीती त्यांच्या मनात सतत असते.
- अगदी सगळं सुरळीत असलेल्या घरातली मुलंही रात्री मध्येच उठतात, तुम्हाला त्यांच्या जवळ बोलावतात, अशा वेळी त्यांना जरा जवळ घेऊन फक्त एक पापा घेण्याची गरज असते.

उपाय : अशा समस्यांमध्ये मुलांना समजावून घेणं आवश्यक असतं, त्यांना दटावून किंवा शिक्षा देऊन काही साधत नाही. सात महिने ते तीन वर्षांच्या मुलांना तुमच्या क्षमेची सर्वांत जास्त गरज असते. यामुळे ते मूल त्याच्या समस्यांमधून स्वत:च मार्ग काढायला शिकतं. नाहीतरी उरलेल्या संपूर्ण आयुष्यात हेच तर त्याला करायचं असतं – हे शिकण्यासाठीची किंमत त्याला मोजायला लावू नका. काळ जाऊ द्या, हळूहळू बंधनं सैल करा आणि त्यांना त्यांच्या गतीनं मोठं होऊ द्या.

५. किरकोळ कुरबुरी आणि आजारपणं

घरात अस्थिरता असेल किंवा काही समस्या असतील तर मुलाचं वागणं विचित्र होऊ शकतं. मुलांना बदल आवडत नाही. वातावरणातील ताण ती पटकन टिपतात. नेमकी समस्या त्यांच्या आकलनाच्या बाहेर असते, पण त्यांचं वागणं मात्र बिथरतं.

घरातील एका व्यक्तीच्या समस्यांचे दुष्परिणाम इतरांवर होत असतात

आणि मुलंही यातून सुटत नाहीत. समस्याग्रस्त पालक हे विसरतात की समजून वागण्याची परिपक्वता मुलात असू शकत नाही.

- मुलं बिचकण्यामागे विविध कारणं असतात : नवीन घरात राहायला जाणं, नव्या बाळाचा जन्म, कोणाचं आजारपण किंवा कुटुंबातील मृत्यू, पाहुण्यांची गडबड, रात्रीची जागरणं, सहलीला जाणं किंवा घरातील सदस्यांची भांडणं. कधीकधी तर याहून सूक्ष्म बदलांमुळे बिथरलेली मुलं तुम्हाला पाहायला मिळतील.
- मुलांना दात येत असताना बरं नसेल किंवा ताप असेल त्या वेळी त्यांच्याकडून शहाण्या मुलाच्या वर्तनाची अपेक्षा ठेवू नका. त्यांना कसंतरीच होत असतं, त्यामुळे ती चिडचिडी झालेली असतात. मग तुम्ही जरा काही सांगायला गेलात की ती नाटकं करतात.

उपाय : अस्थिर परिस्थितीत किंवा आजारपणात मुलांचं वागणं अगदी विचित्र होऊ शकतं आणि ती तुमच्या हाताबाहेर जाऊ शकतात. इथे त्यांच्या कलानं घेणं जास्त हिताचं ठरतं. तुमच्या अपेक्षा पुन्हा तपासून पाहा, म्हणजे मग मूळ समस्या मुलाच्या वागण्यामुळे जास्त तीव्र होणार नाहीत. परिस्थिती ताब्यात येताच तुम्ही मुलाचं वर्तनही पूर्ववत करू शकता. परिस्थितीशी जुळतं घ्यायला तुमच्या अंदाजापेक्षा नेहमीच मुलांना जास्त वेळ लागतो.

एवढंच तर आहे सगळं

मुलांचं गैरवर्तन उगाचच घडत नसतं – त्याची कारणंही तुमच्या नजरेसमोरच असतात. तुम्ही जर संयमानं आणि साकल्यानं विचार केलात तर त्यांच्या अनेक गैरवर्तणुकींच्या मागे तुम्हांला वरील पाच कारणांपैकी एखादं नक्कीच दिसेल. एखादं चलाख मूल याच पाच कारणांमधून अनेक नव्या युक्त्या शोधून काढतं. म्हणून तर कारणं समान असूनही प्रत्येक पालकाला आपलं मूल आणि त्याच्या समस्या वेगळ्या वाटत असतात.

तुम्ही नीट पाहिलंत तर असं दिसेल की प्रत्येक दिवशी घडणारे उपद्रव याच कारणांमुळे असतात आणि तुम्ही संतापत राहता. वरील कारणं नीट समजून घेतलीत तर तुम्ही बरेचसे निवळाल आणि मुलांना अधिक शहाणपणानं हाताळाल.

७

शिक्षा नको, शिस्त हवी

मथळा वाचून तुम्ही मनात म्हणाल, 'हं, आला तो विषय – मुलांना धपाटे घालणं, कोंडून ठेवणं किंवा त्यांच्या सायकलची किल्ली काढून घेणं – अशा कटकटी – झाल्या सुरू!'

पण असं नाहीय; याला शिस्त म्हणत नाहीत. तुमच्या मुलांना आनंदी आणि सद्वर्तनी बनवण्यासाठी तुम्हाला त्यांच्यावर माथेफिरूपणानं अरेरावी करणं गरजेचं नसतं. मुलांना शिक्षा किंवा वेदना देण्याशी शिस्तीचा संबंध नाही; याउलट, त्यांच्या चांगल्या वागणुकीला प्रोत्साहन आणि बक्षीस दिल्यानं ती आपोआप शिस्त शिकतात. मुलांना 'शहाणा मुलगा' व्हायला खूप आवडतं आणि ती कशी वागणार हे तुम्ही ओळखताच. ती आनंदी होतात. मला विचारलंत तर मी शिस्तीचा असा सकारात्मक अर्थ लावतो.

या प्रकरणात आपण अशा शिस्तीच्या मूलभूत संकल्पना पाहणार आहोत आणि त्याबरोबर पालक म्हणून तुम्ही ज्यात अडकू शकता असे सापळेही पाहणार आहोत. काही प्रसंगांमध्ये एक ठोस निश्चित भूमिका घेऊन मुलांची कानउघाडणी करणं आवश्यक असतं. सत्ता ही तुमच्याच हातात आहे; पण असे प्रसंग बहुधा दहा टक्केच असतात. उरलेल्या ९० टक्के प्रसंगांमध्ये तुम्हाला ती

वागतात तसंच घडू देणं हिताचं ठरेल.

शिस्तीबद्दलच्या दृष्टिकोनातील बदल

गेल्या शंभर वर्षांत शिस्तीबद्दलच्या संकल्पना बदलत जाऊन त्यांनी एक वर्तुळ पूर्ण केलं आहे. मागील शतकाच्या प्रारंभी आयुष्य खूप कठोर होतं आणि पाचातील एक मूल चौथ्या वाढदिवसापूर्वीच देवाघरी जायचं. बालसंगोपनाबद्दलच्या दृष्टिकोनामध्ये कठोरपणा होता. मुलांचं खाणंपिणं आणि त्यांच्या इतर गोष्टी अगदी ठरावीक वेळेनुसारच होत आणि मुलं सतत नियम आणि आज्ञाधारकपणाच्या धारेवर असत. मुलांवर फक्त लक्ष ठेवणं गरजेचं आहे. त्यांचं काही ऐकून घेण्याची गरज नाही असा समज होता. याच कालखंडात शिस्त आणि शिक्षा यांची जोडी जमली.

दुसऱ्या महायुद्धानंतर लोकांना जीवनात प्रत्येक आघाडीवर शांतता हवी होती. तरीही शिस्तीच्या नावाखाली मुलांचा आजोबांच्या छडीनं मार काही चुकत नसे. सुमारे १९६० ते ७० पासून शिस्तीमध्ये शिथिलता आणण्याकडे कल वाढायला लागला. मवाळपणा वाढला. त्या काळच्या संगीताचं यात मोठं योगदान होतं. त्याचे पडसाद बालसंगोपनाच्या क्षेत्रातही उमटले. याच सुमारास असा एक समज उदयाला आला की मुलांनी रडताच त्याला उचललं पाहिजे आणि चुचकारून पाजलं पाहिजे. थोड्याशा मोठ्या मुलांना काहीसं स्वातंत्र्य मिळू लागलं आणि घरांमधील या उदयोन्मुख लोकशाहीमध्ये मोठे आणि छोटे समानतेचे धनी झाले. काही पालकांना तर चक्क शिस्त या शब्दाचीच भीती किंवा अॅलर्जी निर्माण झाली.

१९८० पर्यंत ही 'असू देत' प्रवृत्ती चांगलीच प्रबळ होती. माझं हे पुस्तक १९८४ च्या आसपास बाजारात आलं तेव्हा पुन्हा मुलांना शिस्त लावण्याची गरज चर्चेत आली होती. मुलांना वठणीवर आणण्यासाठी 'छडी लागे छमछम' कल्पना पुन्हा डोकं वर काढायला लागल्या होत्या.

हा नंतर कळीचा शब्द झाला. मागील शतकातील कडक शिस्तीपासून स्वैरपणा, भोंगळ लोकशाहीच्या मार्गानं आता आपण अशा एका ठिकाणी येऊन पोहोचलो आहोत की पालकांचा गोंधळ उडून गेला आहे आणि नेमका कोणता मार्ग निवडावा याविषयी त्यांना काही समजेनासं झालं आहे. मला वाटतं आत्ता आपल्याला जास्त संतुलित कृतीची गरज आहे.

आता आपण वर्तणुकीमागची कारणं समजून घेत आहोत आणि ती हाताळताना होणारा त्रासही टाळायला लागलो आहोत. तुम्ही काय खपवून घ्याल आणि

काय नाही हे मुलांना जाणवून देणं म्हणजे शिस्त; पण त्याचबरोबर हा तोल सांभाळायला त्यांना प्रेमानं, हळुवारपणे शिकवणं महत्त्वाचं. पालक आता त्यांच्या मर्यादा ओळखायला शिकले आहेत.

शिस्त म्हणजे काय?

शिस्त म्हणताच बऱ्याच पालकांच्या डोळ्यांसमोर येते ती शिक्षा. पण असं नसतं, हे मी तुम्हाला दाखवून देणार आहे. लॅटीनमधील या (discipline) मूळ शब्दाचा अर्थ शिकवणूक किंवा प्रशिक्षण असाच आहे. शिस्त या शब्दाचा मूळ अर्थच शिकणारा (disciple) असा आहे. शिकण्याचा एक अनुभव म्हणून शिस्तीकडे पाहिल्यास पालक आणि मुलांना अनेक तजेलदार अनुभव येतात. मला शिस्तीची हीच कल्पना प्रिय आहे – एकीकडे मुलांना सर्व नियम समजले आहेत आणि ते कसे पाळायचे हे ते प्रेमातून आणि अनुकरणातून ती शिकत आहेत.

आपल्यातील – छोटं मूल, शाळकरी मूल आणि प्रौढ, अशा प्रत्येकाला शिस्तीची गरज आहे. आपण नेमके कुठे आहोत हे समजलं की आपल्याला कसं आनंदी आणि सुरक्षित वाटतं! जिथे कायम अस्थिरता असते किंवा वाट्टेल तसे अगम्य नियम अथवा कायदे लागू केले जातात, अशा एखाद्या ऑफिसात किंवा संस्थेत तुम्ही जर कधी काम केलं असेल, तर मग शिस्तीच्या छडीखाली झोडपल्या जाणाऱ्या मुलांची स्थिती किती केविलवाणी होत असेल ते चटकन तुमच्या नजरेसमोर उभं राहील.

कुठून येते ही शिस्त?

एकतर शिस्त आपल्यावर कुणीतरी बाहेरून लादू शकतं किंवा स्वयंशिस्तीचा भोक्ता ती स्वत:हून पाळत असतो. अर्थातच लहान मुलं आणि स्वयंशिस्त यांचा सुतराम संबंध नसतो, आणि म्हणूनच सगळं काही 'वरून' तुमच्याकडून, म्हणजे पालकांकडून यायला हवं. घरातली आदर्श शिस्त चांगली मुलं घडवते आणि मग त्यांना शाळेतही शिस्तीचा फारसा जाच वाटत नाही. शाळेतील शिक्षण सुरू होताना त्यांच्याकडून शांत बसणं, चित्त स्थिर ठेवणं, उत्तरं देणं आणि नीट वागणं या अपेक्षा ठेवल्या जातील. उत्तम मार्क मिळवणाऱ्या दांडगोबा आणि भांडखोर मुलांचं फारसं कोणी कौतुक करताना दिसत नाही.

शाळेआधीच्या वयात मुलं स्वत:च्या बाबतीत थोडी थोडी जबाबदारी

स्वीकारायला शिकत असतात आणि तुम्ही लगामाला थोडी ढील दिलीत तर खूपच चांगली फळं हाती लागतात. काम सांगितल्यावर ते कसं करायचं हे मुलांना ठरवू द्या. यामुळे आपल्या कृतीचे चांगले आणि वाईट परिणाम त्यांना न्याहाळता येतील. शाळेत जाण्याच्या वयापर्यंत त्याचे निर्णय त्यालाच घेऊ देण्याची पद्धत चालू ठेवायला हरकत नाही. कारण बाहेर पडताच मुलानं स्वयंशिस्तीनं वागावं हाच आपला मूळ हेतू आहे.

सुरुवात कधी करावी?

हा खरं तर वैयक्तिक विषय आहे, पण मुख्य गरज आहे ती हळुवार सुरुवातीची.

आयुष्याच्या पहिल्या वर्षात मुलांना शिस्तीची बिलकुल गरज नसते; तर गरज असते ती प्रेम, आराम, आणि सगळ्या गोष्टी वेळच्या वेळी होण्याची. इथे तुमच्यात आणि मुलामध्ये प्रेम आणि सुरक्षिततेच्या घट्ट धाग्यांची लवकरात लवकर वीण गुंफली जाणं सर्वांत जास्त महत्त्वाचं असतं. मागील पिढीतील लोक तुम्हाला म्हणतील की यामुळे मुलं जास्त शेफारतात, पण मुलं यामुळे सुरक्षित आणि स्वतंत्र होतात हे आता सगळ्यांनाच समजलेलं आहे. तुम्ही एखाद्या अर्भकाला बिघडवूच शकत नाही.

मुलं थोडी मोठी होताच काही प्रमाणात शिस्त आवश्यक असते, ती किती ते त्या मुलाच्या स्वभावावर आणि पालकांच्या सहनशक्तीवर अवलंबून असतं. देवासारखं वागणारं मूल असेल तर पावणेदोन वर्षाचं होईपर्यंत त्याला कुठलीही शिस्त लावावी लागणार नाही. त्यानंतरसुद्धा क्वचित सौम्य दटावणीसुद्धा त्याला सरळ करायला पुरेशी ठरते. अतिरेकी मुलांच्या बाबतीत मात्र हा काहीसा समस्येचा विषय ठरतो. त्यासाठी मग या पुस्तकाची एक प्रत तुमच्या टेबलावर, कपाटात असू द्या.

दोन वर्षांच्या आतलं मूल क्वचितच वाईट, दुष्ट किंवा आक्रमक वागतं. त्याच्या कृतीमागे विचार नसतोच मुळी. तोपर्यंत सौम्य पण निश्चित मार्गदर्शन पुरेसं असतं; तुमची छडी कुलपात राहिली तरी फारसं बिघडत नाही.

शिस्तीच्या पद्धती

मुलांना शिस्त लावण्याच्या विविध पद्धती आहेत. लगाम घट्ट पकडणारे आणि सैल सोडणारे दोन्ही पालकच असतात. दोन्ही पद्धती तुम्ही मर्यादा सांभाळून वापरू शकता, फार ताण नको आणि संपूर्ण ढीलही नको.

कडक की सैल?

'छडी लागे छमछम' मानणारे पालक कडक वागतात आणि शिक्षा करण्याच्या बाजूनं असतात. त्यांची अशी समजूत असते की मुलांना शहाणं बनवण्याचा तोच एक खात्रीलायक उपाय असतो. वरवर पाहता यात काहीसं तथ्य आहे असं वाटेलही; पण नीट विचार केला तर त्यात द्वेष आणि बंडाची बीजं रोवलेली दिसतील. अशी घरं म्हणजे जणू पोलीस ठाणीच असतात. इथे प्रत्येकानं काय, कधी, कसं आणि कुठं करायचं हे सगळं तंतोतंत आधीच ठरलेलं असतं.

शिस्तीच्या बडग्याखाली वाढलेल्या मुलांचं सद्वर्तन धाक असेपर्यंतच टिकतं. धाक नाहीसा होताच मुलं बंड करतात, पिसाळल्यासारखी करतात आणि आईबाबा बाहेर गेल्यावर घराचा सत्यानाश करून टाकतात. पहिल्या संधीलाच ती घर सोडतात आणि जाताना जणू म्हणतात, 'तुम्ही न दिलेल्या प्रत्येक

नव्याचे नऊ दिवस

कशाही चौकटीतील असेना, पण शिस्तीत वाढलेल्या मुलाला त्या काळात मुरलेल्या शिस्तीच्या गोष्टी पुढे कायम त्याला साथ देतात आणि त्याचे परिणाम जेव्हा ते मूल स्वत: पालक बनतं तेव्हा दिसतात.

लग्नाच्या वेळी कपडे, जेवणाचा बेत आणि हनीमूनला कुठे जायचं यासारख्या विषयांवर अनेक चर्चा रंगतात; पण किती जोडपी त्यांना होणारी मुलं आणि त्यांना कसं वाढवायचं यासंबंधी विचार करतात? शिस्त कडक ठेवायची की सर्वसामान्य यासंबंधी किती जोडपी मुलं होण्याआधी निर्णय घेतात?

गृहस्थाश्रमात प्रवेश करणारा प्रत्येक जण या बाबतीत काही गोष्टी मनोमन जाणून असतो. जणू त्याचे दृष्टिकोन अमलात येण्यासाठी योग्य संधीची वाट पाहत असतो. या गोष्टी खुलेपणाने बोलल्या न गेल्यामुळे काही आईबाबांमध्ये मतभेद होतात. म्हणूनच असं म्हणतात की संसाराची खरी खुमारी मूल झाल्यावरच अनुभवता येते.

गोष्टीबद्दल धन्यवाद'. एखाद्या दडपशहा सरकारनं भरडलेल्या जनतेसारखे या मुलांमध्येही कधीही स्थैर्य, आनंद, स्वातंत्र्य आणि आदर निर्माण होत नाहीत.

आता हे दुसऱ्या टोकाचं घर पाहा. इथे नियम औषधालाही नाहीत. मुलांना काय हवं ते करू दिलं जातंय, त्यांच्या कुठल्याही गोष्टीवर आक्षेप नाही, पण त्यामुळे इथे मुलांच्या कोणत्या गोष्टीची नोंदही घेतली जात नाही. कुणाला काळजी वाटत नाही आणि उत्तेजन अगदी दुर्मीळ असतं. शिस्त लावली तर मुलं आपल्यावर प्रेम करणार नाहीत; पण मुलांसाठी मर्यादा या हव्यातच. त्या झुगारून ना मुलाच्या पदरी प्रेम पडतं, ना तुमच्या पदरी आदर. अशा अतिमुक्त घरांमधल्या मुलांमध्ये अशी भावना बळावते की पालकांना आमच्याविषयी कसली काळजीच नाही. शाळेत गेल्यावर तर यांचे फारच हाल होतात आणि रातोरात सुधारणा करणं हेही अशक्यच असतं.

मध्यममार्ग हाच राजमार्ग

कठोर आणि सैल शिस्तीच्या मधल्या राजमार्गावरून जाणाऱ्या पालकांसाठी बराच वाव राहतो. अशा पालकांना छोट्या सल्ल्यांपेक्षा एखाद्या परिपूर्ण योजनेची गरज असते. त्यांना कोणतेही तात्त्विक सिद्धान्त सांगितले नाहीत तरी चालतात; पण उपयुक्त अशा युक्त्या सांगायची गरज असते, कारण ते धडपडणारे पालक असतात.

एखाद्या शांत मुलाचे नशीबवान आईबाबा तुम्ही असाल तर 'ऋतू बदलताना काय काळजी घ्याल?' अशांसारख्या साध्या सल्ल्यांवर तुमचं काम भागेल; पण जर जमदग्नीचा अवतार पोटी आला असेल तर एव्हाना तुम्ही डोक्यावरचे केस उपटायला लागला असाल. तुमचे फसत जाणारे उपाय बघता बघता 'आता काही खरं नाही' अशी भावना बळावू लागते. चुकीच्या मार्गानं मुलाला ताळ्यावर आणणंही तुम्हाला नको असतं.

अशा वेळी तुम्ही काय करावं? शिस्त बाणण्याचा सगळ्यात सोपा मार्ग कोणता? ते मार्ग वगैरे कोणते ते आपण नंतर पाहू – त्याआधी आपल्याला शिस्तीचा पाया समजून घ्यावा लागेल.

शिस्तीचा पाया

ही खरी सुरुवात आहे. तुम्हाला तुमच्या मुलाला शिस्तीचे धडे द्यायला सुरुवात करण्यापूर्वीच तुम्हाला मी सांगतो ते घटक मनावर ठसवावे लागतील. या चार मूलभूत सूत्रांवर तुम्हाला तुमची योजना आखता येईल आणि ती राबवण्याची तंत्रं पुढील प्रकरणात पाहता येतील.

१. सुस्पष्ट संवाद

सकारात्मक पालकत्व आणि प्रत्ययकारी शिस्तीसाठी सुस्पष्ट संवादाची फार गरज असते. उत्तम संवाद तुम्हाला इच्छित परिणाम साधून देतो. बेशिस्त मुलांचे पालक नेहमी तक्रार करत असतात, 'तो कधीही आमचं काही ऐकत नाही'; पण बऱ्याचदा मुलांनी काय करणं त्यांना अपेक्षित असतं, हे त्यांना सुस्पष्टपणे सांगता येत नाही. एवढंच नाही, तर त्यांची संवादाची भाषासुद्धा मुलांच्या डोक्यावरून जाणारी असते.

आता एक मासलेवाईक उदाहरण पाहू : सिडनीमधील माझा तो एक प्रसन्न, स्वस्थ दिवस होता. मी ऑपेरा हाऊसपासून होडीनं जाण्यासाठी थांबलो होतो आणि जवळच्याच एका कुटुंबाचं निरीक्षण करत होतो. ते प्रवासी कुटुंब जवळच्याच छोट्यामोठ्या भेटवस्तूंच्या दुकानात वेळ काढत होतं. छोटा बंटी त्याचा लहानपणाचा हक्क बजावत होता, हातात येऊ शकणारी प्रत्येक वस्तू त्याला न्याहाळायची होती; आणि आई मात्र हळूहळू वैतागत चाललेली होती. 'बेटा, नको ना हात लावूस. सोनू, नको म्हटलं ना मी तुला?' आता मला अजूनच गंमत वाटायला लागली. त्या दोन वर्षांच्या मुलानं आईकडे अशी काही नजर टाकली की जणू काही तो म्हणत होता, 'मी काही पाहत नाहीये, मी तर या खेळण्यांशी खेळतोय'. त्या छोट्या छोट्या वस्तू त्याला खेळणी म्हणूनच आवडल्या होत्या आणि त्यामुळेच त्याचा चेहरा आई कानडीत बोलत असल्यासारखा झाला होता.

तुमच्या शिस्तीला काही अर्थ हवा असेल तर तुम्हाला मुलांना जे सांगायचं आहे त्यात सुस्पष्टता आणायला हवी आणि मुलांना तुमच्या अपेक्षा नेमकेपणानं समजायला हव्यात. सुस्पष्ट संवाद साधण्यासाठी तुम्ही मुलाच्या उंचीइतके खाली झुका, त्याच्या डोळ्यांत पाहा आणि योग्य स्वरांचा वापर करा. नजरेत नजर मिळवली की मुलाच्या हे लक्षात येतं की तुमचं त्याच्याकडे संपूर्ण लक्ष आहे, जे फार महत्त्वाचं आहे. स्वरातील ठामपणामुळं त्याच्या लक्षात येतं की तुम्ही त्याला जे काही सांगताय त्या सांगण्याला गांभीर्य आहे. खाली वाकल्यामुळे त्याच्यात बरोबरीची जाणीव येते आणि तुम्ही हुकूमशाही करत नाही आहात याचा त्याला आनंद होतो.

तुमचा संदेश पोहोचवण्यासाठी वापरलेल्या भाषेलाही फार महत्त्व आहे. शब्दबंबाळ वाक्यांमध्ये मुलांना गुदमरवून टाकू नका, छोट्या, थोड्या आणि स्पष्ट वाक्यांनी तुम्ही हे साधू शकता. तुमच्या सांगण्यात मोघमपणा येऊ देऊ नका. मुलांचं लक्ष विचलित करणाऱ्या अनेक गोष्टींमधून तुमचा संदेश वेळीच आणि नीट पोहोचला तर शिस्त, नियम आणि मर्यादा मुलांकडून बऱ्याच वेळा पाळल्या जातात.

२. सातत्य हवं

बऱ्याचदा असं घडतं की आई आणि बाबा यांच्यामध्ये संगोपनाच्या कल्पनांविषयी एकमत असतं, पण त्या कृतीत येताना भिन्नता येते. सुसंगतीमुळे मुलांना घरामध्ये एकाच प्रकारचे नियम असल्याचं लक्षात येतं. प्रत्येक वेळी तेच नियम लागू असतात हे मुलांच्या नीट लक्षात यायला हवं. तुमच्या रोजच्या रस्त्यावरील वेगमर्यादा दररोज विनासूचना बदलू लागल्या तर तुम्हाला सतत पोलिसांच्या भीतीचा अनुभव येईल आणि याचा परिणाम म्हणजे तुम्ही गोंधळलेले, असुरक्षित आणि चिडचिडे व्हाल. विसंगत आणि सतत बदलत्या नियमांमध्ये राहणाऱ्या मुलांची हीच ओढाताण होते.

याउलट एकसंध संदेश मिळणाऱ्या मुलांसमोर गोष्टी नेमकेपणानं येतात आणि स्वत:च्या वागणुकीबद्दल तुमच्या निश्चित अपेक्षा त्याला कळतात. आता काही वेळा अशा येतात की कामाचा अतिताण, उरकायच्या कामांची लांबलचक यादी आणि उद्योगी मूल यामुळे या धोरणात फटी पडू शकतात; अशा वेळी दोघांच्या एकवाक्यतेसाठी तुम्ही जास्तीत जास्त झटलात तरी खूप आहे.

३. दैनंदिन कामांची चौकट

सुसूत्र, सुविहीत आणि सुसंगत वातावरणात राहणारी मुलं निश्चितच जास्त चांगली वागतात. अशा मुलांना नेमकं कळलेलं असतं की एखादी गोष्ट

मुलांना एकी दाखवा

काही कुटुंबांमध्ये आईबाबांपैकी एक आपल्या शिस्तीवर इतके ठाम असतात की त्या मुद्द्यावरून त्या दोघांमध्येच जुंपतं. अशा हमरातुमरीमध्ये मुलाचं वागणं सुधारण्याची आशा धरू नका, यासाठी दोघांमध्ये तह होण्याची गरज असते. मी काही दुष्ट पालकांना याचा अगदी टोकाचा वापर करताना पाहिलं आहे. मुलांना फूस लावून आपल्या जोडीदाराचं डोकं फिरवण्याचा प्रकार इथे घडत असतो. कायद्याच्या चौकटीत राहून मुलांना छळण्याचाच हा प्रकार आहे. खरं म्हणजे पालकांमध्ये मतभेद असले तरी ते मुलांसमोर येता कामा नयेत.

आज मुलाला एखाद्या गंभीर अपराधाबद्दल सहज माफी मिळाली आणि उद्या एखाद्या किरकोळ चुकीबद्दल फारच क्रूर शिक्षा मिळाली तर ते मूल पिसाळून जातं. गोंधळात टाकणारे संदेश देणाऱ्या आईबाबांच्या घरात ते मूल आनंदानं राहू शकत नाही; जेव्हा पालक एकमेकांच्या नेमकं विरुद्ध वागायला सांगतात तेव्हा त्या घरात शिस्त कधीही नांदू शकणार नाही, हे खात्रीनं ओळखा.

कुठपर्यंत ताणल्यास खपवून घेतली जाईल, त्यामुळे ती त्या मर्यादेत वागतात.

रोजच्या निश्चित दिनक्रमात ती शहाणी होत असतात, पण थोडासा व्यत्यय येताच ती अस्वस्थ होतात. उदा. जेवणाच्या वेळा बदलणं, न कळवता आलेले पाहुणे किंवा झोपायला झालेला उशीर. यासाठी त्यांना रोजच्या चौकटीत ठेवणं जास्त सोयीचं असतं – सकाळी वेळच्या वेळी उठून स्वत:चं आवरणं, नाष्टा, बालवाडीत जाणं, जेवणं, मग एखादी डुलकी, पुन्हा थोडा खेळ, रात्रीचं जेवण घेणं आणि गोष्टी ऐकत झोपणं याला मुलं सरावतात आणि त्यांची वाढ नीट होते.

रोजचा निश्चित दिनक्रम हा केवळ लहान मुलांनाच नाही तर, बऱ्याच वेळा मोठ्यांसाठीसुद्धा हितावह असतो. मीही सकाळी उठून थोडा व्यायाम करतो, मग काही तास लिखाण. बरंच लिहून झाल्याबद्दल खुशीनं स्वत:लाच थोडी कॉफी पाजतो आणि जेवणाच्या वेळेपर्यंत लिहीत राहतो. अशा तऱ्हेनं दिवस संपेपर्यंत ताण न घेता मी बराच कार्यभाग साधलेला असतो. हा आखीव दिनक्रम नसता तर तुम्हाला हे पुस्तक वाचायला मिळालं नसतं.

बरेच पालक साचेबद्धपणातील कंटाळ्याचा बाऊ करतात आणि 'रोजच्या

रटाळ जीवनात आनंद आणण्यासाठी मुलांना प्रत्येक दिवस वेगळ्या पद्धतीनं घालवता आला पाहिजे' अशासारख्या फसव्या मतांना बळी पडतात. खरं म्हणजे मुलांनाही रोजची कामं नेमानं करायला आवडत असतात आणि त्यांना खूश करण्यासाठी दररोज सर्कसला नेण्याची गरज नाही. यापेक्षा मुलांना सुरक्षितपणाची गरज असते.

रोजच्या निश्चित दिनक्रमामुळे तुमच्या शिस्तीसाठी एक आयताच पाया तयार होतो, आणि तुमचं आणि मुलांचं दैनंदिन जीवन सुसह्य होतं. अस्ताव्यस्त पालकांची मुलं नेहमी बावचळलेली असतात (आणि याचा अटळ परिणाम म्हणजे घरात रोज माजणारा गोंधळ).

४. सकारात्मक वागा

सकारात्मक दृष्टीनं घालून दिलेले शिस्तीचे नियम नेहमी उत्तम फळ देऊन जातात. आधी, तुम्ही सांगत असलेल्या नियमांवर तुमचा विश्वास हवा, आणि तो मुलापर्यंत नेमकेपणानं पोहोचवता यायला हवा. मी तर सकारात्मक मार्गाला 'श्रद्धावान लोकांचा मार्ग' मानतो.

तोंडावरची माशीपण न उडणारे पालक जेव्हा माझ्याकडे त्यांच्या आळशी मुलांच्या तक्रारी घेऊन येतात तेव्हा मला फारसं आश्चर्य वाटत नाही. तुम्ही दाखवलेला उत्साह बालसंगोपनात अनेक जादू घडवू शकतो. तुम्ही सकारात्मक असाल तर मुलंही सकारात्मक असतात; ही बाब संसर्गजन्य आहे. तुमच्या कृतींमधला आत्मविश्वास आणि श्रद्धा या गोष्टी तुमच्या मुलात आपोआप झिरपतात, आणि तो समजून जातो, 'हे असं करायचं असतं तर!'.

शिस्तीला कुठे गळती लागलेली दिसल्यास क्षणभर थांबा आणि तुमचे संदेश सशक्त आणि विश्वासपूर्ण आहेत की नाहीत याची खात्री करा. अहो, सकारात्मक पालकच खरे शक्तिमान पालक असतात!

फसव्या जाळ्यांपासून सावध रहा!

पुढील प्रकरणांमधून मी तुम्हाला अनेक तंत्रं शिकवणार आहे, पण त्याआधी अशा काही जाळ्यांचा परिचय करून देईन जेथे उत्साहाच्या भरात धडपडण्याचा नेहमी धोका असतो. मूळ कल्पना समजल्यावर ही धोक्याची वळणं टाळायला तुम्हाला जड जाणार नाहीत.

अतिसूचना टाळा

काही पालक मुलांच्या हात धुऊन मागे लागतात. बऱ्याच पालकांना अनेकदा

माझ्याकडे आणलेल्या आपल्या मुलांची डोकी पिकवताना मी पाहतो; 'बोलताना डॉक्टरकाकांकडे पाहून बोल', 'बोलताना प्लीज म्हणून बोलावं', 'शिंकताना रुमाल तोंडावर घे', 'त्यांच्या पेपरवेटला हात लावू नकोस', 'ताठ बस बघू' या आणि अशा नाना कटकटी ते सतत करीत असतात. मुलाच्या प्रत्येक कृतीवर असली प्रतिक्रिया देणारे पालक वातावरण उगीचच गंभीर करतात, मग मी माझं काम काय करणार?

अति सूचना देणं हे अति शिस्तीचंच एक रूप आहे आणि याचे परिणाम उलटच घडतात. मोठ्या माणसांनाही त्यांच्याबद्दल सतत बोलणाऱ्या लोकांविषयी चीड येते.

उपाय : तुमच्या सततच्या प्रतिक्रिया ऐकून मुलांना ते पार्श्वसंगीत म्हणून ऐकायची सवय होते आणि त्यातला बराचसा भाग दुर्लक्ष करण्याजोगा आहे असं ती मानतात. पालकांना नेहमी असं वाटतं की शिस्त लावायची तर ती खूप, नाहीतर काही उपयोग नाही. पालकांनीही हे लक्षात ठेवायला हवं की थोड्याच सूचना मुलं नीटपणे पाळू शकतात.

राईचा पर्वत करू नका!

काही पालकांना तर ही सवयच असते.

आई दमून घरी आली आहे आणि बिस्किटाचा एक तुकडा मुलाच्या हातून सोफ्यावर पडतो, "उचल पाहू ते लगेच" आई म्हणते, मूल दुर्लक्ष करतं. आता आई ओरडून म्हणते, 'उचल आत्ताच्या आत्ता', कारण तिचं पित्त खवळलेलं असतं. 'तू ते उचललं नाहीस तर, मग बघ माझ्याशी गाठ आहे ते!', काही क्षणातच तिला चूक कळून ती मुलाशी अजिजीनं वागायला लागते.

खरंच इतक्याशा गोष्टीसाठी एवढा आरडाओरडा करण्याची गरज होती का? इतर कचऱ्याबरोबर तेही झाडलं गेलं असतं. एखादा किरकोळ मुद्दा चिघळत नेल्यानं युद्धं घडतात. क्षुल्लक गोष्टीचा शेवट एखाद्या स्फोटासारखा असतो.

उपाय : एक दीर्घ श्वास घ्या, चार क्षण जाऊ द्या, आणि सोडून द्या ती किरकोळ गोष्ट.

झालं गेलं विसरून जा

मुलं कुठलीही गोष्ट पटकन विसरून जातात; पण त्यांचे पालक सगळं लक्षात ठेवणारे असतील तर घोटाळा होतो. अशी मुलं त्यांच्या आयुष्यातील असे कटू

दिवस पुसून टाकायला बघतात, याच्या वेगळ्याच मानसिक प्रक्रिया उद्‌भवतात आणि ती हळूहळू भावनाशून्य बनतात. क्षमाशील नसलेले पालक दु:खाच्या खंदकांजवळच मुक्काम ठोकून असतात.

उपाय : पालक मनात अढी ठेवणारे असतील तर त्याचा त्रास त्यांनाच जास्त होतो, आणि मुलंही अस्थिर आणि तुटक बनतात. अनेक पालक या समस्येची शिकार झालेले आढळून येतात. एखादी गोष्ट घडल्यानंतर मुलाला क्षमा करा आणि पुन्हा सगळी पाटी स्वच्छ करा. मुलाला वेळच्या वेळी आणि जागीच शिस्त लावावी आणि घटना घडल्यानंतर क्षमाशीलपणे वागावं.

नकारात्मक राहू नका

प्रत्येकाच्या आयुष्यात चढउतार येत असतात, पण काहींच्या बाबतीत त्यानंतर 'नाही' हे त्यांच्या आयुष्याचं घोषवाक्य होऊन जातं. यामुळे गोष्टी अजूनच बिघडत जातात आणि तुमचा सगळा दिवस 'अजिबात नाही', 'मुळीच नको', 'जमणार नाही', 'बंद कर पाहू' अशी वाक्य फेकण्यात जातो. नीट पाहिलंत तर यामुळे तुम्ही हताश आणि सुन्न होता; अगदी तुमच्या नजरेवरूनही ते दिसून येतं.

सतत नन्ना करणारे पालक रात्री त्याच मन:स्थितीत झोपी जातात. त्या वेळी त्यांच्या मनात असतं, 'मी किती छान शिकवलं होतं सगळं, पण यानं तर पुरती वाट लावली सगळ्याची'. यामुळे तुमची चिमणी पाखरंसुद्धा दुसऱ्या दिवशी उठल्याबरोबर चिवचिवाट करण्याऐवजी कण्हत असतात आणि मनात विचार करतात 'आज काय समोर वाढून ठेवलंय?'

उपाय : हे नकारात्मकतेचं सावट तुम्हाला पूर्णपणे घेरू शकतं. अगदी वाईट वागणारी मुलंसुद्धा फक्त दोन टक्के वेळातच वाईट वागत असतात, पण त्यावरच सगळं लक्ष केंद्रित करणाऱ्या पालकांच्या नजरेतून मुलांचा चांगुलपणा सहजपणे निसटून जातो. सतत वाईट वागणाऱ्या मुलाच्या बाबतीतसुद्धा नीट पाहा, कुठेतरी तुम्हाला काहीतरी छान सापडेलच आणि इथून पुढची सुरुवात होऊ द्या. याहून वाईट परिस्थिती असेल तर मुलाच्या 'काहीशा चांगल्या' गोष्टींचं कौतुक करायला सुरुवात करा, इथून तुमच्या सकारात्मकतेचा मार्ग सुरू होतो.

एका हातानं टाळी वाजत नाही

पालक जेव्हा माझ्याकडे तक्रार करतात की 'तो सतत वाद घालत राहतो', तेव्हा

मी चटकन त्यांना म्हणतो, 'म्हणजे, *तुम्हीही* त्याच्याशी वाद घालत असणार'. मुलांशी जिंकलेला प्रत्येक वाद प्रत्यक्षात तुम्ही हरलेला असता. ती बिचारी दहा मिनिटांतच सगळं विसरून जातात आणि तास उलटून गेला तरी तुमच्या कानातून विजयश्रीच्या वाफा येत असतात.

खरे शांत आणि सोशीक पालक कसे असतात हे पाहायचं असेल तर तुम्ही एखाद्या मॉलमधील तक्रार विभागात चक्कर मारा. ग्राहकाचा आवाज अगदी तारसप्तकाला भिडलेला असतो पण समोरची मुलगी मात्र अतिशय नम्रपणे, सुहास्य मुद्रेनं आणि शालीनतेनं म्हणत असते : 'अरे बापरे, या फूडप्रोसेसरचं पातं अगदी खराब निघून तुमचं बोट कापलं याचं मला खूप वाईट वाटतंय. या मॉडेलबद्दल आमच्याकडे आलेली ही पहिलीच तक्रार आहे; पण मी नक्की तुमचं म्हणणं योग्य त्या ठिकाणी पोहोचवेन आणि त्यांना काहीतरी करायला लावीन.' अगदी असंच, खुबीनं वाद टाळणं हे पालकांच्या हातात असतं आणि तुम्ही प्रतिक्रिया कशी देता यावर सगळं अवलंबून असतं.

उपाय : सहज जमतं म्हणून काही मुलं वाद घालतात, तर काही लक्ष वेधून घेण्यासाठी. वादावादी संपवण्याची जबाबदारी पालकांची असते. टाळी काही एका हातानं वाजत नाही. एका बाजूनं मौन पाळलं तर आपोआपच शांतता अवतरते. मूल कितीही हुशार असलं तरी तुम्ही गप्प झाल्यावर ते एकटंच भांडत राहू शकत नाही.

मनाला फार लावून घेऊ नका

तुमची तक्रार असते 'तो मुद्दामहून उद्धटपणे वागत असतो! आत्ता थोड्या वेळापूर्वी मी असं करू नकोस म्हणून त्याला निक्षून सांगितलं होतं.' इथे तुमचा पारा शिगेला गेलेला असतो. मुलांशी वागताना त्यांचं बालपण नजरेआड होऊ देऊ नका आणि कुठलीही गोष्ट वैयक्तिक मानू नका. बरंचसं बालवर्तन हे उद्धटपणाचं नसतं. तुमचा आणि मुलाचा दृष्टिकोन भिन्न असल्यामुळे हे घडतं एवढंच. मुलांसारख्या वागणाऱ्या एखाद्या मुलाला खोडकर म्हणणं बऱ्याचदा गैर असतं.

उपाय : इथे उजळणी करू या ती तुम्हाला मागे सांगितलेल्या मुलांच्या सामान्य वर्तनाची. केवळ शिस्तीच्या हेतूनं त्याच्या वागणुकीचा तार्किक कीस पाडत बसू नका, तुमच्या हाती काहीच लागणार नाही. 'मला सतावण्यासाठीच तो असं मुद्दाम करतो' या तुमच्या तक्रारीला बऱ्याच वेळा काही अर्थ नसतो, कारण बऱ्याचदा त्याच्या मनात असं काहीच नसतं. मुलाला चांगलं पाच वर्षांचं होऊ

द्या; तोपर्यंत तुमच्या चांगलं-वाईट काय याविषयीच्या सर्व वादांना सुट्टी द्या.

संगतीचा परिणाम

बाबांची नोकरी जाते किंवा बँकेचा हप्ता थकतो आणि मूल वेडंवाकडं वागायला लागतं, नखरे करायला लागतं; पण ही उदाहरणं वाईट वागण्याची नाहीत तर मला हेच सुचवायचं आहे की तुमच्या तणावाचे बळी मुलं होत असतात.

वर्तणुकीच्या बऱ्याच समस्या तणावाशी निगडित असतात, 'आमच्या मुलाला कुठलाही तणाव नाही.' असं तुम्ही म्हणाल. मान्य आहे, पण तुम्हाला आहेत ना. जीवन सोपं नाही आणि आईवडील अनेक चिंतांना सामोरे जात असतात : नोकरी, नाती, पैसा – प्रत्येक गोष्टीत चिंता आहेच. तुम्ही सायकल चालवणारी मुलं पाहिली आहेत? चढावर सगळी हाश्शहुश्श करत असतात आणि उतारावर मजेत गाणी गात असतात.

उपाय : बाह्य जगाकडून आदळणाऱ्या ताणतणावाच्या गोष्टी पालक म्हणून तुम्ही निश्चितच टाळू शकत नाही, पण त्यांना तुमच्या घराच्या उंबऱ्याबाहेर ठेवू शकता. या समस्या सोडवण्यासाठी आपल्याकडे कुठलीही जादूची छडी नसते, पण यांच्या विघातक परिणामांची तीव्रता कमीत कमी ठेवणं आपल्या हातात असतं. तणावाची संसर्गजन्यता लक्षात घेतलीत तर मुलांना त्याचा संसर्ग होण्यापासून तुम्ही वाचवू शकाल. आपण काही हस्तिदंती मनोऱ्यात राहत

नाही, मग मुलांना दुर्वर्तनी ठरवण्याची एवढी घाई का?

त्यांच्यातील जनावराला जागवू नका
बरेच पालक जरूर नसताना युद्धजन्य परिस्थिती निर्माण करतात. पण अशा बऱ्याच पालकांना मी नेहमी हेच समजावत आलो आहे की तुमच्या समोर एखादा वाघोबा आला तर तुम्ही हातातली काठी त्याच्यावर उगारत नाही; उलट हळूच तिथून कसं निसटायचं हे बघता, कारण तुम्हाला नको ते संकट ओढवून घ्यायचं नसतं.

उपाय : लहान मुलांच्या बाबतीत असंच असतं: त्यांच्यातील जनावराला ढोसू नका, काही साध्य होणार नाही. त्रासाच्या शोधातच गेलात तर तुम्हाला तो सापडेल. वाघोबाला छडी न मारतासुद्धा आपण आनंदी राहू शकतो की.

बदल ही प्रक्रिया आहे

वर्तणुकीसंबंधी मी आखून दिलेले बेत घेऊन पालक घरी जातात तेव्हा त्यांना असं ठामपणे वाटायला लागलेलं असतं की, आता हे सगळं एका तासात घडायला लागणार आहे. पण माझ्यासमोरून दूर होताच ते मूल सुतासारखं सरळ वागायला लागेल ही कल्पनाच फार बालिश आहे. असं पाहा, त्यांच्या ज्या सवयी तुम्हाला बदलायच्या आहेत, त्यात तुमचा बदल स्वीकारून सुधारायला त्यांना काही वेळ निश्चितच लागणार आहे.

रास्त अपेक्षा बाळगणं हेच इथे उपयोगाचं ठरेल. तुम्ही सातत्यानं वेळ आणि लक्ष दिल्यास हवा तो परिणाम साधू शकतो. मी खरंच सांगतोय, मी चमत्कार पाहिलेत, पण ते सगळे हळूहळू आणि पायरींपायरीनं घडलेले!

परिस्थिती बिघडू शकते!

मुलाच्या वर्तणुकीवर एखादी योजना अमलात आणताना उजेडापूर्वीच्या अंधारात धडपडण्याची तयारी ठेवा. बऱ्याच वेळा गोष्टी सुधारण्याआधी बिघडत असतात.

मूल एव्हाना तुम्हाला चांगलं ओळखायला लागलेलं असतं, तुम्हाला काय चालतं आणि तुमचं डोकं कशानं फिरतं हे त्याला छान समजलेलं असतं. अशा वेळी त्याच्या नेहमीच्या खोड्यांबाबत तुम्ही तुमचा पवित्रा बदलताच मुलं सावध होतात, आणि तुमच्या तटस्थपणाविषयी काळजीत पडतात. आता त्यांना तुमच्याशी

वेगळ्या पद्धतीनं वागावं लागण्याची ती तयारी करायला लागतात.

आज तुमची संरक्षक फळी मजबूत आहे आणि ती उद्याही तशीच राहिली तर मुलं त्यांच्या योजना फिरून आखतात आणि वेगळ्या आघाडीवरून हल्ला करण्याचं धोरण आखतात मात्र आता आईबाबा छोट्याछोट्या झटापटींना तयार असतात. तुमच्यातील बदल तुम्ही गांभीर्यानं स्वीकारलेला आहे आणि तुम्ही त्यामागे ठामपणे उभे आहात हे मुलांच्या लक्षात आणून दिलंत की जमलं, मग, तुमची हत्यारं एखाद्या संग्रहालयाला दान करायला हरकत नाही!

एक, दोन, साडे माडे तीन...

तुमची मोहीम सुरू झाली आहे! शिस्तीचे उपाय अमलात आणण्यापूर्वी तुमचा पाया पक्का का हवा ते तुम्हाला आता कळलं असेल.

तुमच्या लक्षात आलंच असेल की शिस्त ही एक सकारात्मक गोष्ट आहे : प्रोत्साहन आणि मार्गदर्शन हे त्यात अभिप्रेत आहे. बळजबरी, धमक्या, चढलेले आवाज, तऱ्हेवाईकपणा किंवा माथेफिरूपणा टाळूनही तुम्ही अनेक गोष्टी साध्य करू शकता. तुमचा संदेश स्पष्ट असेल, सांगण्यात सातत्य असेल आणि वागण्यात सकारात्मकता असेल तर तुम्ही निम्मी बाजी मारलीच म्हणून समजा. त्यानंतर येणारे खाचखळगे तुम्ही टाळता आणि यश हसतहसत तुम्हाला सामोरं येतं.

ही पद्धत नुसती उपयुक्त नाही, तर फार परिणामकारक आहे. ती कृतीत आणण्याची तंत्रं आपण पुढील प्रकरणात पाहू.

८

कशानं जमेल हे?

पा लकत्वाचं शिक्षण तुम्ही चुकतमाकतच घेत असता. शिस्तीच्या काही हमखास यशस्वी फॉर्म्युल्यांची ओळख आता आपण करून घेणार आहोत. मुलांच्या वर्तणुकीतील अनेक असाध्य समस्यांवरील नुस्खे तुम्हाला इथे सापडतील.

प्रथम आपण शिस्त बाणण्याचे काही सरधोपट हमखास मार्ग पाहू; मग कठीण वेळी वापरण्याच्या काही युक्त्या शिकू. सरतेशेवटी तुमच्या भात्यातल्या रामबाण उपायांकडे जाऊ.

न जमणाऱ्या गोष्टी आता भूतकाळ समजून विसरून जा, तुमच्या मुलाला वाढवणं आता सोपं होत चाललं आहे, हे तुमच्या लक्षात येईल.

चांगल्याला प्रोत्साहन, वाईटाला राम राम

तुमच्या मुलाला शिस्त लावण्यासाठी हाच सगळ्यात योग्य आणि परिणामकारक मार्ग असतो. इथे तुम्हाला मागे वाचलेल्या गोष्टी आणि मुलांच्या मानसशास्त्राचं जुजबी ज्ञान यांचं मिश्रण उपयोगी पडेल.

आता आपल्याला चांगलं कळलंय की मुलं अबुद्ध असतात, ती हेतुतः वाईट वागत नाहीत, आणि तुम्ही त्यांच्याकडे किती लक्ष पुरवता यावर सगळं अवलंबून असतं – जितकं अधिक लक्ष तितकं चांगलं. शिस्त बाणवताना हीच गोष्ट त्यांच्या फायद्यासाठी वापरून घ्या. तुमच्या मते योग्य असं जेव्हा मूल वागेल तेव्हा त्याच्यावर अपार लक्ष केंद्रित करा; त्यानं खूश होऊन तुम्हाला हवं तसं अधिकाधिक नीट वागायला ते मूल प्रवृत्त व्हायला लागेल, कारण तुम्ही लक्ष देण्याची आणि त्याला छान म्हणण्याची त्याला फार गरज असते. मुलांच्या चांगल्या वागण्याला तुम्ही जितकं जास्त प्रोत्साहन द्याल तितकं त्याचं त्रासदायक वर्तन कमी होईल.

या तंत्राचे दोन भाग आहेत : पहिला भाग म्हणजे प्रोत्साहनाचा. इथे बक्षिसं देऊन मुलांना आपण आपल्याला काय हवं आहे याची जाणीव देतो. दुसरा भाग आहे मुलांना परावृत्त करण्याचा, त्यांनी काही अयोग्य करताच आपण कौतुक बंद करतो आणि चाललेल्या प्रकारातून आपलं लक्ष पूर्णपणे काढून घेतो. त्यांना हे जाणवू द्या की ते छान वागत असताना सगळं कसं प्रेमळ, उबदार आणि हवं हवंसं असतं आणि त्यांनी चूक करताच सर्वत्र नकोशी शांतता पसरते. तुमचा हा थंडपणा त्यांच्या ध्यानात येऊ द्या.

तुम्हाला हे ऐकायला कठीण वाटेल, पण करून पाहायला गेलात तर अगदी सोपं आहे हे जाणवेल. बक्षीस मिळालेल्या कृत्यांची पुनरावृत्ती करायला मुलं उत्सुक आहेत असं तुमच्या लक्षात येईल. तुमचं बक्षीस साध्या तुमच्या आवाजातून, कृतीतून किंवा त्यांच्याकडे लक्ष दिल्यामुळे त्यांना मिळेल; याचा उलट वापर परावृत्त करतानाही करा. एखादा कलावंत टाळ्यांच्या गजरात वन्समोअर घेतो तसंच काहीसं आहे. इथे सगळ्यांचीच जीत असते. कलाकाराला मूठभर मांस चढतं आणि श्रोते अमाप आनंद लुटतात. याच्या उलट रटाळ गाण्यालाही टाळ्या मिळतात – पण त्या वन्समोअरसाठी नसतात, तर गाणं थांबवण्यासाठी असतात. मुलांचंही असंच असतं: छानसा प्रतिसाद न मिळणाऱ्या गोष्टी पुन्हा करायला त्यांना कंटाळा येतो.

पुढील चौकटीतलं उदाहरण तुम्हाला हेच दाखवतं की तुम्हाला नको असलेलं वर्तन मुलं नेमकं वारंवार का करतात? त्यामुळे आपली ही युक्ती एकदा तुम्ही वापरायला लागलात की मग एवढंच काम उरतं, स्वतःला विचारत राहणं, 'मी योग्य तोच संदेश देत आहे ना?' तुम्हाला आवडलेल्या वर्तनाची मुलं आवर्तनं करतील. तुम्हाला फक्त एवढंच ठसवायचं असतं की मुलं योग्य वागताच त्यांचं कौतुक होईल, आणि चुकीच्या वेळी बिलकुल नाही.

वा रे शूर

अडीच वर्षांच्या बबलीची शाळेत प्रवेशासाठी मुलाखत आहे. मोठ्या डौलानं चालत, हसत ती सर्वांसमोर येऊन उभी राहते आणि नाट्यपूर्ण हातवारे करत म्हणते, 'नंगूपंगू!' आई काळीठिक्कर पडते आणि खालमानेनं सारवासारव करण्याचा प्रयत्न करते. पुढे घडणारा प्रकार वेगळाच आहे. सगळे अवाक झालेले आहेत, सगळ्यांच्या नजरा आपल्यावर खिळल्या आहेत हे बघून फुशारून जात बबली ताठ मानेनं 'नंगूपंगू! नंगूपंगू! नंगूपंगू!' म्हणते.

आईनं जर वरची 'मुलं योग्य वागताच त्यांचं कौतुक, आणि चुकीच्या वेळी बिलकुल नाही' ही युक्ती पूर्वी वापरली असती तर तिच्यावर असं ओशाळं होण्याची वेळ आली नसती. या युक्तीप्रमाणे तिनं थंडा प्रतिसाद देऊन किंवा जांभई देऊन शेजारणीशी गप्पा सुरूच ठेवल्या असत्या आणि बबलीची अशी विकेट गेली असती तर ती कशाला पुढची बॅटिंग करतेय? प्रेक्षक नाही, मॅच नाही!

कृती तसं बक्षीस

नीट वागताच मुलांना बक्षीस देणं हे काही गैर नाही, ते अनिवार्यच आहे. मी काम करतो, म्हणून मला पैसा मिळतो, अन्यथा नाही. माझं व्याख्यान चांगलं होताच अभिनंदनाचा वर्षाव होतो, नाहीतर पुढचं निमंत्रण यायची मारामार.

मुलांना शिस्त लावण्याच्या दोन पद्धती तुम्ही वापरू शकता :

१. दृश्य बक्षिसं, ही तुम्हाला न्याहाळता किंवा हात लावून पाहता येतात. मुलाचा आवडता खाऊ करणं किंवा सायकलवर चार फेऱ्या जास्त मारायला होकार देणं ही याची उदाहरणं आहेत.

२. अदृश्य बक्षिसं, ही काहीशी सामाजिक आणि भावनिक असतात. कधीकधी तुम्ही आवाजात आणलेला गोडवा किंवा नजरेनंच दर्शवलेली 'वाहव्वा' पुरेशी असते.

वरीलपैकी कोणतं बक्षीस वापरायचं हे ठरवताना मुलाचं वय लक्षात घ्या. अगदी छोट्या मुलांना आईची गोड पप्पी, प्रेमळ थाप एवढ्यानंच खुशी मिळते, मोठी झाल्यावर मात्र त्यांना काहीतरी 'भरीव' हवं असतं, खिशाला काही वजन यायला नको का?

बक्षीस म्हणजे लाच नव्हे

वरचं वर्णन वाचताना तुमच्यातील काही जण म्हणतील, 'ठाऊक आहे आम्हाला, अहो, ही तर लाच!' पण इथे मला लाच आणि बक्षीस यामधील सूक्ष्म फरक तुम्हाला समजावून सांगायलाच हवा.

लाच म्हणजे मुलानं एखादी गोष्ट करण्याआधीच त्याबद्दल त्याला काय मिळेल हे सांगणं आणि नंतर ते देणं. हा जवळजवळ ब्लॅकमेलचाच प्रकार असतो; गाजर लटकवून तुम्ही हवी ती गोष्ट त्याच्याकडून करून घेता.

याउलट *बक्षिसाची* चर्चा कृती करण्याआधी कधीच केली जात नाही. ते बक्षीस अवचितपणे ढगातून हातात पडतं.

लाच आणि बक्षीस यातील फरक धूसर असला तरी आणि माझा सल्ला बक्षिसं वापरणं हा असला तरी, क्वचित प्रसंगी आपल्या लहानपणच्या दिवसांना आठवून एखादी लाच देऊन काही चांगलं घडणार असेल तर खुश्शाल लाच द्या.

डोळ्यात वाच माझ्या

नजर, स्पर्श, आवाज आणि स्तुतीतून अदृश्य बक्षिसं दिली जातात. यातील लक्ष देणं हे फार उपयोगी ठरतं. यामुळे पालक आणि मुलं सर्वच उल्हसित होतात.

मुलांचं सद्वर्तन टिकून राहण्यासाठी अशी सूक्ष्म बक्षिसं चालू ठेवा. त्यांना तुमच्या नजरेतलं प्रेम आणि आवाजातला गोडवा टिपू द्या. छोटी थाप किंवा थोडंसं कुरवाळणं, याला जोड द्या 'माझा राजा तो', 'किती छान', 'व्वा, शाब्बास'.

याच क्रिया चुकीच्या वर्तनाच्या वेळी तुम्हाला वापरायच्या आहेत. नाराजीसाठी वेगळा सूर येऊ दे, चेहऱ्यावर एक थंड भाव येऊ दे, त्यांच्यापासून बाजूला सरका, त्यांना हे कळायला हवं की त्यांनी जे केलंय ते चांगलं नव्हतं आणि मी त्यात भागीदार नाही. काहीतरी गडबड आहे हे तुमचं मूल एका क्षणात ओळखेल. एखादवेळेस काय चुकलं हे त्याला कळणार नाही, पण ती नाराजी त्याच्यापर्यंत पोहोचेल. अशा तऱ्हेनं तुमच्या हालचालीतली सूक्ष्मताच मुलांच्या वर्तनाला आकार देईल.

वागणुकीतील सुधारणा

चांगल्या वर्तणुकीला प्रोत्साहन देण्याची युक्ती आपण जेव्हा वापरतो तेव्हा खरं तर आपण वर्तणुकीत सुधारणा आणण्याची एक उपचारपद्धतीच वापरत असतो; पण तसा उल्लेख टाळण्याचं कारण असं की काही पालकांना यात पोलिसांच्या छुप्या पद्धतींचा वास येतो. त्यातून काहींनी कुठे-कुठे वाचलेलं असतं की, अशा पद्धती कुत्री, कबुतरं आणि सर्कशीतल्या प्राण्यांवर वापरतात, आणि मग त्यांच्या अंगावर काटा येतो. घाबरू नका.

हे प्रकार कुणी रिंगमास्टर हाताळत नसतो. हे उपयुक्त आहेत असं सिद्ध झालेलं आहे आणि तुमच्या आईवडिलांनी याविषयी कणभरही न जाणून घेता तुम्हाला यशस्वीपणे मोठं केलेलंच आहे.

चटकन कृती करा

अगदी छोट्या मुलांना बक्षीस अगदी लगेचच मिळालं तर ही पद्धत जास्त परिणामकारक झालेली दिसते. लहान मुलांचं लक्ष कुठल्याही गोष्टीवर खूप थोडा वेळ असतं. कधीकधी कृती घडल्यावर बक्षीस देण्यात एक मिनिट जरी गेलं तरी ते अपेक्षित परिणाम साधू शकत नाही. म्हणूनच आजचं बक्षीस उद्या देऊ नका, त्याचा काही उपयोग नाही आणि ते योग्यही नाही.

मुलाला शिस्त लावताना विलंब होऊ देऊ नका. दिवसा घडलेल्या चुकीची शिक्षा संध्याकाळी नको, कारण तोपर्यंत मुलाला त्याच्या कृत्याचं विस्मरण झालं

असेल. ते गोंधळून आणि घाबरून जाईल आणि कशात सुधारणा हवी हे त्याला कधीच कळणार नाही.

मुलांना भविष्यकाळ फारसा समजत नाही; त्यामुळे दिलेल्या सवलती काढून घेणं या युक्तीचा फारसा उपयोग होत नाही. वयाच्या चार किंवा पाच वर्षांनंतर यात बदल होतो. आता वागणुकीच्या अपेक्षित दर्जाबद्दल मुलाला बरीचशी ठीकठाक कल्पना येते आणि न घडल्यास होणाऱ्या परिणामांचीसुद्धा. त्याच्या आधी मात्र हा मंत्र पाळा : आत्ता किंवा कधीच नाही.

हे धोरण पाळताना सातत्याचीपण गरज असते. नापसंत कृतीवरील तुमच्या प्रतिक्रिया पाचपैकी पाचही वेळी उमटू द्या. इथे पाचपैकी चार होताच घसरण होईल, सातत्य राखूनच तुम्ही अपेक्षित परिणाम साधू शकता. चातुर्यानं वागण्याची इथे चांगली फळं हाती लागतील.

करायला गेलो एक...

हे तंत्र चुकीच्या पद्धतीनं वापरलं तर परिणाम उलट होऊ शकतात आणि 'करायला गेलो एक...' अशी अवस्था होते. वापरायला सोपं असं हे तंत्र असलं तरी काही लोक यातून नव्या समस्यांची निर्मिती करतात. चुकीच्या वर्तणुकीला प्रोत्साहन दिलं गेल्यास त्याला सर्वस्वी पालकच जबाबदार असतात.

आपण एक उदाहरणच पाहू या. आईनं छानसा वरणभात समोर ठेवताच बाळ 'च्यक्' असं म्हणून तोंड फिरवतं. भुकेच्या वेळी त्यानं काहीतरी खाल्लं पाहिजे या विचारानं आई, बाबा, आजोबा त्याला रमवण्याच्या मागे लागतात. मग आई हात उडवत विमानाचा आवाज काढते, बाबा विदुषकाचे चाळे करतात आणि कुत्रं कोलांट्या उड्या मारून दाखवायला लागतं – पण स्वारीची मान मात्र फिरलेलीच आणि तोंड घट्ट आवळलेलं असतं. खरं म्हणजे त्याला वाटायला लागतं की मी न खाल्ल्यामुळे हे सगळे खूश झाले आहेत. खाण्याच्या रोजच्या नाटकामागचं मूळ कारण तुम्ही पालकच असता.

आता या समस्येवर हा उपाय करून पाहा : मुलासमोर ताटली येते; 'च्यक्' ते म्हणतं; तुम्ही दुर्लक्ष करता. त्यानं खावं अथवा न खावं, तुमचा संयम सुटत नाही आणि खाण्यावरून यापुढेही झगडण्याचा तुमचा इरादा नसतो. लक्षात ठेवा, मुलं हट्टी असू शकतात, पण त्यांच्यावरही भुकेनं चवताळायची वेळ येतेच की!

मुलाकडे लक्ष देणं ही बऱ्याचदा त्याची नितांत गरज असते आणि म्हणून योग्य वर्तनाच्या बक्षिसासाठी त्याचा वापर करा; त्याच्या अयोग्य वर्तनावर हे बक्षीस मिळालं की तुम्ही गोत्यात आलाच म्हणून समजा.

दुर्लक्ष करा

काही वर्षांपूर्वी आईबरोबर आलेल्या एका छोट्या मुलाला मी तपासत होतो. ते मूल आईच्या पायांवर बसलेलं होतं. मी त्याचं पोट तपासायला गेलो आणि अचानक एक पाय सरळ करून त्यानं मला लाथ मारली. एक विनोदी प्रतिक्रिया देण्यासाठी मी मागे उडाल्यासारखं केलं, माझा गुडघा धरला आणि विव्हळायला लागलो. माझ्या या पोरकटपणाचं बक्षीस मला काही सेकंदातच मिळालं; या वेळी दुसऱ्या गुडघ्यावर बसलेली लाथ त्यानं पूर्ण शक्तिनिशी मारलेली होती, मी खरंच कळवळलो. मी पुन्हा उडालो. आमची ही भेट संपेपर्यंत मला अनेकदा हा प्रसाद घ्यावा लागला आणि माझी नडगी चांगलीच शेकून निघाली. एका आठवड्यानंतर मी माझ्या दवाखान्यात बसलो असताना धाडदिशी दार उघडून आमचं हे भूत आत घुसलं आणि मला काही कळायच्या आत माझ्यावर लाथांचा वर्षाव झाला होता.

आता एखाद्या बालरोगतज्ज्ञाच्या दृष्टीनं असं त्याच्याशी वागणं हे नक्कीच बालिशपणाचं होतं; पण यातून मी एक धडा शिकलो– मुलांच्या एखाद्या फालतू गोष्टीवर उगाचच नाटकी प्रतिक्रिया देऊ नका. अजाणतेपणी प्रथम मारलेल्या लाथेकडे मी दुर्लक्ष केलं असतं तर हा सगळा प्रकार तिथंच थांबला असता; अन्यथा मला क्रिकेटची पॅड बांधूनच दवाखान्यात बसावं लागलं असतं.

भात्यातले बाण

मुलांच्या सद्वर्तनाला प्रोत्साहन देण्याव्यतिरिक्त आणखीही काही युक्त्या तुम्हाला जवळ बाळगाव्या लागतील. मुलांचं अप्रिय वर्तन बंद करण्यासाठी तुम्हाला जादूची छडी मिळाली तरी त्याचा उपयोग होणार नाही; याउलट एखाद्‌दुसरी प्रभावी युक्ती ते काम अधिक नेत्रदीपकपणे करून जाईल.

लक्ष दुसरीकडे वळवणं

ही जुनी युक्ती अनेक वेळा फार उपयोगी ठरते आणि जादूसारखं काम करून जाते. तुम्हाला आठवतंय, तुम्ही आजीच्या कुंड्यांमधल्या झाडांची पानं इतकी पटापट ओरबाडायचा की हिवाळ्यातली पानगळसुद्धा याहून हळू वाटावी. मग आजी सावकाश म्हणायची, 'अरे, मी विसरलेच होते, माझ्या खोलीतल्या

बरणीत मी तुझ्यासाठी दोन चॉकलेटं ठेवली होती.' अशा वेळी तुमच्या पायांना वाऱ्याचा वेग यायचा आणि हातांना मिळालेल्या कामातील बदलामुळे तुम्ही आजीवर जाम खूश व्हायचा. आजीचा आवाज जराही न चढता तिच्या झाडांची पानं पुन्हा नव्या जोमानं फुटायला लागत.

आजही तुमच्या मुलांसाठी हे तंत्र तुम्ही अगदी बिनधोकपणे वापरू शकता. तुमच्या मुलाला काही उपद्व्याप करण्याचा झटका येण्याची चिन्हं दिसायला लागताच त्याचं लक्ष दुसरीकडे गुंतवा आणि अघटित टाळा. अशी लक्षणं ओळखण्यात तुम्ही हळूहळू पटाईत व्हाल आणि पुढे पुढे नुकसान होण्याआधीच टाळू शकाल.

पुढील देखावा कसा वाटतो पाहा : तुमचे बाजीराव पुन्हा एकवार झेंडा अटकेपार लावायला सिद्ध झाले आहेत आणि तुम्ही अचानक म्हणता, 'टॉम आणि जेरीची वेळ झाली वाटतं!' रंगमंच रिकामा होऊन नायक पडद्याआड पळालेला असतो.

इथे काही पालक आक्षेप घेतील की, मुलांना असं फसवणं योग्य नाही, कारण मग तीच फसवाफसवी करायला शिकतात; यावर माझं उत्तर खूप साधं आहे – आत्ता तुमचं काम होतंय ना! मुलांची स्मृती जास्त वेळ टिकत नाही, त्यामुळं शतकानुशतकं ही युक्ती उपयोगी पडत आली आहे. यामुळे कटकटी टळून तुम्ही शांततेनं राहता.

कधी कानावर हात, कधी डोळ्यांवर हात

तुमचं डोकं शांत ठेवायचं असेल तर बऱ्याचदा ही युक्ती कामी येते; अशानं तुम्ही फक्त महत्त्वाच्या गोष्टींकडे लक्ष देता आणि बाकीच्यांकडे चक्क कानाडोळा करता. म्हणूनच या युक्तीला मी हे नाव दिलं आहे.

मुलं जेव्हा बालवाडीतून किंवा इतरांकडून काही अर्वाच्य शब्द ऐकतात आणि घरी त्यांचा पुनरुच्चार करतात तेव्हा सरळ आपण ते ऐकलंच नाही असं भासवा – हे शब्द त्यांना कुणीच शिकवलेले नसतात. एखादी गोष्ट मनाविरुद्ध होताच छोटी बबली अगदी त्वेषानं म्हणते, 'तू खूप दुष्ट आहेस'; आणि तिचा तो द्वेष खरा मानून आई अगदी हिरमुसली होते. आता तिच्या 'शब्दबद्ध' प्रतिक्रिया ऐकायला लागलात तर तुम्हाला रोजची सिरीयल पाहण्याची गरज राहणार नाही.

इथे तुम्ही अगदी शांत राहायला हवंत, जणू काही आपण काही ऐकलंच नाही. तुम्हाला अगदीच उत्तर द्यावंसं वाटलंच, तर ते 'पण माझी मनी मला खूप आवडते ना!' इतकं छोटं असू द्या – आणि तो प्रसंग तिथेच सोडून द्या.

तुम्हाला माहीत आहे, की ती खरं तर तुमच्यावर खूप प्रेम करत असते आणि भीती वाटल्यावर किंवा ताप आल्यावर तुमच्याच उबदार कुशीची तिला गरज असते.

काही वेळा मुलं शब्दच असे बोलतात की दुर्लक्ष करणं तुमच्या दृष्टीनं फारच अवघड असतं, पण तुम्ही प्रयत्न सोडता कामा नये. इथे तुम्हाला गांधारीच्या पट्टीचा उपयोग होतो. उदाहरण द्यायचं झालं तर तुमच्या अडीच वर्षांच्या मुलाला क्रीम बिस्किटं खूप आवडतात आणि पोट भरेपर्यंत खायला हवी असतात. तीन बिस्किटं खाल्ल्यावर तुम्ही त्याला थांबवल्यावर तो ठेवणीतील अस्त्र काढतो – त्याचं हातपाय झाडणं, आरोळ्या ठोकणं, वस्तू फेकणं, पण तरीही तुम्ही शांतपणे रोजची कामं उरकायला घेता. तेव्हा आपल्या कुठल्याच गोष्टींना आई बधत नाही हे पाहून थोड्या वेळानं मूल माघार घ्यायची तयारी करायला लागतं. रिकाम्या थिएटरात नटसम्राटचे प्रयोग करायला कोणत्याच नटाला आवडत नाही – मग तो नवखा असो, किंवा मुरलेला. तुमची डोळेझाक तुम्हाला काय म्हणायचं आहे हे त्याला सांगून जाते.

सगळं झटपट घडू द्या

एखाद्या कुटुंबाला सल्ला देऊन झाला की मी त्यांना लगेचच घरचा रस्ता दाखवतो. याचे कारण दुसऱ्या पेशंटला भेटण्यासाठी मला घाई नसते. मला घाई असते ती पालकांनी माझे सल्ले पटकन अमलात आणायची. सिकंदराच्या थाटात आत शिरलेले पालक मान खाली घालून काहीतरी पुटपुटत माझ्या इथून निघताना मी अनेक वेळा पाहिलेले आहेत.

बाबांचा हुकमी बहिरेपणा

पत्नीनं काही काम सांगितल्यावर आपल्याला काही ऐकूच आलं नाही असं दाखवणारे नवरोजी मी पूर्वी पाहिले होते. 'अहो, तुम्ही रद्दी देणार आहात ना आज?' वगैरेसारखी वाक्यं कानावर जराही रेंगाळू न देणाऱ्या या पतिमहाशयांना 'मी थोडा चहा टाकतेय, घेणार का?' यासारखी वाक्यं कितीही हळू आवाजात बोलली तरी अगदी स्पष्टपणे ऐकू येतात.

मी डॉक्टर आहे, तशी माझी पत्नीही डॉक्टर आहे. तिनं माझी हुशारी जाणून त्यातली हवाच काढून टाकली. माझ्यासाठी तिनं एकदा कानाच्या डॉक्टरांची अपॉइंटमेंट घेतली होती. ती वेळ यायच्या आत मला आपोआपच तिची सगळी वाक्यं स्पष्टपणे ऐकू यायला लागली होती.

आमची एखादी लांबलचक बैठक संपल्यावर त्यांच्या कंटाळलेल्या मुलाला पटकन इथून बाहेर सटकायचं असतं. आणि पालक सगळा विचका करून टाकतात. त्यांचं सुरू होतं; 'डॉक्टरकाकांना नमस्ते कर, त्यांना थँक यू म्हण, त्यांना बाय कर, त्यांची पेन्सील परत दे, त्यांचा आरसा जागेवर ठेव – इथे नाही, त्या टेबलावर'. मग कुठे ते आपल्या गाडीच्या किल्ल्या शोधायला लागतात, माझ्या स्वागतिकेबरोबर 'मागच्या वेळी दिसला नाहीत' वगैरे गप्पा मारायला लागतात. मग त्यांच्या हवामानावर गप्पा सुरू होतात, आणि बाळराजे इकडे विचित्र हुंकार द्यायला लागलेले असतात. मग पालकांची सहनशक्ती आटायला लागते आणि माझ्या सगळ्या धडपडीवर बोळा फिरवला जातो.

एखादी गोष्ट स्फोटक आहे की नाही, हे पक्कं ठाऊक नसेल तर आसपास फार वेळ न रेंगाळणं हेच शहाणपणाचं असतं. त्यामुळे परिस्थिती तुमच्या ताब्यात राहते आणि मुलंही कंटाळत नाहीत. सुज्ञ आईबाबा असं कधीच करत नाहीत. कारण त्यातले फायदे त्यांना जास्त महत्त्वाचे वाटतात.

जरा दम खा (ब्रेक घ्या)

वर सांगितलेले, लक्ष दुसरीकडे वळवणं वगैरे उपाय किंवा इतर युक्त्या जेव्हा कुचकामी ठरतील तेव्हा धीर सोडू नका, थोडा विसावा घ्या. हे एक असं तंत्र आहे, ज्यानं हवेतला सगळा तणाव नाहीसा होतो. जणू प्रेशर कुकरची वाफ बाहेर पडल्यावर तोही शांत होतो आणि आपणही.

या कल्पनेचा उगम खेळामधून झालेला आहे. खेळाडू नेहमी छोटी विश्रांती घेऊन थोडा दम खातात, एकमेकात एकदोन वाक्यं बोलतात आणि पुन्हा खेळायला सिद्ध होतात. घरातसुद्धा एखाद्या किचकट प्रसंगी सरळ त्या मुलाला उचला आणि दुसऱ्या खोलीत घेऊन जा. आता तो देखाव्याच्या केंद्रस्थानी नसतो आणि हळूहळू त्याच्या नखऱ्यांमधली हवा निघून जाते. तुम्हाला आणि मुलाला शांत व्हायला वाव मिळतो. या महत्त्वाच्या उपायाची योजना तुम्ही आणि मूल दोघांसाठी असते. बऱ्याचदा तुमच्या असंही लक्षात येईल की मुलापेक्षा यानं तुमचाच जास्त फायदा होतोय.

या दम घेण्याच्या युक्तीचा हेतू मुलाला शिक्षा करणं हा नसून भांडणाच्या दोन्ही पक्षांना दूर करणं हा आहे. तुमच्या वेळच्या शिक्षेच्या त्या जुन्या पद्धतीशी ('चालता हो तुझ्या खोलीत' वगैरे आठवा) या युक्तीचा सुतराम संबंध नाही. तिचा खरा संबंध शांततेशी आहे. या पुस्तकात बऱ्याच ठिकाणी तुम्हाला आढळेल की ही युक्ती वापरून परिस्थिती चिघळायच्या आतच आटोक्यात आणता

येते. बऱ्याच वेळा छोट्या गोष्टींसाठी मोठ्या आकांडतांडवाची गरज नसते.

मुलाच्या वयाच्या दोन ते दहा या काळात ही युक्ती खूप उपयोगी पडते, पण त्यापूर्वीसुद्धा तुम्ही तिचा वापर करू शकता. तिच्या वापराची गरज नसलेले पालक भाग्यवानच म्हणायला हवेत; पण प्रत्यक्षात असे लोक थोडे असतात. आणि बाकीच्यांना डोक्याच्या चिंधड्या उडवणाऱ्या प्रसंगांना रोजच सामोरं जावं लागतं.

आपल्या पालकांचं डोकं आता फिरायला लागलेलं आहे हे तुमचं मूल पटकन ओळखतं, तेव्हा त्याला फाडफाड हुकूम सोडू नका, फक्त एक ब्रेक घ्या. लक्षात ठेवा : विचित्र मुलांच्या पालकांवर असे बिकट प्रसंग येणार असतात, पण शक्यतो सबुरीनं ते पुढे ढकलत राहणं यात खरा शहाणपणा असतो. खेळी हरण्यापूर्वीच प्रसंगावर ताबा मिळवा.

काय ध्यानात ठेवाल

वरील तंत्राचा वापर करावा लागणं म्हणजे परिस्थिती फार हाताबाहेर गेली आहे असं मानून हतबल होऊ नका किंवा फार अपराधी वाटून घेणं टाळा. केव्हा कोणता उपाय करायचा हे सरावानं नीट शिकून घ्या. बऱ्याचदा तुमच्या मुलाला दुसऱ्या तऱ्हेनं वागण्याचे पर्याय माहीत नसतात; पण त्यांना हा विश्वास वाटू द्या की आईबाबा सगळं छान निभावून नेतात.

तुम्ही आता काय पावलं उचलणार, कसं बोलणार, कोणत्या खोलीत किती वेळ ठेवणार वगैरे गोष्टींची मनाशी उजळणी करा. मनाच्या तप्त अवस्थेत बऱ्याचदा हे तपशील ठरवणं अशक्य होतं.

त्याला बाहेर आणल्यावर 'तुला कसं तिकडे ठेवलं होतं' अशी त्याला सारखी आठवण देऊ नका.

दम खाण्यासाठी युक्त्या

तुमची सहनशक्ती अगदी कडेलोटाच्या टोकावर आली आहे, अशा वेळी काय कराल?

- तुम्ही बाजूला चालला आहात आणि तेही का, हे मुलांना स्वच्छपणे सांगा– त्याला ते कळलं नाही तरी चालेल. खाली झुकून, त्याच्या डोळ्यांत बघून आणि आवाजाला विशिष्ट धार आणून त्याच्या हे नीट लक्षात आणून द्या, की स्थितीवर तुमचा ताबा आहे.
- शांतपणे त्याला उचलून किंवा हात धरून त्याला दुसऱ्या खोलीत न्या. त्याचा थयथयाट पाहून शांतपणे हे करणं हे अगदी कसोटीचं

असतं; पण ते कष्टानं जमवा. नाहीतर मुलाला वाटेल तोच जिंकला आहे.

- हळुवार राहा, कडकपणे वागण्याची गरज नाही, मात्र त्याला याची जाणीव होऊ द्या की तुम्ही त्याला असा सोडणार नाही.
- दुसऱ्या खोलीत गेल्यावर तुमचा ठेवणीतला आवाज बदलू नका. त्याला बजावत राहा की तुला असं वागता येणार नाही. त्याच्या नाटकी मुद्द्यांना भुलू नका.
- खोलीचं दार जरासं ओढून शांतपणे दुसरीकडे जा, पण कडी लावू नका, पण त्या खोलीपाशी घुटमळतही राहू नका.
- त्याचं वय बघून तितका वेळच त्याला खोलीत राहू द्या : एखाद्या तीन वर्षांच्या मुलासाठी तीन मिनिटं पुरेशी आहेत. त्याहून मोठ्या मुलांसाठी तुमच्या अनुभवाचा उपयोग करा.
- तुम्ही त्यांना खोलीतून बाहेर कसं काढता यालाही खूप महत्त्व आहे. केलेल्या उपायाचा पुरेपूर उपयोग व्हायला हवा असेल तर घडलेल्या गोष्टीचा पुनरुच्चार करू नका. त्याच्यावर राग धरू नका आणि पाच मिनिटं झाल्यावर तो पुन्हा तशीच वेळ आणणार आहे असं गृहीत धरू नका. सगळं विसरून त्याच्याशी अगदी मोकळेपणाने वागा.

दाराला कडी लावू नका. लक्षात ठेवा, तुम्ही त्याला कोंडून ठेवण्याची कालबाह्य शिक्षा कधीच देऊ इच्छित नव्हता, कारण त्यापासून काही लाभ होण्याऐवजी मूल भयभीत होईल.

अवाजवी अपेक्षा

त्याच्याकडून उगाचच अशी अपेक्षा बिलकूल ठेवू नका की खोलीतून बाहेर आल्यावर मूल सुतासारखं सरळ येऊन मान खाली घालून म्हणेल की, 'आई, माझं चुकलं; मी पुन्हा असं कधी करणार नाही.'

मुळातच ही युक्ती वातावरण थंड करण्यासाठी आहे. यातून फार मोठ्या चमत्कारांची अपेक्षा करणारे पालकच नेहमी अशी तक्रार करत असतात, की या युक्तीचा काही उपयोग होत नाही. त्याला पाच मिनिटं एखाद्या खोलीत बसवून तो दिवसभर एखाद्या देवदूतासारखा नक्कीच वागणार नाही. अगदी असंच घडावं असा तुमचा दुराग्रहच असेल तर त्याला एखाद्या पोत्यात घालून ठेवण्यावाचून तुम्हाला गत्यंतरच उरणार नाही.

मुलांनी माफी मागण्याची काही गरज नाही. माफक अपेक्षा एवढीच धरा की

त्यानं आपल्या वागण्याचा विचार करावा. अवाजवी अपेक्षा नेहमीच भंगण्यासाठी असतात. त्या तुम्हाला दु:खी केल्याशिवाय राहत नाहीत.

काही पालक अशी तक्रार करतात की ते मूल बाहेर आल्यावर पुन्हा पहिल्यासारखं वागायला लागतं. लगेचच असं करत असेल त्याला पुन्हा आत ठेवा; पण पालक जेव्हा असं म्हणतात तेव्हा बहुधा मध्ये एक तास गेलेला असतो. हाताबाहेर जाणारी परिस्थिती निवळण्यासाठी ही युक्ती वापरायची आहे. त्यामुळे काही काळ शांतता निर्माण झाली की आपली युक्ती सफल झाली आहे असं आपोआपच सिद्ध झालेलं असतं.

कोणत्या खोलीत?

ही युक्ती वापरणाऱ्या बऱ्याच पालकांचं म्हणणं असं आहे की तुम्ही त्याला कुठे ठेवता हेही महत्त्वाचं आहे. अशी जागा निवडा की जिथे निरुत्साह, मरगळ, शांतता आहे, आणि सगळ्या 'गमतीच्या' गोष्टी दुसरीकडे घडत असतात. अशी जास्तीची खोली असेलच असं सांगता येत नाही, अशा वेळी त्याला त्याच्याच खोलीत ठेवा.

त्याच्या खोलीत ठेवण्याविषयी तज्ज्ञ मंडळी लगेच शंका उपस्थित करतील, तो भित्रा होईल, त्याला झोप नीट लागणार नाही. हे रास्त मानलं तर मग त्याला जेवणाच्या खोलीत ठेवून तो जेवेनासा होईल आणि स्वैपाकघरात ठेवलं तर त्याला काम करता येणार नाही. तेव्हा यात काही तथ्य नाही. खोलीत खेळणी असल्यानं मुलाचं लक्ष विचलित होईल अशी शंका पालकांना येईल, पण काही झालं तरी

विरुद्ध पक्ष थोडा वेळ विभक्त होणं हिताचं असतं. खोलीतल्या खेळण्यांपेक्षा तुम्ही त्याला मुद्दाम तिथे ठेवलंय ही भावना मुलाला अस्वस्थ करायला पुरेशी असते. त्यांना कुठे ठेवलंय यापेक्षा तुमच्यापासून दूर ठेवलं आहे याला जास्त महत्त्व असतं. त्यामुळे मुलाच्या दृष्टीनं सुरक्षित अशा कुठल्याही ठिकाणी त्याला ठेवा.

जागा अपुरी असल्यास त्याला व्हरांडा किंवा हॉलमध्ये ठेवलं तरी चालेल. काही लोकांकडे जागा इतकी कमी असते की त्या मुलाला एखाद्या खुर्चीवर बसवून ठेवणं एवढाच पर्याय त्यांच्यापाशी असतो. यामध्ये तोटा असा होतो की तुमची पाठ वळताच तुमचं लक्ष वेधून घेण्यासाठी ते मूल पुन्हा अधिकच आगाऊपणा करायला लागतं. इथे हे लक्षात ठेवायला हवं की पालकांनी त्याच्यापासून दूर होऊन स्वत:ला दुसऱ्या एखाद्या कामात गुंतवलं पाहिजे.

टाळण्याजोग्या चुका

ही युक्ती वापरणारे पालक बऱ्याचदा त्यांचं अपयश सांगत येतात. मला माहीत असतं की ते पुढे दिलेल्या कारणांपैकी एखाद्यामुळे घडतं.

तो लगेच परत बाहेर येतो : मुलाला खोलीत ठेवून तुम्ही बाहेर पाच पावलंही टाकत नाही, तोच भात्यातून सुटलेल्या बाणाप्रमाणे ते परत येतं. या वेळी तुम्ही कुठे होतात असं विचारल्यावर बहुतेक पालक सांगतात की आपण दाराच्या बाहेर होतो. मुलं काही बावळट नसतात. दारात कुणी स्वागताला उभं आहे हे कळल्यावर त्यातली मजा चाखण्यासाठी ती चटकन बाहेर येणारच.

याहून गंमत म्हणजे काही मुलं बंदुकीच्या गोळीसारखी पालकांच्या आधीच खोलीबाहेर पडतात. आता एखाद्या प्रौढापेक्षा एखादं दोन वर्षांचं मूल जास्त

किती गोंडस!

एखादं मूल त्याच्या खोलीत ठेवल्याबरोबर त्याची सगळी नाटकं बंद करून जेव्हा त्याच्या खेळण्यांशी आनंदानं खेळायला लागतं तेव्हा काही पालक अगदी हतबुद्ध होतात. मी पुन्हा सांगतो, की ही युक्ती शिक्षेसाठी नसते; केवळ दोन युद्धखोर पक्षांना थोडा वेळ वेगळं काढण्यासाठी असते. मग ते मूल वेगळं काढल्यावर खेळतंय, की कोलांट्या उड्या मारतंय, की बडबडगाणी म्हणतंय याला फारसं महत्त्व नाही. इथे एवढंच घडायला हवं की थोड्या वेळानं तुम्ही आणि मूल थोडं शांत झालं आहे.

चपळता दाखवतं हे माझ्या जरा समजुतीबाहेरच असतं; मग अशा पालकांना चपळता वाढवण्यासाठी मी ॲरोबिक्सच्या क्लासला जायला सांगतो.

उपाय : माझी खात्री आहे की काय चुकलं हे त्याला ठणकावून सांगितल्यावर जेव्हा तुम्ही निग्रहानं त्याला खोलीत ठेवता आणि चटकन तिथून काढता पाय घेता तेव्हा असं घडणार नाही. गरज असते ती मन थोडं अधिक घट्ट करण्याची. थोडी अवज्ञा करून आणि थोडा धिंगाणा घालून आपल्याला काय पाहिजे ते मिळेल याचा सुगावा जेव्हा हुशार मुलांना आधीच लागतो तेव्हा पालकांची जबाबदारी वाढते. तुम्हाला काय आवडलेलं नाही हे त्यांना ठामपणे कळू द्या आणि दंगा करण्याचा बिलकुलच फायदा होणार नाही हेही समजू द्या.

कधीकधी अशा मुलांना एखाद्या डबलडोसची गरज असते. पहिल्या वेळी तो पळताच पटकन त्याला पकडून पुन्हा खोलीत ठेवा. पुढच्या वेळी थोडा वेळ दार हातानं घट्ट करून ठेवा. काहींना हे कठीण जातं, पण बाकी मात्रा चालत नसतील तर हा उपाय वापरायलाच हवा.

किंचाळणं आणि लाथा मारणं : 'अहो, मी त्याला त्याच्या बेडरूममध्ये ठेवलं, तर त्यानं किंचाळून किंचाळून घर इतकं डोक्यावर घेतलं, की शेवटी नाइलाजानं मला त्याला बाहेर काढावं लागलं,' असं उत्तर मला नेहमीच ऐकायला मिळतं. या प्रसंगाच्या वेळी पालक कुठे उभे होते असं मी विचारल्यावर पुन्हा तेच उत्तर मिळतं की, 'मी दाराच्या बाहेरच उभा होतो'. तुमचं मूल भले अडीचच वर्षांचं असेल, पण अशा प्रसंगी काळजीनं बाहेर उभ्या असलेल्या पालकापेक्षा ते नक्कीच जास्त हुशारी करून दाखवत असतं.

शक्तीचे प्रयोग!

वेगळं ठेवण्याची युक्ती का फसली असं विचारल्यावर काही वेळा पालक सांगतात की तो स्वत:हून दार उघडून येतो. 'तेव्हा तुम्ही काय करत असता?' असं विचारल्यावर पालक सांगतात, 'आम्ही दार बाहेरून धरलेलं असतं.' मग मुलांना हे शक्ती अजमावण्याचे प्रयोग आवडायला लागतात आणि दाराशी केलेल्या झटापटीतच खरी गंमत वाटायला लागते.

उपाय : आपला प्रत्येक हुंदका कान देऊन ऐकणारा श्रोता बाहेर उभा असेल तर खोलीच्या आतलं नाट्य आणखीनच रंगात येतं. फक्त एवढंच करा: त्याला आत ठेवा, दार ओढून घ्या आणि चटकन निघून जा.

काही मुलं बंद दारावर लाथा मारत राहतात, जेव्हा त्यांना माहीत असतं की त्यानं मारलेला प्रत्येक धक्का तुम्हाला ऐकू येणार आहे. यातलं काहीही ऐकत थांबू नका. खराब झालेलं दार वाटलंच तर काही दिवसांनी पुन्हा रंगवून दुरुस्त करून घ्या. बिघडलेलं मूल डोक्यावर बसण्यापेक्षा हे जास्त सोपं आहे.

खोलीतल्या वस्तू उधळणं : बरेच पालक खोलीची वाट लावली जाईल या भीतीनं मुलांना त्यांच्या खोलीत ठेवायला बिचकतात. किंबहुना या भीतीपोटी अनेकांनी ही युक्ती वापरायचं कायमचं टाळलेलं आहे; पण माझा अनुभव काही वेगळंच सांगतो. पालक जेव्हा खंबीरपणे वागतात, तेव्हा मुलं क्वचितच असं करायला धजावतात.

ती खोली दोन भावंडं वापरत असतील तर ही समस्या जास्त गहिरी होते. दुसऱ्या साध्यासुध्या मुलाच्या वस्तूंचा नाश सोसण्याच्या मन:स्थितीत पालक नसतात.

उपाय : एवढंच पथ्य पाळा की धान्य, पाणी किंवा धारदार अथवा धोकादायक वस्तू खोलीत असू नयेत.

खोली जर फक्त त्या मुलाचीच नसेल तर दुसरी कुठलीही योग्य जागा वापरा. स्वत:च्या खोलीत वस्तू उधळणाऱ्या मुलाच्या बाबतीत तुमच्यापुढे तीन पर्याय आहेत: हे जरा अवघड वाटेल, पण त्याच्या पसाऱ्याकडे पूर्ण दुर्लक्ष करा, आणि वादळ संपल्यावर खोली आवरायला त्याला मदत करा किंवा खोलीकडे एक करडी नजर टाकून त्याला सुनवा, हे सगळं तुलाच निस्तरायचं आहे. कधी असंही घडू शकेल की त्याला स्वत:लाच हे सगळं चूक वाटेल. मी पहिला पर्याय निवडेन.

दम खाण्याची युक्ती शेवटचा उपाय म्हणून वापरायला परिणामकारक असली तरी ती योग्यपणे हाताळता यायला हवी: तुमचा हेतू स्पष्ट हवा आणि नजर सूक्ष्म. कदाचित ही युक्ती तुम्हाला नेहमी वापरण्याची गरज भासणार नाही, पण जेव्हा कोणतीच मात्रा चालत नाही. तेव्हा हाती असलेला हा हुकमी एक्का जरूर वापरा.

पसारा आणि आवराआवरी

माझ्याकडे येणारी चार वर्षांची एक छोटुकली धिंगाणा घालण्यात अगदी पटाईत होती आणि तिचं हे कसब प्रत्येक वेळी ती हौसेनं दाखवून द्यायची. तिला खोलीत ठेवल्यावर बाहेर फारसे आवाज यायचे नाहीत, पण मधल्या काळात ती सगळ्या खोलीची पूर्णपणे वाट लावून टाकत असे. आमच्या युक्तीचा तिनं असा पद्धतशीरपणे फज्जा उडवलेला पाहिल्यावर मी पालकांना सल्ला दिला की तिच्या खोलीत रंग, टोकदार वस्तू किंवा धान्यासारखे पदार्थ ठेवू नका.

वस्तू कमी करून पुढच्या वेळी तिला खोलीत ठेवल्यावर ती फारशी रडलीदेखील नाही, कारण तिच्या लक्षात आलं की वस्तूंच्या पसाऱ्यानं आईवर फारसा परिणाम होत नाही. दहा मिनिटांनी ती काहीशी खुशीतच खोलीबाहेर आली. आईच्या नजरेतून काही सुटलेलं नव्हतं– तिनं सगळे ड्रॉवर्स ओतलेले होते, बिछाना विस्कटलेला होता आणि तिच्या कपड्यांचा एक अस्ताव्यस्त ढिगारा करून ठेवला होता– पण इथे आई अगदी निवांत राहिली. ती जाता जाता एवढंच म्हणायला विसरली नाही, 'फारच पसारा झालाय.'

आईवर ढिम्म परिणाम झालेला नाही हे पाहताच छोट्या बाईसाहेब हादरल्या. आईच्या नवीन पवित्र्याशी कसं जुळवून घ्यावं या विचारात गढून ती तिची नेहमीची नाटकं करायलाही दिवसभर विसरून गेली.

खरी मजा सुरू झाली ती रात्री झोपण्यापूर्वी आईनं तिला नाईटगाऊन घालून यायला सांगितल्यावर. पटकन परत येऊन तिनं तो सापडत नसल्याची तक्रार केली. आता आई अगदी औदार्यानं म्हणाली, 'अगं, जरा त्या ढिगाखाली बघ, नक्कीच मिळेल तुला'. आता मुलीची पुढची समस्या होती की 'माझ्या अस्ताव्यस्त खोलीत मला झोप येणार नाही.' आई तयारच होती. तिनं ढिगाऱ्यातून पटकन एक चादर आणि शाल ओढून काढली आणि मुलीवर पांघरली. दुसऱ्या दिवशी तिला स्वच्छ कपडे हवे होते तेव्हाही आईनं हीच युक्ती केली. तिनं पुन्हा तिच्या ढिगाऱ्याकडे बोट दाखवलं. आता तिचं काम झालं होतं, संदेश पोहोचला होता, अगदी स्वच्छपणे : 'मी एवढे उपद्व्याप केले पण आई काही रागावली नाही; पण मला मात्र माझी एक वस्तू जागेवर मिळेल तर शपथ.'

ठरलं तर मग, या युक्त्यांमध्ये तुमचा सोशिकपणा आणि थोडी विनोदबुद्धी मिसळलीत, की झालं तुमचं काम!

वर दिलेली तंत्रं प्रभावी आहेत यात शंकाच नाही. आता तुमच्याजवळ सगळी अस्त्रं आहेत, रोज वापरण्याची आणि संकटकाळी ठेवणीतून काढण्याची. पुढील प्रकरणात आपण अशा काही जागा पाहू की, जिथे तुम्ही हमखास तोंडघशी पडणार आहात.

९

काय लागू पडत नाही

शिस्तीविषयी चित्राची एक बाजू पाहिल्यावर दुसरीही पाहायला हवी – जिथे तुमचे सगळे प्रयत्न फोल ठरतात. धमक्या, मुलावर ओरडणं आणि मुलाशी वाटाघाटी करणं, यासारखे काही मार्ग पालक हाताळून पस्तावलेले असतात. पण हे मार्ग निरुपयोगी आणि गुंतागुंतीचे आहेत, यासाठी आधी पाहिलेली तंत्रंच कामी येतात.

धमक्या

बेलफास्टमधल्या विद्यार्थिदशेतील दोन गोष्टी माझ्या मनात पक्क्या ठसल्या आहेत. हिवाळ्याच्या दिवसांत बस उतारूंनी ओसंडून वाहत असायची आणि तिच्या छपरातून काही थेंब गळायचे. बहुतेक सगळ्या प्रवाशांना थंडीमध्ये सिगारेट किंवा पाईप ओढावासा वाटे आणि ते फक्त खोकण्यासाठीच आपलं तोंड उघडत.

दुसरीकडे बरोबर मुलं आणलेल्या मातांची वाक्यं ऐकू येत असत : 'पुरे आता', 'परत तू ते करून बघच, मग फटकाच खाशील', 'मी तुला शेवटचं सांगतेय हं', 'मी कंडक्टरला सांगून तुला खाली उतरायला लावेन, मग ये

एकटा'. अशासारख्या पोकळ धमक्यांना जगातली कुठलीच मुलं भीक घालत नाहीत. तुमच्या शिस्तीच्या मात्र चिंधड्या होतात.

गर्दीनं भरलेल्या बसमधल्या सर्व मुलांना पक्कं ठाऊक असायचं की केवळ बडबडण्यापलीकडे आई काहीही करणार नाही. पूर्वी अनेक वेळा त्यांनी या धमक्या ऐकलेल्या असत; पण मातांच्या भडकण्यापलीकडे घडत काहीच नसे. मुलांवर त्याचा काडीमात्र परिणाम घडत नसे. तुम्ही जेव्हा मुलाला 'मी अमुक करेन' असं सांगता, तेव्हा त्यांना ते तसंच घडवूनही दाखवा. यामुळे मुलांना आईच्या नेमक्या अपेक्षा कळतात.

बऱ्याच गोष्टी बाहेरच्या जगात ठीक असतात, पण घरात कुचकामी असतात. मुलांना त्यांचं वागणं कुठवर सहन केलं जाईल आणि त्याच्या पलीकडे गेल्यास काय परिणाम ओढवेल हे नीट समजायला हवं. धमक्यांच्या बाबतीत तोटा असा होतो की त्या शिस्त लावायला अपुऱ्या पडतात आणि काय चालणार नाही हे समजण्यासाठीही निरुपयोगी असतात. मुलाला सतत धमकावून त्याच्या मनात भीती उत्पन्न होते.

इशारा आणि धमकी यामध्ये फरक असतो. इशाऱ्यामध्ये काय घडेल याची जाण मुलांना दिली जाते. काही पालकांना 'मी फक्त तीनपर्यंत मोजेन' यासारख्या इशाऱ्यांचाही फायदा होतो. जास्ती करून हा इशारा थोड्या मोठ्या आणि शाळकरी मुलांवर लागू पडतो. मात्र तीननंतर चार किंवा पाच असा उच्चार कधीही करू नका.

लाकडी पट्टी उगारणं

हे अस्त्र वापरण्याचा विचार चुकूनही मनात आणू नका, तो क्रूरतेचाच एक प्रकार आहे. प्रत्यक्ष मारण्यापेक्षा मी हे कमी समजत नाही. १९५० च्या आसपास हा प्रकार सर्वत्र चालायचा पण सुदैवानं तो आता फारसा कुठे दिसत नाही.

ऑस्ट्रेलियामध्ये याबरोबर माशा मारायचा पुठ्ठा वापरला जायचा. त्याच्या झपझप अशा आवाजानं सगळ्या गोष्टी अगदी झपाझप होतात असं पालक मला सांगत असत. कारण त्यानं फारशी इजा होण्याचा धोका नसे. वरवर निरुपद्रवी वाटत असली तरी ही धमकीच आहे. या पातळीवर उतरण्यापेक्षा तुमच्याजवळ अनेक चांगले मार्ग उपलब्ध असतात.

ओरडणं

मुलांवर ओरडणं योग्य नाही हे ठाऊक असूनही अनेक पालक मुलांवर ओरडतात. मुलाचं लक्ष वेधून घेण्यासाठी तुमचा किंचितसा वाढलेला आवाज पुरेसा असतो. ओरडण्यामुळे मुलं बिथरतात आणि बहुधा त्यांची वर्तणूक जास्त बिघडते.

वातावरणातील तणाव, कोलाहल यांचा छोट्या मुलांवर फार पटकन परिणाम होतो. काही शाळाचालकांकडून तर मी असंही ऐकलं आहे की नुसत्या वाऱ्याच्या घोंघावण्यानंही बालवाडीतली छोटी मुलं सैरभैर होतात. घरामध्ये आपण क्रुद्ध होऊन मुलांवर ओरडताच त्यांच्या वागणुकीत घसरण होते.

पालक जेव्हा मला असं विचारतात की 'आमची मुलं सतत ओरडत का असतात?' त्या वेळी माझी मती गुंग होते. मी त्यांना एवढंच सुचवतो की, मागच्या वेळी घरात आरडाओरडा कधी झाला होता आणि तो कोण करत होतं? हे जरा आठवून पाहा. याचं उत्तर साफ असतं. मुलं भोवतालच्या लोकांच्या वागणुकीची नक्कल करत असतात : मुलांचं लक्ष वेधण्यासाठी तुम्ही ओरडलात तर ती तसंच करायला शिकतात.

ओरडण्यापूर्वी थोडा विचार करणं मुलांना शक्य नसतं, पण पालकांना नक्कीच शक्य असतं. तुमचा संदेश ठाशीवपणे पोहोचवण्यासाठी ओरडण्याचा आसरा कधीच घेऊ नका. तुम्ही शांतताप्रिय असाल तर मुलांनाही शांतता आवडायला लागते.

कधीकधी या उलट प्रकारसुद्धा अगदी वात आणणारा असतो. काही पालक मुलांना इतकं आळवून आणि गुळगुळीतपणे सांगतात की, मुलांना ते ऐकणं अगदी कंटाळवाणं होतं. उपदेशाचा तो पाल्हाळीक डोस मुलांना अगदी नकोसा होतो.

फटके देणं

इंग्लंड आणि ऑस्ट्रेलियामध्ये स्वतःच्या मुलांना फटके देण्याविरुद्ध कायदे होऊ घातलेले आहेत. गंमत म्हणजे नेमके हेच दोन देश शांततेसाठी इतर देशांशी चर्चा करण्याऐवजी बळाची भाषा करण्यात नेहमी पुढे असतात. माझं मत इथे नीटपणे समजून घ्या : बळाचा वापर मग तो एखाद्या देशाविरुद्ध असो वा मुलांच्या बाबतीत, दोन्हीला माझा प्रखर विरोध आहे. इथे पालकांनी त्यांना राजकारण्यांनी घालून दिलेले धडे खुश्शाल धुडकावून द्यावेत.

काही अनुभवी पालक क्वचित या मार्गाचा अवलंब करताना दिसतात. क्वचित दिलेला धपाटा आणि रोज सकाळ संध्याकाळ होणारी कुटाकुटी यात नक्कीच फरक असतो, दुसऱ्या प्रकारच्या कुटुंबात काही मूलभूत समस्या असतात.

कुटुंबातील अगत्य ही मुलांची प्राथमिक गरज असते आणि असं दिसून आलं आहे की भावनिक उत्पात नेहमी घडणाऱ्या कुटुंबातील मुलांना कौटुंबिक हिंसाचार, शारीरिक शिक्षा आणि विकृतींचा सामना करावा लागतो. स्वत:वर शारीरिक अत्याचार झालेली पिढी मानसिक भावनांनी ग्रस्त होऊन पुढील पिढीवर तसेच अत्याचार करते हे आता सिद्ध झालेलं आहे. पिढ्यान्‌पिढ्या चालत आलेल्या या रोगग्रस्ततेचं कारण म्हणून मी कौटुंबिक हिंसाचाराकडे पाहत नाही, तर एक लक्षण म्हणून पाहतो.

समग्र विचार केला असता क्वचित मारलेला एखादा धपाटा फारसा हानिकारक नसला तरीही मी त्याच्या पूर्ण विरुद्ध आहे. शिस्तीची ही तऱ्हा कधीच उपयोगाची ठरत नाही. शिवाय यात अजून एक धोका असा असतो, की क्वचित चापटी देणारे आपण हळूहळू ती रोज द्यायला लागतो आणि लवकरच परिस्थिती हाताबाहेर जाते. बऱ्याचदा हाती उपलब्ध असलेल्या इतर चांगल्या उपायांचा अवलंब करण्यापूर्वीच पालक इकडे वळताना दिसतात. ध्यानात घ्या, इतर अनेक चांगले आणि शांततापूर्ण मार्ग असतात.

मारण्याचा उपयोग का होत नाही?

माझ्या वरील विधानाची तुम्हाला अजून खात्री पटली नसेल, तर आपण यामुळे मुलांचा गोंधळ कसा उडतो ते पाहू.

तुमची हार : बऱ्याच वेळा अनावर रागाची परिणती म्हणून पालक फटके देण्याचा मार्ग स्वीकारतात. त्या वेळी उपयोग झाला आहे असं भासलं तरी शिस्तीचा हा एक अनुचित प्रकार आहे. फटका मारल्यावर दोन मिनिटांनी मुलाचे पाणी वाहणारे डोळे पाहताच बऱ्याच पालकांचा जीव गलबलतो आणि रागाचं रूपांतर अपराधी भावनेत होतं; नेमक्या याच क्षणी तुमचं मारणं विफल गेलं आहे आणि तुम्ही हरलात हे लक्षात घ्या.

पुढील प्रसंग पाहा : बंटी तुमचा अंत पाहतो, सर्व मर्यादा ओलांडतो आणि जे व्हायचं तेच होतं – फटाक्! आता तो रडायला लागतो, तुम्हाला वाईट वाटतं. तुम्हाला वाईट वाटतं हे बंटीला ठाऊक असतं, मग तो आणखी भोकाड पसरतो – मग तुम्हाला आणखी जास्त वाईट वाटतं. ही चढाओढ अशीच चालते आणि हळूहळू विजय बंटीच्या दृष्टिपथात यायला लागतो... तुम्ही हार

मानता आणि बंटीला जवळ घेता. मूळ मुद्दा बाजूला पडलेला असतो आणि बंटी एक नवं फायदेशीर सत्य शिकतो – तुम्हाला अपराधी वाटायला लावलं की कशालाही माफी मिळते.

शेवटचा उपाय : बऱ्याच वेळा पालकांनी दिलेले फटके त्यांच्या सहनशक्तीचा कडेलोट झाल्यावरच असतात. फटक्यांपूर्वी तुमच्यात आणि मुलात विविध संवाद आणि कृत्यांची एक मालिका घडलेली असते; आणि या सगळ्या गदारोळात समस्येच्या मूळ घटनेचा बऱ्याचदा विसर पडतो. पालक अगदी कातावून गेलेले असतात; पण फटका खाल्लेल्या मुलाच्या मनातलं कोडं काही उलगडलेलं नसतं, 'हा फटका नेमका कशाबद्दल होता?'

एखाद्या किरकोळ गोष्टीवर संवाद, वाद, वादविवाद आणि फटकेबाजी आणि त्यामुळे डोकं कामातून गेलेले पालक – यापेक्षा अशा किरकोळ घटना हाताळण्यासाठी याहून चांगले उपाय उपलब्ध आहेत. म्हणून तर आपण पालक आहोत – जबाबदार, शहाणेसुरते; आणि मुलं ही मुलं आहेत. छोट्या बेशिस्तीबद्दल बरसलेले फटके तुमच्यावर आणि मुलावर ताण सोडून जातात.

फटक्यांची परतफेड : तुम्हाला नाउमेद करणारा हा आणखी एक प्रकार आहे – तुम्ही फटका लगावल्यावर मूल तुम्हाला उलट फटका लगावतं. तुमचा दुसरा फटका आणि पुन्हा तेच. आता प्रसंगाचं रूपांतर एका छोट्या लढाईत झालेलं असतं, जी सुरू होताना ती थांबवणं इतकं कठीण जाईल याची तुम्हाला कल्पनाही नव्हती.

अशा लढायांमध्ये तुमच्या रागाचा पारा क्षणाक्षणाला चढता राहिला तरी मुलाच्या दृष्टीनं हळूहळू तो खेळाचा एक प्रकार बनतो. समज अपुरी असल्यामुळे मुलं अडेलतट्टू बनतात. पालक त्याच दर्जाचे असले की रात्रंदिन आम्हा युद्धाचा प्रसंग... अशी परिस्थिती अटळ होते, म्हणून लक्षात ठेवा, या लढाईत शेवटचा फटका तुमचाच असतो असं नाही.

मला लागलंच नाही : काही तीन किंवा चार वर्षांच्या मुलांमध्येसुद्धा अद्भुत चातुर्य असतं. अशी मुलं नाट्यमयरित्या एखाद्या सोशिक बेरडासारखी उभी राहतात, तुमच्या नजरेला नजर देतात आणि थंड उद्धटपणे म्हणतात, 'मला काहीच झालं नाही!' खरं तर त्यांना बऱ्यापैकी लागलेलं असतं, पण तुमचा पारा चढताना पाहून त्यांना मजा वाटायला लागलेली असते (जणू त्याला दाखवायचं असतं तुम्ही माझ्या अंगाला हात तर लावून पाहा!).

तुमचा विश्वास बसणार नाही, पण माझ्याकडे पाठवलेल्या एका मुलासोबत आलेल्या चिठ्ठीत लिहिलेलं होतं, 'कृपया याच्या पायाच्या नसा तपासून पाहा; त्या संवेदनाहीन असल्यासारख्या वाटतात!' माझ्या तात्काळ लक्षात आलं की मुलाच्या नसा नाही, पण त्याच्या पालकांचे मेंदू बधिर होते.

आजचा मार – आयुष्यभराचा धोका

मारण्यामुळे काहीही फायदा होत नाही हे दाखवणारी अनेक उदाहरणं पाहिल्यानंतर पालक नेहमी एकच सबब पुढे करतात : मारलं नाही तर मुलं हाताबाहेर जातील. माझा तर असा ठाम विश्वास आहे की, केवळ मुलाच्या जिवाला धोका असेल अशाच प्रसंगी परावृत्त करण्यासाठी वापरण्याजोगं अस्त्र म्हणजे मार आहे.

मांजराला नऊ जीवदानं मिळतात असं म्हणतात, पण मुलांच्या बाबतीत तसंच घडेल असं सांगता येत नाही. विजेच्या उपकरणांशी खेळणं, आगीशी खेळ, उंच ठिकाणी चढून बसणं किंवा रहदारीच्या रस्त्यावर सैरावैरा धावणं अशा सारख्या प्रसंगांतून प्रत्येक वेळी तुमचं मूल सहीसलामत वाचेलच याची काय खात्री?

असे फटके मायेपोटी द्यायचे असतात. एखादी गोष्ट आपल्याला शिकवायची

गाडीतल्या गमती

अशी कल्पना करा, की भरपूर रहदारीच्या रस्त्यावरून कार जात असताना तुमचं मूल त्याचा सीटबेल्ट काढतं. ते लावणं गरजेचं असतं आणि त्याशिवाय गाडी चालवायची नसते हे सगळं तुम्ही त्याला शिकवलेलं आहे. तरीही एखाद्या साध्या दिवशी हा सगळा प्रकार तपासून पाहायची त्याला हुक्की येते. अर्थातच यातला धोका त्याला दिसत नाही, पण तो तुम्हाला चांगलाच ठाऊक असतो. बेल्टविना गाडी चालवून पोलिसांनी पकडल्यास दंडापोटी तुमचा खिसा हलका होतो, पण अपघाताच्या एखाद्या दुर्दैवी क्षणी मुलाचा जीवही धोक्यात येऊ शकतो. म्हणूनच तुम्ही गाडी बाजूला घेता आणि त्याचा बेल्ट परत बसवून पुढे निघता. पुन्हा न काढण्याची तंबी देऊनही हे वीर तो बेल्ट पुन्हा काढतातच. अशा प्रसंगी पुन्हा शांतपणे गाडी बाजूला घ्या, त्याचा बेल्ट पुन्हा आवळा आणि त्याला सज्जड दम द्या : 'तू बेल्ट परत काढलास तर तुला एक छान रट्टा मिळणार आहे.'

असते आणि त्याचं कृत्य धोकादायक ठरू शकतं हे त्याच्या मनावर बिंबवायचं असतं. काही अनुचित घडू नये अशी तुमची तळमळ असते, आणि तसं काही घडू गेल्यास होणारी तुमची हतबल आणि भयभीत अवस्था त्या फटक्यातून व्यक्त होते. हे पुन्हा घडायला नको याची काळजी तुम्हाला घ्यायची असते.

तुमच्या जोरदार चापटीमुळे मुलाला आलेली कळ आणि त्याचं रडवेलं तोंड हे थोडं नजरेआड करा – काही अघटित न घडण्यासाठी तुम्ही मोजलेली ती किंमत आहे असं माना; यामुळे मुलंही अयोग्य ते टाळून पुन्हा हुंदडायला मोकळी होतात. धोका किंवा इजा टाळण्यासाठी फटका देणं हा योग्य उपाय असतो. अर्थातच तुमचा हेतू स्पष्ट असतो तो मुलाला सुरक्षित ठेवण्याचा, मार देऊन त्याला इजा करण्याचा नाही.

मग लोकशाहीचं काय?

सध्या लोकशाहीच्या जमान्यात मुलांच्या हक्कांचा पुकारा करण्याची एक लाट आली आहे; अनेक पालकांना असं वाटतं की आयुष्यातल्या सर्व गोष्टी बारीकसारीक तपशिलांसह मुलांना नीट समजावून दिल्या पाहिजेत. अशी वाक्यं ऐकताना वरवर गोड वाटली तरी अशा हक्कांचा आग्रह धरणाऱ्या पालकांना एक गोष्ट ठाऊक नसते की तुमच्या गुडघ्याइतकीही उंची नसलेली मुलं तुम्हाला मामा बनवायला टपलेलीच असतात.

तुम्ही लोकशाहीवादी पालक बनू पाहाल तर दिवसागणिक तुमची प्रचंड शक्ती खर्च होईल. तुमची मुलं मात्र आपल्या तत्त्वचिंतक पालकांची जिरवायलाच बसलेली असतात.

लोकशाहीवादी पालकांच्या मुलांनाही त्यांच्याकडे सतत लक्ष दिलं जायला हवं असतं आणि तुमच्यावर अगणित प्रश्नांच्या फैरी झाडून ती आपला कावा पुरेपूर साधतात. त्यांचे प्रश्न नीट पडताळून पाहिलेत तर तुमच्या असं लक्षात येईल, की ते फार सीमित आहेत आणि तुम्ही दिलेल्या उत्तरात मुलांना काहीच रस नसतो. अशा सहज गंडणाऱ्या पालकांची मुलं जेव्हा एकच प्रश्न वारंवार विचारतात तेव्हा ती बिलकुल मठ्ठ नसतात.

अशा घरांमध्ये नंतर बहुधा संयम सुटण्याची वेळ येते. एका विशिष्ट मर्यादेपर्यंतच मुलांना प्रश्न विचारण्यासाठी प्रोत्साहन द्यावं; पण मुलं त्या मर्यादेपलीकडे जाऊ लागताच स्वत:ला विचारून पाहा, 'त्याला खरंच काही समजून घ्यायचं आहे की उगाच माझं डोकं फिरवायला बघतोय?' कारण बऱ्याचदा खरंच मुलांचे प्रश्न काही जाणण्यासाठी विचारलेलेच नसतात.

'का?' हा प्रश्न वारंवार विचारणाऱ्या मुलांच्या बाबतीत तर माझं असं ठाम मत आहे की पहिल्या वेळी तुम्ही त्याला साधं उत्तर द्या. दुसऱ्या वेळी विषय बदला. तिसऱ्या वेळी ऐकूच आलं नाही असं भासवा आणि त्यानंतर मात्र तुमचा अधिकार वापरून त्याला ठणकावून सांगा, 'मी सांगतो म्हणून!' मुलांच्या बोलण्याकडे लक्ष पुरवणं आणि त्यांच्या ज्ञानात भर टाकणं वगैरे गोष्टी उदात्त असतात हे मान्य; पण जेव्हा मुलं त्याचा वापर तुम्हाला गुंडाळण्यासाठी करतात तेव्हा ती लोकशाही खुंटीला टांगलेलीच बरी.

वाटाघाटी आणि तह

अशा गोष्टींची उपयुक्तता कंपन्या आणि त्यांच्या कामगार संघटनांच्या बैठकीत आपण समजू शकतो – संघटनेला जेवणाची सुट्टी वाढवून हवी असते किंवा जास्तीची पगारी रजा आणि या बदल्यात थोडं जास्तीचं काम करायला तुम्ही त्यांना राजी करता. कधीकधी शाळकरी मुलांच्या बाबतीतसुद्धा हा उपाय चालतो; पण लहान मुलांच्या बाबतीत मात्र हा मार्ग म्हणजे फक्त टाईमपास समजावा.

पालकांच्या आग्रहाखातर एका तीन वर्षांच्या चिमुरडीशी समझोता करून आम्ही कसे गोत्यात आलो त्याची एक गोष्ट सांगतो. तोंडातलं रबरी बूच काढायला ही मुलगी काही केल्या तयार नसायची. इथे पालकांनी खरं तर ते चक्क काढून घ्यायला हवं होतं, पण त्यांच्या मवाळपणामुळे आम्ही करार केला.

ही धिटुकली वाटाघाटींमध्ये फारच तरबेज होती. कोपऱ्यावरच्या औषधाच्या

मी सांगतो म्हणून!

तुमच्या घरी नवीन आणलेल्या टेबलावर सतत धडाधड उड्या मारणाऱ्या मुलाचं उदाहरण घ्या. तुम्ही स्पष्टपणे त्याला खाली उतरण्याविषयी पटवायला जाता आणि तो तात्काळ विचारतो, 'का?'

मालमत्तेच्या संरक्षणापेक्षा तुम्ही लोकशाहीचे भोक्ते असाल तर तुमच्या परिसंवादाची गाडी पुढील रुळांवर घसरलीच म्हणून समजा– आजकालचं फर्निचर कसं नाजूक असतं, खालच्या मजल्यावरच्या जोशी आजी झोपल्या असतील, त्यांना त्रास होईल, त्यांचं नुकतंच ऑपरेशन झालेलं आहे, त्यामुळे त्या कशा चिडखोर झालेल्या आहेत इत्यादी, इत्यादी... इथे हे जाणून घ्यायला हवं की, या कुठल्याही कारणांमध्ये मुलाला रस नव्हता, त्याला फक्त तुमचं लक्ष वेधून घ्यायचं होतं.

दुकानावरून नेहमी जातायेता तिनं एक बाहुली हेरून ठेवली होती आणि बूच सोडण्याच्या बदल्यात तिनं बाहुलीची मागणी पुढे केली. हिची बुचाची सवय घालवण्यासाठी बाहुली द्यायला पालक तयार झाले. करार होताच सगळे जण त्या दुकानात गेले, दुकानदाराला सगळं सांगताच तो लवादाचा प्रमुख असल्यासारखा भासायला लागला आणि हा अदलाबदलीचा कार्यक्रम झाला. सगळं ठरल्याप्रमाणे पार पडलेलं पाहून आईवडिलांना जिंकल्यासारखं वाटलं. पण –

दुसऱ्या दिवशी पहाटे झोपमोड होताच ही मुलगी बूच मागायला लागली आणि सगळा नूर पालटला. बुचाऐवजी ही बाहुली चोखता येणार नाही हे कळताच ती चवताळली होती. 'माझं बूच द्या.' असा धोशा लावून तिनं घर डोक्यावर घेतलं. आईबाबांनी तिला शांत करण्याचा प्रयत्न केला. 'अगं, काल नाही का आपण त्या दुकानवाल्या काकांना ते बूच दिलं, म्हणून तर त्यांनी तुला ही छान छान बाहुली दिली ना?' यावर तिचं रडगाणं एकच, 'मला माझं बूच पाहिजे.' आणीबाणी ओळखून हे त्रिकूट त्या दुकानापाशी पोहोचलं. दुकान बंद पाहून मुलीनं तारस्वरात रडायला सुरुवात केली. दुकान उघडल्यावर आत जाताच तर खरा कहर झाला. तिनं धडपडून तिचं बूच शोधून काढलं आणि दुकानवाल्या काकांनी ते कचऱ्याच्या डब्यात फेकून दिल्याबद्दल त्यांच्यावर आगपाखड केली.

मुलांबरोबर केलेल्या वाटाघाटी आणि करार बहुतेक वेळा विफल ठरतात, कारण मुलं आत्ताचा क्षण जगत असतात. त्यांच्या बुद्धीच्या कक्षेत कमी गोष्टी

मावतात आणि भविष्यकाळही त्यांच्यासाठी अनाकलनीय गोष्ट असते. त्यामुळे अशा वाटेला न जाणंच श्रेयस्कर.

फटके आणि सामान्यज्ञान

मुलांच्या बाबतीत धमक्या, फटके आणि गुद्दे निरुपयोगी असतात, हे समजायला तुमच्याजवळ फक्त सामान्यज्ञान हवं; पण अनेकदा थकलेल्या, हताश, कार्यमग्न किंवा समस्याग्रस्त होऊन सैरभैर झालेल्या किंवा डोकं फिरलेल्या पालकांमधून तेच अचानक गायब होतं.

तुमचं बळ वापरून काही उपयोग होत नाही. याउलट चांगलं काम करणाऱ्या युक्त्या वापरण्यासाठी ते बळ राखून ठेवा.

१०

थयथयाट आणि इतर युक्त्या

मुलांना शिस्त लावणं हे जिलेटीनच्या कांड्या हाताळण्याइतकं कठीण काम असतं. सगळं ठीक होईल की नाही, का अचानक स्फोट होईल हे काही सांगता यायचं नाही. मुलं शाळेत जायला लागल्यानंतर पालकांना उमगतं, की आपण चांगलेच 'स्फोटक तज्ज्ञ' बनलो आहोत.

विचित्र वागणारी मुलं बऱ्याच वेळा तुमचं डोकं अगदी फिरवून टाकतात. सोसायटीतल्या अंगणात किंवा बाजारात गेल्यावर नेहमी नाटकं करणाऱ्या मुलाचे प्रताप बघून तुम्ही फार काळ शांत राहू शकत नाही. प्रत्येक वेळी रडण्याचं हुकमी हत्यार वापरून डाव साधणाऱ्या मुलांना तुम्ही किती सहन करू शकाल? तुम्ही 'नको' म्हणताच प्रत्येक वेळी कसलेल्या कलाकाराप्रमाणे आपण काही ऐकलंच नाही असं दाखवणाऱ्या छोट्या बदमाशासमोर तुम्ही प्रत्येक वेळी मनावर ताबा कसा ठेवू शकाल?

मुलांचा थयथयाट ही प्रत्येक पालकांनी कधी ना कधीतरी भोगलेली गोष्ट असते. अशा तुमची परीक्षा पाहणाऱ्या इतर काही प्रसंगी क्लीनबोल्ड न होता काय करायचं हे आपण या प्रकरणात पाहू.

थयथयाटाचं तंत्र

मुलं म्हणजेच थयथयाट असं म्हणता येईल, इतक्या हुकमीपणे मुलं थयथयाट करतात. प्रेक्षकांना खिळवून ठेवण्यासाठी अगदी बारीक तपशिलासह सगळा अनुभव पणाला लावणाऱ्या मुरब्बी कलाकारापेक्षा मुलं बिलकुल कमी नसतात, थयथयाट करणं हा अगदी त्यांच्या डाव्या हातचा मळ असतो. पालकांचा प्रतिसाद बारकाईनं अभ्यासून आपल्या थयथयाटाची लांबी आणि तीव्रता कमीअधिक करण्यात मुलं अगदी पटाईत असतात.

नेमकी तुम्ही ज्याला नको म्हणता ती गोष्टच मुलाला फार महत्त्वाची वाटते आणि तुमचा प्रतिकार त्याला त्या प्रसंगाचा हिरो बनवून टाकतो. चटकन परिस्थितीचा अंदाज घेऊन एका सफाईदार नाट्यप्रवेशाची तयारी तो क्षणार्धात करतो. संकटकाळी पसार होण्यासाठी सुरक्षित मार्ग त्याच्या नजरेनं आधीच हेरून ठेवलेला असतो. मग तो प्रेक्षकांचा अभ्यास करतो. नेपथ्य, प्रकाशयोजना आणि प्रेक्षक सगळं काही ठीकठाक असल्याची खात्री करतो आणि बस्स, धडाम! त्यानं नुकतंच धाडदिशी जमिनीवर अंग टाकलेलं आहे आणि पुढील खेळाला सुरुवात होत आहे.

मुलाचा पहिला वाढदिवस झाल्यावर असे प्रकार व्हायला सुरुवात होते आणि ते काही काळ टिकतात. मुलाचा नासमंजसपणा आणि निराशा यांचं हे बहुधा फलित असतं. त्यांचा तोल जायला काहीही पुरतं. साधारण तीन ते चार वर्षांपुढील मुलं काही विशिष्ट हेतूनं थयथयाट करतात, तर कधी आईबाबांना खिजवण्यासाठी. छोट्या मुलांना गोंधळ घालताना पडणारी अनुभवाची कमतरता या मुलांमध्ये नसते आणि त्यांची नाटकं तासन्तास चालू शकतात. चौथ्या वर्षांनंतर बरीच मुलं त्यांना हव्या असलेल्या गोष्टी मिळवण्यासाठी यापेक्षा अधिक परिणामकारक मार्गांचा वापर करताना दिसतात.

थयथयाट कसा हाताळाल?

बऱ्याचदा मुलं सूचना न देता धिंगाणा सुरू करतात; सर्व शक्तिनिशी झालेल्या स्फोटातून सावरायला पालकांना जरा वेळ लागतो. त्यांचा प्रवास अशा टप्प्यावर सुरू होतो की जिथे मूल काही ऐकण्याच्या मन:स्थितीत नसतं आणि त्यांचा थयथयाट थांबवणं कुणाच्या हाती उरत नाही. अनेकदा तर बाहेरील लोकांसमोर किंवा घराबाहेर असे प्रकार करून पालकांची भंबेरी उडवायला मुलं मागेपुढे पाहत नाहीत. अनुभवी पालकांचाही अशा वेळी ताबा सुटतो : घाम फुटणं,

हातपाय थरथरणं, रक्तदाब वर जाणं, अगदी काहीही होऊ शकतं.

अशी स्थिती हाताळताना प्रसंगाचं ठिकाण, घटनेमागचं कारण आणि मुलाचं वय लक्षात घ्या. दोन वर्षांपेक्षा कमी वयाच्या मुलांना विचार करता येत नसल्यामुळे त्यांचं लक्ष दुसरीकडे वेधून काम भागतं. थयथयाट करून पालकांचा अधिकार हातोहात मोडीत काढणारी मुलं तीन वर्षांची किंवा त्याहून मोठी

थयथयाट हाताळण्याच्या पद्धती

- बाळाचं वय आहे अडीच आणि आव आणतोय संगीतातला दर्दी असल्यासारखा; कशासाठी तर त्याला ताईचा महागडा आयपॉड हाताळायचा आहे. इथे संभाव्य नुकसान टाळण्यासाठी तुम्ही अतिशय शांत, स्पष्ट आणि जास्तीत जास्त तीन शब्दांत त्याला तो मिळणार नाहीये हे सांगता आणि चटकन तो आयपॉड त्याच्या हातातून काढून उंचावर ठेवून देता. अर्थातच साहेबांचा पापड मोडलेला असतो आणि थयथयाटाचं आपलं शक्तिशाली इंजिन तेही लगेच सुरू करतात.

दुसरीकडे लक्ष वेधणं

- ताबडतोब त्याचं लक्ष दुसरीकडे वेधून घ्या. 'अरे! आज बाबा लवकर आले वाटतं!' असं खिडकीकडे बघून म्हणा. 'अरेच्चा, बाबांच्या नाही, हा तर दुसऱ्या काकांच्या गाडीचा आवाज आहे.' बहुधा एवढ्यातच तुमचं काम भागतं.
- तुमचं नशीब जोरावर नसेल तर पुढच्या प्रकाराला तयार राहा. सगळी शक्ती एकवटून हातपाय झाडत झटके द्यायला आणि दणादण अंग जमिनीवर टाकायला किंवा आसपासच्या वस्तूंवर पहिलवानाप्रमाणे माफक इजा होईल इतपत काळजीपूर्वकपणे आदळा-आपटायला सुरुवात झालेली आहे.

दुर्लक्ष करणं

- आता तुम्ही दुर्लक्ष करण्याची वेळ आहे, पण हे अवघड असतं. काही वेळा तुमचं लक्ष नाही असं त्याला भासवून त्याच्यावर लक्ष ठेवणं हे श्रेयस्कर असतं.
- शांत राहा, गडबडून जाऊ नका आणि त्याच्याशी वाद घालू नका; हातातलं काम चालू ठेवा किंवा दुसरीकडे निघून जा. कपबश्या धुणं,

भाजी निवडणं, कपडे वाळत टाकणं किंवा बाल्कनीत देखावा पाहायला म्हणून निघून जाणं, यापैकी काहीही करा.

- *टीप : क्षणभर मुलाच्या मनात काय चाललं असेल याचा विचार करा : त्यानं उत्तम वठवलेल्या नाटकातून प्रेक्षक मध्येच उठून गेलेले आहेत. बरेचसे प्रत्यक्षातील नट इथे थांबतात, कारण ती मुलं नसतात ना!*
- प्रेक्षक निघून जाताच निराश मनानं मुलाला शरणागत व्हावंच लागतं, आपले हुंदके आवरत मूल आपल्या आधीच्या उद्योगाला लागतं. त्यानं असं केल्यास क्षमा करा आणि सगळं विसरून जा. इथे भावनेचा अतिरेक टाळून कुठलंही प्रवचन टाळा; एकदा विजय खिशात टाकल्यावर मुलाकडे जास्त लक्ष दिल्यास त्याला ते बक्षीस दिल्यासारखं वाटेल.
- काही वीर इथे हार मानणारे नसतात. त्यांचा दम अजून टिकून असल्यामुळे त्यांनी जमिनीवर अंग टाकलेलं असतं. आईनं काढता पाय घेताच असे वीर तिच्या पाठीमागे धावून तिच्या पायाजवळ दुप्पट जोमानं आपलं नाटक सुरू ठेवतात.

ब्रेक घ्या

- त्याचा आवाज क्षणोक्षणी वाढतोय, तुमच्या नडगीवर त्याच्या लाथा बसतायत आणि परिस्थिती झपाट्यानं हातून निसटत चालली आहे. विसरू नका की, आपण मोठे आहोत आणि हे आपल्याला आटोक्यात आणायचं आहे. आपला अधिकार राखून ब्रेक घ्या.
- चीड किंवा द्वेष न दाखवता त्याला हळूच उचला आणि करारीपणे त्याच्या खोलीत नेऊन ठेवा. हे सगळं पूर्ण निश्चयानं करा, त्याला तुमच्या गांभीर्याबद्दल अजिबात संशय यायला नको.
- त्याच्या खोलीतून निघताना शांत, ठाम पण कमी शब्दांत त्याला हे सांगा की शांत झाल्यावरच त्याला इथून बाहेर यायचं आहे आणि चटकन तिथून बाहेर पडा.

क्षमा करा आणि विसरून जा

- वादळ शमताच सगळं पूर्ववत होईल. इथे घडलेलं विसरून त्याला क्षमा करा. मनात काही ठेवू नका आणि तो विषय उकरून काढू नका.
- जणुकाही घडलंच नाही असं भासवून त्याला एखादं आवडतं काम द्या आणि आपल्या उद्योगाला लागा.

असतात. अशा वेळी पालकांनी शरणागती न पत्करता खंबीरपणे शिस्तीचा पाठपुरावा करूनच प्रसंगावर तोडगा शोधावा.

मुलाचा एखादा मनसुबा तुम्ही उधळून लावल्यामुळेच नाटकं घडतात असं नाही. काही वेळा एखादी अवघड – त्याच्या क्षमतेपलीकडची गोष्ट करण्यात आलेल्या अपयशामुळे किंवा शक्ती वा अनुभव कमी पडल्यामुळे हताश होऊन मुलं धिंगाणा घालतात. अशी कारणं तुम्ही अचूकपणे ओळखलीत तर ती शिक्षेस पात्र नाहीत, या मताशी तुम्ही सहमत व्हाल; उलट अशा वेळी मुलाला धीर द्या आणि मदत करा. काही समस्याग्रस्त घरात राहणाऱ्या किंवा आजारी मुलांनादेखील अशाच हळुवार आधाराची गरज असते.

असे प्रसंग हाताळणं अवघड असलं तरी अशक्य नसतं. मागील चौकटीत दाखवलेल्या युक्त्या तुम्हाला वापरून पाहण्याजोग्या आहेत.

महत्त्वाचे मुद्दे

एव्हाना तुम्ही अंदाज बांधला असेल की इतर समस्यांप्रमाणेच ही समस्या सोडवणंदेखील काहीसं सरळ असतं. इथे आपण लक्ष दुसरीकडे वेधणं, कानाडोळा करणं, दुसरीकडे निघून जाणं इत्यादी तंत्रं वापरतो. शिस्तीसंबंधी पूर्वीच्या प्रकरणांमधून यावर तपशीलवार चर्चा आलेली आहे.

तुमचं मूल किती जास्त धिंगाणा घालतंय यावर दिलेल्यांपैकी किती उपाय वापरायचे हे अवलंबून असतं – कधीकधी सुरुवातीलाच तुम्ही त्याला आटोक्यात आणू शकाल, पण कधी ज्वालामुखीचा स्फोट टाळता न आल्यामुळे हातातलं काम टाकून तुम्हाला प्रसंगाशी दोन हात करावे लागतील. या युक्त्या वापरल्यावर तुमच्या असं लक्षात येईल की त्यात प्रसंग चिघळण्याला वाव नाही आणि यातच त्यांची शक्ती दडलेली आहे. नाहीतर कुस्तीचे आखाडे झालेली घरं कमी दिसत नाहीत. प्रेक्षकांच्या चेहऱ्यावर पसंतीची पावती न मिळालेली मुलं लवकरच आपला गाशा गुंडाळतात.

मुलांनी तणतण केल्यावर शरण जाऊन त्यांना मनासारखं वागून देण्याची चूक कधीच करू नका. यामुळे विपरीत परिणाम जास्त घडतात.

त्यांना कवटाळून धरा

काही तज्ज्ञांच्या मते ही समस्या हाताळण्याची वेगळी पद्धत आहे. हातपाय आपटून अंग टाकणाऱ्या मुलांमध्ये त्यांना न्यायव्यवस्था धुडकावणाऱ्या बंडखोराची लक्षणं दिसत नाहीत. त्यांच्या मते मुलं आपल्या क्षमता

जोखण्याचा प्रयत्न करत असतात आणि त्यांच्या 'अंतर्मनाच्या ऊर्मी'मुळे ती असे उपद्व्याप करतात. अशा वेळी साफ दुर्लक्ष करण्याऐवजी मुलांना तुमच्याजवळ काही वेळ घट्ट कवटाळून धरा. अशानं त्यांना आतून आलेला 'झटका' ओसरण्यास तुम्ही मदत करू शकता.

अर्थातच मुलं घाबरली किंवा निराश झाली असताना ही पद्धत फारच उपयुक्त ठरते, मात्र जाणूनबुजून तुमची परीक्षा पाहणाऱ्या मुलांच्या बाबतीत ही निरुपयोगीच नाही, तर कधीकधी धोकादायकही ठरू शकते. मुलाच्या आततायीपणावर शास्त्रीय, मानसशास्त्रीय किंवा कुठलेही उपाय वापरून थकलेल्या माता क्वचितच या उपायाची पाठराखण करताना दिसतात. वाक्यानं वाक्य वाढत जाऊन लवकरच आग पसरते आणि त्यातल्या एका पक्षाने जादू केल्यासारखं शांत व्हावं ही अपेक्षा व्यर्थ असते. शांत व्हा, म्हणणं सोपं असतं, पण प्रत्यक्ष आयुष्यात स्थिती इतकी विकोपाला गेलेली असते की आईनं एक धपाटा ठेवून दिला नाही तर मूलच एक थप्पड ठेवून देईल.

दोन्ही बाजूंना वेगळं काढल्यामुळे आपण त्यांना थंड होण्याची संधी देतो. पालकांसाठी शांत राहून डोकं ठिकाणावर ठेवणं आणि भावना आटोक्यात आणणं हे अवघड असलं तरी थोडंसं लांब होताच हे साधणं सोपं जातं.

चारचौघांत केलेली नाटकं

बरेच पालक या गोष्टीला फार घाबरतात. कारण यामुळे त्यांच्या समस्या अनेक पटीनं वाढतात. सर्व लोकांत आपली वर्मं उघड होऊन लाजिरवाणं होण्याची वेळ येते. मुळात मुलांना घरात शिस्त लावण्याचा हेतूच हा असतो की चारचौघांत नेल्यावर त्यांनी आपली शोभा किंवा पाणउतारा करू नये. बाहेर असताना मुलांच्या काही समस्यांना तोंड देताना 'लोक पाहत आहेत' या केवळ कल्पनेनं कित्येक पालक हतबल होतात. त्याहून दुःखाची गोष्ट अशी की मूल कितीही व्रात्य असलं तरी निम्म्याहून जास्त लोकांची समजूत अशीच होते की याची आई खाष्ट असणार. धरणीमातेनं आपल्याला पोटात घ्यावं असं वाटणाऱ्या आईला जेव्हा एखादी बाई येऊन 'अरेरे, बिच्चारी!' असं म्हणत सहानुभूती दाखवते तेव्हा तुमचा उरलासुरला आत्मसन्मानही पायदळी तुडवला जातो. टोकाच्या प्रतिक्रिया सोडल्या तरी तुमचं पालकत्व कुठेतरी कमी पडतंय, याबद्दल

लोकांमध्ये दुमत राहत नाही.

अशा प्रसंगांचा सामना करताना जगात फक्त आपल्यावरच हा प्रसंग ओढवलेला आहे आणि आपल्या दोषांमुळेच मूल असं वागलं अशा विचारानं बिलकुल खचून जाऊ नका. तुमचं मूल दुकानात किंवा नाट्यगृहात नेल्यावर तुम्हाला जगातील सगळ्यात व्रात्य, खट्याळ, खोडकर आणि कटकटी करणारं वाटेल, पण अनेक आया त्याच वेळी अशा समस्यांना किंबहुना अधिकच तीव्र प्रश्नांना तोंड देत असतात. कित्येक आया 'माझं मूल बाहेर नेण्याच्या लायकीचंच नाही,' अशा निर्णयाप्रत आलेल्या असतात. तुमचं मूल चारचौघांत तुम्हाला लाज आणत असतं तेव्हा त्यापेक्षा जास्त खट्याळ पोरांच्या आया त्यांना शेजाऱ्यांकडे, पाळणाघरात किंवा चक्क आजीच्या तावडीत सोडून बाहेर पडलेल्या असतात.

शॉपिंग : तुमचं आणि मुलाचं

बऱ्याच वेळा असा अनुभव येतो की मोठ्या प्रेमानं मुलाला कुठे नेलं की मूल त्याचे सर्व दुर्गुण जगाला प्रदर्शित करून दाखवतं. अशा मुलांसोबत काही खरेदी म्हणजे केवळ अशक्यच. खरं तर दुकानांमधली गर्दी, गलबला आणि घाई यामुळे बरीच मुलं चटकन बिथरतात. त्यांच्या आजूबाजूला सर्वत्र गोंधळ, घाई आणि वस्तूंचे ढिगारे असतात. नजर कुठे फिरवू आणि कुठे नको असं त्यांना झालेलं असतं. प्रत्येक दालनात दिसणाऱ्या नव्या नव्या गोष्टींमुळे ती उत्तेजित होतात. काही मुलांना रांगा लावणं आणि एकूणच झालेला उशीर सहन होत नाही.

आधीच नीट योजना आखून बाहेर गेल्यास मुलांचे चवताळण्याचे प्रसंग टाळता येतात :

- मुलाला कुणाकडेतरी सोपवून आपलं शॉपिंग उरका. काही मुलांच्या बाबतीत त्यांना बाहेर न नेणं हाच खरोखर शहाणपणाचा मार्ग असतो.
- शक्य असेल तर मुलांना झोपवून खरेदीला जा किंवा इंटरनेटमार्फत खरेदी घरपोच येऊ दे.

मुलाला बरोबर नेणं टाळता येत नसेल तर पुढील काही प्रकारांनी तुमचा त्रास कमी करता येईल :

- मुलाला रमवण्यासाठी आईबाबा दोघांनी बाहेर पडा – एक से भले दो.
- मुलाची डुलकी झाल्यानंतर किंवा पोटोबा झाल्यानंतर बाहेर जाण्याची वेळ निवडा. म्हणजे तो जास्त काळ शांत राहण्याची शक्यता असते.
- खरेदीसाठी कमी गर्दीच्या वेळा निवडा. मुलं बालवाडीतून आल्यावर जायला हरकत नाही; मात्र यामुळेच बहुतेक बाजारांमध्ये तमाम माता आणि मुलं एकत्र अवतरतात.
- प्रत्येक वेळच्या खरेदीतून आलेल्या अनुभवांमुळे शहाणे होत जा. थोड्याशा मोठ्या मुलाशी बोलत राहा आणि त्यांना खरेदीत गुंतवायला बघा. 'काय गं, आज आपण सफरचंदं घ्यायची की संत्री?', 'एखादा निळा ब्रश मिळतोय का बघ पाहू', यामुळे मुलांना तुम्ही लक्ष दिल्याचं समाधान मिळेल आणि त्यांचं मनोरंजन होईल.
- प्रत्येक मुलाची सहनशक्ती टिकण्याची वेळ असते, ती ओळखून त्यानंतर मैत्रिणींशी गप्पा, रात्रीच्या जेवणाला कुठली भाजी किंवा सूप घ्यायचं यावरील चर्चा अशा गोष्टी टाळा. सगळी मोहीम झटपट उरकून तंबूत परतणाऱ्या सैनिकाच्या शिस्तीनं वागा. मॉलमधली सगळी दालनं धुंडाळण्याचं टाळा – कित्येक वेळा फुटकळ आणि फालतू गोष्टी बघण्यात तुम्हीसुद्धा खूप वेळ घालवत असता. बाहेर पडताना रांग लावून बिल भरणं तर तुम्ही टाळू शकत नाही, मात्र त्याआधी तुमच्या नजरेत भरून तुमच्या माथी मारण्यासाठी हुशारीनं मांडलेल्या खास मोहक वस्तूंजवळ रेंगाळण्याचं तुम्ही टाळू शकता.
- मुलांना टाळता येणार नाही असे काही विभाग असतात. अशा ठिकाणी त्यांना चक्क गंडवून दुसरीकडे न्या. जसे, 'अरे ते बघ तिकडे, त्या माणसानं दोन वेगळ्या रंगाचे मोजे घातलेत'.
- अचूक खरेदीदार व्हायला शिका : अशी माणसं घरातून निघण्याआधी काय आणायचं आहे याची यादी करतात आणि त्या वस्तूंच्या दुकानातील

जागा त्यांना आधीच ठाऊक असतात. अशी आई पटकन हव्या त्या कोपऱ्यात जाते, नेमक्या वस्तू उचलते, नको असलेल्या वस्तूंकडे बघण्याचं निग्रहानं टाळते, सगळ्यात लहान रांग असलेल्या कॅशियरपाशी थांबते आणि पैसे देऊन भुर्रकन कधी निघून जाते हे तुम्हाला कळतही नाही; आणि काही संधी मिळायच्या आत बाहेर पडायला लागल्यामुळे चकित होऊन तोंडात बोट घातलेलं मूल आईकडे पाहतच राहतं, पण आता फार उशीर झालेला असतो.

ऐन वेळची आफत

सगळ्या उपायांनी सज्ज राहूनही कधीकधी जे व्हायचं ते होतंच. एखाद वेळेस ते मूल थकलेलं असतं किंवा तो दिवसच खराब असतो. कधी तुम्हीच खूप थकलेले असता आणि मुलं या संधीचा फायदा उठवतात.

पैसे देण्यासाठी खूप वेळ रांगेत काढल्यावर आता तुमचा दुसरा क्रमांक असतो आणि मोहात टाकणाऱ्या वस्तू आसपास पेरण्यामध्ये व्यवस्थापनानं त्यांचा सगळा अनुभव आणि कौशल्य पणाला लावलेलं असतं.

अशा वेळी मुलानं कुरकुरे किंवा लेजचे दोन-चार पुडे उचलल्यावर चकित होऊ नका : इथे त्यानं एकावर एक फ्री किंवा नवीन चव अशा जाहिराती वाचलेल्या नसतात, तर त्याला ते हवं असतं आणि तेही लगेच.

'नाही – ठेव ते परत' तुम्ही म्हणता. इथे त्याला त्याचं कसब दाखवण्यासाठी पुरेपूर पोषक वातावरण आहे – तुमच्या हातात अनेक वस्तू आहेत, पर्सची चेन उघडी आहे आणि भोवताली उत्सुक प्रेक्षक आहेत.

तो पुन्हा तसंच करतो आणि तुम्ही पुन्हा 'नाही' म्हणता. झालं. आता तो अशा काही पुंडाईला सुरुवात करतो की आसपासचे लोक त्याला भरपूर मार्क देतात.

तुमची प्रतिक्रिया अपेक्षित असते – तुम्ही तिथे सोडून कुठेही असायला हवे होता. चेहऱ्यावर शांतीचा अविर्भाव आणून तुम्ही मनात मात्र कुढत राहता, 'अरे देवा, काय ही आफत ओढवलीस रे माझ्यावर!'

विश्वास ठेवा, इथेही हताश होण्यापेक्षा करण्यासारख्या काही गोष्टी असतात. तुम्ही खालीलपैकी एखादा मार्ग निवडू शकता :

- □ त्याचं लक्ष दुसरीकडे वेधा. घरच्याप्रमाणे बाहेरही ही प्रथम वापरायची युक्ती आहे. या प्रसंगी त्याचं लक्ष जास्त वेधून घेणाऱ्या वस्तूचा विषय काढा.

- ☐ अशा प्रसंगी त्याच्या वर्तनाकडे दुर्लक्ष करून शांत राहणं तसं फार अवघड आहे. कारण लगेच तुम्हाला कुजबुज ऐकू येऊ लागते, 'मी नाही बाबा मुलाचे असले चाळे खपवून घेणार'.
- ☐ आता त्याची नाटकं कुठवर खपवून घ्यायची ते मनातल्या मनात ठरवा. खाली झुकून त्याच्या डोळ्यांत बघा, त्याचं लक्ष पूर्णपणे तुमच्याकडेच आहे याची खात्री करा. त्याला सांगा, 'पुरे झालं हं, तू मला आवडत असलास तरी तू आणखी हट्ट करच मग, मी बघतेच तुझ्याकडे.' गर्दी आणि हातातल्या वस्तूंमुळे तुमचा रोष त्याच्यापर्यंत नीट पोहोचणार नाही असं वाटल्यास त्याला एखाद्या कोपऱ्यात नेऊन ठामपणे ते सुनवा.
- ☐ शॉपिंग तसंच सोडून तिथून बाहेर पडा. इथे तुमच्या माघारी लोक तुम्हाला नावं ठेवतील, पण नवनवे झटके येऊन त्यानं आणखी काही नाटकं करण्यापेक्षा माघार परवडली. कमीत कमी बाकीचे लोक तुम्हाला तिथला गलबला कमी केल्याबद्दल धन्यवाद तरी देतील.
- ☐ मात्र मी एक सल्ला जरूर देईन – त्याच्या नाटकांना बळी पडून आणि ब्लॅकमेलला घाबरून तो मागेल ती वस्तू अजिबात देऊ नका. तुमच्यातले कच्चे दुवे हेरण्यात मुलं फार चाणाक्ष असतात आणि नंतरचं प्रत्येक शॉपिंग तुम्हाला अधिकाधिक महाग पडत जाईल.

मी असं पाहिलं आहे की बाहेर धिंगाणा करणारी मुलं घरीही तशीच वागतात. घरी असतानाचे काही विशिष्ट फायदे वापरून तुम्ही मुलाच्या घरच्या वर्तणुकीवर नियंत्रण मिळवणं शहाणपणाचं असतं. एकदा यात प्रावीण्य मिळवलंत की मुलाला बाहेर गेल्यावर आटोक्यात ठेवायला फारसं अवघड जाणार नाही. स्थितप्रज्ञपणानं सगळं सहन करा वगैरे वाक्यं ऐकायला सोपी वाटतात; पण चार पावसाळे पाहिल्याशिवाय त्यातली खरी गंमत कळत नाही.

गर्दीच्या वेळचा धिंगाणा

एखाद्या गर्दीनं भरलेल्या हॉलमध्ये माझं भाषण संपल्यावर एखादा आगाऊ पालक मला हमखास विचारत असलेला प्रश्न असा आहे : 'डॉक्टर, तुम्ही म्हणता ते सगळं मान्य आहे, पण मग भर गर्दीमध्ये गाडीत अंग टाकून देणाऱ्या मुलाचं आम्ही करायचं काय?' खरं तर या प्रश्नाला

तितकंसं सरळसोट उत्तर देता येत नाही हे त्यांनाही ठाऊक असतं.

एखाद्या विचित्र मुलाला गाडीत घेऊन गाडी चालवणं फारच जिकिरीचं असतं. अशा वेळी त्याच्या चाळ्यांकडे लक्ष देण्याऐवजी रेडिओ मिरचीचा आवाज थोडा वाढवा, ए.सी. च्या बटणावर धूळ वगैरे लागलेली आहे का पाहा. मुलाकडे लक्ष द्यायला गेलात तर तुमच्यावरच थयथयाट करण्याची वेळ येईल हे नक्की.

मुलांच्या युक्त्या

एखाद्या वेळी मुलाच्या हातपाय झाडण्यावर ताबा मिळवता आल्यास लगेच हुरळून जाऊ नका. मुलंही काही कमी नसतात. तुमच्या शिस्तीला बगल देण्यासाठी नवनवीन मार्ग शोधत असतात. पालकांकडून विचारण्यात येणाऱ्या नेहमीच्या प्रश्नांचा ऊहापोह खाली केला आहे. अशा वेळी तुम्ही जेवढं शिकलात ते सगळं पणाला लागत असतं. होडी वादळात सापडताच ते सगळं एकदम आठवणं महत्त्वाचं आहे.

तो पुन्हा तेच करतो

'आम्ही त्याला 'नको' म्हटल्यावर तो जरासा थांबतो, पण आमची पाठ वळताच पुन्हा तसंच करायला लागतो.'

मुद्दामच तुमची परीक्षा पाहणाऱ्या मुलांच्या डोक्यात काही शिरणं फार अवघड असतं – त्यांच्या मर्जीप्रमाणे ती फारच एककल्ली वागत असतात. इथे मुलाच्या वयावरही बरंच अवलंबून असतं. एक ते दीड वर्षांची मुलं अगदी अबोध असतात – पालकांचा दृष्टिकोन लक्षात येणं, काही मिनिटांपूर्वी सांगितलेलं लक्षात ठेवणं किंवा एखाद्या गोष्टीवर लक्ष केंद्रित करणं वगैरे गोष्टी त्यांच्या बाबतीत अशक्य असतात.

पण तीन वर्षांच्या मुलाचा निरागसपणा थोडासा जाऊन त्या जागी तुमच्याकडे दुर्लक्ष करून तुम्हाला गुंडाळून ठेवण्यातली गंमत अनुभवण्याचा उत्साह आलेला असतो. तुम्हाला सतावत राहून तुमची चिडण्याची मर्यादा त्यांना जाणून घ्यायची असते आणि डाव जिंकताच त्यातली मजाही मोठी असते.

- ☐ एखाद्या मुलाला नाही म्हणताना ते स्वत:ला इजा करत असेल किंवा वस्तूंचं नुकसान करत असेल तर ठीक आहे; पण कसंही करून तुमचं लक्ष वेधून एखादी गोष्ट मागत असेल तर चटकन त्याला ती द्यायला हरकत नाही.

- ◻ काही कृती करण्याआधी स्वत:शीच तपासून पाहा, 'तो केवळ मूल आहे म्हणून हे सोडून देण्याजोगं आहे का?' विशेषत: लहानग्यांच्या बाबतीत हे प्रत्येक वेळी पाळा.
- ◻ एखादा उपद्व्याप करण्यापासून त्याला परावृत्त करायचं असेल तर आधी त्याचं लक्ष तुमच्याकडे वेधून घ्यायला हवं आणि तुमचं म्हणणं त्याला थोडक्यात पटवायला हवं. अशा वेळी थेट डोळ्यांत पाहून बोला.
- ◻ फार विचित्र प्रतिक्रिया देऊ नका, यामुळे सारखं तसंच वागण्याकडे त्याचा कल वाढेल.
- ◻ मुलाला सतत टोचून बोलणं टाळा; नाहीतर तसं बोलल्याशिवाय तो तुमचं काहीच ऐकणार नाही.
- ◻ एखादा वेगळा उद्योग देऊन त्याचं लक्ष दुसरीकडे वेधा.
- ◻ कुठलीच मात्रा चालत नसल्यास जरा दम खाण्याचं तंत्र वापरा.

तुमच्या शिस्तीत सातत्य आणि नितळपणा असेल तर काय केलेलं चालतं हे मुलं चटकन शिकतात. तुम्हाला गुंडाळायला बघणाऱ्या मुलांना स्वच्छ संदेश द्या की तुम्ही पालक आहात आणि असल्या गोष्टी चालणार नाहीत.

बहुतेक मुलं बहिरी नसतात

'आम्ही त्याला काही सांगितल्यावर तो नेहमी न ऐकल्यासारखं दाखवतो. डॉक्टर, तो बहिरा तर नसेल?' हा प्रश्न माझ्याकडे येणाऱ्या तक्रारींमध्ये वारंवार विचारला जातो. पण पालकांना हे पक्कं ठाऊक असतं की त्याला हव्या त्या गोष्टी त्याला अचूक ऐकू येत असतात. जसं, कुरकुरेच्या पाकिटाचा आवाज, बिस्किटांचा डबा काढल्याचा आवाज. अशा मुलांचे कान चांगले असतात हे नक्की– त्यांच्या 'बहिरेपणा' वर कुठल्याही उपचाराची गरज नसते.

स्वार्थीपणा आणि सगळ्या वस्तू स्वतःच घेणं

'शेजारची मुलं आल्यावर माझं दोन वर्षांचं मूल त्यांना ओरडून ढकलायला लागतं आणि एकाही खेळण्याला हात लावू देत नाही.'

इतर मुलांमध्ये नीट न मिसळणाऱ्या मुलांवर पालक नेहमी उखडतात. आपलं मूल स्वार्थी, उद्धट आणि समाजविघातक होईल अशी त्यांना निराधार

भीती वाटते. अगदी बुद्धिमान मुलंसुद्धा कुणाला काही द्यायचं म्हटलं की हात मागे घेतात. सामाजिकता हा गुण मुलं जन्मत:च घेऊन आलेली नसतात, म्हणूनच त्यांचं काही घेतल्यावर ती एकदम उसळतात.

- ☐ वाढीच्या या अवस्थेत मुलाकडून फार अपेक्षा बाळगणं चुकीचं आहे. तुमच्या बुद्धीचा वापर करा आणि मुलाला मुलासारखं वागू द्या.
- ☐ त्याला असं दाखवून द्यायचा प्रयत्न करा की आपल्या वस्तू दुसऱ्यांना देणं चांगलं असतं, पण त्याच्यावर सक्ती करू नका. तो इतरांशी खेळत असताना याचा उल्लेख वारंवार करा.
- ☐ त्याच्या इतर मुलांशी वागण्यावर लक्ष ठेवा आणि त्यानं कुणाला काही देताच त्याचं कौतुक करा. तुमच्या कौतुकामुळे तुमची शिकवण अधिक मजबूत होत जाईल.
- ☐ एखाद्या खेळण्यावरून दोन मुलांमध्ये भांडण झाल्यास दोघांचं लक्ष दुसरीकडे वेधा – त्यापेक्षा अधिक आवडती वस्तू त्यांना देऊ करा. जसं, मिकी माऊसची सी.डी. लावणं किंवा मॅगी.

मूल इतरांवर वारंवार हल्ले करायला लागलं तरच त्याला दुसरीकडे नेऊन ठेवा. हळूहळू येणारी समजच त्यांना इतरांशी मैत्री करायला शिकवेल.

भोकाड पसरणं

'तिला काही शिकवायला गेलं की ती हमखास मोठ्यानं भोकाड पसरते.'

तुमची नाराजी मुलांपर्यंत पोहोचवताना ती जेव्हा जोरात रडायला लागतात तेव्हा प्रत्येक वेळी तुम्ही त्यांना ओरडलेले नसता. पालकांना गंडवण्याचा आणि गोंधळात पाडण्याचा हा हुकमी एक्का वापरून अनेक मुलं शिस्तीची ऐशीतैशी करत असतात.

हळुवार स्वभावाच्या मुलांना हळुवारच वागणूक द्या; पण अतिरेकी कारवाया करून तुमची सत्ता उलथवून टाकणारी काही कमी मुलं नसतात. पालकांचं ऐकावं लागणार हे ओळखताच ते तुमच्यावर अश्रूंचा मारा करतात.

- ☐ संवेदनशील मुलांना मृदूपणे हाताळा. त्यांना थोडं कुरवाळून कसं वागायचं नाही हे सांगितलं तरी काम होतं. तरीही क्वचित अशी मुलं बेशिस्त वागली तरी ते खपवून घेऊ नका. अशा मुलांना ती नीट वागताच थोडं कौतुक करून अधिक उद्युक्त करा आणि थोडं चुकताच तुमची नाराजी

पटकन दाखवा – वातावरणातील हे बरेवाईट बदल टिपण्यात अशी मुलं हुशार असतात आणि याचा त्यांच्या भल्यासाठी वापर करता येतो. संवेदनशील असण्याला एरवी कमी लेखलं जातं खरं; पण मला विचाराल, तर या जगात आणखी थोडी भावनाप्रधान माणसं असती तर जग जास्त चांगलं झालं असतं.

- □ तुमच्या भावना तुम्ही कशा पोहोचवता याला महत्त्व आहे – ओरडून मुलं फक्त घाबरतील, पण तुम्हाला हवं तसं वागायला प्रवृत्त होणार नाहीत. यापेक्षा खाली वाकून, डोळ्यांत पाहून शांतपणे आणि ठामपणे सांगण्याचा जास्त उपयोग होतो.
- □ तुम्हाला हतबल करण्याचं हुकमी हत्यार म्हणून रडण्याचा वापर केला जात असेल तर वेळीच ते ओळखा. अशा मुलांना हे जाणवून द्या की रडून काही होत नाही आणि रडणं थांबवल्याशिवाय आई माझ्याशी बोलत नाही. अशी मुलं निरुपायानं रडेनाशी होतात.
- □ मूल आजारी असेल किंवा घरात काही तणाव असतील तर जास्त काळजी घ्या. अशा वेळी मुलांना थोडं सैल सोडायला हवं आणि तुमच्या अपेक्षा थोड्या खाली आणायला हव्यात.

मुलांचे अश्रू पाहून भावुक होऊन सगळ्या शिस्तीला रामराम ठोकणाऱ्या पालकांना त्यांची चूक पटकन उमगत नाही. विशेषत: खोटंखोटं रडणाऱ्या मुलाला तुम्ही चुचकारायला लागलात की त्याला असं वाटतं की शिस्तीला काहीच किंमत नाही. मुलांचं नीट निरीक्षण करणारे पालक खऱ्या आणि खोट्या रडण्यातला फरक चुटकीसरशी सांगू शकतात.

अनवाणी भटकंतीची हौस!

'माझी मुलगी अडीचच वर्षांची आहे, पण पायात बूट घालायचे म्हटलं की फेकून देते.'

सगळ्या युक्त्या हाणून पाडा

एखाद्या जुगाऱ्याला जशी जिंकण्याची नशा चढते तसा रडण्यामुळे फसणाऱ्या पालकांना वारंवार वेठीस धरण्याचा मुलांना छंदच लागतो– मग त्या युक्तीनं सगळं काही ते सहजपणानं मिळवू बघतात.

> आपल्या रडण्यानं पालक बधत नाहीत हे पाहताच मुलं दुसऱ्या किल्ल्या फिरवून पाहतात. जणू ही एक स्पर्धाच सुरू होते. यामध्ये ठाम राहणारे पालक जिंकतात. अशा पालकांसमोर आपलं रडं कधी आवरायचं हे अगदी दोन वर्षांचं मूलही छान शिकतं.

वेगवेगळे चपला-बूट घालणं हे मुलं एक टाईमपास खेळ म्हणून वापरत असतात, पण बाहेर जाताना पायात काही घालायचा कंटाळा करतात. अशा वेळी कितीही समजावलं तरी ती ऐकत नाहीत.

बऱ्याच मुलांना असले नखरे म्हणजे एक आवडीचा खेळ होऊन बसलेला असतो. शिवाय त्यातून तुमचं १०० टक्के लक्ष ती वेधत असतात. वेळ कमी असल्यावर पालकही चिडून जातात.

- ☐ मुलाचे बूट, योग्य ते मोजे सगळं तयार ठेवा. मॅचिंग वगैरे बघत बसलात तर वैतागून मूल पळूनच जाईल.
- ☐ मुलाला तुमचा हेतू स्पष्टपणे कळू द्या – 'हे बघ बेटा, आता आपण पटकन बाहेर पडू आणि दादाला शाळेतून घेऊन येऊ.' ठामपणे त्याच्यापुढे बूट मोजे ठेवा आणि ते चटकन चढवा.
- ☐ त्याच्याशी वाद घालू नका. त्यामुळे तुमचा पारा चढेल आणि आत्मविश्वास ढासळेल. आईबाबा असं केल्यावर रागावतात हे कळल्यावर तुम्हाला उशीर करण्यात मुलांना आनंद वाटेल.
- ☐ काहीच मात्रा चालत नसेल, तर त्याला तसंच बाहेर काढा. बूट-मोजे जवळ ठेवा आणि बाहेरच्या गोष्टी बघण्यात मूल रमलं की पटकन ते चढवा.

वेळ, उशीर आणि वक्तशीरपणा या गोष्टी लहान मुलांना चटकन समजत नाहीत. त्यामुळे तुमचा खोळंबा करण्यात त्यांना काही गैर वाटत नाही. वेळेवर पोहोचण्याची घाई तुम्हाला असते, मुलांना नाही.

तोल सुटण्याचे प्रसंग

'तुम्ही म्हणता, त्याच्याकडे दुर्लक्ष करा, पण तो टी.व्ही. किंवा कॉम्प्युटरशी धडपडायला लागल्यावर आम्ही गप्प बसू शकत नाही.'

मुलांच्या काही गोष्टींकडे अगदीच डोळेझाक करता येत नाही, हे मला

मान्य आहे. सी.डी.प्लेअरच्या आत पोळीचा तुकडा बघायला कुणालाच आवडत नाही; पण मुलं हे उद्योग त्यांच्या नैसर्गिक औत्सुक्यापोटी करत असतात – मोठ्यांनी केलेल्या गोष्टी एखाद्या शिकाऊ उमेदवाराप्रमाणे त्यांना स्वत: करून पाहायच्या असतात. तुमचं उपकरण मुलानं मोडल्यावर दुकानदार बदलून देणार नसतो, त्यामुळे अशा उद्योगाकडे तुम्ही दुर्लक्ष करू शकत नाही तेव्हा पुढील युक्त्या करून पाहा :

- महागडी उपकरणं मुलांच्या हातापासून दूर किंवा उंचावर ठेवा. अर्थात तुम्ही रेडिओ माळ्यावर ठेवून ऐकू शकत नाही हे नक्की.
- तीन-चार वर्षांच्या मुलांना घरात काही नियम घालून द्या. जसे, बाबांच्या डी.व्ही.डी.प्लेअरला कुणीही हात लावायचा नाही.
- थोडी कल्पनाशक्ती वापरा, तुमची मौल्यवान वस्तू कपाटात ठेवा, तुमच्या मुलांना कपाटात ठेवू नका.
- मुलांचं लक्ष दुसरीकडे वेधा.
- काही मुलं मुद्दाम तुमचा शब्द मोडण्यासाठी वस्तूंना हात लावतात. अशा वेळी थोडा दम खाण्याच्या तंत्राचा वापर करण्यास विसरू नका.

मुलांना घरातल्या सगळ्या वस्तू तुमच्याप्रमाणेच हाताळायच्या असतात; पण त्या वापरण्याचं कौशल्य त्यांच्याकडे नसतं. पण क्वचित काहीशी ढील दिलेलीही चालते. जसं, मुलाला मातीत खेळू देणं. त्यांच्या करामतीमुळे मुलांना किंवा वस्तूंना धोका नसेल अशा वेळी ढील द्यायला हरकत नाही.

फूट पाडा आणि जिंका

'मी कशाला 'नाही' म्हटलं की त्याला बाबांकडे जाऊन होकार मिळवायचा असतो.'

मुलं कधी ना कधी ही युक्ती शिकतातच. अशा वेळी आई-बाबांचा निर्णय एकच असणं शिस्तीच्या दृष्टीनं फायद्याचं असतं. आई आणि बाबांमध्ये कुणाला पटवणं सोपं असतं किंवा कमी वेळात होतं हे मुलं शोधत असतात. दोन्हीकडे मात्रा चालली नाही, तरच ती शरण येतात. आपल्या भूलथापा किंवा प्रार्थनांना आई-बाबांपैकी कोण फसेल हे त्यांना पक्कं ठाऊक असतं. फक्त एकदाच त्यांची सरशी होऊ द्या आणि शिस्तीचा सगळा बट्ट्याबोळ झालाच म्हणून समजा.

- आई-बाबांच्या मतांमधली फट मुलं ओळखतात आणि पटकन हात घालून ती मोठी करतात. राजकीय पक्ष, कार्यकर्ते बंद खोलीत भांडतात, पण

लोकांसमोर एकोप्याने वागतात. हे आई-बाबांनी शिकून घ्यायला हवं.

- ☐ खेळाचे नियम आधीच ठरवून आई-बाबांना एकाच संघात राहू द्या. क्वचित छोटीशी तडजोड चालेल, पण दोन संघ होऊ देऊ नका.
- ☐ शिस्तीच्या नियमांमध्ये आई आणि बाबांनी सातत्य आणि समानता राखायला हवी. प्रसंगी अधिकाराचा वापरही करता यायला हवा.

आई-बाबांची अभेद्य एकी अनुभवल्यावर मुलं हा खेळ जास्त खेळू शकत नाहीत. शेवटी 'एकी हेच बळ'.

किरकोळ गोष्टींना शिस्त नको

माझा अनुभव असं सांगतो की बऱ्याचदा पालकांना वाटणाऱ्या समस्या या समस्याच नसतात. कित्येक वेळा त्यांच्या तक्रारी अगदी नगण्य असायच्या. अशा गोष्टींवर शक्ती खर्च करण्यापेक्षा ती जीवनातल्या खऱ्या समस्यांवर वापरा. खाली दिलेली प्रश्नांची यादी पाहा. तुमच्या लक्षात येईल, इथे शिस्तीची नाही, समजूदारपणाची गरज आहे :

'आमच्या मुलाला कधीही 'प्लीज' किंवा 'बाय बाय' म्हणायला नको असतं आणि आजीनं पप्पी घेतल्यावर तो वैतागतो.'

हे फारच साधं आहे; तुमचे शिष्टाचार वापरण्याइतका प्रौढपणा त्यांच्यात आलेला नाही आणि पप्पी घेऊन जंतू नाही का पसरत?

'बाबा घरी थकून आल्यावर त्यांना हा पाच मिनिटं बातम्यासुद्धा बघू देत नाही.'
का बघू द्याव्यात त्यानं? बाबांनी लष्कराच्या भाकरी भाजण्यापेक्षा घरच्यांकडे लक्ष द्यावं असंच मुलाला वाटतं आणि इथे त्याचं बरोबर असतं.

'घरी कुणी पाहुणे आल्यावर ही झोपायला जाम नखरे करते.'
हे अगदी स्वाभाविक आहे. आसपासच्या वेगळ्या घटनांमध्ये मुलांनाही भागीदार व्हायचं असतं, झोपणं तर रोजचंच असतं. एखादा दिवस झोपली उशिरा तर ती पाळणाघरात डुलक्या काढेल.

'हा जुळा भाऊ आहे, पण दुसऱ्यापेक्षा अगदी वेंधळा.'
तुलना करू नका; जुळ्या भावंडांमध्येही गुणभिन्नता असते आणि ते सारखेच वागले असते तर तुम्ही कंटाळला असता. आणि काय हो, जगातलं कुठलं तीन वर्षांचं मूल नीटनेटकं असतं?

'तिची बार्बी किंवा टेडी ती कुठेही जाताना सोडायला तयार नसते.'
मुलांना स्वस्थ राखणारी गोष्ट काढून घेऊ नका. सैन्याची करडी शिस्त घरात आणायला बघणारे अनेक पालक मुलांच्या मागे लागून तोंडातला अंगठा, टेडी, रबरी बूच किंवा सवयीची आवडती वस्तू त्यांच्याकडून खेचून घेतात. मुलांच्या कोवळ्या वयातच शिस्त लावता येते वगैरे सिद्धांन्तांवर त्यांची निष्ठा असते. कुठल्याही गोष्टीवाचून त्यांना आनंदी राहता यायला हवं असा अट्टहास असतो. तसं बघायला गेलं तर, आपल्यातल्या जवळजवळ प्रत्येकाला कशाची ना कशाची सवय असते; पण शिस्तीचा बडगा मात्र आपण खास मुलांसाठी राखून ठेवतो!

'तो जेवणाच्या शेवटी अन्नाची नासाडी करायला लागतो.'
'पोट भरलं' हे तुम्हाला सांगण्यासाठी मूल असं करतं. त्यानं चतुरपणे दिलेला हा संदेश तुम्हाला ग्रहण करता यायला पाहिजे. याचा तुम्हाला अर्थ लावता आला नाही तर मग होणारी अन्नाची नासाडी अपरिहार्य आहे.

'हवा कुंद झाली की तो अगदी विचित्र वागायला लागतो.'
इथे मुलांचं काम जास्त अवघड असतं : विचित्र हवा आणि त्यामुळे चिडचिडे झालेले पालक हे दोन्ही त्यांना सोसायचं असतं. मग मुलं अनावर होतात. अशा वेळी चक्क पावसात बाहेर पडायला मागेपुढे पाहू नका.

शिस्तीसाठी युक्त्या-प्रयुक्त्या

शेवटी, मुलांमध्ये शिस्त कशी बाणवावी हे आता तुम्ही शिकला असलात तरी प्रत्येक प्रसंगी शिस्तीची गरज नसते. थोडं शहाणपण वापरून काम होऊ शकतं. मुलांकडून वास्तववादी अपेक्षा ठेवणारे पालक अधिक सुज्ञ असतात आणि बहुतेक समस्यांवर त्यांच्याकडे उपाय असतो.

आतापर्यंत तुम्ही मुलांच्या काही असह्य वर्तनावरील युक्त्या शिकला आहात आणि इथून पुढे जायचं आहे. मुलांच्या बहुतेक सर्व कटकटींवर मात करता येते. आता काही द्वाड मुलं छळण्याचे नवीन मार्ग शोधतात, पण गाफील राहू नये हे तुम्हीही शिकलेले आहात – म्हणून वेळप्रसंगी शांत राहा.

'तयार राहा' असं तुम्हाला स्काऊटमध्ये नेहमी शिकवायचेच ना? मुलं आणि कुटुंबाच्या बाबतीत शिस्तीचं महत्त्व डावलून चालणार नाही. यासाठी तुमच्याजवळ अनेक युक्त्या प्रयुक्त्या असाव्याच लागतात.

११

तुमचंही आयुष्य सुकर बनवा

मुलांचं वर्तन दोन गोष्टींनी आकार घेत असतं : दैववदत्त स्वभाव आणि पालकदत्त परिस्थिती. स्वभाव बदलणं काही वेळा अवघड असलं तरी परिस्थिती बदलणं हे आपल्या हातात असतं, याचा वापर दैनंदिन जीवनात तुम्ही करू शकता.

काही पालक आयुष्य गुंतागुंतीचं केल्याशिवाय जगूच शकत नाहीत. असे दुष्ट प्रवृत्तीचे लोक जगात फार नसावेत. मी त्यांना त्यांच्या नशिबावर सोडून देतो. इतरांसाठी काही सोपे मार्ग असतातच. हे प्रकरण म्हणजे पालकांना मुलांच्या दैनंदिन कटकटींमुळे होणाऱ्या डोकेदुखीवरची गोळी आहे. अयोग्य गोष्टींचा बंदोबस्त कसा करायचा, त्याचबरोबर पालक म्हणून रास्त अपेक्षाही कशा बाळगायच्या ते आता आपण बघणार आहोत. रोजचा दिवस सुरळीत जाण्यासाठी काही युक्त्याही दिल्या आहेत.

रास्त अपेक्षा

रास्त अपेक्षा बाळगून विनाकारण येणाऱ्या अनेक समस्या तुम्ही टाळू

शकता. मी तुम्हाला सांगितलंच आहे की दोन वर्षांचं मूल पालकांप्रमाणे नीट वागू किंवा विचार करू शकत नाही. हे पुस्तक वाचताना तुम्हाला पुन्हा पुन्हा हेच लक्षात घ्यावं लागेल की – मुलांना समज नसते!

एव्हाना मुलांचं नेहमीचं सामान्य वर्तन कसं असतं हे तुम्हाला तोंडपाठ झालं आहे. आजचा दिवस आनंदात घालवायचा असेल तर कालच्या अनुभवावरून थोडंसं बदलायला शिका. महत्त्व कशाला द्यायचं आणि कशाला नाही, हे आधी ठरवा, थोडं शांत राहून एक स्मित करा आणि म्हणा, 'तो एखाद्या लहान मुलासारखंच तर वागतोय.'

आता आपण त्रास देऊ शकणारे काही प्रसंग पाहू. हे नेहमी घडणारे असल्यामुळे रास्त अपेक्षा ठेवल्यात तर हताश होण्याची वेळ येणार नाही. प्रसंगी मुलांचे काही चमकदार गुणही पाहायला मिळतील.

घर तिथे पसारा

मुलं स्वभावत:च आवाज करणारी, घाण करणारी आणि गोंधळ करणारी असतात. एवढंच नाही, तर त्यांना धोका समजत नाही आणि त्यांच्या भावनांचा एकदम उद्रेक होतो. तुमचं लक्ष नसेल तर बहुतेकांचं दूध सांडतं, पाय घाणीत बरबटतात, कपडे ओले होतात आणि तुमच्या महागड्या गालिचाची किंमत तर त्याला ठाऊकच नसते.

मोठ्यांच्या जगातील गमतीदार नीतिनियम, त्यामागची मनोरंजक आर्थिक कारणं वगैरे गोष्टी छोट्यांच्या छोट्याशा मेंदूत मावू शकत नाहीत, म्हणूनच त्यांना अत्यंत महागडी सुंदरशी फुलदाणी आणि जामची बाटली फोडण्यातला फरक कळत नाही. सुटून पळून जाण्यासाठी धडपडणाऱ्या मांजरीला त्यांना आवळून ठेवायचं असतं आणि अगदी निष्पाप औत्सुक्यानं सहज बघायला घेतलेला आईचा महागडा नेकलेस त्यांच्या हातून तुटतो.

उपाय : मुलांच्या मनात दुष्ट हेतू नसतो, फक्त ती विचार करत नाहीत. एखादी मौल्यवान वस्तू त्यांच्या आसपास ठेवणं आणि ती मोडल्याबद्दल दोष द्यायचा असेल तर तो तुम्हालाच द्यावा लागेल. अर्थात वयाप्रमाणे त्यांना विचारशक्ती येत जाते; पण या मधल्या काळात तुम्हाला 'अखंड सावधानचित्त' राहावं लागतं.

तुटणारी खेळणी

तुम्ही त्याला कौतुकानं एखादं महागडं खेळणं देता आणि बहुधा संध्याकाळी घरी पोहोचेपर्यंत त्यानं ते तोडलेलं असतं. खेळणी ही तुटण्यासाठीच असतात;

महागडं खेळणं तुटण्याचा दोष द्यायचा तर तुम्हालाच द्यायला लागेल!

उपाय : नवीन दिवे आणि विविध आवाज काढणाऱ्या नवीन खेळण्याशिवायही अन्य खेळण्यावर मुलं दिवस भागवू शकतात. खेळणं महागडं हवं हा हट्ट मुलांचा नसतो. ती कशाशीही, अगदी मिठाईचा रिकामा खोका किंवा दोऱ्याचं रिकामं रीळही त्यांना खेळायला चालतं. कधीकधी तर त्यांच्या जुन्या मोडक्या गाडीला जगातल्या सर्वांत महागड्या गाडीची ही सर येत नाही.

आनंदाचा तास

संध्याकाळपर्यंत घरातल्या त्याच त्याच लोकांना डोळ्यांसमोर पाहून मूल कंटाळलेलं असतं. बाबांच्या पावलांचा आवाज येताच त्याचे डोळे चमकतात आणि अंगात नव्या शक्तीचा संचार होतो. आपला कंटाळा घालवायला आलेल्या नव्या खेळगड्याकडे ते मोठ्या उत्साहानं पाहून आता थोडा वेळ मस्त जाणार या विचारानं खुशीत येतं.

इकडे बाबा दिवसभर खपून थकले भागलेले असतात आणि चांगले पाय पसरून हातात चहाचा कप घेऊन निवांतपणे बातम्या कधी बघतो असं त्यांना झालेलं असतं. त्यांच्या या गरजांची लहानग्याला काय कल्पना? ते चक्रावून जातं की माझा खेळगडी असा हात-पाय गाळून का बसलाय?

उपाय : कितीही थकलेले असलात तरी आत्ता मुलाला काय वाटतंय याचा विचार करा. त्याला तुमचं पुरेसं लक्ष आणि धमाल मिळेपर्यंत तुम्हाला पाय पसरायला मिळणार नाही याचा मनानं स्वीकार करा. मुलाला त्याच्या अपेक्षा अपुऱ्या राहण्याचं कारण कळत नाही; पण तुम्हाला तर कळतं ना! त्या मुलाला तुमचा थोडा वेळ आणि त्यातून मिळणारा आनंद तर हवा आहे. त्याऐवजी त्याला रागवत बसलात तर तुमचाच शीण वाढेल.

टोचणारं सत्य

प्रौढांच्या जगात यशस्वी होण्यासाठी आवश्यक सामाजिक दांभिकपणा मुलांच्या अंगवळणी पडलेला नसल्यानं आपल्याला काळा माणूस, लंगडा कुत्रा दाखवायला मुलांना संकोच वाटत नाही. कुणाचं शारीरिक व्यंग त्यांच्या नजरेतून सुटत नाही. एवढंच काय, पण एखाद्या काकूची साडी बघून आमच्याकडे फरशी पुसायचं असं एक फडकं आहे, असं म्हणायला किंवा कुणाच्या शारीरिक व्यंगावरून हसताना त्यांना कधी अपराधी वाटत नाही. दुसऱ्यांकडे जेवताना एखादा पदार्थ 'अगदी बंडल झाला आहे' हे सांगताना ती आढेवेढे घेत नाहीत

आणि नावडता पदार्थ समोर आल्यावर 'पोटात जागा नाही' अशी थाप मारण्याऐवजी पटकन 'श्शी!' म्हणायला घाबरत नाहीत.

उपाय : मोठ्यांनी खोटं बोलू नये किंवा लहान मुलांना खोटं बोलायला शिकवावं का? हा तात्त्विक वाद आपण पुढच्या वर्षी घालू.

अटळ ते स्वीकारा

आपल्या किंवा मुलाच्या बाबतीत घडणाऱ्या काही गोष्टी अटळ असतात. तुम्ही रोजच्या ताणतणावांनी वेडेपिसे व्हा किंवा जपजाप्य करून मन:स्वास्थ्य मिळवण्याचा प्रयत्न करा, त्या गोष्टी घडतातच. ज्या गोष्टी आपल्या हातात नाहीत त्यांच्यावर ताबा मिळवण्याची धडपड करणं रास्त अपेक्षांमध्ये बसत नाही.

याचं एक उत्तम उदाहरण मला माझ्या पत्नीनं दाखवून दिलं. मूल थोडंसं आजारी झालं की तुम्हाला आवडो अगर न आवडो ते रात्री झोपेतून अनेक वेळा रडत उठतं. इथे तुम्ही धुसफुसत राहिलात तर मूल झोपलेल्या काळात देखील तुम्हाला झोप लागत नाही. मग शहाणपणा कशात आहे तर, जेवढी मिळेल ती झोप पदरात पाडून घ्या. आम्हाला दोन मुलं असल्यामुळे असे प्रसंग तर नेहमी येत असत; पण पत्नीमुळे मी त्याचा सहज स्वीकार करायला शिकलो.

बालसंगोपनात तुम्हाला एखाद्या तत्त्वचिंतकाच्या भूमिकेत जाणं फायद्याचं असतं; पण मन शांत ठेवायला तुम्हाला केवळ जप करणं किंवा भिंतीवर व्यर्थ डोकं आपटून उपयोग नसतो. खरा उपयोग होणार आहे तो आपल्या चातुर्याचा. मार्ग निवडताना कमी खड्ड्यांचा निवडला की झालं.

अतिरेक टाळा

मुलांच्या बाललीला सगळ्यांनाच गुंतवून ठेवतात आणि मोठ्यांना लहानांसारखं करायला लावतात. दंगामस्ती करत उड्या मारणं, उश्या फेकणं हे खेळ मुलांना आई-बाबांबरोबर खेळायचे असतात. सर्कस बघून आलेलं मूल शांतपणे जेवून पटकन झोपी जाईल अशी व्यर्थ आशा ठेवू नका : उत्तेजित आणि दमलेलं मूल पटकन झोपी जाऊ शकत नाही आणि त्याची झोपही शांत नसते.

दादाच्या वाढदिवसाच्या पार्टीला मुलं आली की छोटी बहीण उत्साहात येते. पालकांना वाटतं, कॅडबरी किंवा मिठाईतील साखर पोटात गेल्यामुळे ती उत्तेजित झालीय, पण अन्नापेक्षा ती त्या पार्टीतील गमतीमुळे उत्तेजित झालेली

असते. तुम्ही पडताळून पाहू शकता, तुमच्या पार्टीत तुम्ही साधं पाणी आणि साबुदाण्याचा चिवडा ठेवला तरी ती तितकीच उत्साहित असेल.

लढाईवर निघालेल्या सैनिकांचा उत्साह बँडमुळे जसा वाढतो, त्याप्रमाणे पार्टीतील वेगवान संगीत ऐकून मुलांनाही नाचावंसं वाटतं. आवाज वाढताच ती अजून उत्तेजित होतात. यामुळेच मोठा आवाज ठेवून टी.व्ही. सीरिअल बघणाऱ्या घरातल्या मुलांना शिस्त लावणं खूप कठीण जातं.

उत्तेजित मुलांना शांत व्हायला पालकांनी वेळ द्यायला हवा. इथे कसला बाऊ करून उपयोग होत नाही. आवाज हळू ठेवणाऱ्या घरातली मुलं शांत वागतात आणि शांतपणे विचार करायलाही शिकतात, कारण त्यांच्या प्रक्रियेत फारच थोडे अडथळे असतात.

निरुपायाची परिस्थिती टाळा

उपयुक्त कामांसाठी वेळ आणि शक्ती राखून ठेवल्यास घरात शांतता नांदते आणि निरुपायाची परिस्थिती कमी वेळा उद्भवते. निरुपाय होण्याची चिन्हं दिसायला लागताच सुज्ञ पालक सावधपणे तयारी करतात आणि सुवर्णमध्य गाठू शकतात.

यात येणारे मुख्य प्रसंग म्हणजे जेवण, झोप, आणि दैनंदिन स्वच्छता. तुमच्या हाती कमी वेळ असेल, तुम्ही चार लोकांत असाल किंवा आजूबाजूला इतर अनेक नातेवाईक ढवळाढवळ करत असतील तर असे प्रसंग येण्याची शक्यता वाढते. मुलाला एखादी गोष्ट करायची नसेल तर तुम्ही त्याला भाग पाडू शकत नाही.

जेवण : नाठाळ मूल विनातक्रार जेवेल अशा एखाद्या बटणाचा शोध लावणाऱ्या माणसाला नोबेल पुरस्कार मिळू शकेल. तुम्ही मुलाला बसवता, त्याच्यापुढे जेवण ठेवता इथपर्यंत सगळं ठीक असतं, पण त्याच्या मनाविरुद्ध त्याला जेवायला लावणं हे कर्मकठीण काम आहे. त्याचं जेवण तुम्ही टाळू शकत नाही, पण जेवणाच्या वेळचा समरप्रसंग टाळू शकता. घास पुढे आल्यावर मान फिरवण्यात मुलाला मजा वाटत असते आणि तुमचा ताबा सुटायला लागतो; पण लक्षात ठेवा, जेवायला नकार दिल्यामुळे कुठल्याही मुलाचा आजवर भुकेनं मृत्यू झालेला नाही.

दैनंदिन स्वच्छता : तुम्ही मुलाला शी करायला बसवू शकता, पण कुठल्याही गोष्टीचा (मल, मूत्र) 'त्याग न करण्याचा' त्याचा निश्चय मोडणं तुमच्या हातात नसतं, मग तुम्ही कितीही जंग जंग पछाडा, इथे तुम्ही हे समजून घ्यायला हवं की तो कितीही लहान असला तरी आपला नकाराधिकार वापरू शकतो.

झोप : 'घोड्याला पाण्याजवळ नेता येतं...' ही म्हण ठाऊक आहे ना? मुलांच्या झोपेचं असंच असतं. बिछाना सज्ज आहे, पांघरूण आहे, पण त्याची झोपण्याची इच्छा नाही. हा छोटा सैतान जागं राहण्याच्या तमाम युक्त्या जवळ बाळगून असतो.

आपण मुलांना अंथरुणावर आडवं व्हायला सांगू शकतो, पण त्यांना झोपवणं म्हणजे काही बेशुद्ध करण्यासारखी क्रिया नाही.

विशेष प्रसंग : काही विशेष घटनांमधील समरप्रसंगी संयम पाळण्याची जबाबदारी पालकांवर असते. गाडी चालवताना रस्त्यात मोठा धोंडा आल्यावर आपण गाडी बाजूनं पुढे काढतो, त्याला धडक देत नाही.

आजारपणात किंवा नवख्या वातावरणात मुलं पटकन चिडतात, काही वेळा त्यांना निराधार वाटतं. इथे त्यांच्याशी सामना करून नशिबाची परीक्षा पाहू नका. त्रासलेलं मूल जाणत्या, आदर्श नागरिकासारखं वागू शकत नाही.

काळ मुलांसाठीही थांबत नाही

उन्हाळ्याच्या एका गरम दुपारी तुमचं अडीच वर्षांचं मूल कपडे फेकून पाण्यात डुंबत आहे. त्याच्या ताईला आणण्यासाठी त्याला घेऊन तुम्हाला निघायचं आहे, त्यानं अंग पुसून, कपडे घालून बाहेर पडणं आणि तिथे पोहोचणं यासाठी तुमच्या हातात फक्त दहा मिनिटं शिल्लक आहेत. तो प्रचंड धमाल करत असल्यानं वेळेची मर्यादा वगैरे समजण्याची त्याची कुवत नाही; त्याला तयार करून तुम्हाला वेळेत पोहोचायचं आहे. आता स्वत:लाच विचारा की ही अपेक्षा योग्य आहे का? वेडगळ अपेक्षा आणि सत्य यात खूप अंतर असतं.

त्यापेक्षा त्याला टॉवेलमध्ये गुंडाळून तुम्ही गाडीत टाकू शकता. त्याच्याशी पंगा घेण्यापेक्षा अशी युक्ती थोडी सरस ठरेल.

घरातला कडेकोट बंदोबस्त

पुरेसा बंदोबस्त घरात केल्यास तुमचं आणि मुलाचं आयुष्य बरंच सुकर होतं. साधारणपणे मुलाच्या पहिल्या वाढदिवसानंतर याची जरूर पडते, आता त्याच्या उत्सुकता चाळवू लागलेल्या असतात आणि पायांमध्ये गती आलेली असते, पण डोक्याचा वरचा मजला रिकामा असतो. अशा वेळी पक्का बंदोबस्त करून तुमच्या मनाला शांती मिळते. 'हा गेलाय कुठे, दिसत नाही तो!', 'कसला आवाज झाला आता?', 'गाडीच्या किल्ल्या कुठे दिसत नाहीत त्या?' अशा शंकाकुशंकांनी व्याकूळ होण्यापेक्षा तुम्ही मुलाबरोबर आनंदानं वेळ घालवू शकता.

काही पालक तर हा प्रकार इतका डोळ्यांत तेल घालून करताना पाहिले आहेत की मुलाच्या हाताला काय काय लागू शकेल, याचा तपास दोघे जण घरभर अक्षरशः रांगून घेतात; मुलाच्या सुरक्षिततेच्या दृष्टीनं काळजी घ्यायची पुरेपूर गरज असते, हे जरी खरं असलं तरीपण इतकी 'खालची' पातळीही गाठायची गरज नसते!

शीर सलामत तो...

तुमच्या गुडघ्याएवढी उंची असलेल्या मुलासाठी अनेक धोके आसपास असतात. गॅस, दाराची कडी किंवा टेबलावरच्या औषधाच्या बाटल्या सांभाळण्याची वेळ येण्यापूर्वीच त्याच्या पकडीत येण्यासारख्या कमी वस्तू नसतात. जसं, कुत्र्याची शेपटी, विजेची बटणं – आणि कितीतरी वस्तू त्याला लगेच तोंडातही घालायच्या असतात.

- ☐ मुलाच्या पातळीवर जाऊन धोक्याचा विचार कराः त्याच्यासाठी घातक किंवा धोकादायक वस्तू आणि परिस्थितीचा अंदाज घ्या.
- ☐ दारं-खिडक्यांच्या तावदानांवर पट्ट्या मारून घ्या. शक्य झाल्यास न तुटणारी काच वापरा.
- ☐ विजेच्या पॉइंटवर बुचं बसवा: मुलं तिकडे सहज आकर्षित होत असतात. घरातील विद्युत पुरवठ्यासाठी सर्किट ब्रेकर वापरा. टोस्टरमध्ये सुरी घालण्याचे भलते उपद्व्याप त्यानं केलेच तरी सर्किट ब्रेकरमुळे वीज पुरवठा आपोआप खंडित होतो.
- ☐ फर्निचरची टोकं, धारदार किंवा तीक्ष्ण टोकाच्या वस्तू आणि तुमचं मूल, यांच्यामध्ये 'पुरेसे' अडथळे ठेवा.

- वस्तूच्या अलीकडे एखाद्या मोठ्या वस्तूचा अडसर ठेवा. काचांच्या कडा घासून घ्या अथवा त्यावर कुशन लावा. जिथे काहीच करता येत नाही त्या वस्तू तात्पुरत्या काढून टाका. बरेच पालक औषधं आणि गोळ्या मुलांच्या हातात पडू नयेत यासाठी काळजी घेत असतात, पण गाफीलपणे अधिक धोकादायक वस्तू सुट्या ठेवतात. जसे, केसांना लावायचा कलप, बागेतल्या किडीवरील औषध, बेसीन साफ करण्याचं औषध, उंदराचं औषध, इत्यादी. प्रत्येक पालकानं अशा वस्तू कुलपातच ठेवायला हव्यात. फार काय, तुमची साबण पावडर किंवा शेगड्या धुवायचा लिक्वीड सोप अशाही वस्तू त्याच्या हाती लागता कामा नयेत.

त्याची जागा बाहेर

एखाद्या घरात तिखट कुत्रा रक्षणासाठी फार उपयुक्त असतो, पण खोडसाळ मुलासाठी तो एक धोकाच असतो. बऱ्याच वेळा मुलांचं आणि पाळीव प्राण्यांचं चांगलं सूत जमतं, पण चिडखोर प्राण्यांना घराबाहेरच ठेवलेलं बरं!

हातांना चाळे फार

घरातल्या मौल्यवान वस्तूंचा पालकांना अभिमान असतो, त्या त्यांना प्रदर्शनीय वाटतात; पण मूल उद्योगी होताच अशा वस्तूंचे बारा वाजतात. तेव्हा अशा वस्तू कपाटात ठेवायला लागल्या तरी हरकत नाही.

काही शिस्तशीर पालकांचे विचारही अजब असतात: 'तो आमच्या नंतर घरात आला आहे, त्याला आमच्या सक्तीखाली राहावं लागेल.' आईनं आपले कानातले, गळ्यातले दागिने इथे तिथे पडू द्यावेत आणि त्यानं हात न लावता पुढे जावं अशी अपेक्षा असेल तर ती गैर आहे. तुम्ही 'नाही!' म्हणताच शोभेच्या तकलादू वस्तू दुर्लक्षून त्यानं दुसरीकडे जावं म्हणून प्रयत्न करत राहिलात तर तुमचे केस पांढरे होतील.

- फोडण्याजोग्या वस्तू त्याच्या हाताला येणार नाहीत अशा उंचीवर असू द्या.
- हात लावण्याच्या मोहात पाडणाऱ्या पण तुटू शकणाऱ्या वस्तू त्याच्या नजरेसमोरून दूर ठेवा, त्याची समज वाढेल तसतशा त्या त्याला हाताळायला देता येतील.

- ☐ घरात कशाला हात लावलेलं चालतं आणि कशाला नाही याची मुलाला स्पष्ट कल्पना येऊ दे. अगदी अवखळ वयात त्याच्या हाती काहीच दिलं नाही तरी चालेल, पण हळूहळू टी.व्ही.चा रिमोट इत्यादी वस्तू कशा वापरायच्या हे शिकवून तुम्ही त्याच्या हाती देऊ शकता.

कडी-कुलपांचं राज्य!

काही उचापती मुलांच्या बाबतीत कडी-कुलपं आवश्यक असतात. सगळं घर तुम्ही कुलूपबंद करू शकत नाही, पण काही वस्तू आतच जायला हव्यात.

- ☐ काही कपाटं आणि ड्रॉवर्स यांना कुलपं बसवून घ्या, तर काही त्याला हात घालण्यासाठी मुद्दाम मोकळे सोडा. तुमच्या सासूबाईंनी दिलेला काचेचा किमती टीसेट कुलपातच राहिलेला बरा.
- ☐ भांड्याकुंड्यांच्या ट्रॉलीज किंवा मांडण्या उचकणं हा अनेक मुलांचा आवडीचा उद्योग असतो. यातील तुटण्याजोग्या वस्तू वेगळ्या काढून उंचावर ठेवा.
- ☐ तुमचा उंची पर्शियन गालिचा आणि महागडं फर्निचर नीट राहू द्यायचं असेल तर मुलाला तिकडे फिरकू न देणं उत्तम.
- ☐ ज्या कपाटांना आणि खणांना कुलपं नसतील त्यावर जाड चिकटपट्ट्या लावा. अगदी धडपडं मूलसुद्धा खूप वेळ तिथे प्रयत्न करत राहतं आणि हार मानतं; तुमच्या वापराच्या वेळी पट्ट्या अलगद कापून नंतर नवीन लावा. मुलाला थोडी समज येईपर्यंत पुरेल एवढं मोठं रीळ आणायला हरकत नाही.

नवे उपाय शोधा

प्रत्येक आठवड्यात शोध लावलेली बंदोबस्ताची नवी युक्ती उत्साहानं सांगणारी एक तरी आई मला भेटतेच. याउलट काही पालक चटकन हार मानणारे असतात: 'काही करा हो, तो ते काढतोच', 'दाराला सतत कुलूप नाही येत लावता', 'त्याची भिंतीवरची चित्रकला उघड्या डोळ्यांनी बघण्यापलीकडे आम्ही काही करू शकत नाही'.

या रडण्याला काही अर्थ नाही. प्रकाशाच्या वेगानं पृथ्वीबाहेर पाठवलेले आपले अंतराळवीर आपण परत घरी आणतो, मग एका दोन वर्षांच्या चिमुरड्याच्या दार उघडण्यावर आणि बाहेर जाण्यावर तुम्ही काही करू शकत नाही, हे पटत नाही. तुम्ही काही ना काही उपाय करू शकताच. यासाठी कॉम्प्युटर किंवा इतर कसल्याही आधुनिक तंत्रज्ञानाची गरज नाही; एखादी दोरी, पाचर किंवा जड दगडाचा अडसरही हे काम व्यवस्थित करू शकतो.

फ्रीजची समस्या

घरातला फ्रीज हा बहुतेक मुलांसाठी अनेक अद्भुत आणि मोहक गोष्टींचा प्रचंड खजिना असतो, थंड बाटल्या, चमकदार वाडगे इत्यादी त्याला खुणावत असतात. अनेक पालकांच्या बाबतीत मुलांचं फ्रीज धुंडाळणं ही एक मोठीच डोकेदुखी असते. मग माझ्याकडे अशा तक्रारींचा पाऊस पडतो: 'फ्रीजमधल्या सरबताच्या सगळ्या बाटल्या रिकाम्या असतात. बाबांची ड्रिंक्स कमी होतात आणि चॉकलेट्स काय, उंदीर पळवतो? हा नेहमीचा उच्छाद आहे.' यावर सगळ्यात सोपं उत्तर आहे, या वस्तू तिथे ठेवू नका.

- □ यावर काही सोपे उपाय आहेत. फ्रीजच्या दाराला मजबूत वेल्क्रो लावल्यास छोटी छोटी बोटं काही करू शकत नाहीत. तुम्ही कारखान्यातली जाड चिकटपट्टी किंवा मजबूत दोरीही वापरू शकता.

प्रसाधनं आणि मेकअप साहित्य

जमीन, फर्निचर किंवा भिंती रंगवताना कित्येक मुलांमधला कलाकार जागा होतो. कलेला वाव द्यावा वगैरे सगळं मान्य केलं तरी घर काही दरमहा रंगवता येत नाही आणि भावंडाच्या अंगावरचा रंग खरडून काढता येत नाही.

- □ मेकअपचं साहित्य, नेलपॉलिश, लिपस्टिक आणि आईच्या पर्समधल्या

विशिष्ट कुतूहलजनक गोष्टी जास्त काळजीपूर्वक जपा. त्यामुळे चारचौघांत बिकट अवस्था होणार नाही आणि मेकअपचं साहित्य वापरून रंगवलेली चित्रं पाहण्याची वेळ येणार नाही.

- ☐ पक्क्या रंगाची पेनं मुलांच्या हाती पडू देऊ नका.
- ☐ मूल उद्योगी होण्याच्या वयाच्या आसपास घरात रंगकाम काढल्यास वॉशेबल रंगांचा विचार करा. गालिचे आणताना ते साबणानं धुण्यायोग्य असतील असे पाहून आणा.
- ☐ एवढं करून चिवट डाग पडलेच तर निराश होऊ नका: त्यांनाही हटवणारं तंत्रज्ञान आता आलेलं आहे.

खेळण्यांचा पसारा

काही मुलं जन्मत:च नीटनेटकी असतात, तर काही अस्ताव्यस्त. नीटनेटक्या मुलांना फारशा प्रशिक्षणाची गरज पडत नाही; पण दुसऱ्या प्रकारात येणाऱ्या समस्यांवर काही युक्त्या करता येतात:

- ☐ रास्त अपेक्षा ठेवा. स्वच्छता आणि नीटनेटकेपणा हे गुण तीन वर्षांपेक्षा लहान वयाच्या मुलांमध्ये आढळणं शक्य असलं तरी दुर्मीळ आहेत.
- ☐ सगळीच खेळणी कायमच्या वापरात ठेवू नका, खंडीभर खेळणी खेळून मुलांचा आनंद वाढत नाही. थोडी बाहेर ठेवा आणि बाकीची कपाटात. काही दिवसांनी अदलाबदल करा. विसरलेलं खेळणं दिसताच उजळून जाणारा मुलाचा चेहरा न्याहाळा.

- जोडून बनवण्याची खेळणी आणण्याचं टाळा. इकडे तिकडे विखुरलेले भाग शोधण्यात तुमच्या आयुष्यातले अनेक महिने चुटकीसरशी संपतात.
- सगळी खेळणी एखाद्या प्लॅस्टिकच्या टबात किंवा टी.व्ही.च्या खोक्यात ठेवा. मुलांचं खेळणं झाल्यावर वस्तू त्यात भरून ठेवणं ही सवय मुलं तुमच्याकडून हळूहळू शिकतात. कित्येक मुलांना आवराआवरीचा कार्यक्रमदेखील खेळाइतकाच आवडतो. त्यात त्यांना मदत करा. काम पुरं केल्यावर छोटंसं बक्षीस द्या.
- मी एक तंत्र माझ्या मुलांच्या बाबतीत (निराशेपोटी) शिकलो ते तुम्हाला सांगतो. बागकामाचं एक प्लॅस्टिकचं खोरं आणा आणि पसाऱ्याच्या खोलीत ते नेहमी ठेवा. यामुळे सगळी खेळणी पटकन आवरता येतात. अर्थात काचेच्या गोट्या वगैरे खेळणी याला दाद देत नाहीत हे खरं! मुलांनी मला असं गंडवल्यावर मीही काही वेळा घसरून पडलो आहे.

घराभोवती कुंपण घाला

तुमची मुलं चळवळी नसतील तर ठीक आहे, अन्यथा घराभोवती मोकळी जागा जास्त असल्यास घरालगत कुंपण घालून घ्या. मूल नजरेआड होणार नाही अशी काळजी घेतल्यावर तुम्ही निर्धास्त होता. रस्त्याच्या बाजूला असलेलं कुंपणाचं फाटक नेहमी कडेकोट बंद ठेवा. हुंदडणं ही मुलांची आवड असते, तर त्यांची सुरक्षितता ही तुमची जबाबदारी असते. घरातल्या मोठ्या अंगणात मूल खेळत असेल तर डोळ्यांत तेल घालून लक्ष द्या. रहदारी, पाणी, रस्ते जवळपास असतील तर करडी नजर ठेवा.

- जिथे बेताची सुरक्षितता आवश्यक असेल तिथे साधं जाळीचं कुंपण घातलंत तरी चालेल. या कुंपणामुळे तुमच्या घराभोवती मजबूत तटबंदी निर्माण होणार नसली तरी ते सहज परवडण्यासारखं असतं. हे कुंपण घातल्यामुळे कदाचित तुमची बाग सुंदर दिसणार नाही. तरी कुंपणाची त्याची गरज मात्र मोठी असते.
- घराभोवतीची कुंपणं सहज पार करण्याजोगी असतील तर रस्त्याकडे जाणारे घराचे सर्व दरवाजे पक्के बंद ठेवा. त्यांना साखळ्या आणि लॅच लावा. वापरात नसलेले दरवाजे पट्ट्या ठोकून बंद करा.
- बाहेरचं फाटक मुलांना सहज उघडता येणार नाही असं भक्कम ठेवा.
- पाण्याचे तलाव असतील तर मुलांच्या उंचीपेक्षा उंच कुंपण घाला आणि मुलांना उघडता न येण्यासारखी दारं बसवा.

घराच्या अंगणातले भीषण अपघात

आपलं वाहन घरात आणताना किंवा बाहेर काढताना आजूबाजूला मुलं खेळत असू शकतात हे लक्षात ठेवा. कारण आपल्याच वाहनामुळे घरातल्याच मुलाला भीषण अपघात झाल्याची उदाहरणं थोडीथोडकी नाहीत.

रस्त्यावर पालकांचा हात सोडून पळणारी मुलं

रस्त्यावरील धोक्याची मुलांना अजिबात कल्पना नसते. त्यामुळे रस्त्यावर त्यांच्या सुरक्षिततेला फार जपावं लागतं. मुलांना पालकांना अगदी चिकटून चालायला आवडत नाही; पण जवळपास राहायला आवडतं. काही जण आईचं बोट बिलकुल सोडत नाहीत. तर काहींना ते अजिबात आवडत नाही. त्यामुळे 'निळी पँट आणि पिवळा टीशर्ट घातलेल्या दोन वर्षांच्या मुलाच्या आईनं कृपया काऊंटरवर भेटावं' अशा सूचना मॉलमध्ये लाउडस्पीकरवर ऐकू येतात.

हात सोडून पळणाऱ्या मुलांची बंडखोरी फार काळ टिकत नाही. पळून जाणाऱ्या मुलाला आई काही बेड्या घालून बाजारात नेऊ शकत नाही; पण तिला सतत डोळ्यांत तेल घालून राहावं लागतं.

- अशा अतिनाठाळ मुलाला बाहेर घेऊन जायची वेळ आलीच तर एका माणसानं अखंड त्या मुलाचा हात घट्ट धरून ठेवावा आणि त्याला क्षणभरही आपल्यापासून दूर जाऊ देऊ नये. त्या माणसानं या मुलांचं डोळ्यात तेल घालून रक्षण करणं, एवढं एकच काम करावं, असं मी सुचवेन. इतर पालक अशा वेळी कदाचित तुमच्याकडे भुवया उंचावून बघतीलही; पण त्यांची मतं त्यांच्याजवळ राहू द्या. तुम्ही थकलेले असताना अवखळ मुलं क्षणार्धात नजरेआड होतात. मग पोलिसांनी पाजलेल्या उपदेशाच्या डोसांपेक्षा मुलाला तुमच्या पकडीत घट्ट डांबून ठेवणंच जास्त हिताचं असतं.

वॉकर

अवखळ मुलांना आटोक्यात ठेवायला वॉकरचा उपयोग होतो; असं पुस्तकातलं वाक्य प्रत्यक्षात अनुभवास येणं अवघड असतं. कारण अवखळ मुलांना भरपूर जागा हवी असते आणि वॉकरमध्ये ठेवल्यावर त्यांना गोठ्यात कोंडून ठेवल्यासारखं वाटतं.

एवढ्यानं भागत नसेल तर

जगातील सर्वांत बुद्धिमान आणि मानवतावादी उपाय वापरूनसुद्धा कधीकधी मुलांचं वागणं अतिशय असह्य होतं. पावसाळ्यात ही असाहाय्यता अगदी अंगावर येते. कटकटी, कुरबुरी हळूहळू वाढत जातात आणि स्वत:वर ताबा ठेवणं तुम्हाला अवघड होत जातं. शिस्त वगैरे विचार अशा वेळी आसपास फिरकू शकत नाहीत. अशा वेळी त्यातल्यात्यात काय करता येईल ते पाहा.

मुलाला घेऊन घरातल्या एखाद्या मोकळ्या जागेत जा. बाहेरचे थोडे आवाज ऐकताच मुलाची भुणभुण तुम्हाला थोडी कमी ऐकू येईल आणि बाहेरून जाणारी एखादी गाडी किंवा माणूस बघून मूलही थोडंफार रमेल. संकटकाळी दोघांनीही रेनकोट चढवून बाहेरचा रस्ता धरा.

फार मनावर घेऊ नका

'जीवन जगणं तेवढं सोपं नसतं', असं एका ऑस्ट्रेलियन पंतप्रधानांनी म्हटल्यावर त्यांच्यावर टीकेची झोड उठली होती. तुम्ही बनवाल तसं आयुष्य बनतं, आणि मुलं वाढवताना आयुष्य फार अवघड असण्याची गरज नाही. थोडी कल्पनाशक्ती आणि उत्साह असेल तर बऱ्याच अवघड समस्यांमधून सोपा मार्ग निघतो. मूल आणि घरातल्या वस्तू दोन्ही सुखरूप ठेवायचं असेल तर तुमच्या पाठीला डोळे असण्याची गरज नाही. एकदा हे साधलं की तुम्ही शांतपणे जगू शकता.

पालकांना चर्मचक्षूंबरोबरच अंतर्दृष्टीचीही गरज असते. अपेक्षा माफक ठेवणं आणि असाहाय्य प्रसंगी धीर न सोडणं या गुणांची बऱ्याच वेळा गरज भासते. तुमचं पालकत्व या चार वर्षांत संपणार नाही, तुम्हाला ते कायम निभावायचं आहे. त्यामुळे रोज असं घोकत राहा की 'आजचा दिवस मी नीट घालवेन' आणि हेही दिवस पुढे सरकतील.

१२

झोपेच्या समस्या आणि त्यावरील उपाय

झोप नीट मिळाली नाही की तुमचीही कामं नीट होत नाहीत, विचारशक्ती नीट चालत नाही आणि पटकन हिरमोड होतो, हा अनुभव तुम्ही अनेक वेळा घेतला असेल. एखादी आई जेव्हा 'त्याची झोप पुरेशी होत नाही' असं तिच्या मुलाविषयी सांगते त्या वेळी ती लाक्षणिक अर्थानं म्हणत असते की, 'त्याचं सोडा हो, माझीच अवस्था भुतासारखी झालेली आहे.'

मुलानं रात्री दिलेल्या त्रासानं तुम्ही बेजार होऊन चालत नाही; तुमच्यासमोर पुढील एक अख्खा दिवस आ वासून उभा असतो. थकलेल्या मेंदूनं सगळी कामं उरकत चिडचिड्या चिरंजीवांशी सामना करायचा असतो.

गंमत म्हणजे काही मुलं आणि पालकांच्या बाबतीत या समस्येचा मागमूसही नसतो. तुम्ही म्हणाल, 'किती नशीबवान!' पुरेशी शांत झोप मिळून तुम्ही उत्साहानं कधी उठलात हे न आठवणाऱ्या इतर पालकांच्या मदतीसाठी पुढील पानं आहेत. मी दिलेली तंत्रं वापरून तुम्ही दुःखात सुख शोधू शकाल. तुम्ही कुटुंबीयांसह पुन्हा रात्रभर शांत झोपून दुसऱ्या दिवशीची गंमत अनुभवायला तयार व्हाल.

रात्री पुरेशी झोप हवीच

पूर्वी माझी अशी एक गैरसमजूत होती की अपुऱ्या झोपेमुळे पालकांनाच त्रास होतो; पण अनेक वर्षांच्या अनुभवानं माझ्या लक्षात आलं की पालकांबरोबर याचे परिणाम मुलावर, भावंडांवर, कुटुंबीयांवर आणि अगदी शेजाऱ्यांवरही होतात.

मुलाची झोप

रात्री नीट न झोपणाऱ्या मुलांना वाढवणं जिकिरीचं असतं. अशी मुलं अगदी हाताबाहेर जातात त्यामुळे ही समस्या फार गंभीरपणे घ्यावी लागते.

नीट झोपणारी मुलं अशा मुलांपेक्षा अधिक आनंदी असतात आणि दैनंदिन बाबींना चटकन सरावतात यात शंका नाही.

झोपेची गाडी रुळावरून घसरताच बालकांच्या लहानसहान समस्या तीव्र स्वरूप धारण करतात, मग चिडचिडी होतात आणि पटकन वैतागतात, कुठल्याही गोष्टीत रमत नाहीत आणि त्यांना काहीही पटकन समजत नाही. हे म्हणजे आधीच उल्हास त्यात फाल्गुन मास अशी अवस्था आहे!

मुलांचं चांगलं वर्तन आणि रात्री मिळालेली शांत झोप यांचा गहिरा संबंध वादातीत आहे आणि यातून काही छोटे-मोठे फायदेही होतात. मुलांची रात्रीच्या झोपेची समस्या सुटून ती शांत झोपायला लागली की पूर्वीप्रमाणे दिवसाही एक डुलकी काढायला लागतात किंवा दिवसाची डुलकी मोठी होते. हा थोडा विरोधाभास वाटेल, पण हे घडतं खरं! असं म्हणता येईल की रात्रीच्या झोपेमुळे मनाला आलेल्या शांततेचा उपयोग दुपारी झोप लागण्यासाठी होतो. हा दोघांना होणारा फायदा अनेक पालकांच्या लक्षात येत नाही. तणावापासून दूर गेल्यानं भावनांना बळकटी येते. म्हणूनच मुलांच्या झोपेच्या समस्या सोडवणं खूप फायदेशीर ठरतं.

पालकांची झोप

मुलामुळे रात्री पुरेशी झोप न मिळालेल्या माता चिडचिड्या आणि कमी सोशिक असतात. अनेक माता इतक्या थकून गेलेल्या असतात की मुलांच्या आगमनानं त्यांच्या आयुष्यात आनंद निर्माण व्हायच्या ऐवजी मुलं म्हणजे त्यांनी स्वत:लाच करून घेतलेली शिक्षाच जास्त वाटायला लागते. आपल्या हातून मुलाला काही इजा तर होणार नाही ना, अशा अनामिक भीतीनं डोळे पाझरणाऱ्या अनेक हळव्या माता मी पाहिलेल्या आहेत. काही तर अपयशानं खचून निराशेच्या बळी ठरलेल्या आहेत.

रात्री नीट न झोपणारं मूल नकळत स्वत:साठी अनेक समस्या निर्माण करत असतं. हे फार विचित्र वाटेल. सुसंवाद साधण्यासाठी आणि नात्यातील बळकटीसाठी पतिपत्नींना त्यांचा असा काही वेळ गरजेचा असतो. त्यांच्यातील सुसंवाद मध्येच उठणारं मूल नष्ट करून टाकतं. कित्येक पती भरपूर ओव्हरटाईम करतात ते केवळ पैशासाठी नाही, तर घरातल्या तंग वातावरणापासून दूर पळण्यासाठी. तर इतर बऱ्याच पालकांना अंथरुणात दोघांच्यामध्ये अर्धवट झोपेत लाथा मारत असलेलं मूल अनेक गोष्टींपासून वंचित करत असतं. न झोपणाऱ्या मुलामुळे नाती तणावग्रस्त होतात.

भावंडांची झोप

सतत रडणारं धाकटं भावंड शेजारी असूनही बिनधास्त घोरण्याची कला काही मुलांना साध्य झालेली असते; पण काहींची मात्र या कटकटींमुळे सतत झोपमोड होते. इथे त्यांचं दु:ख दुहेरी असतं: रात्री झोपमोड सहन करणं आणि दिवसा वैतागलेल्या आई-बाबांना तोंड देणं.

शेजारी

आसपास दूरवर कुणी राहत नसेल तर ठीक आहे, पण डझनानं कुटुंबं असलेल्या इमारतीत राहताना वैतागलेल्या शेजाऱ्यांच्या तक्रारींना तुम्हाला तोंड द्यावं लागेल. यानं समस्या अजून वाढतात. क्वचित प्रसंगी शेजारच्या लोकांनी पोलिसात तक्रार दिलेली आहे, तर काही (अति) मानवतावादी मंडळी कुठलासा संशय घेऊन बालकल्याण संघटनांकडे जायला कचरत नाहीत – यातील अनेक पालक अगदी आदर्श पालक होते. त्यांनी मुलाला काही उपद्रव करणं दूरच, त्यांची मुलंच पालकांना उपद्रवकारक ठरत होती.

झोपेचं शास्त्र

झोपेविषयी मुलांच्या प्रामुख्यानं तीन समस्या असतात; पण त्या बघण्याआधी आपण झोपेचं शास्त्र थोडं समजून घेऊया. पालकांची पहिली ठळक चूक अशी, की झोप म्हणजे सलगपणे येणारी बेशुद्धी असते, असं मानणं. खरं म्हणजे झोप आवर्तांनी बनलेली असते. झोपेचं प्रत्येक आवर्त हलकी झोप, स्वप्न पडतानाची झोप आणि गाढ झोप यांनी बनलेलं असतं. हे आवर्त बदलत असताना व्यक्ती चाळवल्यामुळे किंचित जागी होत असते (भान येण्याची अवस्था).

सामान्यपणे आपण रात्री झोपल्यावर प्रथम हलकी झोप लागते, मग

तिचं रूपांतर बेशुद्धावस्थेसारख्या गाढ झोपेत होतं; त्यानंतर आपण थोडी स्वप्नं पाहतो, आणि मग पुन्हा हलकी झोप येते. यानंतर आपण झोपेतून जागे होतो – हातपाय ताणून कुशी बदलतो – आता आपण झोपेच्या पुन्हा एका आवर्तनासाठी तयार होतो. सामान्य नवजात अर्भकाचा झोपेचा एक आवर्त एक तासापेक्षा कमी असतो; मुलांसाठी तो सव्वा तासाचा असतो; आणि मोठ्यांसाठी दीड तासाचा असतो. मेंदूच्या ई.ई.जी. प्रतिमांनी याला पुष्टी दिलेली आहे. प्रत्येक अवस्थेमध्ये मेंदूत वेगवेगळ्या प्रकारच्या विद्युतलहरी निर्माण होतात.

एका प्रयोगात मुलं त्यांच्या खोलीत झोपलेली असताना व्हिडीओ रेकॉर्डिंग करण्यात आलं. ते पाहून त्यांच्या पालकांचे अंदाज चुकीचे होते असं लक्षात आलं. पालकांना वाटायचं की मुलं रात्रभर शांतपणे झोपतात; पण निरीक्षणं वेगळीच होती. अगदी शांत झोप घेणारी म्हणून मानलेली मुलंसुद्धा रात्री अनेक वेळा झोपेतून उठत होती आणि त्यांचे अनेक प्रकार चालू होते: उठून बसणं, इकडे तिकडे पाहणं, त्यांच्या खेळण्यांशी खेळणं,

अजब सवय

क्षणभर असं माना की तुम्ही फक्त सोळा महिन्यांचे आहात, पांघरुणात छान लपेटलेले आहात आणि सुरक्षितपणे बिछान्यावर पहुडलेले आहात. झोप लागते, स्वप्नं पडतात, मग हलकीशी जाग येते आणि अर्धवट झोपेत हातपाय ताणून तुम्ही थोडी किरकिर करता. एका मिनिटानंतर डोळे उघडून पाहता तर काय, अंधारातून अचानक तुमच्या समोर आईचं दूध येतं. काही क्षणातच सुखावून आणि समाधान पावून तुम्ही शांतपणे पेंगायला लागता आणि तुम्हाला गाढ झोप लागते.

एका तासानं तुम्ही पुन्हा गाढ झोपेतून वर येता, किरकिरता, डोळे उघडता आणि हो, तुम्हाला दूध दिसतं! थोडी किरकिर करताच दूध येतं ही जादू तुम्ही आता शिकता.

मुलांना चुकीच्या सवयी लागायला फार वेळ लागत नाही. रात्री किरकिरणाऱ्या मुलाला पटकन शांत करण्यासाठी आईकडे नेहमी एक सोपा उपाय असतो, त्याला अंगावर प्यायला घेणं किंवा बाटली देणं. काही रात्री अशा गेल्या की झोपेची एक समस्या निर्माण झालेली असते– तुमच्या मनाविरुद्ध.

पायांनी पांघरूण उडवणं आणि क्वचित पुन्हा झोप लागण्यापूर्वी थोडं किरकिरणं.

आपल्याला हे सत्य स्वीकारायला हवं की पृथ्वीवरील सर्व माणसं दर रात्री झोपेतून मध्येच जागी होतात, पण याचा अर्थ पृथ्वीवरील सर्व मुलांनी रात्री झोपेत उठून आई-बाबांना त्रास द्यावा हे आपण स्वीकारलंच पाहिजे असं नाही. खिडकीचं तावदान वाजताच रात्री आपलेही डोळे उघडतात. बाहेर अंधार आहे किंवा घड्याळात तीन वाजलेले पाहून आपण कुशी बदलतो आणि पुन्हा गाढ झोपून जातो. इथे आपण बाजूला झोपलेल्या पत्नीला किंवा पतीला गदागदा हलवून असं म्हणत नाही, 'तीन वाजून एक मिनिट झालाय. मला काही खायला मिळेल का?' मुलांनाही हेच लागू पडतं. ती जागी होतात, कुरकुरतात, थोडा आवाज करतात पण या निशाचर हालचालींमध्ये तुम्हाला सहभागी करण्याचा त्यांचा इरादा नसतो. इथे आपण कसे वागतो याला महत्त्व आहे – आपली इच्छा असते की त्यानं इतरांची झोप मोडण्यापेक्षा पुन्हा झोपी जावं.

झोपेची आकडेवारी

झोपेविषयीच्या कोणत्याही दोन प्रयोगांमधून समान निष्कर्ष काढता आलेले नाहीत. पुढे काही आकडेवारी दिलेली आहे. त्यावरून इतर पालकांच्या मुलांच्या रात्रीच्या झोपेविषयी तुम्हाला काही माहिती मिळेल.

हे पाहून तुमच्या लक्षात येईल की एक ते चार वयोगटातील एक तृतियांश मुलं दर रात्री झोपेतून जागी झाली आणि उरलेल्यांच्या बाबतीत आठवड्यातून किमान एकदा हे घडलं. मुलांच्या सामान्य वर्तनाविषयी आपल्याला यातून थोडी माहिती मिळते आणि या विश्वात दर रात्री निवांत आणि अखंड झोपेची इच्छा बाळगणारे तुम्ही एकटे नाही हे पाहून थोडं बरं वाटतं.

इंग्लंडमध्ये झोपेतून उठणाऱ्या मुलांच्या पालकांविषयी केलेला अभ्यास काही गमतीदार निष्कर्ष देऊन गेला. रात्री आई-बाबांजवळ झोपणाऱ्या दोन वर्षांच्या मुलांपैकी ३७ टक्के मुलं रात्री उठत. याउलट आई-बाबांपासून दूर, वेगळ्या ठिकाणी झोपणाऱ्या दोन वर्षांच्या मुलांपैकी फक्त ३.३ टक्के मुलं रात्री उठत. या दोन्ही गटात दिलं जाणारं लक्ष हा महत्त्वाचा फरक होता. लक्ष द्यायला जवळ आई-बाबा असलेली जास्त मुलं रात्री उठत आणि आपल्याकडे कोणी बघणार नाही हे कळल्यावर मुलं जास्त उठत नसत. हे पाहून तुम्हाला वाईट वाटेल.

मुलांच्या झोपण्याच्या सवयी : समस्या

	वयोगटातील टक्केवारी				
	१ वर्ष	२ वर्षे	३ वर्षे	४ वर्षे	५ वर्षे
रात्री एकदा किंवा अधिक वेळा जागं होणं	२९	२८	३३	२९	१९
आठवड्यातून किमान एका रात्री जागं होणं	५७	५७	६६	६५	६१
झोपी जाण्यासाठी अर्ध्या तासाहून जास्त वेळ लागणं	२६	४३	६१	६९	६६
शांत होण्यासाठी एकदा किंवा जास्त वेळा दटावणं	१४	२६	४२	४९	५०
झोपताना आवडीची वस्तू जवळ मागणं	१८	४६	५०	४२	२०
दिवे चालू असताना झोप लागणं	७	१३	२०	३०	२३
पंधरवड्यात किमान एकदा झोपेत दचकून उठणं	५	९	२८	३९	३८

यावरून माझ्या पुढील मताला पुष्टी मिळते की उपलब्ध दिलासा जितका जास्त तितकी मुलाची झोपेची तक्रार जास्त. अर्थातच अर्धवट जाग आल्यावर आपल्या रडण्यामुळे कुणी बघायला येत नाही असं लक्षात येताच मुलं पुन्हा झोपी जातात. मुलांच्या बाबतीत रात्रभर मधून मधून झोप चाळवणं हे अगदी नैसर्गिक असतं; पण प्रत्येक वेळी पालकांनी त्याची नोंद घेतली की लवकरच त्याचं समस्येत रूपांतर होतं.

तुमच्यासारखे इतरही पालक असेच वैतागत असतील का, असं तुम्हाला वाटत असेल; पण असं आढळेल की प्रत्येक मूल झोपेतून उठतच असतं. थोडा दम खा, फार त्रास करून घेऊ नका. झोपेच्या छोट्या मोठ्या समस्यांशी हजारो पालकांनी सामना केला आहे. तुम्ही काय करता यावर सगळा फरक पडतो, ही गोष्ट पुढे वाचता वाचता तुमच्या लक्षात येणारच आहे.

झोपेची समस्या म्हणजे काय?

एखाद्या कुटुंबाला मुलांच्या झोपेच्या तक्रारींविषयी वाटणारं प्रचंड गांभीर्य दुसऱ्या कुठल्याही बाबतीत वाटत नाही. तेव्हा खरी समस्या मूल रात्री झोपेतून किती वेळा उठतं, ही नसून त्या उठण्यामुळे बाकीचे लोक किती विचलित होतात ही आहे. त्यामुळे असं म्हणता येईल, की मुलाच्या उठण्यामुळे कुटुंबीय पीडित होत असतील तरच त्याला झोपेची समस्या म्हणावं.

- रात्री चार किंवा अधिक वेळा झोपेतून उठणाऱ्या मुलाला झोपेची गंभीर समस्या असते असं म्हणता येणार नाही. अशी मुलं जागी होताच थोडं किरकिरतात आणि पाठीवर थोडं थोपटताच पुन्हा पटकन झोपून जातात; अशा पालकांनाही पुन्हा पटकन झोपी जाण्याची सवय असते.
- दुसरं एखादं मूल झोपेतून एकदा किंवा दोनदाच उठत असेल, पण एकदा उठल्यावर पुन्हा झोपी जाण्यास बरेच सायास पडतात. अशा मुलाला कसंबसं झोपवण्याच्या खटपटीत पालकच आपली झोप हरवून बसतात, खट्टू होतात आणि झोपेची आराधना करण्यात उरलेला वेळ घालवतात.

झोपेच्या अनेक समस्या मुलांकडे लक्ष पुरवल्यामुळे उद्‌भवतात. मुलांकडे लक्ष देणं फार महत्त्वाचं असतं, पण पहाटे तीन वाजता नाही. छान झोप लागणाऱ्या मुलांनासुद्धा आजारपणात, दात येत असताना, घाबरल्यावर अथवा घरातील समस्यांमुळे झोपमोडीचा त्रास होतो, पण याला झोपेच्या समस्या म्हणता येणार नाही. अशा वेळी मुलांना नुसतं चुचकारलं तरी भागतं.

डॉ. ग्रीन यांची झोपेविषयीची तंत्रं

गरज ही शोधाची जननी असते असं म्हणतात, आणि मी जेव्हा झोपेची तंत्रं विकसित केली तेव्हा तर मला त्यांची अत्यंत गरज होती. झोपेच्या समस्यांचा शास्त्रीय अभ्यास करायला मी १९७४ मध्ये सुरुवात केली आणि अल्पावधीतच मी त्यात हातखंडा मिळवला. लवकरच मला मुलांच्या अपुऱ्या झोपेमुळे होणारं अनेक कुटुंबांचं नुकसान स्पष्टपणे दिसायला लागलं. या समस्यांवर उपाय शोधताना मी व्यक्तिश: त्यात अतिशय रस घेतला कारण मी नीट न झोपणाऱ्या दोन मुलांना जन्म दिला होता!

माझा अभ्यास वाढायला लागला तशी माझी अस्वस्थताही वाढायला लागली, कारण अनेक निशाचर मुलांचे पालक दुःख सोसत होते आणि त्यांना उपाय सुचवता सुचवता माझी दमछाक होत होती.

त्या वेळी या समस्येवर पुढील चार उपाय प्रचलित होते:

- असा एक प्रवाद होता की मुलांना पाहिजे तितकं मनसोक्त रडू द्यावं, खूप थकल्यावर ती आपोआप झोपतात.
- काही जण त्यांना झोपेचं औषध द्यायला सांगत.
- काही तत्त्वचिंतक लोकांच्या मते कितीही शारीरिक किंवा भावनिक सायास पडले तरी रोज रात्री रडणाऱ्या मुलाला शांत करणं ही त्याच्या आईचीच जबाबदारी आहे.
- मानसशास्त्रातील तज्ज्ञ मंडळींचा एक गट असं मानत असे की मुलांना आईवडील दुरावण्याची भीती ग्रासते, त्यामुळे दिवसा पालक आपल्या मुलांशी असलेल्या नात्याची वीण जितकी अधिक घट्ट करतील तितक्या झोपेविषयीच्या समस्या कमी होत जातील.

यापैकी पहिली पद्धत सर्वांत जास्त प्रचलित होती. परंतु ही पालक आणि मुलं दोघांसाठी हानिकारक होती. म्हणूनच माझ्या तंत्रात यातल्या चांगल्या गोष्टी वापरून आणि हानिकारक गोष्टी टाळून मी माझं 'सीमित रडण्याचं तंत्र' विकसित केलं.

माझ्या तंत्रावर काही मानसोपचार आणि मानसशास्त्र तज्ज्ञांकडून टीका करण्यात आली. हे तंत्र मुलांसाठी हानिकारक आहे, असं काहींनी मानलं. दुसरे काही म्हणत, 'याचा अजिबात उपयोग होणार नाही.' यावर मी त्यांना विचारत असे, 'पण तुम्ही ते वापरून पाहिलंय का?' यावर ते म्हणत, 'नाही, पण आम्ही सांगतो ना, की त्याचा काही उपयोग होणार नाही!'

गेल्या तीस वर्षांमध्ये अनेक लोकांना हे तंत्र गवसलं आहे; त्यातील काहींना ते मी शोधलं होतं हे ठाऊकही नाही. अनेक लेखक आणि तज्ज्ञांनी आता त्याचा अंगीकार केला आहे आणि झोपेच्या समस्या सोडवण्यासाठी त्याचा वापर लोकप्रिय झाला आहे. अशा समस्यांनी तुमचं डोकं फुटायला आलं असेल तर हे प्रकरण तुमच्या प्रार्थनांना मिळालेलं एक वरदान आहे.

'सीमित रडण्याच्या तंत्रामागचं तत्त्व'

आपण पाहिलंच आहे की माणसामध्ये साधारणपणे झोपेचं एक आवर्तन ९०

मिनिटांचं असतं. या टप्प्यानंतर बहुतेक मुलं आणि मोठी माणसं कुशी बदलून पुन्हा झोपी जायला सरावलेली असतात. मात्र अर्धवट जाग येण्याच्या अशा प्रत्येक प्रसंगी मुलांना गोंजारणं, दूध देणं आणि एकूणच जास्त महत्त्व देणं असे प्रकार नेहमी घडायला लागले तर सतत पालकांचं लक्ष मिळण्याचा फायदा उठवण्याची त्यांना लवकरच सवय लागते; यामुळे त्यांच्या उठण्याच्या वेळाही वाढतात. सुरुवातीलाच फारसा प्रतिसाद मिळत नाही असं लक्षात आल्यावर मुलं आपली आपण झोपी जाणं स्वीकारतात आणि त्याप्रमाणं वागायला लागतात.

काही उपयोग होत नाही असं लक्षात आल्यावर पुन्हा पुन्हा उठून रडण्यापासून मुलं आपोआप परावृत्त होतात. अर्थात झोपेच्या समस्येवर मी सुचवलेला हा उपाय नाही. एखाद्या मुलाला रात्री तीन-चार तास रडत राहू देणं क्रूरपणाचं आहे आणि निरुपयोगीपण आहे. बऱ्याचदा दहा मिनिटं रडल्यानंतर मुलांचा संयम संपतो आणि रडणं कशासाठी सुरू केलं होतं हे ती विसरतात. आणखी

विम्यासारखं काहीतरी

आपलं हे तंत्र काहीसं गाडीच्या विमा पॉलिसीसारखं आहे. बऱ्याच पॉलिसीमध्ये एक्सेस क्लॉज नावाची अट असते: म्हणजे कंपनीकडे नुकसानीचा कुठलाही दावा करण्यापूर्वी विमाधारकाला स्वत: काही रक्कम अदा करावी लागते, त्यानंतरच विमा कंपनी आपलं काम सुरू करते. यामुळे विमाधारक आरसा फुटण्यासारख्या फुटकळ नुकसानीचे दावे करण्यापासून परावृत्त होतात. अर्थात मोठ्या नुकसानीच्या वेळी विमा कंपनी तुमच्या पाठीशी असतेच. याचा फायदा असा होतो की अनेक फुटकळ दाव्यांपासून कंपनी मुक्त होते. बऱ्याच कंपन्या पहिल्या दाव्यानंतर धारकाने भरायची रक्कम वाढवतात.

आपल्या तंत्रामध्ये आपण मुलाला रडण्यासाठी पाच मिनिटांचा अवधी देतो, त्यानंतर त्याच्याकडे लक्ष पुरवतो. एकदा लक्ष पुरवल्यानंतर पुढच्या वेळी मुलाला सात मिनिटं, नऊ मिनिटं... रडावं लागतं. काही काळानंतर मुलाला असं वाटायला लागतं की 'ते माझ्याकडे शेवटी लक्ष देतात हे खरं, पण त्यासाठी मला बरेच कष्ट पडतात.' आपल्या प्रत्येक हुंदक्याला प्रतिसाद मिळत नाही या अनुभवातून मूल शिकत जातं आणि प्रत्येक चित्काराला धावण्याची तुम्हाला गरज उरत नाही. एवढं होताच झोपेच्या बहुतेक समस्या दूर झालेल्या असतात.

चवताळून रडल्यावर त्यांची लाळ वाहायला लागते, घाम सुटतो, नाडी जलद चालायला लागते आणि ती अगदी बावरून जातात. मुलांनी एखादी गोष्ट भीतीतून शिकू नये पण कधीकधी पालक मुलांवर खूप प्रेम करत असूनही त्यांच्या संवेदना बधिर होतात.

या तंत्रात मुलांना एक स्पष्ट संदेश मिळतो, आणि काय केव्हा घडणार आहे याची समज येते. माझ्या या पद्धतीप्रमाणे मुलाला थोडंसं रडू द्या, आणि त्यानंतर त्याला थोडा दिलासा द्या, जास्त नाही. पुढील प्रसंगी त्याला थोडं जास्त वेळ रडू द्या. आणि पुन्हा थोडंसं लक्ष द्या, प्रत्येक वेळी हा वेळ वाढत जाऊ द्या. यामुळे मूल घाबरून जात नाही, त्याला पुढची जाग उशिरानं येते आणि मुख्य म्हणजे आपण का रडत आहोत याचं भान ठेवून ते रडतं.

झोपेच्या समस्यांमधील मुख्य घटक

झोपेच्या समस्यांचा विचार करताना असं दिसतं की मुलं तीन प्रकारे पालकांना छळतात.

दर रात्री महिनोन्महिने रडण्याची सवय मुलांचं बरंच नुकसान करते. यामुळे पूर्वी आनंदी दिसणारे पालकही खंगून जातात. दुसऱ्या प्रकारची मुलं मुळात झोपायलाच तयार नसतात. यामुळे पती-पत्नींना उशिरा झोपावं लागतं आणि त्यांच्या नात्यात तणाव निर्माण होतात. तिसऱ्या प्रकारची मुलं त्यांच्या खोलीत शांतपणे झोपतात खरी, पण ती अचानक हळूच आई-बाबांच्या बिछान्यात शिरतात. वरवर पाहता ही सवय निरागस वाटली तरी मुलांच्या लाथांनी कित्येक पालक पलंगावरून खाली पडतात आणि हे त्यांना फारसं आवडत नाही.

१. रात्री अनेक वेळा उठणं

या गटात मी दोन प्रकारची मुलं पाहिली आहेत: जन्मापासून छान झोपण्याची सवय काही वेळा काही कारणानं एकदम बदलते. उदा. दात येताना, आजारपण किंवा घरातील तणाव. अशा वेळी पालकांनी त्यांच्याकडे लक्ष पुरवल्यावर त्यांना ते आवडायला लागतं. त्यांना वाटतं, 'हे खूप बरं वाटतंय, त्यांना असंच बोलावत राहिलं पाहिजे', आणि त्यानंतर प्रत्येक रात्री त्यांचे यशस्वी प्रयोग सुरू होतात.

बऱ्याच वेळा मूल रात्री झोपेत रडल्यास ते आजारी असेल किंवा घाबरलं असेल असं पालकांना वाटतं. इथे साधा ठोकताळा असा वापरा की दोन दिवस बरं नसताना रडणाऱ्या मुलाला त्यानंतर प्रत्येक रात्री रडायची गरज नाही,

त्याला वाईट सवय लागत आहे. अगदी त्याला संशयाचा फायदा द्यायचं म्हटलं तरी अनेक रात्री, अनेक महिने नक्कीच नाही. तसं म्हटलं तर त्याला वयाच्या एकवीसपर्यंत दात येत राहणार आहेत!

एखादं मूल रात्री फक्त एकदाच उठत असेल तर त्याला थोडं थोपटून किंवा थोडं प्यायला द्यायला काही हरकत नाही; पण ते दर अर्ध्या तासानं तुम्हाला उठायला लावत असेल तर प्रकार वेगळा आहे.

अशा समस्यांनी तुम्ही त्रस्त असाल तर यावर माझ्याकडे उपाय आहे. खरं वाटत नाही? पण ते खरं आहे. पूर्वी शांत झोपून हल्ली त्रास देणाऱ्या सर्व मुलांची समस्या या मार्गानं दूर होते; जन्मापासून निशाचर असलेल्यांच्या बाबतीत ते अशक्य नसलं तरी अवघड असतं. या उपायात तुमचा ठाम निश्चय आणि एक घड्याळ लागतं. पुढे दिलेल्या चौकटीतील पायऱ्या वापरून तुम्ही सीमित रडण्याचं तंत्र यशस्वीपणे वापरू शकता.

लक्षात ठेवण्याचे मुद्दे

त्याचं आजारपण वगैरेच्या वेळी हे तंत्र वापरू नका. मुलांची झोप मोडण्यास इतरही काही कारणं असू शकतात. जसे, नव्या बाळाचा जन्म, नवीन घरात राहायला जाणं किंवा आई-बाबांचं विभक्त होणं. अशा प्रसंगी मुलांना अधिक ममतेनं आणि समजूतदारपणे वागवण्याची गरज असते; तसाच समजूतदारपणा मुलांना ती झोपताना आणि मध्यरात्री वापरा. नव्या परिस्थितीत मूल रुळल्यानंतर

सीमित रडण्याचे तंत्र

- पहाटे तीन वाजता तुमच्या मुलाला जाग येते. सुरुवातीला ते हळूहळू रडतं आणि लवकरच त्याचा आवाज टिपेला पोहोचतो.
- इथे मुलाला थोडा वेळ रडत राहू द्यायचं आहे, किती वेळ हे तुम्ही ठरवायचं आहे– सरासरी म्हणून पाच मिनिटं वापरा, तुम्ही कडक स्वभावाचे असाल तर दहा मिनिटं, कोमल मनाचे असल्यास दोन मिनिटं आणि अगदी नाजूक स्वभावाचे असाल तर एक मिनिट. यामध्ये तुमची सहनशक्ती आणि साध्या रडण्यापासून ओक्साबोक्शी रडायला त्याला लागणारा वेळ याचाही विचार करा. याचा हेतू असा आहे की मुलानं श्वास कोंडेपर्यंत रडू नये.
- ठरलेला वेळ संपताच मुलाच्या खोलीत जा, त्याला उचलून जवळ घ्या आणि गोंजारा. कधीकधी मुलाला बिछान्यातच थोपटत राहा, हे जास्त चांगलं आहे.
- त्याचे हुंदके कमी होऊ लागले किंवा थांबले की त्याला खाली ठेवून निश्चयपूर्वक तिथून निघून जा. हे पाहताच ते मूल निषेध करण्यासाठी पुन्हा रडायला लागेल.
- आता पूर्वीपेक्षा दोन मिनिटं अधिक वेळ थांबा. उदा. ५+२=७ मिनिटं, (किंवा १०+२=१२ मिनिटं, २+२=४ मिनिटं, १+२=३ मिनिटं,).
- हा जास्तीचा वेळ संपल्यावर परत मुलाकडे जा, उचला, जवळ घ्या, गोंजारा, थोडं बोला. रडणं आटोक्यात येताच त्याला खाली ठेवून पटकन निघून जा.
- पुढच्या वेळी पुन्हा आणखी दोन मिनिटांनी वेळ वाढवा. प्रत्येक वेळी ठरलेल्या गोष्टी करा.
- मुलाचं रडं थांबून ते बहुधा झोपी जातं, अशा वेळी कमालीचे निग्रही राहा, त्याचा डोळा लागताच आपल्या बिछान्याकडे वळून स्वत:च्या झोपेसाठी प्रयत्न करा.
- दोन-दोन मिनिटांनी उशिरा लक्ष देणं, त्यानंतर त्याला शांत करून झटकन निघून जाणं या गोष्टी पुढील प्रत्येक उठण्याच्या प्रसंगी मन:पूर्वक करा.
- उद्या रात्री आणि पुढील रात्री हाच मार्ग वापरा. पहिल्या रात्रीचं तंत्र प्रत्येक वेळी वापरलं तरच यश तुमच्या हाती लागणार आहे.

नीट झोपू शकलं नाही तर दिलेल्या तंत्राचा वापर करा.

डोळ्यांत पाण्याचा टिपूस न येता हमसून हमसून रडणाऱ्या आणि इतर कटकटी करणाऱ्या मुलांसमोर फारसं नमतं घ्यायची गरज नसते.

प्रत्येक रात्री आपलं तंत्र वापरा, बहुधा तुम्हाला तीन दिवसांत चांगलं फळ मिळेल. काही मुलांच्या बाबतीत थोडा जास्त काळ लागतो, पण तंत्र यशस्वीपणे वापरून तुम्ही स्वतःची शांत झोपही परत मिळवू शकता.

पहिल्या रात्री हे तंत्र वापरताना तुम्हाला खूप जड जाईल; दुसऱ्या रात्री त्याहून कठीण जाईल, कारण मुलंही तुम्हाला जोखत असतात. साधारणपणे तिसऱ्या रात्री त्याच्या लक्षात येतं की खेळाचे नियम बदलले आहेत.

काही दिवसांनंतर असं वाटायला लागलं की फारसा उपयोग होत नाहीय, तर हे तंत्र तुम्ही बिनचूकपणे वापरत आहात की नाही, ते तपासा. बिनचूकपणे वापरत असाल तर तुमच्यापुढे दोन पर्याय आहेत: अजून एक महिना काढा, बहुतेक एक महिन्याने वय वाढलेलं मूल आपोआप सुधारेल किंवा या तंत्राबरोबर झोपेचं औषध द्या (या विषयावर पुढे स्वतंत्रपणानं लिहिलं आहे).

तुमच्या एखाद्या मित्राला या मोहिमेचा 'प्रायोजक' बनवा. तुम्ही रात्री काढलेल्या खस्ता ऐकण्यासाठी सकाळी युद्धक्षेत्राबाहेरील एक श्रोता मिळाल्यावर प्रयत्नांमध्ये आपोआपच सुसूत्रता येते.

इथे मला हे प्रकर्षानं सांगावंसं वाटतं की मुलाच्या झोपेच्या तक्रारी दूर करण्यासाठी कुठलेही प्रयत्न सुरू करण्यापूर्वी तुम्ही मनाशी तशी खूणगाठ बांधलेली हवी. हे तंत्र शेवटपर्यंत वापरण्यावर तुमचा भर हवा, आणि मधुर फळं दीर्घ काळ चाखण्यासाठी अल्प काळ भरपूर श्रम घेण्याचा पक्का निर्धार हवा.

हे तंत्र दिसायला सोपं आहे, पण ते अचूक काम करणारं आहे. याच्या नावावरून जाऊ नका – प्रतिकूल काळात हेच तुम्हाला सावरणार आहे.

२. झोपी जाण्यास नकार देणं

पालक आग्रही नसतील तर निम्म्याहून जास्त मुलं झोपण्याची वेळ होताच खेळायला सुरुवात करतात, जणू काही झोपी जाण्यासाठी त्यांच्या मनातला गजर पालकांच्या इच्छेपेक्षा उशिराचा लावलेला असतो. काही मुलं तर दिवसभर खूप दमलेली असूनही झोपी जाण्यास निकरानं प्रतिकार करतात आणि सतत आपल्या खोलीतून आतबाहेर करत राहतात.

काही मुलं जास्त चतुर असतात, ती झोप टाळण्यासाठी एकामागून एक सत्राशेसाठ नवीन कामं धुंडाळून काढतात, यामुळे पालकांचं जास्त लक्ष मिळवण्यात

ती यशस्वी ठरतात. यांच्या कामांच्या याद्या लांबलचक असतात: 'मला पाणी हवंय', 'मला भूक लागली आहे', 'मला दुसरी गोष्ट सांग', 'मला शू लागली आहे', 'तू माझ्याशेजारी झोप', 'मला वेगळी उशी हवी', 'मला उशीच नको आहे', 'मला दोन उशा हव्या आहेत', आणि हे अखंड चालू राहतं. पालकांचं लक्ष खेचून घेण्यासाठी नाना युक्त्या वापरल्या जातात आणि यासाठी झोपेची आहुती द्यायला ती तयार असतात. यातली गंमत आणि सौख्य अनुभवताना त्यात वाहून जाऊ नका – परिस्थिती तुमच्या हातून चटकन निसटेल. मुलांच्या थोड्या नाकदुऱ्या काढण्यात गंमत आहे, पण त्या खुशीत तुम्ही जरा गाफील झालात तर लवकरच तुम्ही मुलाला हाताळण्याऐवजी मूल तुम्हाला हाताळत आहे असं तुमच्या लक्षात येईल.

काही मुलं थोडी वेगळी असतात, त्यांची झोपच निसर्गतः कमी असते. त्यामुळे त्यांना लवकर झोप येत नाही आणि शास्त्रीय पुस्तकातले ठोकताळे त्यांना लागू पडत नाहीत. बहुधा मोठे झाल्यावर यातून पंतप्रधान, कारखानदार किंवा मुख्याध्यापक वगैरे तयार होतात. जंग जंग पछाडलं तरी अशी मुलं तुम्हाला अपेक्षित असलेल्या वेळेला झोपू शकत नाहीत. त्यांना निग्रहानं एक सवय लावा : नेहमीची झोपेची वेळ होताच त्यानं आपल्या खोलीत जावं, बाहेर येऊ नये आणि झोप आल्यावर झोपावं.

काही मुलांना दुपारी झोप घेण्याची सवय असते, पण या पठ्ठ्यांना त्यातून अशी काही संजीवनी मिळते की रात्रीचे बारा वाजून गेले तरी यांचे डोळे टक्क उघडे असतात. अशा मुलांचे दुपारचे लाड बंद करायला हवेत. कमीत कमी आवरते तरी घ्यायला हवेत.

रात्री उठून रडणाऱ्या मुलांपेक्षा झोपायला नकार देणाऱ्या मुलांच्या समस्या कमी तीव्र असतात. खोलीच्या आतबाहेर करणाऱ्या मुलामुळे थोडा वैताग येतो खरा, पण ती एकदा झोपल्यावर पालकांनाही झोप मिळू शकते. परंतु पालकांना स्वतःचा असा काही वेळ मिळावा यासाठी मुलांनी वेळच्या वेळी झोपी जाणं हेच योग्य आहे.

काही पालकांच्या मते दुपारी आणि संध्याकाळी डुलक्या घेणाऱ्या मुलांमुळे घराला थोडी शांतता लाभते; पण दोन्ही गोष्टींची अपेक्षा धरू नका. मुलांनी दुपारीही झोपायला हवं आणि रात्रीही पटकन झोपून पालकांना शांतता द्यावी यासाठी काही करण्याइतकं विज्ञान प्रगत झालेलं नाही. तुम्ही मात्र रात्री वेळ होताच मुलांना बिछान्यात ठेवा आणि प्रयत्नपूर्वक त्यांना तिथून हलू देऊ नका. यासाठी पुढील काही युक्त्यांचा वापर करता येईल.

मुलांना बिछान्यात 'चिकटवण्याच्या' युक्त्या

रोजची सवय लावा : रोज नियमितपणे झोपण्यापूर्वीची कामं क्रमानं उरका आणि मुलाला ठरावीक वेळी झोपण्याची सवय लावा. सुरुवातीला स्थिर होण्यास मुलाला वेळ लागत असेल तर त्याची झोपण्याची वेळ तात्पुरती पुढे ढकला. एकदा त्याला त्या वेळी झोपी जाण्याची सवय लागली की दर रात्री झोपण्याची वेळ थोड्या थोड्या मिनिटांनी मागे आणत चला. आणि यानंतर एक ठरावीक वेळ कायम करा.

त्यांना शांत करा : झोपी जाण्यापूर्वी उत्तेजित झालेली मुलं तुम्हालादेखील लवकर झोपी जाऊ देत नाहीत. झोपण्याच्या वेळेपूर्वी मुलांशी पकडापकडी, धावाधावी, ठोसेबाजी किंवा इतर उसळते खेळ खेळू नका– ऑलिम्पिकमधले धावपटूसुद्धा शर्यत संपल्यावर खोलीत जाऊन झोपी जात नाहीत, तसंच आपल्यालाही झोपण्यापूर्वी शांत व्हावं लागतं. त्यांना झोपण्यापूर्वी गरम पाण्यानं स्वच्छ करा, हळुवारपणे बोला, बिछान्यावर ठेवा, जवळ घेऊन गोष्ट सांगा.

निग्रहानं निघून जा : मुलाला आडवं करून गोष्ट सांगून झाल्यावर मनाचा निर्धार करून तिथून निघा. ही मुलाची झोपी जाण्याची वेळ आहे, आता रोजच्याप्रमाणे पप्पी घ्या आणि निघताना त्याला हे जाणवू द्या की तुम्ही खरंच तिथून जात आहात. पाणी मागणं, शू लागणं किंवा त्याच्याजवळ तुम्हाला झोपायला सांगणं इत्यादी वरवरच्या नाटकांना भुलून जाऊ नका. तुमचं वागणं आणि बोलणं यातून विरुद्ध संदेश जाऊ देऊ नका किंवा हळवेपणा दाखवू नका.

मूल बिछान्यातून उठल्यास : मूल खोलीबाहेर आल्यास त्याला लगोलग खोलीत न्या. झोपण्यापूर्वी त्याला हवं असलेलं पूर्ण लक्ष तुम्ही पुरवलं आहे, आता ठाम राहा आणि अपराधीपणा दाखवू नका. त्याच्या पुन्हा पुन्हा उठण्याला प्रोत्साहन देऊ नका. पालक तुम्ही आहात, हे मुलांना चांगलं माहीत असतं.

मूल पुन्हा उठल्यास : एवढं करूनही मूल पुन्हा उठल्यास दुसऱ्या पालकानं त्याला बिछान्यात ठेवावं. यामुळे मुलाला कळतं की आई-बाबांनी एकत्र येऊन हा निर्णय घेतलेला आहे.

मूल पुन्हा पुन्हा उठल्यास कार्यपद्धती बदला आणि त्याच्याकडे दुर्लक्ष करा : मूल तिसऱ्यांदा उठल्यास एक वेगळीच पद्धत तितक्याच

ठामपणे वापरायला हवी. त्याला स्पष्टपणे हे सांगा की त्यानं तुमच्या खोलीत आता येण्याचं काही कारण नाही आणि त्याच्याकडे पूर्ण दुर्लक्ष करा. टी.व्ही. बंद करा, दोघांनी स्वैपाकघरात निघून जा आणि एखादं छोटंसं काम सुरू करून एकमेकांशी बोलायला सुरुवात करा. दहा मिनिटांपूर्वी फुलासारखं वागवलं जाणारं मूल आता पूर्ण दुर्लक्ष केल्यामुळे बुचकळ्यात पडेल. तुम्ही लक्ष देण्यासाठी त्याची रामबाण अस्त्रं वापरेल. अशा वेळी कशालाही बळी न पडता त्याला सरळ पुन्हा बिछान्यात ठेवा.

तरीही मूल उठल्यास : चौथ्या वेळी मूल उठल्यास आता गंभीरपणे काहीतरी करायला हवं; अशावेळी पुढीलपैकी एक गोष्ट करा : त्याला झोप लागेपर्यंत त्याच्याजवळ बसून राहा, किंवा त्याचे सटकण्याचे सगळे मार्ग बंद करा (पुढे दिलेली दोरीची युक्ती वापरून बघायला हरकत नाही).

झोपी जाईपर्यंत त्याच्याजवळ बसा : शेवटचा उपाय म्हणून किंवा त्याला झोपवण्याची रोजची पद्धत म्हणून त्याच्या बिछान्यावर त्याला झोप लागेपर्यंत बसून राहा. शांतपणे आपलं पुस्तक वाचत राहा किंवा आराम करत राहा. त्याला कळू दे की तुम्ही फक्त त्याच्याजवळ उपस्थित आहात, हा खेळण्याचा तास नाही. मूल जोपर्यंत शांतपणे पडून आहे तोपर्यंतच त्याला सोबत करा, त्यानं प्रश्न सुरू केल्यास किंवा चुळबुळ सुरू केल्यास तिथून निघून जा.

लक्षात ठेवण्याचे मुद्दे

रोजच्या निश्चित सवयी लावून त्या नेटानं पाळल्यास बहुतेक समस्या दूर होतात कारण त्या वाईट सवयींमुळे उद्‌भवलेल्या असतात.

जेव्हा एखादा पालक माझ्याकडे अशी तक्रार सांगत येतो की 'मी त्याला काल रात्री चोवीस वेळा बिछान्यात ठेवलं' तेव्हा मुलानं तुमच्या शिस्तीचे तीन तेरा वाजवलेत हे लक्षात यायला मला वेळ लागत नाही. शिस्तीचं खेळात रूपांतर होऊन दोनपैकी फक्त एका गटाला त्यात मजा येत आहे असाच याचा अर्थ आहे.

तुमचं मूल सात वाजता झोपी जावं असं तुम्हाला वाटत असेल आणि त्याला झोपायला दहा वाजत असतील तर त्यानं इतक्या लवकर झोपण्याची निष्फळ इच्छा धरू नका. त्यापेक्षा त्याला नऊ ते साडेनऊच्या दरम्यान झोपवण्याचा प्रयत्न करा; ज्यायोगे खेळण्यासाठी डोळ्यांवर आलेली झापड त्याला दुर्लक्षित करता येणार नाही. यानंतर वर सांगितलेली उपाय-मालिका अंमलात आणा.

झोपेच्या बाबतीत खोडसाळपणा करणाऱ्या मुलांना झोपेची शिस्त लावण्याचा तुमचा ठाम निश्चय असेल तर दहापैकी नऊ मुलांच्या बाबतीत आठवड्याभराच्या आत हे तंत्र यशस्वी होऊ शकतं, याची खात्री बाळगा. काही झालं तरी तुमच्या अपेक्षा रास्त ठेवा. हे तंत्र मुलांना झोप आणणारं नाही; यामुळे फक्त मूल अंथरुणातून न उठता तिथेच पडून राहण्यास मदत मिळते.

डॉ. ग्रीन यांची दोरीची हातखंडा युक्ती

माझ्या स्वत:च्या घरातील दोन चिमुकल्या वीरांना आडवं करण्यासाठी मी शोधून काढलेली ही एक आश्चर्यजनक युक्ती आहे. घाबरून जाऊ नका, मी काही तुम्हाला मुलाला पलंगाला बांधून ठेवायला सांगणार नाही – क्वचित काही जणांचे डोळे या कल्पनेनं चमकले असतीलही. काही पालकांना हा उपाय जुनाट किंवा मूर्खपणाचा वाटण्याचीही शक्यता आहे; परंतु कुलूप-किल्ली वापरण्यापेक्षा हा फारच चांगला आहे, यात तुम्हाला फक्त एका मजबूत दोरीची गरज आहे. माझ्या या अद्वितीय शोधाची माहिती पुढील चौकटीत पाहा.

हे वाचून घाईघाईनं तुम्ही दोरी आणण्यासाठी निघाला असाल तर क्षणभर थांबा, मला तुम्हाला सावध करण्यासाठी माझ्या फसगतीची गोष्ट सांगायची आहे. एका रात्री माझी दोन मुलं त्यांच्या खोलीतून बाहेर यायला जंग जंग

दोरी वापरण्याचा रामबाण उपाय

एक दोरी घेऊन तिचं एक टोक मुलाच्या खोलीच्या *आतल्या* कडीला बांधा. दुसरं टोक शेजारच्या खोलीच्या दाराच्या *बाहेरच्या* कडीला बांधा. दोरीची लांबी इतपतच ठेवा, की मुलानं आतून दार ओढल्यावर फटीतून त्याचं डोकं बाहेर येऊ शकणार नाही. डोकंच बाहेर काढता आलं नाही तर त्याला काही करता येणार नाही. यामुळे होतं काय, की तुम्ही मुलाला खोलीत कोंडलेलं तर नसतं, पण त्याला बाहेरही येता येत नाही.

त्याच्या खोलीबाहेरचा दिवा चालू राहू देत, यामुळे खोलीबाहेर काय चाललं आहे हे मुलाला बघता आणि ऐकता येईल. यामुळे मूल घाबरणार नाही आणि त्याच्या मनावर हे ठसेल की काहीही झालं तरी त्यानं आत्ता बिछान्यात असलं पाहिजे. तुमचं मन विरघळण्यासाठी त्याच्या रडण्यासारख्या युक्त्या निष्फळ जाऊ द्या, आधी सांगितलेल्या सीमित रडण्याच्या युक्तीचा या दोरीच्या युक्तीसोबत खुबीनं वापर करून त्याचे न झोपण्याचे डाव हाणून पाडा.

पछाडतायत हे पाहून मी माझी दोरीची युक्ती वापरली.

हे न आवडल्यानं अर्थातच त्यांनी भुणभुण सुरू केली आणि अचानक अतिशय नाट्यमयरित्या टिपेचा सूर लावला. आता मला माझं पुस्तक चांगलं तोंडपाठ असल्यामुळे मी आणि पत्नीनं त्यांच्या खोलीत जाण्यापूर्वी पाच मिनिटं जाऊ देण्याचा निश्चय केलेला होता; पण पाहतो तर काय, समोर धक्कादायक दृश्य होतं. दोन्ही मुलं त्यांच्याच खोलीत होती पण दुर्दैवानं दोरीचं दुसरं टोक बाहेर बांधताना तिची लांबी माझ्या हातून जरा जास्तच राहिली होती. मोठ्या चिरंजीवांनी आपलं डोकं चालवलं आणि या संधीचा फायदा घेऊन धाकट्याला खोलीबाहेर काढण्यासाठी त्याचं डोकं फटीतून बाहेर सारलं आणि ते दाराच्या फटीत जाम अडकलं. अखेरीस सिझेरीयन तज्ज्ञांच्या सफाईनं आम्ही दोघांनी त्याला तिथून सोडवलं.

मी बालसंगोपन तज्ज्ञ असलो तरी मलाही समस्या येतात. एवढंच लक्षात ठेवा की यामुळे नाउमेद होण्याची गरज नाही कारण ही युक्ती अत्यंत चकित करणारे परिणाम साधणारी दिसून आली आहे.

३. दर रात्री तुमच्या बिछान्यात येणारं मूल

पहाटेच्या वेळी मूल बिछान्यात शिरलं तर अनेक पालकांना चीड येते. काही पालकांची झोप इतकी गाढ असते की शेजारी बॉम्ब फुटला तरी त्यांना जाग येत

नाही. काहींची मुलं लाथा न मारणारी किंवा वळवळ न करणारी असतात. अशा पालकांची गोष्ट वेगळी असते. अर्थात तुमचीच हरकत नसेल तर मुलाला अगदी ग्रॅज्युएट होईपर्यंत खुश्शाल असं करू देत! पण मी असं पाहिलं आहे की ७५टक्के माता आणि ९५ टक्के पित्यांना त्यांच्या बिछान्यात कुणी शिरलेलं खपत नाही.

अर्थातच धडपडी, खट्याळ आणि चळवळी मुलं पालकांच्या बिछान्यात येऊन झोपल्यानंतरसुद्धा स्वस्थ झोपत नाहीत. आई-बाबांच्या काटकोनाच्या दिशेत त्यांना झोपायला आवडतं, यामुळे एकाला ढुशी देणं आणि दुसऱ्याला लाथ मारणं हे त्यांचे दोन्ही हेतू पूर्ण होतात.

वडिलांपेक्षा आया याबाबतीत अधिक सहनशील असतात. दुसरा दिवस त्यांना काम करण्यात घालवायचा असतो, हे ध्यानात घेऊन त्या सोफ्यावर किंवा मुलाच्या बिछान्यात झोपणं पसंत करतात; त्याच्या बिछान्यात तुमचा पाय थोडा बाहेर येतो एवढंच. हे रात्रीचे बंडखोर तुमच्या बिछान्यात दररोज लुडबुडायला नको असतील तर पुढील चौकटीत दिलेले उपाय वापरा.

लक्षात ठेवण्याचे मुद्दे

काही मुलांच्या बाबतीत हा प्रकार अगदी थोडा काळ घडतो. तुम्हाला एवढी सगळी धडपड फारच वाटत असेल तर मुलाच्या येण्यानं तुम्हाला खरंच त्रास होतोय का, हे पडताळून पाहा. काही पालक आपल्या शेजारी मुलासाठी एक बिछाना घालून ठेवतात, आणि मग हळूहळू मुलाची ही सवय सुटून जाते. थोड्याशा मोठ्या मुलांच्या बाबतीत हे जमू शकतं. आपल्याला काही आपल्या मुलांना बोर्डिंगची शिस्त लावायची नाहीये, त्यामुळे क्वचित कधीतरी मुलाला तुमच्याजवळ झोपू द्यायला हरकत नसावी.

पती विभक्त झाला असेल किंवा कामानिमित्त बाहेरगावी असेल तर काही माता बिछान्यात शिरणाऱ्या मुलांच्या आड येत नाहीत, त्यांनाही थोडी सोबत मिळते. गोष्टी त्रासदायक ठरत नसतील तोपर्यंत असं करायला हरकत नाही.

घाबरलेल्या किंवा आजारी मुलाला हक्कानं तुमच्या बिछान्यात येऊ द्या; मात्र समस्या दूर होताच त्याला त्याच्या बिछान्यात पिटाळा.

सकाळ होण्यापूर्वी तुमच्या बिछान्यात शिरून दंगामस्ती करण्याचा जगातील सर्व मुलांना हक्क आहे.

वर पाहिलेल्या तीन समस्यांपैकी पालकांच्या बिछान्यात शिरण्याच्या सवयीमुळे पालकांच्या झोपेचं कमीत कमी नुकसान होतं. पण मध्यरात्री तुमच्या खोलीत घुसून खेळू पाहणाऱ्या मुलांना वेळीच प्रतिबंध करा. कारण कायमचा उपाय पटकन सापडण्याची हीच वेळ असते.

हल्लेखोरांपासून बचाव

मूल तुमच्या बिछान्यात शिरल्यावर : ज्या क्षणी मूल तुमच्या बिछान्यात शिरेल त्या क्षणी ताबडतोब त्याला परत त्याच्या जागी ठेवा. थंडीच्या दिवसात काही पालकांना हे थोडं जड जाईल, पण पुढील त्रासांना सामोरं जावं लागू नये म्हणून वेळीच त्यांना शिस्त लावा. काही बिलंदर मुलं मांजराच्या पावलांनी बिछान्यात शिरत असल्यामुळे कित्येक तास मूल बिछान्यात शिरलं आहे हे पालकांना कळतच नाही. मुलाच्या या सवयीला आवर घालण्याविषयी तुम्ही ठाम असाल तर तुमच्या खोलीच्या दाराला एक जड ठोकळा किंवा पाचर लावा. यामुळे मुलाला चटकन आत येता येणार नाही, दार थोडंसं उघडताना आवाज होईल आणि त्याचा डाव तुमच्या लक्षात येईल.

मूल पुन्हा बिछान्यात आल्यास : त्याला शांत पण ठामपणे सांगा. आता आईऐवजी बाबांनी मुलाला त्याच्या बिछान्यात परत ठेवायचं आहे. काही पालकांच्या मते मुलांशी इतक्या सभ्यपणे वागण्याची काही गरज नसते. असे पालक परस्पर पुढे वळतात.

मूल तिसऱ्यांदा परत आल्यास त्याचे पळण्याचे मार्ग बंद करा : मुलाच्या खोलीच्या दाराला अडसर लावून त्याच्या हटवादीपणावर वरचढ व्हा. आपली काहीच मात्रा चालत नाही हे पाहून एखादं लहान मूल किती मोठा आवाज काढू शकतं याचं प्रात्यक्षिक तुम्हाला मिळेल. असं घडताच सीमित रडण्याची युक्ती वापरायला सुरुवात करा.

नेहमीच्या शंका

मुलाच्या झोपेविषयी समस्या घेऊन माझ्याकडे येणारे पालक अनेक वेळा इतरही बारीकसारीक प्रश्न विचारत असतात – 'आमच्या मुलीला ना...' अशा अनेक फुटकळ प्रश्नांचा परामर्ष खाली घेतला आहे.

'सीमित रडण्याची युक्ती मी वापरून पाहिली, पण काही उपयोग होत नाही.'

ही युक्ती सोपी असली तरी ती न चालण्यामागे काही कारणं असू शकतात. बऱ्याच पालकांना ही युक्ती फारशी गंभीरपणे वापरायचीच नसते. काही पालकांना समस्येवर काही 'आपोआप' घडणारे उपाय हवे असतात, त्यासाठी त्यांना

स्वत:ला काही करायचं नसतं. माझ्याकडून जाताना असे पालक खूप प्रोत्साहित झाल्यासारखं दाखवतात, आणि पुढच्या वेळी येताना सबबींची एक लांबलचक यादी घेऊन येतात. इथे मला हेच स्पष्ट करायचं आहे की मुलांच्या झोपेबाबतच्या समस्या दूर करण्यासाठी आधी पालकांचा निश्चय हवा.

काही पालक ठरलेली वेळ नीट पाळण्यात अळंटळं करतात – मुलाला निश्चित वेळ रडू द्या, त्याच्याआधी त्याच्याजवळ जाऊ नका. युक्तीचं यश वेळ नीट पाळण्यावर अवलंबून आहे. तसंच केवळ एखाद्या रात्री हा उपाय करून पाहण्यात काही अर्थ नाही, तो सलग किमान चार दिवस अजमावायला हवा. पहिल्या रात्री यश न आल्यास निराश होऊन प्रयत्न थांबवण्याची गरज नाही, नाहीतर समस्या चिघळू शकते. काही पदरी पाडून घ्यायचं असेल तर थोडी कळ सोसावीच लागते.

काही पालकांना मुलाशी कडक वागण्यापेक्षा रात्री न झोपलेलं परवडलं असं वाटतं. नऊ मिनिटं मूल रडल्यानंतर काहींना ते अनेक तास रडल्यासारखं वाटतं, अर्थातच रात्री दहापेक्षा पहाटे तीन वाजता त्यांच्या निश्चयाची पातळी बरीच घसरलेली असते. इथे पालकांनी पुढे होणाऱ्या फायद्यांवर लक्ष ठेवायला हवं. हे तंत्रच इतकं परिणामकारक आहे की नीट पाळल्यानंतर काही दिवसांत हमखास गुण येतो.

'माझं मूल चिरचिर करतं, पण जोरात रडत नाही.'

पालकांचं लक्ष वेधण्यासाठी सतत जोरदार रडणाऱ्या मुलांच्या बाबतीत वरील तंत्र वापरायचं आहे. मुलांप्रमाणे आपलीही झोप मधून मधून चाळवत असते. काही मुलं अशा क्षणी थोडं कुरकुरतात एवढंच, त्यात फार लक्ष घालू नका. तसंच रात्री दोन वाजता त्यांच्याबरोबर खेळण्यासाठी तुम्हाला हाका मारणाऱ्या मुलांकडेही दुर्लक्ष करा. मूल घाबरलेलं नसेल तर बहुतेक वेळा दुर्लक्ष करणंच चांगलं.

'माझं मूल रात्री उठतं, रडायला लागतं आणि पाच मिनिटांत घर डोक्यावर घेतं. अशा वेळी मी हे तंत्र वापरावं काय?'

होय – तुमच्या मुलाच्या बाबतीत अर्ध्या मिनिटापासून सुरुवात करायला हवी – त्याच्या बाबतीत योग्य वेळ निवडून ती वाढवत जाणं हाच चांगला उपाय ठरतो.

मूल चवताळून रडायला लागल्यावर त्याला तसंच सोडण्यात अर्थ नाही. मूल रडून कासावीस होताच ते गंभीरपणे घ्या. त्याला सगळ्यात जास्त गरज असलेला आधार द्या आणि ते शांत होताच पुन्हा आपलं तंत्र वापरा. काही दिवसांतच मूल

शांतपणे झोपायला लागेल.

'माझ्या दीड वर्षांच्या मुलाला रात्री भूक लागते. त्याला खरंच काही द्यायला हवं का?'

सीमित झोपेच्या तंत्रामध्ये मुलाला रात्रीपासून सकाळपर्यंत अंगावर किंवा बाटलीनं पाजणं किंवा जोजवणं वगैरे करू नका. काहीतरी मिळाल्यावर मुलांना बरं वाटतं, पण याचा त्यांच्या पोषणाशी काही संबंध नसतो. तशी गरज असतीच तर आपणही रात्री उठून काहीतरी पोटात ढकललं असतं. चुकून कधी वाटलंच तर आपण लगेच तसे वागत नाही. पिण्यामुळे मुलाचं समाधान झाल्यासारखं तुम्हाला वाटेल, पण त्याचं लक्ष कॅलरीपेक्षा तुमचं लक्ष पटकावण्याकडे असतं.

'माझा नवरा दिवसभर राब राब राबतो, त्याला रात्रभर शांत झोप मिळणं अत्यंत गरजेचं असतं, त्यामुळे मी मुलाला रडत सोडू शकत नाही. अशा वेळी मी काय करावं?'

पूर्वी मी हा प्रश्न थोडे थोडे बदल करून नेहमी ऐकत असे. हल्ली तो कमी ऐकू यायला लागला आहे. आजकालच्या दिवसात आई घरात राहून जे काही करते त्याला काम म्हणता येणार नाही, असं म्हटलं तर टर उडवली जाईल. मुलाला जन्म देण्यापुरताच असलेला पित्याचा सहभाग पुढेही चालू राहायला हवा, असं म्हणण्याचे हे दिवस आहेत. या तंत्रात यश यायला चारच दिवस पुरतात आणि आपल्या कुटुंबाच्या भल्यासाठी पित्यानं थोडी कळ काढावी, निदान अडथळा बनू नये.

'आमच्या घरी सासू-सासरे असतात आणि त्यांना मुलांनी रडलेलं खपत नाही.'

अशा खिंडीतल्या प्रसंगी सहज सुलभ उपाय नसतो, काही वेळा तुम्ही हतबल होऊ शकता. आजी-आजोबांना सगळ्यांचं भलं व्हायला हवं आहे, पण त्यासाठी केलेल्या उपायांमध्ये सामील व्हायचं नाहीय, अशा वेळी त्यांनाच रात्रपाळी द्या किंवा त्यापेक्षा चांगलं म्हणजे त्यांना हे प्रकरण वाचायला लावा.

'माझा मुलगा आणि त्याची बहीण एका खोलीत झोपतात. हे तंत्र वापरल्यास तिच्या झोपेचं खोबरं होईल.'

मी तुम्हाला निश्चित सांगू शकतो की तुमचा निश्चय किती पक्का आहे, याची इथे परीक्षा आहे. गंमत म्हणजे पालकांपेक्षा मोठ्या भावंडाची सहनशक्ती त्याच खोलीत झोपून अधिक वाढलेली असते. माझ्या माहितीप्रमाणे मुलाच्या रडण्याचा भावंडाला त्रास होण्याचा फार बाऊ न केल्यास तुमचे उपाय यशस्वी होतात.

हे अगदी अवघड वाटल्यास भावंडासाठी झोपण्याची दुसरी तात्पुरती सोय

करा आणि रडक्या मुलाला एकटं झोपू द्या. भावंडासाठी दुसरी खोली नसेल तर त्याला सोफ्यावर किंवा तुमच्या खोलीत झोपू द्या. बैठकीच्या खोलीत तशी बऱ्यापैकी शांतता असते, किंवा आजीच्या खोलीत यासाठी आठवड्यातून एखादी चक्कर मारावी लागली तरी चालेल.

आता रडक्या मुलाला वेगळं काढल्यावर आपली युक्ती वापरा, बघा, एका आठवड्यात काम फत्ते होईल आणि दोन्ही भावंडं पुन्हा एका खोलीत सुखानं नांदू लागतील. अंती मिळणाऱ्या गोड फळासाठी सर्व जण सहकार्य करू शकतात, मात्र निश्चय पक्का हवा.

'माझं मूल रात्री रडायला लागलं की मी पटकन त्याच्या खोलीत जाते आणि त्याला रबरी बूच देते, तो लगेच शांत झोपतो. मग तुमचं तंत्र कशाला वापरायचं?'

सगळं 'नीट' करायचं असेल तर मुलानं बूच न चोखता रात्री शांत झोपायला हवं. बूच दिल्यावर मुलानं शांत होणं तुमच्या तत्त्वात बसत असेल तर तसं करा; संगोपनात या पुस्तकातल्या सगळ्याच गोष्टी पाळल्या पाहिजेत असं नाही.

'सीमित झोपेचं तंत्र मुलाच्या कोणत्या वयानंतर वापरण्यास योग्य आहे?'

१९७४ साली मी दीड वर्षं आणि त्याहून मोठ्या मुलांवर हे तंत्र वापरायला सुरुवात केली. १९८० मध्ये माझ्या लक्षात आलं की दहा महिन्यांच्या मुलावरही ते उपयोगी पडतं आणि दोन हजारपासून मी हे पाहत आहे की लोक त्यांच्या सहा महिन्यांच्या मुलावरही ते वापरत आहेत.

१९९० साली सुमारे बारा महिने आम्ही १४० मुलांवर एक संशोधन प्रकल्प राबवला. या प्रकल्पात सीमित रडण्याचं तंत्र वापरलं होतं. आम्हाला असं दिसून आलं की दोन वर्षांवरील सर्व मुलांमध्ये तीन दिवसांत त्याचा पूर्ण उपयोग झाला; एक ते दोन वर्षांच्या ९३ टक्के मुलांना एका आठवड्यात पूर्ण फायदा झाला. सहा महिने ते एक वर्षाच्या ८० टक्के मुलांमध्ये सुधारणा व्हायला तीन आठवडे लागले; फक्त काही मुलांनाच या तंत्राबरोबर झोपेच्या औषधाचा वापर करावा लागला.

सहा महिन्यांच्या मुलांवरही तुम्ही हे तंत्र वापरू शकता, फक्त त्यात तुम्हाला जास्त कष्ट पडतात. माझ्या मते मुलाला किमान दीड वर्षांचं होऊ द्यावं. या वयात मिळणारे परिणाम आश्चर्यकारक असतात. या वयात तुम्ही काही रात्री घेतलेले कष्ट सर्वांना नेहमी गाढ झोप देतात.

'साडेतीन किंवा चार वर्षांच्या मुलांवर हे तंत्र वापरावं काय?'
होय, अगदी झकास उपयोग होतो. तीन वर्षांच्या मुलाबरोबर काम करणं खूप आनंदाचं असतं. यापैकी निम्मी मुलं माझ्या इथून घरी जातानाच 'काहीही न करता बरी' झालेली असत. पालकांना मी हा उपाय सांगत असताना मुलं जरी खेळण्यात किंवा बाहेर बघण्यात दंग असल्याचं दाखवत असली तरी आमच्या बोलण्याकडे त्यांचं पूर्ण लक्ष होतं. त्यामुळे तिथून निघतानाच आता आई-बाबा काय करणार आहेत याची त्यांना कल्पना आली होती. बहुधा मला पुढच्याच सकाळी चकित झालेल्या पालकांचा फोन येत असे, 'डॉक्टर, तुम्हाला खरं वाटणार नाही, काल रात्री तो उठलाच नाही!' मुलांना दिसलेला पालकांचा निर्धारच त्यांना बदलायला भाग पाडणारा ठरला होता – मोठी माणसं मोठी असतात आणि खेळ संपू शकतो हे मुलांना कळलं होतं.

'तुमची युक्ती वापरून मुलांच्या मनावर काही विपरीत परिणाम होत नसतील कशावरून?'
मुलांच्या डॉक्टरांना मुलांना त्रासदायक ठरणाऱ्या बऱ्याच गोष्टी रोज कराव्या लागतात – शारीरिक तपासण्या, एक्स रे, लसीकरण, इत्यादी अनेक गोष्टींनी आम्ही त्यांना घाबरवत असतो. काही मुलांना तर त्यांचे प्राण वाचवण्यासाठी मोठाल्या शस्त्रक्रिया वगैरे दिव्यातून जायला लावतो. आपल्याला साधायची गोष्ट आणि मुलाच्या भावनांवर त्याचा होणारा परिणाम याचा सुवर्णमध्य गाठला की झालं.

माझ्या सीमित रडण्याच्या तंत्रामुळे मुलांना असं काही होत असेल असं मला वाटत नाही, आणि होतच असेल तर ते प्रमाण फार कमी आहे. याउलट पालकांना अपुरी झोप मिळाल्यामुळे मुलांवर होणारे भावनिक परिणाम जास्त गंभीर असतात. माझ्या मते पुस्तकातल्या हरकतींमुळे विचलित होण्यापेक्षा या तंत्रामुळे मिळणारे फायदे जास्त आहेत, त्यांचा जास्त विचार करावा.

झोपेच्या औषधाविषयी थोडंसं

मी फक्त अतिशय समस्याग्रस्त मोठी माणसं आणि मुलांसाठी *थोड्या काळाकरता* झोपेच्या औषधाचा सल्ला देतो. जेव्हा सगळेच उपाय थकतात आणि रात्रभर शांत झोपल्याशिवाय त्या व्यक्तीची गाडी रुळावर येऊच शकत नाही अशा वेळी *शेवटचा उपाय* म्हणून, आणि तोसुद्धा पूर्ण तारतम्य बाळगून दुष्परिणाम होऊ न देता आम्ही हे करतो.

माझ्या अनेक वर्षांच्या अनुभवात मी अशी कित्येक मुलं पाहिली आहेत की ती एका वेळी दीड तासाहून जास्त वेळ झोपू शकत नसत आणि तेही चोवीस तासातून अगदी थोड्या वेळा. अशा अतिशय थकलेल्या कुटुंबांसाठी झोपेचं औषध एखाद्या वरदानासारखं ठरतं; याचे परिणाम तत्काळ दिसून येतात आणि धैर्य एकवटून ते कुटुंब कायमच्या परिणामासाठी माझ्या इतर उपायांचा सक्षमपणे वापर करण्यास आपखुषीनं राजी होतात.

झोपेच्या औषधाचा वापर पुढील तीन परिस्थितींमध्ये न्याय्य ठरतो :

- सीमित रडण्याच्या माझ्या तंत्राबरोबर
- आपत्कालीन परिस्थितीमध्ये, जेव्हा झोप नष्ट झाल्यामुळे डोकं ठिकाणावर राहणं मुश्कील होऊन बसतं, तेव्हा राखीव उपाय म्हणून
- दिवसभर चिडचिडेपणा करून रात्री स्वतः आणि पालकांना जागं ठेवणाऱ्या काही अपंग मुलांसाठी.

निरुपायाच्या परिस्थितीला तोंड फोडण्यासाठी सीमित रडण्याच्या तंत्रासोबत झोपेच्या औषधाची अत्यंत कमी मात्रा आपण वापरतो. जागं राहून मूल मध्यरात्रीपर्यंत थकून जातं, त्यात रडण्यामुळे त्याचा थकवा अजूनच वाढतो. मुलांच्या बाबतीत औषधाची इतकी कमी मात्रा उपयोगी पडते की तुम्हाला वाटेल मुलानं उघडलेल्या बाटलीचा जेमतेम वासच घेतला होता की काय! पण तासभर सीमित रडण्याचं तंत्र वापरल्यानंतरच हे औषध वापरलं जातं. यामुळे असा फायदा होतो की इकडे तुम्हालाही काही काळ शांत झोप मिळते आणि तुमची इच्छा मुलाच्याही लक्षात येते.

झोपेच्या औषधाचं यश ते वापरण्याची योग्य वेळ आणि योग्य मात्रा यावर अवलंबून आहे. आपल्या तंत्रासोबत वापरलेलं असो किंवा नसो, औषध आपलं काम करतं. संध्याकाळी सहा वाजता औषध देऊन तुमचं मूल दुसऱ्या दिवशी सकाळपर्यंत शांत झोपेल अशा चमत्काराची आशा धरू नका. त्यापेक्षा मुलाच्या वजनाप्रमाणे काळजीपूर्वक आकडेमोड करून काढलेली औषधाची योग्य मात्रा ते मूल रात्री प्रथम उठण्याच्या वेळी, उदा. रात्री अकरा वाजता, देण्याचा मी सल्ला देतो. यामुळे मध्यरात्रीपासून पहाटेपर्यंतच्या सुंदर झोपेपासून तुम्ही आणि मूल वंचित होणार नाही, आणि हेच तर आपल्याला हवं आहे. योग्य मात्रा योग्य वेळी देऊन आपण अपयशाचे प्रसंग टाळू शकतो.

याचा अर्थ असा नाही की झोपेच्या औषधांमुळे काहीच समस्या उपटत नाहीत. काही मुलं पुढील सकाळी अगदी मलूल होतात, तर काहींवर चक्रावून सोडणारा

उलटा परिणाम दिसतो – ती अतिउत्साहित होऊन विक्षिप्तपणे वागू शकतात. काही पालकांनी झोपेचं औषध मुलांवर प्रथम अगदी लांबच्या विमानप्रवासाच्या वेळी वापरलेलं असतं. त्यामुळे त्यांचं मूल जास्त वेळ झोपतं. अर्थात अगदी हात टेकल्यानंतर सीमित रडण्याच्या उपायासोबत योग्य प्रमाणात वापरलेलं झोपेचं औषध तुमच्या मदतीला धावून येतं.

पाय ताणून झोपा

आपलं एक तृतीयांश आयुष्य बिछान्यात खर्च होतं आणि उत्तम झोपेमुळे पूर्ण विश्रांती घेऊन ताजेतवाने होऊन आपण उठतो. काही दुर्दैवी पालकांसाठी मात्र रात्र ही एक शिक्षा असते आणि झोपेशी त्यांचा जणू छत्तीसचा आकडा असतो. मुलांच्या न झोपण्यामुळे होणाऱ्या दुष्परिणामांचं प्रमाण आपल्या कल्पनेपेक्षा अधिक आहे. पालकांना आणि मुलांना दोघांनाही त्यांचा सामना करावा लागतो.

मुलाला नीट झोपेची सवय लावण्याची खटपट तुम्हाला फार काळ करावी लागणार नाही. तुम्ही शिकलेल्या तंत्रांचा वापर करून तुमच्या रात्री शांततामय करा. रात्र कधी पडते असं तुम्हाला होऊन जाईल.

१३

झोपेशी निगडित असलेल्या एकूण एक समस्यांविषयी

तुमची झोप हिरावून घेण्याच्या अनेक युक्त्या मुलांजवळ असतात. आपलं डोकं वापरून मुलं नेहमी त्यात भर टाकत असतात. पुढे दिलेल्या समस्या पाहून दिवसा तुमचं मनोरंजन होईल; पण रात्री त्यांचा खरा उपद्रव जाणवेल.

या जेमतेम डझनभर समस्यांकडे पाहून तुमच्या लक्षात येईल की त्यावर दिलेले उपाय हे अनुभवावर आधारित असल्यामुळे तुम्हीसुद्धा आपला डाराडूर झोपण्याचा हक्क पुरेपूर बजावू शकता.

दुपारी झोपणारी मुलं

दुपारच्या झोपेचा आनंद मुलं दोन वर्षांची होईपर्यंत लुटतात – आणि मुलंच काय, मी म्हणेन आपण सगळेच, अनेक मातांना तर वामकुक्षीची वेळ कधी होतेय असं झालेलं असतं. दुर्दैवानं मुलाच्या दोन ते चार वयादरम्यान ही सवय सुटते आणि पालक त्याबद्दल दुःखी होऊ लागतात. अखेरीस तर पालक पुरते कोड्यात पडतात: दुपारी न झोपलेलं मूल संध्याकाळी हाताबाहेर जातं, मात्र

रात्री लवकर आणि शांत झोपतं. याउलट ते दुपारी झोपल्यास काहीशी शांतता मिळते खरी, पण त्याची किंमत रात्री मोजावी लागते; कारण तेव्हा दुपारच्या झोपेमुळे ताजंतवानं होऊन ते रात्रभर धिंगाणा घालत राहतं.

उपाय : क्षमा करा, पण या समस्येवर नेमकं उत्तर नाही. पालकांनी आपला पर्याय निवडावा. मला विचाराल तर, नाहीतरी मुलाची दुपारची झोप कमी होत चाललेलीच असते, ती बंद करून रात्रीच्या नियमित, शांत झोपेला प्राधान्य द्यावं. हे घडण्यासाठी मुलाचं दिवसा मनोरंजन करा. त्याच्यासाठी शंभर वेळा क्रिकेट खेळून आणि सतत काही करामती करत राहून डोकं जरा पिकतं हे खरं आहे, पण सर्वांच्या शांत झोपेसाठी मोजलेली ती एक छोटीशी किंमत आहे.

बिछान्यातून सटकणारी मुलं

काही मुलांना असल्या सवयी बिलकुल नसतात. शाळेच्या वयापर्यंत ती अगदी शांतपणे एका जागी झोपतात, तर काही मुलं पहिल्या वाढदिवसापूर्वीच गिर्यारोहण करायला शिकतात. पलंगावरून गायब होण्याच्या अनेक युक्त्या त्यांनी दीर्घ चिंतनातून शोधून काढलेल्या असतात.

मुलाचा प्रताप प्रथम पाहताच मूल खाली पडून काही इजा करून घेईल या भीतीनं पालक ग्रासतात. साधारणपणे पहिल्यांदा निसटणं म्हणजे धपकन पडणं असतं. कारण उतरण्यापेक्षा कुठेही चढण्याची कला त्यांनी लवकर शिकलेली असते.

उपाय : मुलाचे चढण्याउतरण्याचे प्रयोग एकदा सुरू झाले की त्याला कोणत्या बिछान्यावर ठेवायचं हे पालकांनी ठरवावं, त्याची धडपड असते ती, पटकन सुटून आई-बाबांच्या खोलीत दाखल होण्याची. पलंग अशा ठिकाणी ठेवा की तिच्या दोन बाजू भिंतीला लागतील. खिडक्या लांब असतील आणि मोकळ्या बाजूच्या जमिनीवर एखादा रग वगैरे टाका. मी असं पाहिलं आहे की एक दोनदा रात्री धडपडल्यानंतर अधिक अनुभव येईपर्यंत मुलं खाली उतरायचं टाळतात.

साध्या बिछान्यावर मुलांना कोणत्या वयापासून झोपवावं असं पालक विचारतात. नवीन भावंड येणार असेल तर यात औत्सुक्यापेक्षा घाई जास्त असते. मूल शांत झोपणारं असल्यास काही अडचणी येणार नाहीत. मुळातच नीट न झोपणारं मूल बिछाना दिल्यावर नीट झोपू लागेल असं अनेक पालकांना

वाटतं. याचा फारसा उपयोग होत नाही. मुलांना चांगली दोन वर्षं होईपर्यंत त्यांच्या बंदिस्त पलंगावरच ठेवायला हवं.

पहाटे लवकर उठणारी मुलं

काही मुलं सकाळी उशिरापर्यंत झोपतात तर काही कोंबडा आरवण्यापूर्वीच खेळायला लागलेली असतात. या मुलांना आई-बाबांबरोबर सूर्योदय बघण्याचा आनंद लुटायचा असतो. चळवळ्या मुलांच्या बाबतीत हे जास्त वेळा दिसून येतं. आपल्यापैकी काही जण जसे पहाटे उठणारे किंवा निशाचर असतात, तसंच मुलांचं असतं.

उपाय : शास्त्राप्रमाणे अशा मुलाला उशिरा झोपवावं असं म्हणतात, पण तुम्हाला असं लक्षात येईल की यापूर्वी सकाळी टवटवीतपणे उठणारं मूल आता चिडचिडं होऊन लवकर उठतं. यांची दुपारची झोप कापावी तर ती डोकं अगदी फिरवून टाकतात.

अशा मुलांच्या खोलीमध्ये जाड पडदे लावून पाहा. तसंच त्यांच्या आसपास आवाज न करणारी खेळणी ठेवा. यामुळे इतरांना न उठवता ती खेळत राहू शकतात.

सीमित रडण्याचं तंत्र अशा मुलांवर प्रभावकारी ठरू शकतं; पण त्यामुळे घरातील इतर लोक जागे होण्याच्या वेळेला मुलाला झोपवत बसण्याचा खटाटोप करत बसावं लागतं. यापेक्षा सोपा उपाय म्हणजे पालकांनी लवकर झोपून मुलाबरोबर लवकर उठणं सुरू करणं. खरं म्हणजे अशा पालकांना मी फक्त सहानुभूती देऊ शकतो, कुठला उपाय नाही.

भीती

सुदैवानं मुलाच्या झोपेत अडथळा आणणारी भीतीची कारणं या वयात फारशी नसतात. मुलांना मुख्य भीती पालकांपासून दूर होण्याची वाटते. सामान्य मुलांपेक्षा तणावग्रस्त घरातील मुलांना ही समस्या जास्त असते. पालकांच्या न कळत त्यांचे ताण मुलांपर्यंत पोहोचतात आणि परिणाम करतात. किंबहुना विभक्त पालकांच्या मुलांची ही भीती अगदी रास्त असते. मुलाला आणि तुम्हाला नीट झोप मिळण्यासाठी मुलांच्या भीतीचं पुरेसं निराकरण करावं लागतं.

पालक आपल्यापासून दूर जाऊ नये यासाठी मुलं वेगवेगळ्या सबबी वापरतात: 'मला अंधाराची भीती वाटते', 'माझ्या बिछान्याखाली राक्षस आला

आहे' इत्यादी. पालकांचं लक्ष वेधण्यासाठी भूक लागणं किंवा गोष्टीची मागणी करणं हे उपाय वापरणारी मुलं भीतीची सबब पालकांच्या अधिक सहवासासाठी वापरतात.

तुम्हाला गंडवण्याची ही सगळी नाटकं असली तरी मुलाला संशयाचा फायदा द्या. काळोखाविषयी खरोखरीची भीती अगदी लहान मुलांमध्ये नसते, पण थोड्या मोठ्या मुलांमध्ये उत्पन्न होऊ शकते.

उपाय : बऱ्याच पालकांनाही असं वाटतं की रात्री रडणारं मूल भीतीमुळे रडत आहे; परंतु रोज रात्री एकदा किंवा जास्त वेळा असं घडतं ते भीतीमुळे नाही, तर वाईट सवयीमुळे घडत असतं. पालक धावून येतील असा थोडा जरी विश्वास मुलांना वाटला तर ती दर दहा मिनिटांनी त्यांना हाक मारायला लागतात. अशा वेळी सीमित रडण्याचं तंत्र वापरा.

विभक्त होण्याच्या भीतीतून मुक्त व्हायला मुलांना वेळ लागतो. अशा परिस्थितीत मुलाला आवडती बाहुली किंवा टेडी द्या, त्याच्या ओळखीचं मऊ पांघरूण घाला, अगदीच वेळप्रसंगी अनिच्छेनं का होईना, चोखण्याचं बूच द्या. अंधाराची भीती घालवण्यासाठी खोलीत मंदसा दिवा लावा. कधीकधी त्याला झोप लागेपर्यंत त्याच्याजवळ बसा.

कावळ्याची झोप

बऱ्याच मुलांना अगदी गाढ झोप लागू शकते. अशी मुलं कुठल्याही आवाजानं उठत नाहीत. काही मुलं मात्र थोड्याशा आवाजानं उठतात. यांचे पालक रात्री घरात दबकत चालतात, नळ सोडायला घाबरतात किंवा फोनची घंटा वाजताच स्वत:च दचकतात.

उपाय : अशा मुलांच्या समस्या पटकन सुटू शकतात. तुमच्या मुलाजवळ छोटासा रेडिओ ठेवा. पहिल्या रात्री अगदी लहान आवाजात रेडिओ सुरू ठेवा. हळूहळू आवाज थोडाथोडा वाढवा. असं दोन आठवडे करा; पण एकंदरीत आवाज कमी पातळीतच ठेवा. आपला हेतू पार्श्वसंगीत लावण्याचा आहे, यात इतर आवाज ऐकू आले पाहिजेत. एव्हाना मूल बारीकसारीक आवाजानं जागं होईनासं होईल. अशामुळे आवाजांप्रति त्याची अतिसंवेदनशीलता कमी होते. काही दिवसांतच अशी मुलं तुम्ही टी.व्ही.वर क्रिकेट मॅच लावली किंवा बाहेर फटाके वाजले तरी उठणार नाहीत.

रेडिओवर कोणतं स्टेशन लावावं या प्रश्नाला माझं उत्तर आहे – मुलाचे पाय पाळण्यात दिसतात. भावी शेअरब्रोकरला बाजारभाव ऐकू देत. भावी रॉक स्टारला रेडिओ मिरची ऐकू दे. आणि मूल धार्मिक होईल असं वाटल्यास त्याला भजनं ऐकू दे... ही झाली थट्टा! तुम्ही काहीही लावा! माझे काही हुशार पालक मित्र तर यातल्या समस्या टाळण्यासाठी चक्क दोन स्टेशनच्या मधली 'खरखर' लावून ठेवतात.

हरवलेलं बूच

काही मुलांना रात्री उठल्यानंतर चोखण्यासाठी रबरी बूच द्यावंच लागतं. ते चुकून तोंडातून पडल्यास मूल किंचाळून दातओठ खायला लागतं आणि बूच परत मिळवल्याशिवाय अजिबात रडायचं थांबत नाही. या त्रासापायी अनेक पालक अगदी बेजार होऊन जातात.

उपाय : काही पालक यावर उपाय म्हणून बुचाला एक दोरी किंवा टेप लावून ती मुलाच्या कपड्यांना बांधतात. परंतु छोट्या मुलांना दोऱ्याला बांधलेलं बूचही पकडून पुन्हा स्वत: तोंडात घालता येत नाही.

बूच पडल्यामुळे होणाऱ्या त्रासांपेक्षा बुचाची सवय काढून टाकणं जास्त हितावह असतं. सुरुवातीला काही रात्री त्रास झाला तरी होणारे सुपरिणाम चिरस्थायी असतात. पालकांनी बुचापेक्षा रडण्यावर लक्ष केंद्रित करावं आणि सीमित रडण्याच्या तंत्राचा अवलंब करावा. या पुस्तकात मुलांच्या रबरी बुचाच्या सवयी सोडण्याविषयीची उपाययोजना अन्यत्र सुचविण्यात आलेली आहे.

रात्री दूध पिणं

या समस्येचे निर्माते स्वत: पालक असतात. रात्री रडत उठलेल्या मुलाला पटकन गप्प करण्यासाठी हा उपाय वापरला जातो. यामुळे मुलाला झोपवण्याचा प्रयत्न करण्याऐवजी त्याला दुधासाठी वारंवार रडत उठण्याची वाईट सवय लागते.

मुलांचं रात्री उठणं आणि रात्री दूध पिणं यांचा अन्योन्य संबंध आहे. पहिल्या वाढदिवसानंतर मुलाला रात्री अंगावर पाजत राहिल्यास मुलं वारंवार उठायला लागतात. अंगावर पिणं आनंददायक वाटल्यानं मुलं रात्री त्याचा वापर पोषणाऐवजी आरामासाठी करतात.

उपाय : काही मातांना यात काही गैर वाटत नाही; पण मग तिच्या झोपेचं काय? अंगावर पाजणं चालू ठेवणं आणि रात्रीची झोप घेणं अशा दोन्ही इच्छा असलेल्या मातांनी किमान रात्री पाजणं बंद करायला हवं. अशा मुलांना दिवसा झोपी जाण्यापूर्वी आणि सकाळी उठल्यावर पाजावं. रात्र ही काही मुलांच्या भुकेची वेळ नसते, ती फक्त अतिशय तान्ह्या अर्भकाची गरज असते. झोप टिकवून ठेवण्यासाठी मुलांना रात्रीच्या आहाराला प्रोत्साहन देऊ नका.

बाटलीनं दूध पिणं हे मुलांना फारसं आवडत नाही; परंतु ही सवयदेखील दूर करायला हवी.

याचं दुसरं कारण असं की तुम्ही मुलाला जितक्या जास्त वेळा पाजाल तितक्या जास्त वेळा कपडे ओले होणं, कपडे बदलणं करावं लागतं आणि अधिकच थकवा येतो.

वाईट स्वप्नामुळे जाग येणं

ही समस्या थोड्या मोठ्या मुलांमध्ये असली तरी काही लहान मुलांनाही सतावते. मूल स्वप्नात काहीतरी पाहतं, त्यातील भयप्रद भागामुळे घाबरून त्याची झोप मोडते. ते रडायला लागतं, पण पालकांनी पटकन येऊन आधार दिल्यास लगेच शांत होतं. त्याच्या लक्षात येतं की जे पाहिलं ते सत्य नसून स्वप्न होतं. काही मुलं तर स्वप्नांचे तपशीलही सांगू शकतात.

रात्री झोपेत घाबरणं हे सहजगत्या आणि नेहमी घडतं. कधीकधी काळजी आणि ताणामुळे असं घडू शकतं. मात्र असं नसताना मुलं झोपेत घाबरण्याचं कारण असं असतं की त्यांना मोठं होत असतानासुद्धा एक प्रकारचा ताण येत असतो. अनेक पालकांची मुलं मोठ्या वयातही झोपेत घाबरतात.

उपाय : यावरील उपाय अगदी सोपा आहे. पटकन मुलाजवळ जाऊन त्याला हातानं आणि बोलून आधार देणं, तसंच पुन्हा झोप लागेपर्यंत त्याच्याजवळ थांबणं. स्वत:ची गाढ झोप मोडल्यामुळे अनेक पालकांना हे प्रकार नकोसे वाटतात. काही झालं तरी मुलावर रागावू नका. त्यात मुलाची चूक नसते आणि मुलाला आधाराची गरज असते.

मुलाच्या उशीची बाजू बदलण्याची युक्ती बऱ्याच वेळा उपयुक्त ठरते. तुम्ही त्याला सांगता की असं केल्यावर जादू होईल आणि त्याला छान झोप लागेल. थंड बाजूवर डोकं ठेवल्यामुळे मुलाला बदल जाणवतो आणि लवकर

झोपी जाण्यास मदत होते. विशेषत: चार वर्षांच्या आसपासच्या मुलांवर या युक्तीचा चांगला परिणाम होतो. कारण त्यांना जादूचं कौतुक वाटतं.

झोपेत लोळणं आणि चालणं

काही मुलं रात्री झोपेतून उठून घरात खायला शोधतात किंवा काहीतरी करत बसतात. काही मुलं चक्क रात्री खेळायला उठतात. ती शांतपणे स्वत:शी खेळत राहतात तोपर्यंत ठीक, अन्यथा घरातील इतरांना त्रास होतो.

यातील समस्या अशी आहे की अशी मुलं रात्री बेसावध असतात. तीन वर्षांच्या एका मुलाला रात्री दोन वाजता उठून व्हॅक्यूम क्लीनर सुरू करून त्यामुळे उडालेली पालकांची भंबेरी पाहणं फार आवडायचं. दुसऱ्या अशाच एका मुलाला मध्यरात्री त्याच्या खेळण्यातल्या सर्व मोटरगाड्यांशी खेळण्याचा उत्साह संचारायचा. खेळताना त्याला उजेड हवा असायचा पण बटणांपर्यंत हात पोहोचत नसल्यामुळे त्यानं एक युक्ती शोधली होती. तो फ्रीजचा दरवाजा सताड उघडायचा आणि त्याच्या आसपासच्या थंड प्रकाशात आपला खेळ मांडायचा. हे वरवर पाहायला निरागस असलं तरी त्यात एक धोका होता. खेळता खेळता थकल्यावर त्याला झोप यायची आणि सकाळी पालकांना थंड भाज्यांवर झुकून तो झोपलेला आढळायचा.

उपाय : सुरक्षिततेसाठी बाराव्या प्रकरणात वर्णन केलेली दोरीची युक्ती वापरा. तसंच घराबाहेर जाण्याच्या दारांना अडथळे लावा. व्हॅक्यूम क्लीनर उंचावर ठेवा आणि फ्रीजच्या दाराला जाड चिकटपट्टी लावा.

झोपेत दचकून जागं होणं

हा विचित्र प्रसंग बऱ्याच वेळा ओढवू शकतो. गाढ झोपेतून मूल अचानक घाबरून जागं होतं, अंथरुणात उठून बसतं, नजर कुठेतरी लावलेली असते आणि ते जोरजोरात रडायला लागतं. पालक धावत येतात; पण मूल अजून त्या प्रसंगातच असल्यामुळे पालकांना त्याच्याशी संवाद साधता येत नाही. यात बराच वेळ निघून जातो. सकाळी मुलाला रात्रीचा प्रसंग आठवत नाही आणि पालक रात्रीच्या कटू स्मृती विसरू शकत नाहीत.

उपाय : आधुनिक सल्ल्यानुसार मुलाला जवळ घेण्याऐवजी निरीक्षण करत राहा आणि त्याला इजा होण्याची वेळ आली तरंच काहीतरी करा. त्याला पुन्हा झोप लागेपर्यंत त्याच्याजवळ थांबा. मुलाला हळुवार थोपटून 'मी तुझ्याजवळ आहे, सगळं ठीक होईल', अशी भावना मिळू द्या. मुलाला त्या काल्पनिक प्रसंगातून बाहेर खेचून काढणं शक्य नसलं तरी तुम्ही एवढं करू शकता. कधीकधी तर तुम्ही जवळ आहात हे मुलाला जाणवतही नाही, पण त्यानं किमान तुमचं मानसिक समाधान होतं.

असे प्रसंग वारंवार घडू शकतात, पण त्यावर काही उपायाची गरज नसते: काळ हेच यावर औषध असतं. मुलाला भयभीत करण्याजोगी घटना घडली नसली तरी वाढीमधील सामान्य ताण ते हळूहळू पचवायला शिकतं.

काही मुलं कितीही प्रयत्न केले तरी रात्री जागीच राहतात. साधारणपणे यांना जन्मापासून झोपेच्या तक्रारी असतात. ही मुलं अतिचळवळी असतात. खरं म्हणजे दिवसभर नाना करामती करून रात्री यांना झोप यायला हवी; पण असं घडत नाही.

उपाय : सर्व मुलांसाठी झोपी जाण्यासाठी योग्य अशी कोणतीही एक वेळ सांगता येत नाही. माझ्या मते मुलांनी संध्याकाळी साडेसात वाजता झोपी जायला हरकत नाही. मोठ्यांप्रमाणेच मुलांच्या झोपेचे विविध प्रकार असतात; पण बहुतेक मुलं तुम्हाला रात्री आठ वाजता गाढ झोपलेली आढळतील. उशिरा

कुंभकर्ण पती

या विचित्र सत्याचा मी गेली अनेक वर्षं अविश्रांत मागोवा घेत आहे. माझ्या निरीक्षणाप्रमाणे रात्री मूल रडायला लागताच काही नवरे अचानक ठार बहिरे होतात. यामुळे बायकोला उठावंच लागतं. खऱ्या बहिरेपणाशी याचा काही संबंध नसला तरी हे एक अजब सत्य आहे, अप्रिय प्रसंगाला दिलेली ती एक सहेतुक प्रतिक्रिया आहे. माझ्या पत्नीचा तर असा दावा आहे की मुलं रात्री रडायला लागताच तिनं मला गदागदा हलवल्याशिवाय मला काहीही ऐकू यायचं नाही. आजकालच्या समतेच्या युगात नावडत्या प्रसंगातसुद्धा पतीला जबाबदारीची जाणीव करून देण्यासाठी त्याला गदागदा हलवायला काही हरकत नाही.

झोप येणाऱ्या मुलांसाठी उशिराची वेळ ठरवा; त्यांना झोपवणं अवघड असलं तरी बिछान्यात पडून राहायला भाग पाडा, वाटल्यास दोरीची युक्ती वापरा. काही मुलं यामुळे गाढ झोपली नाहीत तरी डुलक्या घेऊ शकतात.

सहनशील शेजारी

आधुनिक घरांमुळे तुमच्या मुलाच्या मध्यम आवाजातील रडण्यामुळेसुद्धा शेजाऱ्यांची झोप उडू शकते. त्यांनी हे कायम सहन करण्याची गरज नाही. रात्रीच्या शांततेत मुलाचं थोडंसं रडणंसुद्धा दूरवर ऐकू जातं आणि एकदा शेजारी एक रडकं मूल राहतं हे कळल्यावर कोणी कानात बोळे घालून झोपलं तरी ते रडणं ऐकू येतं.

शेजाऱ्यांच्या रागाचे बळी होण्याऐवजी सीमित रडण्याचा उपाय वापरावा. तुम्ही सार्वजनिक शांततेचे पुरस्कर्ते असलात तरी मुलांच्या झोपेची समस्या सोडवण्याची जबाबदारी तुमचीच असते.

उपाय : इथे समस्येला थेट भिडणं उपयुक्त ठरतं. माझ्याकडे येणारे बरेच पालक घरी गेल्यावर प्रथम शेजाऱ्यांची भेट घेत, त्यांना सांगत की मुलाच्या रात्रीच्या रडण्याविषयी त्यांनी आता एका तज्ज्ञ डॉक्टरांचा सल्ला घेतलेला आहे. नवीन उपाय थोडा वेगळा वाटला तरी क्रांतिकारक आहे आणि त्यामुळे एका आठवड्यात स्थिती बदलेल. त्यामुळे सुरुवातीला मूल रात्री जास्त वेळा रडेल. सर्व दोष डॉक्टरच्या माथी मारण्याच्या या अतिशास्त्रीय पद्धतीचा बऱ्याच

वेळा उपयोग होत असे.

उपाय करताना तुम्हाला दर वेळी तज्ज्ञ डॉक्टरची फी भरायची गरज नाही. या पुस्तकात वाचलेल्या गोष्टींची माहिती तुम्ही शेजाऱ्यांना देऊ शकता. त्यांच्याशी खुलेपणानं बोलून बऱ्याच वेळा त्रास टळू शकतो, पण यासाठी शेजारी सहकार्य देणारे हवेत. तुमच्या नशिबी काही वेगळं असेल तर परिस्थितीला तोंड देणं चांगलं.

काही पालक मुलांना आपल्या खोलीत झोपवतात, यामुळे रात्री पाजणं वगैरे कामं पटकन होतात. काहींची मुलं थोडी मोठी झाल्यावर ही पद्धत चालू राहते. पालकांची झोप गाढ असेल तर ठीक आणि मूलही शांत झोपणारं हवं.

झोपण्याच्या जागेतली सोय

** डॉ. ग्रीन यांनी नवजात अर्भकापासून सर्व लहान मुलांना वेगळ्या खोलीत झोपवण्याचा सल्ला दिला आहे; कारण त्यांना असं वाटतं की एकाच खोलीत मुलासह पालकांनी झोपण्यामुळे मुलाच्या साध्या खोकण्यानं, रात्री जागं होण्यानं वगैरे पालकांची झोपमोड होऊ शकते. त्यामुळे त्यांच्या मते मुलं आणि पालक वेगवेगळ्या खोल्यांमध्ये झोपले तर आई-वडिलांना एकमेकांचा सहवास लाभून शांत झोप मिळेल आणि त्यांच्यातल्या नात्यामध्ये बाधा येणार नाही.*

पण, नूतन बालकाला आईच्या पलंगाशेजारीच पाळण्यात झोपवण्याची पद्धत आपल्या भारतात रूढ आहे. कारण मूल रात्री रडत उठल्यावर आई लगेचच त्याला पाजायला घेऊ शकते, त्याला आपल्या मायेची ऊब देऊ शकते किंवा पाळण्याला झोका देऊन पुन्हा झोपवू शकते. पण काहींना अशी भीती वाटते की मुलाला पाळण्याची सवय लागेल; म्हणून असे लोक पलंगावर आपल्या शेजारीच बाळाला झोपवतात; पण यात पालक रात्री कूस बदलतात तेव्हा त्यांचा हात किंवा पाय दाबला जाण्याची शक्यता असते. त्याहून मोठ्या बालकाला काही पालक आपल्या शेजारीच एक वेगळा पलंग ठेवून त्यावर झोपवतात; यामुळे मुलाला पालकांच्या जवळ असल्यासारखं वाटतं. मुलांना अगदी बालवयापासून वेगळ्या खोलीत झोपवण्याची पद्धत भारत देशात फारशी प्रचलित नाही. त्यामुळे अशा गोष्टींबाबतचे निर्णय पालकांनी आपल्याकडच्या पद्धतींना अनुसरून आपल्याला सोयीस्कर वाटतील अशा तऱ्हेनं घ्यावेत.

सारं कसं शांत शांत

निद्रानाशाच्या रात्रींचे अनेक आठवडे आणि महिने भोगल्यावर पालकांचे झोपेसाठी इतर उपाय चालू होतात: वनौषधी, दूध पिणं, अंगाईगीत किंवा अंक मोजणं इत्यादी. या प्रकरणातील उपाय वापरून यापूर्वी पालक समस्यामुक्त झालेले आहेत त्यामुळे तुम्हीही ते जरूर वापरून पाहा.

तुमचं मूल नीट झोपायला लागल्यावर तुम्हीही शांत झोप घेऊ शकाल. पूर्ण झोप घेऊन उठलेल्या कुटुंबाला भेटणं हा एक प्रसन्न अनुभव असतो.

१४

बालकांचा आहार

अन्न मुलांच्या शक्तीचा स्रोत आहे. यामुळे ती वाढतात आणि बळकट होतात – खाण्यामुळे त्यांना आनंदही मिळतो. काही मुलांचं खाण्यावर इतकं प्रेम असतं की समोरची ताटली चाटूनपुसून साफ होईपर्यंत ती इकडे तिकडे पाहतही नाहीत. काही मुलं मात्र खाताना टंगळमंगळ करतात, इतर खेळ खेळतात आणि संधी मिळताच पळून जातात. खाणं म्हणजे जणू त्यांना संकट वाटतं. काहींचे खाण्याचे नखरेच फार असतात, काही मुलं खाताना अंगावर आणि आसपास भरपूर सांडतात.

प्राणी आणि पक्षी त्यांच्या पिल्लांना भरवतात तेव्हा सगळा मामला अगदी साधासोपा वाटतो. माणसांच्या बाबतीत मात्र कोणाचेही सल्ले घेतले तरी हे एक महाकठीण काम असतं. तुम्ही पौष्टिक आहार बनवला, एका ताटात ठेवला आणि थेट मुलाच्या तोंडात बसून भरवण्याची तयारी ठेवलीत, पण मुलानं तो न घेण्याचं ठरवलं असेल तर कोणतीच मात्रा चालत नाही.

मुलांच्या आहाराविषयीची समस्या पालकांना पूर्वीपासून भेडसावत आहे. हल्लीच्या युगात मुलांच्या पोषणासंबंधीच्या माहितीचा सर्वत्र महापूर आलेला आहे. यामुळे अनेक पालक गोंधळात पडतात. मुलांच्या खाण्याविषयीच्या

समस्यांवर विचार करण्यापूर्वी त्यांना काय द्यायला हवं ते आपण आधी पाहू. कारण यातूनच उद्याचे महानायक आणि सशक्त नागरिक निर्माण होणार आहेत. या प्रकरणात आपण मुलांना आरोग्य आणि आनंद देणाऱ्या आहाराविषयी चर्चा करू.

पोषक आहार घ्या

सध्याचं जीवन अगदी बदलून गेलेलं आहे. या पुस्तकाची पहिली आवृत्ती आली त्या वेळी पालकांना काळजी होती ती मुलांचं वजन कसं वाढेल याची. माझ्याकडे नेहमी अशा तक्रारी यायच्या की 'माझं मूल काही खात नाही'. बहुधा याचा अर्थ असा असायचा की आजी, आई किंवा बाबांच्या दृष्टीनं पुरेसा असलेला आहार घेण्यास मूल नकार द्यायचं. प्रत्यक्षात रोजचं जेवण पुढे आल्यावर मान फिरवणाऱ्या या मुलांचा सँडविच, चीज, बोर्नव्हीटा दूध किंवा मॅगी खाताना कुठलाही विरोध नसायचा.

आता जमाना बदलला आहे आणि चित्र अगदी उलटं झालेलं आहे. मुलं पुरेसं खात नाहीत अशी समस्या आता नाही. तर त्याउलट आहे – मुलांना खादाडपणाची सवय जडलेली आहे, त्यामुळे आपण आपला मोर्चा मुलांच्या जेवणाच्या वेळच्या नखऱ्यांवर नको तर पोषक आणि आरोग्यदायी आहार घेण्याच्या सवयींवर वळवू या.

इतक्या लहान मुलाच्या बाबतीत इतका विचार करायची काय गरज, असं तुम्हाला वाटू शकेल, चांगल्या सवयी अंगी बाणण्यासाठी त्यांना सगळं आयुष्य पुढे पडलेलंच आहे! पण विज्ञानाचं म्हणणं यापेक्षा वेगळं आहे – सुयोग्य आहाराच्या सवयी तुम्ही मुलांना जितक्या लवकर लावाल तितक्या चांगल्या.

लहान मुलांच्या लठ्ठपणाच्या समस्येविषयी सध्या प्रसारमाध्यमात खूप चर्चा सुरू आहे, पण ही समस्या विकसित देशांमध्ये जास्त आहे. काही पाश्चात्त्य देशांमध्ये निम्म्यांहून अधिक मुलं जास्त वजनाची आहेत, आणि दिवसेंदिवस हा आकडा वाढतच चाललेला आहे. भविष्यात लठ्ठपणामुळे येणाऱ्या समस्यांशी सामना करताना त्यांचं जीवनमान कमी होतं.

मुलं लहान असताना पालकांचं मुलांच्या आहारावर पूर्ण नियंत्रण असतं. त्यामुळे स्वत:च्या आहाराच्या उदाहरणावरून आणि त्यांना योग्य आहाराच्या सवयी लावून त्यांचं पुढील आयुष्य आरोग्यसंपन्न करण्यासाठी याच्यासारखी दुसरी उत्तम वेळ नाही. आरोग्याकडे लक्ष देण्याचं रास्त वय दोन आहे, पन्नास नाही. या वयात मुलांच्या उत्तम आहाराची पायाभरणी करता येते – आरोग्यामुळे प्राप्त होणारी सुखं अनुभवून पुढे मुलं याबद्दल तुम्हालाच धन्यवाद देतील.

हे घडण्यासाठी पुढे दिलेले थोडे नियम पाळा :

लवकर सुरू करा : आधी म्हटल्याप्रमाणे आरोग्याविषयी विचार लवकरात लवकर सुरू करा. कमी वयात मिळालेल्या योग्य आहारामुळे मुलांची अशी दृढ समजूत होईल की आहार म्हणजे हाच. असा स्वीकार झाल्यावर त्यांच्या अपेक्षा त्याप्रमाणे घडतील. एकदा सुरुवात केल्यावर योग्य रस्त्यावर वाटचाल सुरू ठेवा.

सगळ्या कुटुंबासाठी : मुलं नेहमी मोठ्यांचं अनुकरण करत असतात, त्यामुळे फक्त मुलांकडून योग्य गोष्टींची अपेक्षा ठेवू नका, तुम्हाला त्यांना उदाहरण घालून द्यायचं आहे. पालकच जर बेशिस्त, व्यायाम न करणारे, लठ्ठ, धूम्रपान करणारे असतील तर पुढच्या पिढीकडून फारशी अपेक्षा ठेवता येत नाही. चांगल्या सवयी फक्त मुलांसाठी नसतात. मुलं सगळं पालकांकडून शिकत असतात आणि भोवतालची परिस्थिती टीपकागदाप्रमाणे शोषून घेत असतात. आरोग्याविषयी विचार करताना तो संपूर्ण कुटुंबाचा करायला हवा.

तोल राखा : आपला हेतू असा असायला हवा की मुलांना आहारातून सर्व प्रकारचं पोषक अन्न मिळालं पाहिजे. विशिष्ट प्रकारावर भर न देता वेगवेगळ्या अन्नांचा समतोल राखायला आपण शिकलं पाहिजे.

वैविध्य : मुलांना जेवढं जास्त वैविध्यपूर्ण अन्न द्याल तेवढा जास्त उपयोग त्यांचं आरोग्य आणि जोम वाढण्यासाठी होतो. त्यांना जितक्या वेगवेगळ्या चवीचे आणि पद्धतीचे अन्नपदार्थ द्याल तितके नवीन अन्नप्रकार अजमावण्यासाठी ती जास्त मनमोकळी होतील. काही मुलं मात्र विशिष्ट पदार्थांनाच चिकटून राहू इच्छितात. त्यांना बदल चालत नाही.

'अयोग्य' आहार मर्यादित ठेवा : प्रक्रिया केलेल्या अन्नाची सवय शक्यतो टाळा. बऱ्याच वेळा अशा पदार्थांमध्ये खूप साखर, मीठ किंवा स्निग्ध पदार्थ वापरलेले असतात आणि पोषक घटक फारसे नसतात. बटाटा वेफर्स किंवा चॉकलेट काही विशेष प्रसंगी द्यायला हरकत नाही, पण काही मुलं त्यावर पोट भरायला लागतात आणि ही वाईट सवय पुढे वाढत जाऊन आरोग्याच्या समस्या ओढवून घेतात.

अन्न हे इंधन आहे : आपल्याला मुलं क्रियाशील राहायला हवी असतात आणि या छोट्या गाड्या पळण्यासाठी अन्न नावाच्या इंधनाची गरज असते. काही पालक मात्र अन्नाचा उपयोग इतर कारणांसाठी करू पाहतात आणि फसतात.

उदा. मुलाला कंटाळा आला आहे म्हणून त्याला उगीचच काहीतरी खायला देणं, किंवा त्याला तुमच्याशी खेळायचं असेल तेव्हा बिस्किट देणं. यापेक्षा अयोग्य गोष्ट म्हणजे मुलांना त्यांच्या हातानं कुठलीही गोष्ट हवी तितकी घेऊ देणं; अहो, आत्मनियंत्रण मुलं जन्मत:च शिकून आलेली नसतात!

व्यायाम : अन्न खाऊन शरीरात आलेली शक्ती आपण हालचालींसाठी वापरतो, न वापरलेली शक्ती मेदाचं रूप धारण करते. बरीच मुलं स्वभावत: धावपळ करणारी असतात, त्यांना थांबवण्याची पालकांना गरज पडते. मुलांना कमी वयात व्यायामाची सवय लावली तर ती शाळेच्या वयात दृढमूल होते. कुटुंबीयांनी एकत्रित केलेल्या व्यायामामुळे एकंदरीत खूप मजाही येते.

वरील सात नियमांचं पालन करून तुम्ही मुलांसाठी चांगला आदर्श निर्माण करा. त्यांच्यातील आरोग्यभावना जागवा, म्हणजे घरात आनंदाची कारंजी उसळतील.

संतुलित आहार म्हणजे काय?

काही अतिउत्साही आहारतज्ज्ञ हे विसरतात की आहारातून पोषणाबरोबर माणसाला आनंदही मिळायला हवा, यामुळे असे तज्ज्ञ अप्रिय होतात. म्हणूनच 'नको', 'नाही', 'अजिबात नाही' या यादीतले पदार्थ आहारातून प्रत्येक वेळीच कटाक्षानं टाळलेच पाहिजेत असं नाही. कधीकधी पालकांनी स्वत:चे आणि मुलांचे लाड पुरवायला हरकत नाही, फक्त खाल्लेले पदार्थ आरोग्यदायक आणि पोषक असले म्हणजे झालं.

आज आपण समतोल राखण्यावर भर देतो. मुलं एकाच प्रकारचं अन्न जास्त खात नाहीत याकडे पालकांनी लक्ष द्यावं. त्याचबरोबर महत्त्वाचं अन्न प्रत्येक वेळी त्यांच्या आहारातून वगळलं जाऊ नये; आहारात कॅल्शियमसारख्या कमतरता किंवा स्निग्धांशांचं अधिक्य येत नाही ना, यावर बारीक नजर ठेवा.

अन्नातील संतुलित पोषक द्रव्यांनी मुलाची शारीरिक वाढ होते. त्याला शारीरिक आणि मानसिक बळ प्राप्त होतं, तसंच रोग आणि आजारपणाशी लढण्याची प्रतिकारशक्ती प्राप्त होते. त्यांचं हृदय आणि हाडं बळकट होतात आणि मेंदू तल्लख होतात.

मोठ्यांप्रमाणेच मुलांनाही आहारात पाच घटकांची आवश्यकता असते :

प्रथिनं, कर्बोदकं, स्निग्धांश, जीवनसत्त्वं आणि खनिजं, तसंच पाणी आणि तंतुमय अन्नाचीही गरज असते.

प्रथिनं

मुलाच्या वाढत्या शरीरासाठी प्रथिनांची आवश्यकता असते. यामुळे त्याच्या अंतर्गत अवयवांची, मेंदूची आणि स्नायू व त्वचेची वाढ होते. पुरेशी प्रथिनं पोटात जाणारं मूल बागेत किंवा पाळणाघरात झालेले संसर्ग परतवून लावतं आणि खरचटणं, आपटणं, यासारख्या दिवसभराच्या धडपडीतून गेलेली शक्ती पुन्हा भरून काढतं.

अंडी, मांस, दूध आणि दुग्धजन्य पदार्थांत प्रथिनं भरपूर असतात; डाळी, कडधान्यं, धान्यं, शेंगदाणे आणि भाजीपाल्यातही ती चांगल्या प्रमाणात असतात. सधन देशांमध्ये प्रथिनं गरजेपेक्षा जास्त प्रमाणात घेतली जातात. पुढील यादीमध्ये प्रथिनांचे स्रोत दिले आहेत.

तुम्ही पूर्ण शाकाहारी असाल तर मुलाच्या प्रथिनांच्या गरजा भागवण्याबाबत आहारतज्ज्ञांचा सल्ला घ्या.

प्रथिनांचे स्रोत

पदार्थ	प्रथिन (ग्रॅम)
चिकन (५० ग्रॅम)	१४.०
मासे (५० ग्रॅम)	१२.७
दूध (१ कप)	९.०
भिजवलेले शेंगदाणे (१ चमचा)	६.८
बेक्ड बीन्स (१/२ कप)	६.४
उकडलेली अंडी (६० ग्रॅम)	६.३
दही (छोटी वाटी)	४.७
लोणी किंवा तूप (१ चमचा)	४.५
पोळी (१)	३.०
भात (१/२ कप)	२.५
गाजर (१/२ कप)	१.६
सफरचंद (१)	१.०

मुलाच्या वजनाच्या प्रत्येक किलोमागे त्याला प्रतिदिन दोन ग्रॅम प्रथिनं लागतात. त्यामुळे बारा किलो वजनाच्या दोन वर्षं वयाच्या मुलासाठी नाष्ट्याला दुधाबरोबर

लाह्या, जेवताना पोळी-भाजी किंवा उसळ, दुपारी दहीभात आणि रात्रीच्या जेवणात थोडासा वरण-भात पुरेसा होईल.

कर्बोदकं

शरीरातील शक्तीचा उगम कर्बोदकांमध्ये असतो. ही दोन प्रकारची असतात : ग्लुकोज आणि सुक्रोज (उसातील) सारखी साध्या रूपातली, आणि धान्य, पोळ्या, भाज्या आणि फळांमध्ये स्टार्चच्या स्वरूपात सापडणारी संयुक्त रूपं.

साधी कर्बोदकं खायलाही फार सोपी असतात, त्यामुळे सहजपणे खूप खाल्ली जाऊ शकतात. संयुक्त कर्बोदकांचं रूपांतर शरीरात शर्करांमध्ये केलं जातं, ही रक्तप्रवाहात अधिक हळू सोडली जातात. साध्या शर्करांपेक्षा संयुक्त रूपं अधिक पदार्थांमध्ये आढळतात, त्यामुळे ती जास्त खाल्ल्यामुळे वजन वाढण्याचा धोका नैसर्गिकरित्या टळतो.

दुर्दैवानं आपण खात असलेले बहुतेक पांढरे पदार्थ कर्बोदकं देत असले तरी प्रक्रिया केलेले असतात. उदा. पांढरी साखर, पाव, पॉलिश केलेला तांदूळ. पाव बनवताना गव्हातला कोंडा काढला जातो आणि शुभ्रपणा आणण्यासाठी विरंजक (ब्लीच) वापरले जातात. या प्रक्रियेत कृत्रिम चवी, रंग, प्रिझर्व्हेटिव्ह घातली जातात आणि आवश्यक जीवनसत्त्वांचा आणि तंतुमय पदार्थांचा नाश होतो. यासाठी हेही घटक कृत्रिमपणे मिसळले जातात. एखाद्या पदार्थाचं मूळ रूप 'सुधारताना' पहिल्यापेक्षा वाईट स्थिती निर्माण होते.

मुलाला संयुक्त कर्बोदकांचा सर्वांत चांगला पुरवठा भाज्या, फळं आणि पोळी, भात यांच्या रूपानं धान्यातून होतो. अनेक मुलं फळं आवडीनं खातात आणि त्यांना बहुतेक सर्व फळं आवडतात. मूल फळं खात नसल्याची तक्रार केल्यावर मला संशय येतो, कदाचित त्यांच्या खाण्यात चुकून आंबट सफरचंदं आली असावीत. ऋतूप्रमाणे मिळणारी फळं मुलांना द्या आणि त्यांच्या विशेष आवडी शोधा. फळं आहेत त्या स्वरूपात खायला मुलं खळखळ करत असतील तर त्या फळांचे पदार्थ बनवून त्यांना खायला द्या.

फळांमधील साध्या आणि संयुक्त शर्करा मुलाला दैनंदिन हालचालींसाठी लागणारी ऊर्जा तत्काळ आणि हळूहळू पुरवत असतात. फळांच्या रसापेक्षा नुसत्या फळांमधून तंतू भरपूर प्रमाणात मिळतात, त्यामुळे रस मर्यादित प्रमाणात घ्यायला हरकत नाही.

मुलाच्या आहारात भाज्यांना महत्त्वाचं स्थान आहे. मुलं भाज्या खात नाहीत अशी बऱ्याच पालकांची कायमची ओरड असते. भाज्या म्हटल्यावर काहींची समजूत अशी होते की यात फक्त हिरव्या पालेभाज्या येतात, परंतु शेंगभाज्या,

फळभाज्या इत्यादी अनेक प्रकारच्या भाज्या असतात, ज्या मुलांना आवडू शकतात. अर्थात यासाठी भाज्या चविष्ट बनवल्या पाहिजेत. पुढील प्रकरणात याविषयी काही कल्पना मांडल्या आहेत.

भाताप्रमाणेच पोळी-भाकरी हेसुद्धा कर्बोदकांचे उत्तम स्रोत आहेत. मैद्याच्या ऐवजी गव्हाचा पाव आणि धान्यांच्या लाह्या उपयुक्त असतात, परंतु काही मुलांना हे पदार्थ आवडत नाहीत.

स्निग्ध पदार्थ

आजकाल यांना बरंच बदनाम करण्यात आलेलं असलं तरी प्रत्येकाला आहारात दररोज थोड्या स्निग्ध पदार्थांची गरज असते, खरं म्हणजे आपण त्यावाचून जगू शकत नाही; फक्त कोणत्या प्रकारचे आणि किती स्निग्ध पदार्थ आहारात समाविष्ट करायचे याविषयी तारतम्य बाळगायला हवं.

शरीरातील प्रत्येक पेशी बनताना यांची गरज असते, विशेषत: मज्जासंस्था,

शर्करांक (ग्लायसेमिक इंडेक्स– जीआय)

मधुमेही रुग्णांच्या निमित्ताने शर्करांकाची कल्पना पुढे आली, याच्या आधारामुळे मधुमेही रुग्ण रक्तातील शर्करेची पातळी स्थिर ठेवू शकतात. यामध्ये अन्नपदार्थांची शून्य ते शंभर अंकामध्ये विभागणी केली जाते. एखादा पदार्थ खाल्ल्यानंतर किती लवकर आणि किती जास्त प्रमाणात रक्त शर्करेची पातळी वाढते हे तपासून अंक ठरवला जातो. हे शर्करांक कर्बोदकं असलेल्या पदार्थांसाठीच वापरले जातात.

एखाद्या पदार्थाचा शर्करांक कमी असेल तर त्याचा अर्थ तो रक्तात हळू शोषला जातो आणि रक्त शर्करेची पातळी कमी प्रमाणात वाढवतो. दुसऱ्या प्रकारचा मधुमेह (टाईप II) आणि स्थूलत्वाचे विकार रक्त शर्करेची पातळी स्थिर राखून टाळता येतात असं दिसून आलं आहे.

कमी शर्करांकाच्या खाद्यान्नांचा प्रसार हल्ली वाढलेला दिसतो, विशेषत: खेळाडू आणि आरोग्याबाबत जागरूक नागरिक यामध्ये येतात. त्यामुळे शर्करांक नोंद अन्नपाकिटांवर आवर्जून केली जाते. आरोग्यप्रेमी मंडळी कमी शर्करांकाचे अन्न हौसेनं निवडताना दिसतात. कर्बोदकांवर लक्ष ठेवून, स्निग्ध आहार टाळून तसेच जेवणात विविध प्रकारचे पदार्थ घेऊन पोट भरेल एवढं सर्व प्रकारचं अन्न घेतलं असता सर्वच कुटुंबाचं आरोग्य नीट राहण्यास मदत होते.

मेंदू आणि अनेक महत्त्वाच्या संप्रेरकांचं उत्पादन यासाठी. शरीरात साठवलेले स्निग्ध पदार्थ एखाद्या संरक्षक अस्तराचं काम करतात, यामुळे मूत्रपिंड इत्यादी महत्त्वाच्या अवयवांचं संरक्षण होतं. अन्नपुरवठा न झाल्यास ऊर्जा मिळण्यासाठी याचा उपयोग होतो. कर्बोदकं आणि प्रथिनांच्या दुप्पट प्रमाणात हे शक्ती पुरवठा करतात. तसंच यापासून अ, ड, ई आणि क जीवनसत्त्वांचा पुरवठा होतो, ही जीवनसत्त्वं स्निग्ध पदार्थात विरघळतात.

आपल्याला स्निग्ध पुरवठा दूध, दुग्धजन्य पदार्थ, तेलबिया आदिंपासून होतो. स्निग्धांश दोन प्रकारचे असतात: संपृक्त प्रकारचे (हे वाईट असतात) स्निग्धांश, हे जास्त करून प्राणिजन्य पदार्थात सापडतात आणि एलडीएल कोलेस्टरॉल वाढवतात. दुसरा प्रकार असंपृक्त स्निग्धांश (हे चांगले असतात), ज्यामुळे एचडीएल कोलेस्टरॉल वाढते आणि एलडीएल कोलेस्टरॉल कमी होते. हे प्रामुख्याने बियांच्या भाज्यांमध्ये आणि दाण्यांमध्ये मिळतात. असंपृक्त स्निग्धांशाचे पॉलीअनसॅच्युरेटेड आणि मोनोसॅच्युरेटेड असे दोन प्रकार आहेत.

स्निग्ध पदार्थांचे पचन झाल्यानंतर त्यांच्यापासून शरीरात एकतर 'चांगले', एचडीएल कोलेस्टरॉल निर्माण होते, किंवा 'वाईट' कोलेस्टरॉल निर्माण होते. एचडीएल कोलेस्टरॉलमुळे धमन्यांचं नुकसान टाळता येतं, तर एलडीएल कोलेस्टरॉलमुळे धमन्यांच्या आतून स्निग्ध पदार्थांचा थर बसतो. रक्तातील एलडीएल कोलेस्टरॉल जास्त झाल्यास हृदयविकार, हृदय बंद पडणं किंवा अर्धांगवायूचा धोका वाढतो.

आजकालच्या तरुण हृदयविकारतज्ज्ञांचं असं मत आहे की हृदयविकार टाळण्यासाठी प्रयत्न वयाच्या पन्नाशीपूर्वीच केले जायला हवेत. कारण असं दिसून आलं आहे की धमन्या संकुचित होण्याची सुरुवात किशोरवयात किंवा तारुण्याच्या सुरुवातीपासून होते आणि यामुळे भविष्यात व्याधी निर्माण होतात.

इसेन्शल फॅटी ॲसिड्स (ईएफए) आणि ट्रान्स फॅटी ॲसिड्स (टीएफए) हेही आहारात महत्त्वाचे आहेत. ईएफए असंपृक्त स्निग्धांशात आढळतात. यातील प्रमुख घटक म्हणजे ओमेगा-३ आणि ओमेगा-६. मेंदू, डोळे आणि शरीरातील इतर पेशींच्या निरोगी वाढीसाठी हे गरजेचे असतात. अनेकदा स्निग्धांशयुक्त आहार घेऊनही यांची गरज अपूर्ण राहते. ओमेगा-३ साठी काही प्रकारचे मासे, अक्रोड इत्यादींचा उपयोग होतो, तर बिया, कठीण कवचाची फळं यापासून ओमेगा-६ चा पुरवठा होतो. यामुळेच हल्ली यांचा वापर दुधाचे पदार्थ, पाव इत्यादी बनवताना करतात.

मानवनिर्मित अनेक प्रक्रियाकृत पदार्थांमध्ये टीएफए असतात, जसे, वनस्पती तेल. तेलाला उच्च उष्णता आणि दाब दिल्यावर यांची निर्मिती होते. धमन्यांच्या

आतील कडांसाठी टीएफए घातक असतात. यामुळे हृद्रोग संभवतो. त्यामुळे असे पदार्थ टाळण्याची शिफारस आहारतज्ज्ञ करतात. काही देशांमध्ये एखाद्या पदार्थातील टीएफए ची मात्रा बाजारात दर्शवावी लागते.

मोठ्या मुलांमध्ये आणि प्रौढांमध्ये आहारातील स्निग्धांशावर नियंत्रण करण्याची गरज असली तरी लहान मुलांची दिवसभराची हालचाल आणि वाढीच्या गरजा लक्षात घेता पुरेशा प्रमाणात मिळालेले स्निग्धांश गरजेचे असतात. स्वयंपाकात ऑलिव्ह तेलाचा वापर करा, यातील स्निग्धांश 'चांगले' असतात. मांसाहार तसेच तळलेल्या पदार्थांतून (उदा. बाजारातील तळलेले पदार्थ, ज्यात मुख्यत्वे पाम तेलाचा वापर केला जातो) येणाऱ्या संपृक्त स्निग्धांशावर नियंत्रण ठेवा.

स्निग्धांशांचे स्रोत

मोनोसॅच्युरेटेड किंवा पॉलीअनसॅच्युरेटेड फॅट्स	**सॅच्युरेटेड फॅट्स**
वनस्पती तेलं – ऑलीव्ह, सूर्यफूल	मांस, चिकन, इ.
मासे	केक्स, बिस्किटे आणि पेस्ट्रीज
दाणे आणि बिया	विकतचे तळलेले पदार्थ
मार्गरीन	पाम आणि खोबरेल तेल,
	अतिस्निग्ध दुग्धजन्य पदार्थ,
	उदा. लोणी

आपला कटाक्ष सामान्यपणे आहारातील स्निग्धांश, विशेषतः संपृक्त स्निग्धांश, मर्यादित ठेवण्यावर हवा, परंतु यामुळे शरीराला स्निग्धांशाची कमतरता भासू नये. बऱ्याच वेळा दिसतं तसं नसतं. उदा. मार्गरीनसारख्या पदार्थात 'चांगले' संपृक्त स्निग्धांश असतात हे खरं, पण अपायकारक असे टीएफए भरपूर असतात.

जीवनसत्त्वं

शरीराला ऊर्जा, संरक्षण आणि निरोगी जीवनमान यासाठी जीवनसत्त्वांची आवश्यकता असते. ए, सी आणि ई जीवनसत्त्वं आपल्याला अँटीऑक्सीडंट्स पुरवतात आणि पेशींची झीज भरून काढतात. जीवनसत्त्वांची आपली रोजची गरज थोडी असते, प्रत्येक जीवनसत्त्वाची अत्यल्प मात्रा आरोग्यासाठी पुरेशी असते. यासाठी त्यांच्या दैनंदिन पूर्तीचा अंक (आरडीआय) सुचवला जातो, ज्यामुळे आपण रोजची गरज पूर्ण करू शकतो.

जीवनसत्त्वांचे स्त्रोत

जीवनसत्त्वाचा प्रकार	स्त्रोत
ए	कलेजा, अंडी, पिवळी फळं आणि भाज्या, दूध आणि दुग्धजन्य पदार्थ
बी १	धान्यं, हातसडीचा तांदूळ, मांस, मासे, चिकन, अंड्यातला पिवळा बलक, घेवडा, सोयाबीन, सूर्यफुलाच्या बिया
बी २	मासे, अंडी, दुग्धजन्य पदार्थ, बदाम, चिकन
बी ३	बीट, चिकन, तैलयुक्त मासे, सूर्यफुलाच्या बिया, शेंगदाणे
बी ५	अंड्याचा बलक, धान्यं
बी ६	केळी, गाजर, डाळी, हातसडीचा तांदूळ
बी ९ (फोलेट)	पालक, शतावरी, डाळी, सोयाबीन, कंदाच्या भाज्या, धान्यं
बी १२	चीज, अंडी, दूध आणि दुग्धजन्य पदार्थ
सी	आंबट फळं, काळी द्राक्षं, पपई, टोमॅटो, स्ट्रॉबेरी, किवी, ब्रोकोली, सिमला मिरची, फ्लॉवर, मटार
डी	तैलयुक्त मासे, सालमन, ट्युना इ. दूध, अंड्याचा बलक
ई	तेलं, अंडी, रताळी, पालेभाज्या, सूर्यफुलाच्या बिया, दाणे
के	हिरव्या पालेभाज्या, ब्रोकोली, अंड्याचा बलक, सूर्यफुलाचं तेल, फ्लॉवर, सोयाबीन

तक्त्यावरून हे लक्षात येईल की विविधतेला महत्त्व आहे. वैविध्यहीन आहारात जीवनसत्त्वांची कमतरता असते. वरील यादीमध्ये स्त्रोत अधिक्याकडून कमी असे नोंदवलेले आहेत.

धान्यं, भाज्या, फळं आणि जीवनसत्त्वांनी सकस केलेल्या अन्नपदार्थांत भरपूर जीवनसत्त्वं आढळतात, तसेच ती दुग्धजन्य पदार्थ, अंडी, मांस आणि मासळीमध्येही आढळतात.

जीवनसत्त्वांचे दोन गट पडतात : पाण्यात विरघळणारी, जसे, क जीवनसत्त्व, हे फळं आणि फळांच्या रसात असतं; आणि स्निग्धांशात विरघळणारी जीवनसत्त्वं, जसे, ड जीवनसत्त्व. हे अंडी, लोणी इत्यादीमध्ये सापडतं, तसंच त्वचेला सूर्यप्रकाशातूनही मिळतं. गरजेपेक्षा जास्त जीवनसत्त्वं घेऊ नये, त्यानं अधिक लाभ तर मिळत नाहीच, पण ते धोकादायक ठरू शकतं.

जीवनसत्त्वांसंबंधीच्या अनेक जाहिराती लोकांना गोंधळात टाकतात. या

पुस्तकात शिफारस केल्याप्रमाणे नियमित आहार घेणाऱ्या (ज्यांना आरोग्याची मोठी तक्रार नाही) मुलांना त्यांच्या दैनंदिन आहारातून पुरेशी जीवनसत्त्वं प्राप्त होतात. माझ्या माहितीनुसार जीवनसत्त्वं साध्या आहारातून पुरेपूर मिळतात. यासाठी कुठल्याही गोळ्या घ्याव्या लागत नाहीत. फळं आणि भाज्या यामधून जीवनसत्त्वांबरोबरच आपल्याला इतरही अनेक संरक्षक घटक मिळत असतात, ज्यामुळे आपण अधिक निरोगी राहतो, त्यामुळे नैसर्गिक आहारावर भर ठेवणं रास्त असतं. म्हणूनच मुलांना विविध फळं आणि भाज्या पुरेश्या प्रमाणात द्याव्यात. यातूनच त्यांची जीवनसत्त्वांची गरज भागते. मुलांना आकर्षित करण्यासाठी विविधरंगी फळं आणि भाज्यांचा वापर करावा. मुलं ती भरपूर प्रमाणात खात आहेत याकडे कटाक्षानं लक्ष द्या.

काही पालकांना असा प्रश्न पडतो की फळं आणि भाज्या कशा वापराव्यात – ताजी, गोठवलेली की डबाबंद. संशोधनाअंती असं दिसून आलं आहे की, ताज्या पदार्थांमध्ये गोठवलेल्या पदार्थांपेक्षा जीवनसत्त्वं तिप्पट प्रमाणात असतात. डबाबंद पदार्थांच्या आच्छादनावर जीवनसत्त्वाची यादी दिलेली असते, ही बहुधा बाहेरून वाढवलेली असतात; कारण बहुतेक नैसर्गिक जीवनसत्त्वं डबाबंद करण्याच्या प्रक्रियेत नष्ट होतात. परंतु त्यांच्यामध्ये आपल्या गरजेपेक्षा कितीतरी अधिक प्रमाणात सोडियम असतो. मुलांनी भाज्या आणि फळं अजिबात न खाण्यापेक्षा डबाबंद खाल्ली तरी हरकत नाही. त्यांच्या रोजच्या गरजा आहारातून पूर्ण होणं हे जास्त महत्त्वाचं आहे.

खनिजं

जीवनसत्त्वांप्रमाणेच आपल्या शरीराला कार्य आणि वाढीसाठी खनिजांची गरजसुद्धा अत्यल्प असते. काही खनिजं तर इतक्या कमी प्रमाणात लागतात की त्यांचं नावच ट्रेस (अल्पांश) खनिजं असं आहे.

लोह आणि कॅल्शियम या खनिजांना जास्त महत्त्व आहे. आपल्या रक्तात प्राणवायूचं वहन करण्यास उपयुक्त असं हिमोग्लोबीन लोहामुळे तयार होतं. लोह मांसात अधिक प्रमाणात आणि भाजी-पोळी, कडधान्यांमध्ये मध्यम प्रमाणात सापडतं. मुलांच्या आहारात लोह कमी पडल्यास त्यांना रक्तक्षय (ॲनिमिया) होतो. शाकाहारी पालकांनी आहारतज्ज्ञांच्या मदतीनं मुलांना पुरेसं लोह मिळेल याची दक्षता घ्यावी. भाज्या खाण्याची टाळाटाळ करणाऱ्या मुलाला एखाद्या पालकानं आहारतज्ज्ञाकडे नेल्यावर काही काळ लोहयुक्त टॉनिकं दिली जातात ती एवढ्यासाठीच.

दात आणि हाडांच्या बळकटीसाठी कॅल्शियमची गरज असते, मुलांमध्ये

वाढीच्या गरजांमुळे प्रौढांपेक्षा ही गरज जास्त असते. दूध, दही, ताक, लोणी पाहिल्यावर तोंड फिरवणाऱ्या मुलांमध्ये कॅल्शियमची कमतरता जाणवते. आजकालची विशिष्ट जीवनशैली, प्रदूषण, आहारातील कमतरता इत्यादींमुळे प्रौढांबरोबरच मुलांच्याही हाडांच्या ठिसूळपणाची समस्या समोर येऊ लागली आहे.

अनेक मुलांना दूध पिण्याविषयी नावड असते. अशा वेळी कॅल्शियमची गरज लोणी, दही, अगदी आइस्क्रीममधून भागवता येईल. मुलाच्या आवडीप्रमाणे त्याला हे पदार्थ द्या.

सोडियमचं आहारातील आधिक्य टाळायला हवं. हे बहुतांशी मिठातून आपल्या पोटात जातं. बहुतांश पदार्थांत वरून मीठ घेण्याची गरज नसते. रोज जेवताना वरून जास्त मीठ घेण्याची सवय असलेल्यांनी ही सवय हळूहळू कमी करायला हवी. महत्त्वाचं म्हणजे तुमच्या जास्त मिठाच्या सवयी मुलांना अजिबात लावू नका.

कॅल्शियमचे स्रोत	**लोहाचे स्रोत**
दूध आणि दुग्धजन्य पदार्थ	कलेजा
(चीज, दही, आइस्क्रीम)	कमी चरबीयुक्त मांस, चिकन
सोया सरबत आणि पनीर	सालीसह धान्यांच्या लाह्या
बदाम	बेक्ड बीन्स
ब्रोकोली	हिरव्या पालेभाज्या
हिरव्या पालेभाज्या	सुका मेवा

पाणी

पाण्यामध्ये 'पोषक' गुण नसले तरी त्याचं महत्त्व अनन्यसाधारण आहे. मुलांच्या शरीरातील ५९ टक्के आणि मेंदूतील ७४ टक्के भाग पाण्यापासून बनतो. त्यातील प्राणवायू जीवनदायक असतो. भरपूर पाणी प्यायल्यामुळे शरीरातील टाकाऊ द्रव्यं बाहेर फेकली जातात आणि मुलांसाठी तर ते उत्साहदायक असतं. मी पाणी असा उल्लेख करतो त्या वेळी ते बिसलेरी बाटलीतलं पाणी नसून, आपल्या घरातलं साधं पिण्याचं पाणी असा आहे. हे पिणं सोपं आणि स्वस्त असतं.

मुलांना लहानपणीच पाणी पिण्याची सवय लावावी. त्यांनी पाणी प्यावं म्हणून प्रत्येक वेळी त्यांना त्याचं सरबत करून देण्याची गरज नाही. पेलाभर पाणी नेहमी मुलांच्या हातापाशी ठेवा, यामुळे तहान लागताच ती ते स्वतःच पिऊ लागतील. यामुळे प्राप्त होणाऱ्या आरोग्याचं मोल त्यांना जास्त वेळा शू

झाल्यामुळे होणाऱ्या त्रासापेक्षा जास्त आहे. अर्थात संध्याकाळनंतर मुलांना पाणी कमी प्रमाणात द्यावं. नाहीतर रात्री बिछाने ओले होतात आणि मुलांना दिवसा बाथरूममध्ये जाण्याच्या शिकवलेल्या सवयींवर 'पाणी' पडतं.

तंतुमय पदार्थ

आहारातील तंतुमय घटक म्हणजे फळं, भाज्या आणि धान्यातला असा भाग जो खाल्ल्यावर न पचता बाहेर पडून जातो. याच्यामुळे जेवताना पोट भरल्याचं समाधान होतं; तर काही विद्राव्य तंतुंमुळे शरीरात उपयुक्त कोलेस्टरॉलची पातळी राखण्यास मदत होते. हल्ली अनेक लोकांच्या (छोटे आणि मोठे) आहारात तंतुमय भागाची कमतरता आढळून येते. यासाठी धान्यातील कोंडा आणि फळं आणि फळभाज्यांचा सालींसकट आहार घेतला पाहिजे. कधीकधी आहारतज्ज्ञ ही कमतरता भरून काढण्यासाठी बाजारातले पदार्थ सुचवतात – काही लोक याला विनोदानं घोड्याचा तोबरा असं म्हणतात! काही मुलं चोथा असलेल्या अन्नाला तोंड वेंगाडतात. यांच्या माता आहाराला महत्त्व देणाऱ्या असतील तर मग त्यांना नवनवीन पाककृतींच्या क्लासला जावं लागतं.

अगदी छोट्या मुलांच्या बाबतीत फळं आणि भाज्यांमधून मिळणाऱ्या तंतूंवर समाधान मानलं तरी चालेल. फळांमधील गर आणि चोथा मुलं आवडीनं खातात आणि त्याचा सारक म्हणून उपयोग होतो. शेंगभाज्या आणि दाणे, तसंच डाळींमधून तंतूंचा योग्य पुरवठा होतो, फक्त हे खाण्याच्या सवयी मुलांना लावणं जमलं पाहिजे.

मुलांच्या आहाराची योजना त्यातील पोषक घटकांचा विचार करून ठरवली

पाहिजे. कारण त्यांचे सततचे खेळ, हालचाली आणि धडपडींसाठी लागणारं इंधन त्यांना मिळालं पाहिजे.

आहाराविषयी नवीन फॅशन्सना बळी पडण्यापूर्वी तुमच्या सामान्यज्ञानाचा बळी देऊ नका. शास्त्रातील प्रत्येक सूचना व्यवहारात कधीच तंतोतंत पाळता येत नाही; आपलं एकूण आहारमान आरोग्यदायी असलं म्हणजे पुरे. काही मुलांचे खाण्यापिण्याचे इतके नखरे असतात की शास्त्र ठेवा बाजूला, त्यांच्या पोटात काहीतरी घालायचीच मारामार असते. परंतु कमी वयात लावलेल्या उत्तम सवयींचा फायदा तुम्हाला आणि मुलाला मिळतो.

छुपे शत्रू

आजकालच्या टी.व्ही. आणि पुस्तकांमुळे 'अन्नाची ॲलर्जी' हे खूळ उदयाला आलं आहे व पालकांची दिशाभूल करत आहे. केवळ पाच टक्के मुलांनाच खऱ्या अर्थानं अन्नाची ॲलर्जी असते.

शरीरातील नैसर्गिक बचावयंत्रणा कधीकधी चुकीच्या मार्गानं काम करू लागतात आणि त्यांना साधं अन्न 'शत्रू' वाटतं आणि त्याचा प्रतिकार केला जातो. अशा परिस्थितीला अन्नाची ॲलर्जी म्हणतात.

अन्नाची ॲलर्जी खरोखर आल्यास अंगावर पुरळ, गांधी, डोळ्यांची जळजळ यासारखी लक्षणं दिसून येतात, काही तुरळक घटनांमध्ये रक्तात हिस्टॅमीन अतिशय वाढल्यामुळे मृत्यू ओढवू शकतो; पण अशा घटना फारशा ऐकिवात नाहीत. त्या होणारच नाहीत याची खात्री देता येत नाही. विशिष्ट मासे, कालवं इत्यादी काही पदार्थांमुळे ही ॲलर्जी आलेली दिसते.

काही व्यक्तींना गहू, दूध, अंडी, सोयाबीन इत्यादी पदार्थांमुळेही ॲलर्जी येऊ शकते. अगदी तान्ह्या मुलांमध्ये कधीकधी अशा ॲलर्जी दिसून येतात; विशिष्ट पदार्थ वगळून ॲलर्जी ओळखता येते. काही मुलांना सुरुवातीला बदाम, शेंगदाणे यांनी त्रास होऊ शकतो परंतु हळूहळू ती अशा पदार्थांशी जमवून घेऊ शकतात. फक्त वीस टक्के मुलांना नंतरही त्रास होत राहतो. ॲलर्जीचं मूळ कधीकधी आनुवंशिक असतं. आई आणि वडील दोघांना ॲलर्जी असल्यास ती मुलात उतरण्याची शक्यता साठ टक्के असते. कधीकधी खरीखुरी ॲलर्जी न येता 'विरोधी भावना' (टेन्डन्सी) येऊ शकते.

अॅलर्जीकारक पदार्थ टाळणं एवढाच उपाय अॅलर्जीवर करता येतो. ज्या मुलांना तीव्र अॅलर्जी असेल त्यांच्यासाठी तातडीची उपाययोजना हाताशी ठेवा. आजकाल बरेच पाळणाघर चालक या समस्येविषयी जागरूक झाले आहेत. त्यामुळे विशेष ऐकिवात असलेल्या अॅलर्जीकारक पदार्थांना ते थारा देत नाहीत.

अॅलर्जीग्रस्त मुलांच्या पालकांना सावध राहण्याची हळूहळू सवय होते, परंतु अशी मुलं स्वतंत्रपणे बाहेर गेल्यास समस्या उद्‌भवू शकतात. अशा वेळी मुलं ज्यांच्याकडे जाणार आहेत त्यांना वेळीच पूर्वसूचना देऊन ठेवावी– थोड्या बेसावधपणामळे परिस्थिती गंभीर होऊ शकते. आजकाल तयार पदार्थ विकत आणून खाण्याकडे पालकांचा कल वाढल्यामुळे अॅलर्जीकारक घटकयुक्त पदार्थ तुमच्या मुलावर कधी हल्ला करेल याचा नेम नाही. अशा वेळी मुलांना ज्यामुळे उतार पडतो किंवा आराम वाटतो (उतारा) असे पदार्थ नेहमी घरात असू द्या.

सारांश : मुलांचा संतुलित आहार

- मुलांच्या आहारात डाळी, धान्यं, तांदूळ व्यवस्थित असावे, यामुळे संयुक्त कर्बोदकांचा भरपूर पुरवठा होतो, तसंच फळं, भाज्या, बिया भरपूर ठेवल्यामुळे तंतुमय पदार्थ पोटात जातात.
- मांसाहार आणि दुग्धजन्य पदार्थांची मर्यादा आहारात ठरवून घ्या. अगदी छोट्या मुलांना दाट दूध देण्यास हरकत नाही. दोन वर्षांनंतर टोन्ड दुधाचा वापर करावा. दही, लोणी थोड्या प्रमाणात द्यावे.
- तळलेले पदार्थ, मध, साखर, केक, शीतपेयं, लोणी, गोळ्या यांचा अतिवापर टाळावा.
- मुलांना भरपूर पाणी प्यायला लावा.

उत्तम निवड – उत्तम आरोग्य

मुलाचा आहार ठरवताना संतुलित आहाराची कल्पना समजून घेणं अगत्याचं आहे. इथपर्यंत मिळवलेलं ज्ञान कृतीत आणताना तुमची क्वचित धावपळ होऊ शकेल. आरोग्यदायी पदार्थ निवडून खरेदी करताना मुलं बरोबर असू द्या. टी.व्ही. आणि छापील जाहीरातींच्या आमिषांना बळी पडू नका. पाकिटांवरील

छापील मजकूर वाचण्याची सवय लावून घ्या. कुठलाही पदार्थ खरेदी करण्यापूर्वी तो कुठे, कधी आणि कोणत्या लोकांसाठी बनवला गेला आहे याची तपासणी करा. कधीकधी बाजारातल्या गर्दीमुळे एवढं अवधान राखणं जड जाईल, पण त्यात तुमचाच फायदा आहे.

विचारांसाठी खाद्य

बऱ्याच वेळी 'ताजं' म्हणून घेतलं जाणारं अन्न प्रत्यक्षात गोठवलेलं असतं. प्रत्येक वेळी दिसतं तसं नसतं. नुकताच टी.व्ही. वरील एका कार्यक्रमात असा गौप्यस्फोट करण्यात आला की बहुतेक मॉल आणि सुपरमार्केटमधली सफरचंदं ग्राहकांसमोर येण्यापूर्वी मागील वर्षी न खपल्यामुळे शीतगृहांमध्ये ठेवलेली होती! आपण कितीही जागरूक राहिलो तरी काही वेळा ठकवले जातोच.

याबाबत आपण काय करू शकतो? खरेदी करण्यापूर्वी आपण प्रत्येक पदार्थाचं वय ओळखू शकत नाही. म्हणूनच काही सुज्ञ पालक त्यांचे नेहमीचे विश्वासू दुकानदार, भाजीवाले, फळवाले यांच्यावरच अधिक भरवसा ठेवतात. नेहमीच्या ओळखीमुळे असे लोक तुम्हाला पदार्थांविषयी जास्त खात्रीलायक मार्गदर्शन करू शकतात.

सत्य लपवणं

कित्येक पदार्थ तुम्हाला आरोग्यदायक वाटतात, पण नेमके तेच पदार्थ आरोग्याला घातक असतात; पण आपण भुलून ते खरेदी करतो. कृत्रिम घटक वापरल्यामुळे काही पदार्थांचे मूळ गुणधर्म पूर्णपणे बदललेले असतात, यामध्ये जाहिरात तंत्राचा जबर हात आहे. हे प्रकरण लिहायला सुरू केल्यावर मी माझ्या टेबलावरचे पदार्थ तपासायचं ठरवलं. गेली पंधरा वर्षं माझा नाष्टा म्हणजे काही सालीसकट धान्याच्या लाह्या, सुका मेवा घातलेला शिरा किंवा उपमा आणि टोन्ड दूध असा होता. मी अचानक खोकी निरखून पाहताच मला आश्चर्याचा धक्काच बसला. माझ्या पदार्थांमध्ये कंपनीकडून आधीच भरपूर साखर घालण्यात आली होती. घरातील शर्करामय पदार्थ टाळून झालेला फायदा माझ्या नकळत माझं नुकसान करत होता.

पदार्थांमध्ये साखर मिसळल्यामुळे अनेक वेळा ते अनारोग्यकारक बनतात. पण इथे ही समस्या संपत नाही. 'या पदार्थांत कोणतीही साखर मिसळलेली नाही' अशी लेबलं लावलेल्या पदार्थांमध्ये निसर्गत:च भरपूर साखर असते.

एखादा पदार्थ 'नैसर्गिक' आहे एवढ्यावरच विसंबून राहू नका. कारखान्यात तयार झालेल्या पदार्थांइतकेच काही नैसर्गिक पदार्थ तुमच्या आरोग्याला हानी पोहोचवायला समर्थ असतात, तुमचे दात किडू शकतात, चरबी वाढू शकते,

फास्ट फूडचा 'उपयोग'

आजकाल शीतपेयं, मिल्कशेक, वेफर्स व तत्सम पदार्थ आणि फास्ट फूडला वाहिन्यांनी 'जंक फूड (कचरा किंवा टाकाऊ अन्न)' अशी संज्ञा दिली आहे. सर्वच चवदार पदार्थ तुमच्या आरोग्याला चांगले नसतात किंवा जे खाऊन आनंद वाटतो ते टाळा असं म्हणण्याइतका मी चक्रम नाही. माझा आक्षेप एवढाच आहे की अशा पदार्थांमध्ये शर्करा, मीठ आणि चरबी वाढवणारं तेल प्रचंड प्रमाणात असतं.

असं असूनही फास्ट फूड खरेदीसाठी जाणाऱ्या लोकांच्या एका विचित्र मानसिक समस्येवर या दुकानात आपसुक उपाय होतो. आपल्या मुलांच्या अनेक कुरापतींनी आणि विचित्र वागण्यानं खचलेल्या पालकांनी अशा दुकानांना जरूर भेट द्यावी. आत शिरताच आपल्या मुलापेक्षा जास्त वाईट वागणारी मुलं तुम्हाला पाहायला मिळतात. त्यांचे उपद्व्याप आणि वागणं पाहून पालकांच्या लक्षात येतं की आपण ज्याच्या नावानं खडे फोडतो ते आपलं मूल बरंच 'सरळ' आहे. कधीमधी असं काही खाल्ल्यावर वेगळीच उपरती घडते. यामुळे पालकांचं मानसिक बळ वाढतं आणि मानसोपचार तज्ज्ञाला मोठी फी देण्यापेक्षा कमी खर्चात खाणं आणि हा बोनस मिळतो.

किंवा शरीरात विषारी द्रव्यं पोहोचू शकतात. उदा. तंबाखू आणि अफू हे निसर्गतःच अत्यंत अपायकारक आहेत.

आपल्या मुलाला काय दिलंच पाहिजे, काय देता कामा नये, काय द्यायला हवं, काय देऊ नये यावरील लांबलचक प्रवचन देऊन एव्हाना मी तुम्हाला पुरेसं गोंधळात टाकलेलं आहे. आता तुमच्या मुलानं फक्त साधा भात, गाजराचे तुकडे आणि पाण्यावर जगावं असं तर मला म्हणायचं नाही. 'आरोग्यदायक' हा शब्द हल्ली लोकांना कंटाळवाणा वाटायला लागला आहे. सगळ्या गोष्टीचा सारांश तुम्ही असा काढू शकाल की मुलाला असे पदार्थ द्या की ज्यावर कारखान्यात किंवा घरात खूप प्रक्रिया झालेली नाही. असे पदार्थ पोषक, पोटभरीचे आणि चवदार असतात. मुलांना किटकॅट किंवा कुरकुरेची सवय लावणं सोपं आहे, पण त्यांना फळं खाण्याची सवय लावलीत तर मी जास्त कौतुक करेन.

मुलं लठ्ठ कशामुळे होतात?

मूल नीट खात नाही अशा तक्रारी घेऊन पूर्वी पालक माझ्याकडे यायचे. आत्ताच्या पालकांच्या तक्रारी म्हणजे त्यांचं मूल खूप खातं! बाळसेदार छोटी बाळं बघायला छान वाटतात, पण पुढील काळात हे 'बाळसं' वाढत राहिलं तर आईच्या अंगावर नक्कीच मूठभर मांस चढत नाही.

वृत्तपत्रं आणि टी.व्ही.वर सध्या मुलांच्या लठ्ठपणाच्या समस्येवरच्या चर्चांना ऊत आला आहे. पालक म्हणून तुम्ही मुलाला जराही लठ्ठ होऊ देता कामा नये. इथे झालेला थोडासा निष्काळजीपणा मुलाला हृदयरोग, मधुमेह आणि इतर अनेक टाळता येण्याजोग्या रोगांच्या खाईत ढकलतो.

शरीराची वाढ आणि झीज भरून येणं यासाठी लागणाऱ्या अन्नापेक्षा जास्त अन्न कोणीही खाल्ल्यास ते चरबीच्या स्वरूपात शरीरात साठतं; काहींच्या बाबतीत ही एक आनुवंशिक प्रवृत्ती बनते. काहींच्या आयुष्यातील विशिष्ट घटना लठ्ठपणा वाढवण्यास कारणीभूत ठरतात – बहुतेक माता आणि आजींना माझा रोख कशावर आहे हे ठाऊक आहे! निसर्गानं अन्न मिळत नसेल अशा वेळी शरीर व्यवहार चालू ठेवण्यासाठी शक्ती संचय म्हणून चरबीची योजना केलेली असते. आजकाल विज्ञानाच्या विविध उपायांनी दुष्काळावर मात करता येते, तर मग आपण कशासाठी चरबी साठवायची?

अनेक वर्षं पंडितांमध्ये असे वाद चालत की लठ्ठपणा जास्त खाण्यामुळे येतो की तो आनुवंशिक आहे? आजकाल मात्र अशा गोष्टींपेक्षा ज्या गोष्टी

आपल्या हातात आहेत त्याविषयी चर्चा करणं तज्ज्ञ पसंत करतात. आनुवंशिकतेला आपले पूर्वज जबाबदार असले तरी योग्य आहार आणि व्यायाम करणं आपल्या हातात असतं.

लठ्ठपणाची दुर्धर समस्या

जगात जणू सर्वत्र लठ्ठपणाची साथ आलेली आहे. जागतिक आरोग्य संघटनेनं दिलेल्या आकडेवारीनुसार जगात किमान एक अब्ज लोकांचं वजन जरुरीपेक्षा जास्त आहे. प्रौढांप्रमाणेच मुलांमध्ये ही समस्या पसरली आहे. दहातील एक मुलगा जास्त वजनाचा आहे – अशी पंधरा कोटी पन्नास लाख मुलं जगात आहेत. या मुलांपैकी तीन ते साडेचार कोटी मुलं चक्क लठ्ठ आहेत. ही संख्या जगातील पाच ते सतरा वयोगटातील एकूण मुलांच्या दोन ते तीन टक्के येते. जगातील पाच वर्षांखालील सुमारे सव्वादोन कोटी मुलं जास्त वजनाची आहेत.

आपलं वजन आणि उंची यांचं प्रमाण (बॉडी मास इंडेक्स किंवा बीएमआय) बघितल्यावर जास्त वजन किंवा लठ्ठपणाविषयी निष्कर्ष काढता येतात. यासाठी आपल्या किलोग्रॅममधील वजनाला मीटरमधील उंचीच्या वर्गानं भागायचं. मुलांमध्ये २२-२५ चा बीएमआय निरोगी मानला जातो. २५ पुढील बीएमआय म्हणजे जास्त वजन आणि ३० च्या पलीकडे लठ्ठपणा मानला जातो.

जगातील अनेक देशांमध्ये मुलांमधील लठ्ठपणा वाढत चालला आहे. एकट्या ऑस्ट्रेलियात १९८५ ते १९९५ या दहा वर्षांच्या काळात तो तिप्पट वाढला, तर जास्त वजन आणि लठ्ठपणा असलेल्यांचं एकत्रित प्रमाण दुप्पट झालं.

याहून अधिक धक्कादायक म्हणजे पुढील वाढीचा वेग जास्त आहे. ऑस्ट्रेलियात नुकत्याच केलेल्या एका अभ्यासात दिसून आलं की १९९७ साली २० टक्के असलेला हा वेग सध्या ३३ टक्क्यांपर्यंत पोहोचला आहे. हे पाहून संशोधक इतके हताश झाले की, तातडीनं काही निश्चित उपाययोजना केली नाही तर वाढीचा हा वेग २०२० मध्ये ५० टक्क्यांपर्यंत पोहोचू शकतो अशी त्यांना भीती वाटते.

या समस्येला कारणीभूत अशा अनेक घटकांची चर्चा केली जाते. यामध्ये चालणं किंवा सायकलऐवजी गाड्यांचा वापर, घरातील कामांसाठी यंत्रांचा जास्त वापर, मनोरंजनासाठी इतर कारणांमुळे खेळण्याच्या कमी झालेल्या संधी, साखर, तेलं आणि चरबीयुक्त पदार्थांचं जाहिरातींमुळे वाढलेलं सेवन इत्यादी अनेक गोष्टी आहेत.

हे संकट एखाद्या टाईम बॉम्बसारखं आहे, कधीतरी याचा स्फोट होऊ

शकतो, पण तो आपण रोखूही शकतो. लठ्ठपणाशी जोडलेल्या हृदयरोग, अर्धांगवायू, मधुमेह, कर्करोग यासारख्या रोगांची यादीच इतकी भयानक आहे की आपल्या मुलांनाच काय, पण स्वत:लासुद्धा ते होऊ देता कामा नयेत.

बाळसं

एक वर्षाच्या बाळापेक्षा दोन वर्षांच्या मुलाच्या शरीराचा आकार खूपच वेगळा असतो. बऱ्याच बाळांच्या मांड्या, हात आणि पोटावर बाळसं असतं, त्यामुळे त्यांचे स्नायू दिसत नाहीत. मूल चालू लागल्यावर हे बाळसं जिरून जातं आणि शरीराला काहीसा आकार येऊ लागतो. दोन वर्षांनंतर ते मूल एखाद्या छोट्या प्रौढाप्रमाणे दिसतं.

आयुष्यातल्या पहिल्या वर्षी मुलांचं वजन वेगानं वाढू शकतं. पहिल्या वाढदिवसानंतर ही वाढ कमी होते, काहींच्या बाबतीत बंद होते. याच वयात मुलांचे खाण्यापिण्याचेही नखरे सुरू होत असल्यामुळे अनेक पालक काळजीत पडतात. या वयात मुलं काहीशी रोड झाल्यासारखी वाटतात ते कमी खाण्यामुळे नाही – खरं तर हे रोडावणं नैसर्गिकच नाही, तर गरजेचं असतं. खाण्यापिण्याच्या तक्रारी निर्माण होणं हेही तितकंच नैसर्गिक असतं. मला तर उलट न रोडवणाऱ्या मुलांची चिंता वाटते.

अनेक लेखांमधून असं नमूद करण्यात आलं आहे की स्थूल मुलं पुढे स्थूल प्रौढ बनतात. परंतु संशोधनाअंती याला पुष्टी मिळत नाही – सगळ्यात महत्त्व मुलाच्या पहिल्या वर्षानंतर काय होतं याला आहे. त्याच्या भविष्यातील आकारमानाचा संबंध त्याच्या एक वर्षानंतरच्या वजनाशी लावता येतो. थोडक्यात काय, छोटी बाळं बाळसेदार असणं ठीक आहे, पण शाळेत जायला लागण्याआधी हे बाळसं कमी व्हायलाच हवं.

अति खाणं

तुमचं वजन आणि शरीरातील चरबीचा संबंध थेट तुम्ही किती खाता याच्याशी आहे. अन्नाकडे नुसतं बघितलं तरी वजन वाढतं असं काही लोक म्हणत असले, तरी एक डॉक्टर म्हणून मी तुम्हाला खात्री देतो, की प्रत्यक्ष खाल्ल्याशिवाय असं घडत नाही. शरीराला लागणाऱ्या कॅलरीजपेक्षा जास्त खाल्लं गेलं की तुम्ही स्थूल होता. हे तत्त्व मोठे आणि लहान सर्वांनाच लागू आहे – वापरलं न जाणारं सगळं शरीर साठवणीत टाकतं.

अनेक पालक स्वत:च काय आणि किती खाऊ नये याचं उदाहरण मुलांना घालून देतात. तर काही पालक प्रेम आणि माझं तुझ्याकडे लक्ष आहे हे दाखवण्यासाठी मुलांना अन्न देतात. तर काहींना त्यांच्या शेतातील गुरांप्रमाणे

अबरचबर खाणं

पालक कधीकधी काळजीच्या सुरात विचारतात, 'माझ्या मुलाला खाण्यासाठी बिस्किटं, चॉकलेट, वेफर्स याच्याशिवाय दुसरं काही चालत नाही, मी काय करू?' अशा वेळी मनात येतं,

यांची मुलं स्वत: उठूनच दुकानात जाऊन पिशव्या भरभरून असले पदार्थ आणतात आणि अखंडपणे खात बसतात की काय?

एखाद्या आईनं हे ओळखायला हवं की तिच्या प्रश्नाचं उत्तर तिच्या पर्समधील खरेदीच्या यादीवर तिनं स्वत:च लिहिलेलं आहे.

त्यांची मुलंदेखील धष्टपुष्ट झालेली पाहायला आवडतात. गुटगुटीत मुलांकडे बघून पालक सुखावतात, पण किशोरवयीन मुलांना स्पर्धा समोर ठाकल्यावर पस्तावण्याची वेळ येते. दुर्दैवानं त्यानंतर स्थूलपणा नियंत्रित करण्यासाठी फारच कष्ट पडतात.

मुलं निरोगी राहण्यासाठी त्यांना योग्य आहार मिळणं ही पालकांची जबाबदारी आहे. तसंच केवळ कंटाळा आला म्हणून किंवा समोर दिसलं म्हणून त्यांना बकाबका खाऊ न देणं हीदेखील पालकांचीच जबाबदारी आहे. पुढे होणाऱ्या रोगांचा धोका सोडला तरी अधाशीपणे खाऊन वजन वाढलेल्या मुलांना आयुष्यभर इतर अनेक समस्या भेडसावत राहतात.

आनुवंशिकता

बऱ्याचदा स्थूल मुलांचे पालक स्थूल असतात. इथे प्रश्न असा येतो की मुलांचा स्थूलपणा ती पालकांकडून घेतात की यात आनुवंशिकतेचा भाग नसून आधी जास्त खाण्याच्या सवयीमुळे पालक स्थूल होतात आणि त्यांचाच कित्ता गिरवताना मुलांमध्ये स्थूलपणा येतो? पालकांना ही गोष्ट आनुवंशिकतेवर ढकलायला आवडते – 'मुलं अगदी वडिलांवर गेली आहेत!'

लठ्ठपणाचं कारण म्हणून कुठल्या एका गोष्टीकडे निर्देश करता येत नाही. हा गुण पिढीतून खाली उतरतो असं दिसून आलं आहे; यासंबंधी काही वैशिष्ट्यपूर्ण आकडेवारी अशी –

- आई किंवा वडील कोणीच स्थूल नसेल तर मूल स्थूल होण्याची शक्यता फक्त दहा टक्के असते.

- दोघांपैकी एक पालक स्थूल असल्यास ही शक्यता चाळीस टक्क्यांपर्यंत वाढते.
- दोन्ही पालक स्थूल असल्यास मूल स्थूल होण्याचा धोका सत्तर टक्के असतो.

यामुळे स्थूलत्वाच्या आनुवंशिकतेविषयी पुरेसा पुरावा हाती आला आहे असं वाटण्याची शक्यता आहे; परंतु एका संशोधनातून हाती आलेला एक विनोदी निष्कर्ष हे मत खोडून काढतो. काही संशोधकांनी असं दाखवण्यात यश मिळवलं की स्थूल पालकांची मुलं जास्तच स्थूल होतील. कहर म्हणजे अजून काही जणांनी असंही शोधून काढलं आहे की, अशा लोकांचे पाळीव प्राणीपण लठ्ठ असतात! आनुवंशिकता वादाच्या गटात यामुळे खळबळ माजली आणि लोक बुचकळ्यात पडले. गंमत म्हणजे दत्तक गेलेल्या मुलांचे पालक स्थूल असतील तर अशी मुलं पेशींमधील मूळ गुणांविरुद्ध स्थूल झालेली दिसून आली. यावरून असं म्हणता येईल की स्थूलपणाच्या आनुवंशिकतेचा घटक गृहीत धरला तरी भोवतालची परिस्थितीदेखील स्थूलपणास तितकीच कारणीभूत ठरू शकते.

थोडक्यात काय, आपली कितीही इच्छा असली तरी सर्वच दोष आपण पूर्वजांवर ढकलू शकत नाही. त्यामुळे मुलं स्थूल होऊ द्यायचं टाळायचं असेल तर मुलांना जास्त खाऊ देणं, आरोग्यास अपायकारक पदार्थ खाऊ देणं वगैरे गोष्टी पालकांनीच टाळायला हव्यात. पुरेशा व्यायामाअभावीसुद्धा स्थूलपणाचा धोका संभवतो.

आजची स्थूल मुलं उद्याचे स्थूल पालक होणार आहेत, त्यामुळे काही करायचं असेल तर ते मुलं लहान असतानाच करायला हवं. मुलांची जनुकं

'पाणीदार' सबब

मुलांच्या ग्रंथींपासून त्यांच्या स्थूलपणाचा उगम होतो असं ठामपणे मानणारे काही पालक आहेत. हे जर खरं मानायचं ठरवलं तर याला फक्त मुलांच्या लाळोत्पादक ग्रंथीच जबाबदार असतात, असं म्हणता येईल– अन्न दृष्टीस पडताच यांच्यामुळेच तोंडाला पाणी सुटतं! याव्यतिरिक्त स्थूलपणाशी निगडित कुठल्याही ग्रंथी असतात असं म्हणायला दुरान्वयानेही जागा नाही.

बदलणं आपल्या हातात नसलं तरी ती काय खातात हे आपल्या हातात असतं.

व्यायाम करा

खाण्यास अयोग्य असं बऱ्याच प्रकारचं अन्न आपण जास्त प्रमाणात खातो, एवढंच कारण स्थूलपणाला पुरेसं नसून आपण पुरेसा व्यायामही करत नाही. माझ्या लहानपणी माझ्या आजोबांकडे गाडी नव्हती. तेव्हा कुठेही जाण्यासाठी आम्ही चालत किंवा बसनं जात असू, आणि चालत जाऊन बस पकडायला थांब्यापर्यंत भरपूर चालावं लागत असे. आमच्या परिचितांपैकी कुणाकडेही कपडे धुण्याचं यंत्र नव्हतं आणि कामाचा वेळ वाचवणारी इतर उपकरणंही नव्हती. दैनंदिन जीवनात भरपूर काम करावं लागे. आजकाल आपण घर किंवा बाग साफ करायला यंत्रं वापरतो. टी.व्ही.ची चॅनेल बदलायला आपल्याला काहीच कष्ट पडत नाहीत. आज आपण आपली जीवनपद्धतीच अशी बनवून ठेवली आहे की अयोग्य आहार आणि अपुरा व्यायाम यामुळे कुठल्याही आजाराला आपण सहज बळी पडतो.

मला असं सुचवायचं नाही की आपण पुन्हा जुनी जीवनशैली सुरू करावी. श्रम आणि वेळ वाचवणाऱ्या यंत्रांनी आपलं जीवन सुकर केलं आहे आणि आपल्या हाती भरपूर मोकळा वेळ दिला आहे. दुर्दैवानं बरेचसे लोक या फुरसतीच्या क्षणीही जवळजवळ शून्य हालचाल करतात. 'शक्ती येते आणि शक्ती खर्च होते' या समीकरणातील एक बाजू बदलल्यास दुसरीही बदलायला हवी; म्हणजेच जर आपण शारीरिक कष्ट कमी कमी करत गेलो तर कमी प्रमाणात खाऊन हे समीकरण आपल्याला भरून काढता येईल, परंतु काही लोकांना हे सहसा मान्य नसतं. मग अशा लोकांनी जास्त शारीरिक हालचाल करायलाच हवी.

हालचाल करा

शरीराच्या आरोग्यासाठी व्यायामाचं महत्त्व कुणीच नाकारू शकत नाही. पुरेशा हालचालीमुळे आपली हृदयसंस्था उत्तम कार्यरत राहते आणि शरीरातील चरबीची पातळी आटोक्यात राहते. तसेच यामुळे आरोग्यास अहितकारक अशा रक्तदाब आणि कोलेस्टरॉलची पातळी कमी होते. चालणं किंवा पळण्याच्या व्यायामामुळे आपली हाडं बळकट होतात, हे विशेषत: स्त्रियांसाठी जास्त महत्त्वाचं आहे. व्यायामामुळे प्राप्त होणाऱ्या भावनिक आरोग्याकडे तर अनेकांचं लक्षच जात नाही. आपण तणावग्रस्त, उत्तेजित, चिंताग्रस्त किंवा रागावलेले

असताना आपल्या शरीरात ॲड्रिनलीन नावाचं हार्मोन पाझरतं; रोज हलका व्यायाम नियमितपणे केल्यास या ॲड्रिनलीनची पातळी कमी होते. अर्थातच तुम्ही वैतागण्यापासून शब्दश: 'दूर जाऊ' शकता! संशोधनात असंही आढळून आलं आहे की कमी अथवा मध्यम नैराश्याच्या समस्येत व्यायाम हे अस्त्र अत्यंत प्रभावी आहे. व्यायामात शरीराची हालचाल सुरू होताच आपल्या भावावस्था (मूड) उल्हसित होतात. कमी नैराश्याच्या समस्येचा सामना करताना औषधाच्या गोळ्यांऐवजी दररोज भरपूर चालूनही तितकाच फायदा होतो हे सिद्ध झालं आहं.

नाना प्रकारच्या सबबी सांगून मला गांगरून टाकण्याचा प्रयत्न करणाऱ्या पालकांना मी ठामपणे सांगू इच्छितो की दररोज नियमितपणे अर्धा तास व्यायाम करा; दिवसाच्या अखेरीस तुमच्याजवळ जेमतेम बिछान्यावर पडून पांघरूण अंगावर घेण्याइतकीच शक्ती राहील. व्यायामामुळे फक्त शारीरिक फायदेच होतात असं नाही. मूल वाढवत असताना येणाऱ्या दैनंदिन समस्यांना तोंड देण्यास तुमचं मनही तितकंच सक्षम होतं.

इथे पालकांनी मुलांचं अनुकरण करायला हरकत नाही – सतत काहीतरी करत राहा! मुलांमधील ऊर्जा ओसंडून वाहत असते, बॅट-बॉल खेळणं किंवा बागेत पकडापकडी खेळणं यामुळे आपण फक्त तिला एक मार्ग देत असतो.

चांगल्या सवयी कमी वयात पटकन आत्मसात होतात, म्हणूनच मुलांना उद्योगीपणा, हालचाल, काहीतरी शिकत राहणं आणि करत राहणं प्राधान्यानं शिकवलं पाहिजे. यासाठी त्याला ऑलिम्पिकसाठी तयारी करायला लावायची गरज

नाही, त्याला टी.व्ही. बंद करण्याची सवय लावण्याइतपत हालतं ठेवण्यासाठी प्रयत्न करणं गरजेचं आहे. मुलांना हिंडू-फिरू दिलं की त्याच्यामागे धावून आई-बाबांची भरपूर हालचाल होईल आणि याचा उपयोग पुढे नातू आणि पणतू सांभाळताना नक्कीच होईल.

व्यायाम अनेक प्रकारच्या हालचालींनी घडू शकतो. पोहणं, सायकल चालवणं किंवा सावकाश धावणं हे प्रकार आपल्याला ठाऊक असतात, पण घरातली फरशी पुसणं किंवा गाडी साफ करणं यामुळेही चांगली हालचाल घडते. मुलालादेखील व्यायामशाळेत बक्षिसं पटकावण्याची गरज नाही, रोज भरपूर हालचाल घडली तरी पुरेसं आहे. यासाठी दररोज त्याला किमान एक तास शारीरिक हालचाल घडायला हवी.

शारीरिक हालचाल वाढण्यासाठी पुढील प्रयोग करा :

- सर्वांनी मिळून बागेत किंवा इतरत्र भटकंती सुरू करा, मुलांना पळायला भरपूर जागा मिळायला पाहिजे.
- कडेला बसून मुलांना कौतुकानं न्याहाळू नका, त्यांच्या वाळूचे किल्ले बांधण्याच्या मोहिमेत, पाणी खेळण्यात, पकडापकडीमध्ये तुम्हीही सहभागी व्हा.
- गाडी किंवा बसचा वापर फक्त लांबच्या कामांसाठी करा, दुकानात किंवा बालवाडीत चालतच जा. यामुळे तुमचं आरोग्य आणि पर्यावरणही नीट राहतं.
- घरातल्या दैनंदिन कामांमध्ये मुलांना सहभागी करून घ्या. महत्त्व दिल्यामुळे मुलं खुश होतात, आणि झाडताना, पुसताना किंवा बागकाम करताना तुम्हाला 'मदत' करायला त्यांना आवडतं.
- तुम्ही सायकल चालवायला जात असाल तर दुसऱ्या सीटवर मुलाला बसवा. तुमच्याबरोबर मुलालाही व्यायाम करायला सहभागी करून घ्या.

मुलं आणि टी.व्ही.

उत्तम तंत्रज्ञानाचा नमुना म्हणून टी.व्ही.ची वाखाणणी करायला हवी, पण त्यापासून सावध राहण्याचे काही इशारेही पालकांना द्यायला हवेत. थोडा वेळ टी.व्ही. पाहिल्यानं पालकांना मुलांपासून थोडा मोकळा वेळ मिळतो किंवा मनाला थोडा बदल मिळतो हे खरं आहे, परंतु त्यामुळे मुलांचीही हालचाल मंदावते.

आजकाल बहुतेक घरांमध्ये टी.व्ही. आणि सी.डी. सर्रास पाहिल्या जातात,

पण दुरुपयोग न केल्यास त्यांचा काही उपयोग नक्कीच आहे. काही टी.व्ही. कार्यक्रम असे बनवले जातात की त्यामुळे मुलांना काही शिक्षण मिळून त्यांची हालचालही व्हावी, जसे, नृत्य किंवा मुलांचे खेळ. टी.व्ही.मधल्या व्यक्तींचं खेळणं, हसणं, धावणं पाहून मुलांनासुद्धा तसंच करावंसं वाटतं. ती हे कार्यक्रम बसून पाहण्यापेक्षा 'करून' पाहू लागतात; परंतु टी.व्ही. बघताना मुलं काही हालचाल न करता एका जागी बसली असतील तर पालकांनी इथे लक्ष द्यायला हवं.

टी.व्ही.वरील जाहिराती हाही एक काळजीपूर्वक विचार करण्याचा विषय आहे. या जाहीराती अत्यंत शक्तिशाली आणि प्रभावी असतात. याद्वारे मुलांना आकृष्ट करून विक्री केलेल्या ८० टक्के बालखाद्यपदार्थांमध्ये पोषक घटक अल्पांशानं आढळून आले आहेत. तीन वर्षांच्या अनेक मुलांना टी.व्ही.वरील खाऊच्या जाहिरातीतील गाणी, संवाद आणि हालचाली पाठ असतात.

मुलांना टी.व्ही. बघू देण्याची वेळ कमी ठेवावी. हे त्यांच्या शाळेच्या वयापर्यंत जमत राहिलं पाहिजे. मुलांना टी.व्ही. पाहण्याची उत्सुकता वाटली पाहिजे इतपतच वेळ टी.व्ही. लावा, आणि तो बंद करायला विसरू नका!

आहार आणि वर्तणूक

आहारामुळे मुलांची वागणूक बिघडू शकते की नाही याविषयी नेहमी वाद चालतात. तयार पदार्थांतील कृत्रिम रंग, पदार्थ टिकण्यासाठी वापरण्यात येणारे कृत्रिम घटक आणि कधीकधी काही नैसर्गिक घटकसुद्धा त्यांचं वागणं बिघडवू शकतात असा दावा केला जातो.

या संदर्भात नेहमी अतिहालचाल किंवा अतिचालना (एडीएचडी, अटेंशन डेफिसिट हायपरॲक्टिव्हिटी डिसऑर्डर) या समस्येचा उल्लेख केला जातो. मी खात्रीनं असं म्हणू शकतो की एडीएचडीनं ग्रस्त मुलांच्या आहारातील काही घटक नक्कीच अयोग्य होते; परंतु एकूण समस्येसहित मुलाला सांभाळताना आहार हा एक छोटा मुद्दा ठरतो. मुलांच्या लक्ष केंद्रित न होणं आणि असंमजसपणा या समस्यांऐवजी पालकांनी आपले प्रयत्न मुलांच्या हायपरॲक्टिव्हिटी या समस्येवर केंद्रित करायला हवेत. (मी या विषयावर लिहिलेलं स्वतंत्र पुस्तक तुम्ही वाचू शकता.)

शीतपेयं आणि चॉकलेटसारख्या पदार्थांमुळे सर्वच मुलांना एडीएचडी होत नसला तरी मुलांना असे पदार्थ भरपूर देण्यामुळे त्यांच्या वर्तनात बिघाड होऊ शकतात. अनेक सुजाण पालक अशा पदार्थांचा वापर कटाक्षानं टाळतात किंवा

तो अगदी कमीत कमी ठेवतात.

काही पालक या सल्ल्यांचा वापर अतिरेकानं करतात आणि काही पदार्थ मुलांच्या आहारातून कायमचे वगळून टाकतात. असं केल्यास मग कसंही वागली तरी मुलं बिघडणार नाहीत असा त्यांचा अंधविश्वास असतो. विशिष्ट पदार्थ नेहमी वगळल्यामुळे मुलांचं जीवन विचित्र बनतं. त्यामुळे अशा एकांगीपणाचा काही उपयोग नाही असं माझं मत आहे. त्यापेक्षा आपल्या मुलांच्या सवयी आणि स्वभाव पारखून, रास्त अपेक्षा ठेवून मुलांसाठी ताणविरहित शिस्तीचा चांगला कार्यक्रम राबवून फायदा होतो.

'लाल धोका'

अनेक देशांमध्ये मध्यंतरी एका विचित्र समजुतीनं धुमाकूळ माजवला होता. तो म्हणजे, मुलांना लाल रंगाची पेयं आणि सरबतं देऊ नका. पालक मला सांगत येत की कुणाच्यातरी वाढदिवसाच्या पार्टीला त्यांच्या मुलांनी इतरांबरोबर लाल सरबत घेतलं आणि ती चेकाळली.

इथे लाल सरबतावर खापर फोडण्यापेक्षा दहा-बारा मुलं एकत्र आल्यावर धुमाकूळ माजणारच एवढी समजूत पुरेशी आहे. त्याऐवजी मुलांना साधं पाणी प्यायला दिलं असतं तरी त्यांनी तितकाच दंगा केला असता. पार्टीमध्ये मुलांकडे लक्ष ठेवायला लागल्यामुळे मातांना जरी ताण येत असला तरी मुलं मजेत असतात!

सळसळतं जीवन जगा

आरोग्य राखण्यासाठी कुठल्याही चमत्काराची गरज नाही – तुमचं खाणं यासाठी पुरेसं आहे. कमीत कमी प्रक्रिया केलेले वैविध्यपूर्ण आहारघटक तुमचा आहार सुयोग्य राखतात, त्यासाठी ब्राऊन ब्रेड किंवा विशिष्ट मासळीचा हव्यास धरण्याची गरज नाही. अयोग्य आहार बऱ्याच वेळा आकर्षक वाटतो; पण सुयोग्य आहार आकर्षक बनवणं अवघड असतं. व्यायामाची आवड लावणं हेही कधीकधी आव्हानात्मक ठरतं. बऱ्याच लोकांना साधा आहार आणि व्यायामानं 'घाम गाळणं' यातली मजा कळत नाही.

चांगल्या आहाराची सवय मुलांना कमी वयात सहजपणे लावता येते. बाकीच्या गोष्टी करण्यासाठी त्यांच्यापुढे सगळं आयुष्य पडलेलं आहे. पालक

म्हणून तुम्हाला प्राप्त झालेल्या देवदत्त अधिकारांचा रास्त वापर करा. यामुळे मुलांमध्ये आलेला विवेक त्यांच्या पुढील आयुष्यात उपयोगी पडेल.

व्यायामाच्या बाबतीत हेच लागू पडतं; मुलांना चांगली सवय लागण्यासाठी तुम्ही टी.व्ही. बघत बसू नका. लठ्ठपणाविषयीच्या धोक्यांचे इशारे असेच सोडून न देता त्यावर गांभीर्यानं विचार, कृती आणि 'हालचाल' करा.

योग्य आहार आणि पुरेशा व्यायामामुळे तुम्ही आणि तुमच्या कुटुंबात दीर्घकाळ आरोग्य आणि आनंद नांदतो.

१५
सुखाचे चार घास

सामान्यपणे कुपोषित नसलेल्या पण हटवादी मुलांना त्यांच्या इच्छेविरुद्ध जेवायला लावण्याच्या किंवा भरवण्याच्या दिव्यातून अनेक पालकांना दररोज जावं लागतं आणि यात त्यांची अपरंपार शक्ती खर्च होते. पालकांच्या रागावण्यामुळे मुलाचं पुरेपूर मनोरंजन होत असतं आणि एवढं करून शेवटी मुलानं रोजच्यापेक्षा एक घासही जास्त खाल्लेला नसतो. त्याला खायला लावण्यासाठी गाणं म्हणणं, आगगाडी किंवा विमानाचा आवाज काढून दाखवणं, 'तू जेवला नाहीस तर बाबांसारखा मोठा कसा होणार?' वगैरेसारख्या लुटूपुटूच्या धमक्या देणं यासारख्या सर्व युक्त्या कुचकामी ठरतात. तुम्ही नीट पाहाल तर तुम्ही जेव्हा एखाद्या जेवणासहित मनोरंजनाच्या कार्यक्रमाला जाता तेव्हा तुम्हालाही फारसं जेवण जात नाही, आणि मग मुलांकडूनच जास्त जेवण्याची अपेक्षा का?

जगात कुठलीही गोष्ट करण्याचे नेहमी दोन मार्ग असतात: सोपा आणि अवघड. मुलांच्या जेवणाच्या बाबतीत पालकांनी सोपा मार्ग स्वीकारायला शिकलं पाहिजे. कारण त्यासाठी फक्त थोडीशी कल्पकता, थोडी सहनशीलता आणि काहीशा युक्तीची गरज असते. तुमच्या मुलाचा पूर्ण जेवणाच्या कार्यक्रमालाच विरोध असो किंवा भाजीसारख्या काही विशिष्ट पदार्थांवर त्याचा राग असो, या

प्रकरणात एक गोष्ट स्पष्टपणे सांगितलेली आहे: मुलांच्या जेवण्याखाण्याच्या बाबतीत लढाई, झगडे आणि मारामाऱ्यांची बिलकुल आवश्यकता नसते.

वादळाची सुरुवात

एक वर्षाची होईपर्यंत बहुतेक मुलं अन्नावर रागावत नाहीत आणि ठरावीक वेळी निमूटपणे ते स्वीकारतात. या काळात त्यांच्या उदरभरणाचा कार्यक्रम फारसे आढेवेढे न घेता आणि सांडलवंड न होता आनंदानं पार पडत असतो.

मुलं एक वर्षांची झाल्यानंतर खेळात कसा रंग भरायला लागतो! बरीच मुलं त्यांचा आहार विनातक्रार घेतात, पण बाकीची थोडी आपले गुण उधळून पालकांचं डोकं उठवतात. हटवादी मुलांना तर अन्न आणि जेवणाची वेळ ही पालकांची जिरवण्याची एक अनुपम संधी वाटते.

असे प्रकार एक वर्षानंतर घडू लागण्याची काही विशिष्ट कारणंही असतात. त्यांचं बाळसं हटायला लागलेलं असतं, त्यांना पाय फुटलेले असतात आणि जेवणामध्ये नखरे करण्याची कला ती या वेळेस शिकतात. मुलांच्या वजनातील वाढीचा दर थोडा मंदावलेला असतो, कधीकधी तर तो खाली जातो किंवा थांबतो; कारण त्यांच्या नव्या धावपळीसाठी त्यांचं बाळसं 'कामी' येत असतं. पालक मात्र सरधोपट विचार करतात आणि मुलाला पुरेसं पोषण मिळत नसल्याच्या चिंतेनं हैराण होतात. त्यांच्या मताप्रमाणे मुलानं आता जास्त खायला हवं या त्यांच्या समजुतीतून जेवणाच्या रोजच्या युद्धांना तोंड फुटतं.

कदाचित तुमचं मूल उत्तम खवय्या असू शकेल आणि समोर येणाऱ्या कोणत्याही खाद्यपदार्थाचा सहर्ष स्वीकार करत असेल तर तुमच्यावर असे प्रसंग फारसे ओढवणार नाहीत. अशी मुलं त्यांची ताटं चाटूनपुसून साफ करतात, ढेकर देतात आणि छान हसतात, जणू ती म्हणत असतात, 'पुन्हा भेटू!' अशी मुलं पंक्तीला लाभणं म्हणजे भाग्यच.

बाकीच्या मुलांच्या पालकांसमोर मात्र प्रत्येक दिवस म्हणजे युद्धाचा दिवस. पण प्रत्येक जेवणाच्या वेळी तुमच्या मनीचा सल बाहेर पडायलाच हवा असं नाही. मुलांनी छान जेवून मोठ्ठं होण्यासाठी अनेक युक्त्या आणि चतुर उपाय आहेत. एकदा त्या आत्मसात झाल्यावर जेवणाच्या ताटावर किंवा टेबलावर मूल आपोआप खाऊ लागेल.

मुलांना खाण्याची बळजबरी करून कधीच उपयोग होत नाही. असं करण्यामुळे बऱ्याच वेळा मुलांच्या स्वभावातील नकारात्मक गुणांना आपोआपच वाव मिळतो.

घास गिळताना येणाऱ्या समस्या

घन पदार्थ खायला लहान मुलांना अजून नीटपणे शिकायचं असतं, घास चावण्यासाठी त्यांना दात आलेले नसतात. अन्नाचा मोठा घास पटकन गिळल्यास तो 'चुकीच्या जागी' अडकू शकतो, यामुळे श्वासनलिकेच्या मार्गात अडथळा येऊन त्यांच्या श्वसनक्रियेत अडथळा येऊ शकतो.

धोका कसा टाळावा :

- ज्या पदार्थांचे तुकडे कडक असतात असे पदार्थ मुलांना देण्याचं टाळा. उदा. शेंगदाणे, मोठ्या लाह्या, कडक लॉलीपॉप, कडक वेफर्स किंवा टणक फळं आणि भाज्या, उदा. कच्चं गाजर किंवा सफरचंदाची फोड. कच्ची फळं आणि भाज्या किसून अथवा वाफवून घ्या. वाटाणे, इत्यादींचा शिजवून लगदा करून घ्या.
- फळांमधील बिया आधीच काढून टाका.
- मासळीतले काटे काढून टाका. मांस देण्यापूर्वी त्याचे बारीक तुकडे करा.
- मुलं स्वत: खात असताना स्वत: त्यांच्याजवळ थांबून बारीक लक्ष ठेवा.
- नाष्टा आणि जेवणाच्या वेळी मुलाला आरामात बसून खाण्याची सवय लावा. मूल पळत, खेळत, हसत किंवा रडत असल्यास घास भरवू नका किंवा त्याला खाऊ देऊ नका.
- सक्ती करण्याचं टाळा; अन्यथा भराभरा गिळण्यामुळे घास अडकू शकेल.

लहान मुलांच्या घशात घास अडकल्यास :

- मुलाचा श्वासोच्छ्वास, ठसका किंवा रडणं चालू असल्याची खात्री करा. श्वास चालू असून त्याला ठसका येत असल्यास त्याला शांत करा आणि ठसका देऊन घास बाहेर काढण्यास सांगा.
- मुलाच्या पाठीवर किंवा मानेवर थोपटणे किंवा फटके मारणे असले प्रकार करू नका; आपला प्रयत्न अन्न बाजूला करण्याचा असतो, पण अशामुळे कधीकधी पदार्थ श्वासनलिकेवर घट्ट बसतो आणि मुलाचे श्वसन थांबू शकते. मुलाचं पोट दाबणं किंवा इतरांनी सांगितलेल्या काहीबाही उपायांचा वापर टाळा, यामुळे समस्या वाढू शकतील.

- मुलापासून दूर जाऊ नका आणि त्याच्या श्वसनात सुधारणा होत आहे का हे पाहा.
- काही मिनिटांतच सुधारणा दिसून न आल्यास ताबडतोब रुग्णालयाकडे धाव घ्या.

मुलाचं श्वसन चालू नसल्यास :

- अन्नाचा तुकडा दूर होण्यासाठी मुलाला तुमच्या पायावर पालथं ठेवा. यामुळे त्याचं डोकं छातीपेक्षा खाली जाईल.
- आता तुमच्या पंज्याच्या अंगठ्याजवळच्या कडेच्या बाजूनं मुलाच्या दोन्ही खांद्यांच्या मध्ये चार वेळा जोरात फटके मारा.
- मुलाचं श्वसन सुरू झालं आहे का हे पुन्हा तपासा.
- अजूनही श्वसन सुरू झालं नसल्यास रुग्णवाहिका बोलवा, दरम्यान गाडी येईपर्यंत अन्य काही मदत मिळते का ते पाहा.

चघळायला काहीतरी

लहान मुलांना वाढीच्या विविध टप्प्यांवर अनेक अनुभवांना सामोरं जायचं असतं आणि असंख्य गोष्टी आत्मसात करायच्या असतात. प्रत्येक मुलाच्या वाढीचे टप्पे वैय्यक्तिकरित्या वेगळे असतात म्हणून पालकांनी सर्वसामान्य काय आहे हे अभ्यासून आपल्या मुलाची वैशिष्ट्यं ओळखावीत. मुलांच्या आयुष्यातील महत्त्वाचे टप्पे असे आहेत :

- ☐ मूल नऊ महिन्यांचं होईपर्यंत अन्न सहजपणे पोटात पोहोचतं आणि हळूहळू ते अन्न ग्रहणाची क्रिया शिकून घेतं. त्याला आलेले नवीन छोटे दात अन्नाच्या बाबतीत उपयोगी असण्यापेक्षा शोभेचेच अधिक असतात आणि अन्न आहे तसंच पुढे जातं.
- ☐ मुलं सहा ते बारा महिन्यांची असताना दुधाची बाटली स्वत: धरायला शिकतात, तसेच नळीच्या पेल्यातून किंवा कपातून पिणं त्यांना जमायला लागतं.
- ☐ एक वर्षानंतर मुलांच्या आहारात इतर पदार्थ यायला लागतात आणि दातांनी अन्न चावण्याचं काम मुलं शिकतात. खरं म्हणजे अन्न चावण्यासाठी त्यांचे दात शिवशिवत असतात.

- दीड वर्षांचं मूल द्रव कपानं पिण्याऐवजी स्ट्रॉनं ओढून पिऊ शकतं.
- तीन वर्षांचं मूल लाकडी किंवा प्लॅस्टिकच्या सुरीनं त्याच्या अन्नाचे तुकडे करू शकतं. आता ते पोळी भाजीला लावून खायला बघेल किंवा पावाला जॅम लावायला शिकेल, पण ते नीट जमणार नाही.
- साडेचार वर्षांचं मूल स्वत:च्या हातानं व्यवस्थित जेवू शकतं. पाश्चात्त्य देशातील मुलं या वयात काटा-चमचा आणि चिनी मुलं काड्या वापरून जेवायला शिकतात.

खाण्याच्या तक्रारी : मुख्य कारणं

प्रत्येक मुलाच्या आवडीनिवडी वेगळ्या असतात आणि सर्व पालकांची मुलांना जेवण देण्याची पद्धत एकच नसते. बारकाईनं तपासल्यावर समस्यांची मुख्य कारणं डोळ्यांसमोर येतात. खाली दिलेल्या समस्यांपैकी कोणती ना कोणती तुमच्या ओळखीची असेल :

तो पुरेसं खात नाही

'डॉक्टर, तो एक घास खाईल तर शपथ' अशा तक्रारी काही पालक माझ्याकडे घेऊन यायचे. बहुधा माझ्यासमोर एखादं दारासिंगएवढं 'अशक्त आणि दुबळं' प्रौढ बालक (पालक) उभं असे. असे लोक काही हवा खाऊन 'मोठे' होत नाहीत.

कधीकधी हे लक्षात येत नाही की कमी खाणाऱ्या मुलांना त्यांच्या गरजांचा दैनंदिन डोस पुरेसा मिळत असतो. खरं तर दूध, नाष्टा आणि अर्धवट टाकलेल्या जेवणातून भरपूर कॅलरीज कळत-नकळत त्यांच्या पोटात पोहोचलेल्या असतात. तुम्हाला चिंता वाटत असल्यास मूल दिवसभर खात असलेल्या पदार्थांची यादी करा. ती पाहिल्यावर रात्री तुम्हीच कबूल कराल की अरे, हा तर भरपूर खातोय.

मोठ्यांप्रमाणेच लहान मुलांच्या अन्नाच्या गरजा वेगवेगळ्या असतात. त्यांचं खाणं पक्ष्यांसारखं असतं; काही चिमणीसारखे खातात, तर काही गिधाडासारखे. म्हणूनच मुलांनी दिवसभरात किती खावं याचं एक निश्चित प्रमाण सांगता येत नाही. मुलाचा आहार आणि वाढ यावरूनच त्याचं आरोग्य जोखू नका; त्याच्यातील शक्ती आणि उत्साह हेपण पाहा. एखाद्या गाडीला इतरांपेक्षा कमी पेट्रोल लागत असेल, तर तक्रार कशाला? उत्तम ट्यूनिंग झालेल्या गाडीचे तुम्ही एक भाग्यवान मालक आहात.

पुरे आता

कल्पना करा, की तुम्ही एखाद्या मित्राकडे जेवायला गेला आहात. तो तुम्हाला बजावतो, 'पानात एकही पदार्थ टाकायचा नाही. नाहीतर नंतर आइस्क्रीम मिळणार नाही.' तुमचं खाऊन झाल्यावर एक माणूस येऊन उरलेलं अन्न तुमच्या तोंडात कोंबायला पाहतो. अशा वेळी तुम्ही तोंड घट्ट मिटून ठेवाल.

मुलांचंही असंच होतं– माझ्यावर विश्वास ठेवा, जेवण पुरे झालं आहे हे त्यांचं त्यांना बरोबर कळतं.

त्याला भाज्या खायला नकोत

आपल्या सगळ्यांना आधीच ठाऊक असलेलं सत्य आधुनिक आहार शास्त्रज्ञांनी सिद्ध केलं आहे : भाज्या खाणं हे आपल्यासाठी फार गरजेचं आहे. त्यांच्यात तंतू, संयुक्त कर्बोदकं, जीवनसत्त्वं आणि खनिजं तर असतातच, तसंच अँटीऑक्सिडंटसारखे काही संरक्षक घटकही असतात, ज्यामुळे पुढील वयातील काही रोग टळू शकतात. दुर्दैवानं मुलांच्या मात्र हा नावडीचा प्रांत आहे; परंतु कबूल करा, कित्येक मोठ्या माणसांच्यासुद्धा भाजीविषयी नावडी असतात. किंवा किमान भाज्यांविषयी अनुत्सुकता असते.

काही मुलं भाज्या आवडीनं खातात. तर काहींचं भाज्यांशी जन्मजात वैर असतं. तुमचं मूल दुसऱ्या गटातलं असेल तर थोडा धीर धरा, मन मोठं करा, प्रवाहाबरोबर राहा. त्याला भेंडी आवडत नसेल तर गवार चालते का बघा, सर्व भाज्यांचा प्रयोग त्याच्यावर करून पाहा, भाज्यांच्या चवी किंवा पाककृती बदलून पाहा. सुरुवातीला अगदी थोडी भाजी वाढा. भाज्यांमधल्या वैविध्याची सवय त्याला लहानपणापासूनच लावा.

प्रयत्न करूनही यश न आल्यास निराश होऊ नका. भाज्यांमधील पोषक द्रव्यं इतर पदार्थांद्वारे मुलाच्या आहारात ठेवा – फळांमधून जीवनसत्त्वं आणि खनिजं मिळतात आणि कडधान्यांमधून तंतू मिळतात. यामुळे मूल पूर्ण नाउमेद होत नाही; रोज थोडी तरी भाजी खाण्याचा त्याला आग्रह करत राहा, पण सक्ती नको. सक्तीशिवाय सातत्य राखल्यास तुम्हाला नक्की यश येईल.

मूल मांस-मच्छी खात नाही

ही तक्रार मांसाहारी पालकांकडून येते. मग मी सहज विचारल्यासारखं म्हणतो, 'मग तो खातो तरी काय?' मला यात तथ्य दिसत नाही, कारण बहुतेक

भाज्यांविषयी थोडं अधिक

- नेहमी वेगवेगळ्या भाज्या करा; दर वेळी गाजरं किंवा मटार नकोत.
- गाजर, मका, रताळी यांना स्वत:चा एक गोडवा असतो. अशा भाज्या मुलांना पटकन आवडू शकतात.
- तुम्हाला एखादी भाजी आवडत नाही, म्हणजे ती तुमच्या मुलालाही आवडणार नाही असं नाही. त्याला सगळ्या भाज्या देऊन पाहा.
- विविधतेवर भर ठेवा, तो अशासाठी की भरघोस यशासाठी थोडेच जास्तीचे प्रयत्न लागतात.
- भाज्यांचा वापर केलेले इतर पदार्थ बनवा. उदा. परोठा, पुलाव, नूडल्स इत्यादी.
- मुलांच्या आवडत्या पदार्थांमध्ये किसलेल्या भाज्या मिसळा.
- मुलांना आकर्षित करण्यासाठी भाज्यांचे गमतीदार आकाराचे तुकडे करा.
- भाज्यांमध्ये जास्त तेल वापरण्याचं टाळा, वाफवलेल्या चविष्ट भाज्या भरपूर खाल्ल्या जातात.

मुलं अंड्याचं ऑम्लेट किंवा चिकनसूपसारखे पदार्थ खातच असतात. मुलांच्या आहारात पोषक द्रव्यं असली की झालं, मग ती कुठल्याही स्वरूपात का असेना! विशिष्ट प्राण्यांचंच मांस खाल्लं पाहिजे हा पालकांनीही अट्टहास करू नये.

मांसाहारातील प्रथिनं आणि लोहाचा पुरवठा ज्यातून मिळेल असे पदार्थ वापरायला हरकत नाही. उदा. अंडी. बाकी काही नाही तरी मुलांना दूध, दही, श्रीखंड आवडतंच.

शाकाहारी कुटुंबातील मुलांसाठी उत्तम पर्याय उपलब्ध आहेत. डाळी, कडधान्यं, बिया यांचा चातुर्यानं वापर करा. गंमत अशी की मांसाहार नको असलेल्या मुलांना शाकाहारी पदार्थही तितक्याच शिताफीनं टाळायचे असतात.

तो दूध अजिबात पीत नाही

मुलांच्या वाढीत उत्तम काम करणाऱ्या कॅल्शियमची गरज दुधातून भागते. इथेही दूध आनंदानं पिणारी आणि त्यासाठी खळखळ करणारी मुलं पाहायला मिळतात. दूध न पिणाऱ्या मुलांना लोणी, तूप किंवा चीज खाण्याची सवय लावा, अनेकांना हे जास्त आवडतं. एका पाहणीत असं दिसून आलं आहे की बहुतेक

प्रथिनांचे उत्तम स्त्रोत

- चिकन
- मासे
- अंडी
- दूध, दही, लोणी, तूप
- धान्यं, दाणे आणि बिया
- सोयाबीन

मुलांनी आइस्क्रीमनंतर चीज आणि चॉकलेटला पसंती दिली आहे.

हेही चालत नसेल तर दही, श्रीखंड, मसाला दूध, आइस्क्रीम किंवा दुधापासून बनवलेले कोणतेही गोड पदार्थ त्यांच्यावर अजमावून पाहा; पण यातील साखरेच्या प्रमाणावर लक्ष ठेवावं लागेल.

काही मुलांना मात्र खरोखरच दुधामुळे त्रास होतो किंवा ॲलर्जी असते. अशा वेळी बालरोगतज्ज्ञाच्या सल्ल्यानं कॅल्शियमची गरज पूर्ण करा. तुम्हाला आवडणार असेल तर तीळ किंवा पालक खाऊन पाहायला काहीच हरकत नाही.

दुधावरची साय

लहान मुलांना भरपूर फॅटयुक्त दूध द्यायला हरकत नाही, परंतु मोठ्या माणसांनी हे आवश्यक तेवढंच घ्यावं. दोन वर्षांच्या आसपासच्या मुलांना भरपूर स्निग्धांशांची गरज असते. पुढील आयुष्यात त्यांना कोलेस्टरॉल नियंत्रण वगैरे गोष्टींना सामना करायचा असतोच.

तो दुधाची बाटली सोडायला तयार नाही

दुधाची बाटली बंद करायला अनेक मुलं नकार देतात. यामुळे डेअरीवाल्यांचा फायदा होत असला तरी घन आहार सुरू करण्यास उशीर होतो. वयाच्या आठ महिन्यानंतरही मूल दूध आणि डबाबंद आहारावर अवलंबून असेल तर त्याला इतर पदार्थ सुरू करणं खूप अवघड जातं. अर्थातच मागाहून उपाय करत बसण्यापेक्षा सहा महिन्यांच्या वयापासूनच मुलांना डाळीचं पाणी, मऊ भात, कुस्करलेलं केळं अशासारखं अन्न द्यायला सुरू करा. यामुळे मूल अन्नासाठी फक्त दुधावरच भर ठेवणार नाही.

जी मुलं खरंच दुधाची बाटली सोडायला तयार नाहीत त्यांच्या बाटलीत दूध कमी ठेवा. काही आहारतज्ज्ञ याबाबतीत कठोरपणाचा सल्ला देतात आणि दूध कसोशीनं बंद करायला सांगतात. ते असंही सांगतात की मुलाला नुसतं पाणी देत गेल्यास ते आपोआप इतर अन्न घेणं सुरू करेल. माझा उपाय अंती हेच परिणाम देणारा, पण थोडा सौम्य आहे. दूध अर्ध्यावर आणून मुलाला इतर पातळ पदार्थ आणि मऊ घन पदार्थ द्यावेत. यामुळे बहुधा समस्या सुटते; आणि समजा, समस्या लगेच नाही सुटली तर, दुधाचं प्रमाण हळूहळू आणखी कमी करत न्या. इथे पण पालकांनी मध्येच हळवेपणानं पुन्हा दूध सुरू करता कामा नये.

काही मुलं मऊ लगदा गिळायची सवय लागल्यामुळे घन आहार घेण्याचं नाकारतात, अशांना हळूहळू चघळायला आणि गिळायला सोप्या पदार्थांची सवय लावा. प्रथम दुधाचं प्रमाण निम्म्यावर आणा, म्हणजे त्यांची भूक शिल्लक राहील. मग हळूहळू पातळ आहारात घन अन्नाचे तुकडे वाढवत न्या. सुरुवातीला सगळं अन्न रवीनं घोटून एकजीव करायला हरकत नाही. हळूहळू त्याची घनता वाढवत न्या. एकेका दिवसानंतर वरून टाकलेले तुकडे वाढवत न्या. पंधरा दिवसांत तुम्हाला मुलाच्या आणि तुमच्या ताटात फरक दिसणार नाही.

चॉकलेटी उपाय

पालक अशी तक्रार करतात की मुलाला काहीच चघळायला नको आणि असं काही टाकल्यास मूल सगळा तोबरा तोंडात धरून ठेवतं; पण मला आश्चर्याचा धक्का देणारी अशी बिलंदर मुलं तोंडात चॉकलेट घातल्यास ते आवडीनं चघळतात. हे पाहून आई-बाबांची अवस्था तोंडात बोळा कोंबल्यासारखी होते.

वेळकाढू मुलं

आजकालच्या झटपट आणि इन्स्टंटच्या जमान्यात काही मुलं सशांच्या संमेलनातील कासवासारखी उठून दिसतात. जणू चित्रपटातील स्लो मोशन प्रसंगाप्रमाणे त्यांचं सगळं सावकाश सुरू असतं. हे पाहून यांच्या पालकांच्या नाडीचे ठोके मात्र वाढत जातात. ताटातल्या अन्नाशी यांचे खेळ सुरू झाले की आईबाबांचा पारा हळूहळू चढायला लागतो; पण त्याच्यावर मात्र कशाचाच परिणाम होत नाही. कधी एकदा

याचं खाणं संपून आडवे होतो असं पालकांना होतं.

तुमचं मूल खाताना टंगळमंगळ करत असेल तर ते पाहायला त्याच्यासमोर थांबू नका. यामुळे एखाद्वेळेस अन्न चिवडण्यापेक्षा काही अन्न तो खाण्यासाठी वापरेल. तरीही मूल अन्न चिवडत राहिल्यास उरलेलं अन्न उचलून ठेवा. यामुळे त्याला असा स्पष्ट संदेश मिळेल की अन्न हे खेळण्यासाठी नसतं. तासाभरानंतर त्याला पुन्हा भूक लागली आहे असं वाटल्यास तीच थाळी पुन्हा त्याच्यासमोर ठेवा.

अशा मुलांसमोर पालकांनी तणावग्रस्त होता कामा नये. अशा मुलांना त्यांच्या इच्छेवर सोडून द्यावं, त्यानं पाच मिनिटं जेवावं किंवा एकशे पाच मिनिटांत!

याउलट जेवण समोर आल्यावर इकडून तिकडे धावत सुटणाऱ्या मुलांची तऱ्हा वेगळीच असते. त्यांच्यामध्ये अशा वेळी जणू एखादा मोठा अधिकारी संचारतो, त्याच्या एका हातात फोन असतो, दुसऱ्या हातात गाडीचं चाक, दोन घासांच्या मध्ये तो काहीतरी बोलू पाहतो आणि जेवणाबरोबरच त्याला इतर सगळी कामं पटापट व्हायला हवी असतात.

स्वयंपूर्ण मुलांचं जेवण

काही मुलांना पहिल्या वाढदिवसानंतर सगळ्या गोष्टी स्वत:च्या हातानं करायच्या असतात – अगदी जेवणही. अशी मुलं बहुधा अधीरही असतात, त्यामुळे सगळा घोळ होतो. मग काय, जेवण पोटात थोडं जातं आणि आसपास जास्त पसरतं.

सव्वा वर्षानंतर अशा मुलांना चमचा स्वत:च्या हातात पकडायचा असतो, पण तो सरळ धरता येत नाही आणि सगळं सांडून जातं, त्यांना तो बशीतून भरताही येत नाही. चमचा उचलताच अन्न अंगावर सांडतं. अशा मुलांना मोठा चमचा देऊन पहावा. काहींना सपाट चमचा वापरता येतो. भूक न आवरणाऱ्या पण अधीर मुलांना तुम्ही एका चमच्यानं भरवत राहा आणि त्यांच्या हातात दुसरा चमचा द्या.

स्वत: जेवण्याच्या नादात सांडणाऱ्या अन्नासाठी एखादी ताटली किंवा पसरट भांडं त्याच्या तोंडाखाली धरा. बऱ्याच मुलांना खाता न आलेलं अन्न सांडल्यावर त्याच्याशी खेळायची सवय असते. स्वहट्टानं आपल्या हातांनी जेवू पाहणाऱ्या मुलाला जरूर तसं करू द्या, स्वत:चं स्वत: जेवण्यात वाईट काहीच नाही.

सक्तीनं भरवू नका

अन्नाविषयीचे आदरयुक्त उच्च वगैरे विचार मुलांच्या मनाला शिवत नाहीत. भूक लागल्यावर त्यांना खायला हवं असतं – भूक नसेल तेव्हा नको असतं. मुलाची इच्छा नसताना त्याला सक्तीनं खायला लावण्याची चूक बरेच पालक करतात. खरं म्हणजे नको असताना किंवा नको असलेलं अन्न मुलंच काय, मोठेही खात नाहीत. अशी सक्ती करण्याचा प्रयत्न केल्यास आपली इच्छा याबाबतीत महत्त्वाची आहे हे ते दाखवून देतात. त्यांचं वय जरी केवळ दोन वर्षं असलं तरी मोठ्यांपेक्षा जास्त सुबुद्धता ते अशा वेळी दाखवतात.

खायला नकार देणाऱ्या मुलांना जेवायचा आग्रह करत राहू नये, त्यानं काही उपयोग तर होत नाहीच, फक्त दोन्ही पक्ष रागावतात आणि झटापटीत अन्नाची नासाडी होते. काही पालकांना ते मोठे आहेत आणि मुलांनी त्यांचं ऐकलंच पाहिजे असं दाखवण्याची लहर येते; परंतु ते दाखवण्याची ही वेळ नसते, कारण या भांडणात कोणीच विजयी होत नाही.

मुलाला खरं म्हणजे हळुवार प्रोत्साहनाची गरज असते. लक्षात ठेवा, हटवादीपणानं न जेवणारं कोणतंही मूल आजपर्यंत भुकेमुळे मरण पावलेलं नाही. मुलाचा आहार खरोखरच कमी आहे अशी काळजी वाटल्यास त्यानं दिवसभर घेतलेल्या अन्नावर लक्ष ठेवा. मुलानं किती *टाकलं* हे बघण्यापेक्षा त्यानं

किती *खाल्लं* यावर लक्ष द्या. तुमच्या अपेक्षा मर्यादित ठेवा – मुलाच्या पोषणाची दैनंदिन गरज भागत असेल तर जास्त खाण्यासाठी त्याच्या मागे लागण्यात काही अर्थ नाही.

जेवणास नकार मिळाल्यावर काही माता त्यांच्या पाककौशल्याबद्दल शंका घेतली गेली आहे असं मानतात आणि मग कमरेवर हात ठेवून तावातावानं म्हणतात, 'तुला खाल्लंच पाहिजे, मी बघते कसं खात नाहीस ते;' आणि अहंभावानं त्यांचा चेहरा फुलून येतो. आता मूलही घट्ट ओठ मिटून आईकडे एक थंड करडी नजर टाकतं, जणू म्हणत असतं, 'मीपण बघतोच मला कसं भरवतेस ते!' जेवणाला सातत्यानं नकार मिळत असेल तर ते अन्न खरोखर मुलानं खाण्याजोगं आहे की नाही, हे तपासा; योग्य असल्यास तुमच्या इतर कामांना लागा.

उपोषणाची चळवळ

एकदा पालकांच्या एका गटाशी बोलताना मी त्यांना सांगितलं की आजवर कुणीही मूल भुकेनं मेलं नाहीय. माझं वाक्य संपायच्या आत एक माता उभी राहून तक्रार करायला लागली.

'असं नाहीये, डॉ. ग्रीन, माझ्या मुलानं एकदा बारा तास न खाण्याचा पराक्रम केला आहे आणि मी सक्ती केली नसती तर त्याची तब्ब्येत नक्कीच खालावली असती.'

मी विचारलं, 'एखाद्या व्यक्तीनं अन्नत्याग केल्यास मृत्यू यायला किती वेळ लागतो हे तुम्हाला माहीत आहे का? यासाठी ६८ दिवस लागतात.'

यावर ती माता फणकाऱ्यानं म्हणाली, 'म्हणजे तुम्हाला असं म्हणायचं आहे का, की तुमच्या रुग्णालयात मुलांना दर ६८ दिवसांनी जेवण दिलं जातं?'

माझ्या बाजूला बसलेल्या आहारतज्ज्ञाचा स्वत:वरील ताबा आता मात्र सुटला. तो म्हणाला, 'यापुढे तुम्ही कधी चिंतेत पडलात तर विसाव्या दिवशीच डॉक्टरांना फोन करायला काही हरकत नाही.' बहुधा ती माता जे समजायचं ते समजून गेली असावी.

चवीचे नखरे!

खाण्याच्या बाबतीत काही मुलं अगदी नखरेल असतात. संतुलित आणि आरोग्यदायक आहाराच्या आपल्या कल्पनांचा ती फारसा आदर करत नाहीत. मुलांच्या आयुष्यातील अन्नग्रहणाची सुरुवात एकाच चवीच्या आणि प्रकारच्या अन्नापासून होत असते – आईचं दूध. इथून सुरुवात करून आपल्या आवडीप्रमाणे विविध प्रकारचं अन्न घेण्यासाठी त्याच्यासमोर ७०-८० वर्षं असतात. वेगानं समोर येणाऱ्या नवनव्या पर्यायांबाबत ती अत्यंत सावकाशपणे निर्णय घेतात. यामुळे आपण दिलेल्या काही पदार्थांचा ती तत्काळ स्वीकार करतात, तर काही पदार्थांवर काही कारण नसताना तत्काळ बहिष्कार टाकतात. आज आनंदानं स्वीकारलेला पदार्थ उद्या नाकारला जाऊ शकतो. यामुळे मुलांचे पालक हैराण होत असतात.

काही मुलांना तुम्ही द्याल त्याची चव बघायला आवडते, तर काही या बाबतीत अगदी काटेकोर असतात आणि रोज तीच चव चाखायला त्यांना आवडतं. पालकांप्रमाणेच मुलांचेही खास आवडीचे असे विशिष्ट पदार्थ असतात. चवीच्या बाबतीत म्हणाल तर मुलं त्यांच्या इच्छेप्रमाणेच वागतील, तुमच्या नाही; त्यामुळे हे सगळं स्वीकारायला हवं.

मुलांच्या आवडीच्या चवी

काही चवी आवडणं हा मुलांचा हक्क आहे. काही पालकांना अशी शंका येते की मूल खात नसेल तर तो पदार्थ बेचव असेल किंवा नीट तयार झाला नसेल; पण हे मुलांना ठरवू द्या. अनेक मोठ्या माणसांना काही विशिष्ट किंवा वेगळ्या चवीचे पदार्थ आवडत असतात. जसे, मिरच्या, कारलं, शेपू इत्यादी.

स्वत:ला नावडते असलेले पदार्थ पालक मुलांना अजिबात देत नाहीत. चाखून पाहण्याची संधी न मिळाल्यामुळे ते मुलांना कधीच खायला मिळत नाहीत; खरं म्हणजे, हे पदार्थ मुलांना आवडू शकतात.

मोठ्या माणसांच्या चवीच्या कल्पनांपेक्षा मुलांच्या कल्पना अतिशय भिन्न असतात; मुलाला पदार्थ बेचव लागत असेल या समजुतीनं पालकांना त्यात साखर किंवा मीठ घालण्याचा मोह होतो, पण असं करू नये. आपल्या सवयीच्या चवीनं मुलांची सवय प्रदूषित करू नका.

जीवनाची लज्जत

काही मुलं नवीन पदार्थ हसत हसत स्वीकारतात, तर काहींना एकच पदार्थ रोज लागतो.

मुलांच्या आहारात विविधता असावी हे खरं, पण तिचा फार हव्यास धरू

नये. उपचार करताना मी अनेक मुलांना पाहिलं आहे, त्यामुळे माझ्या लक्षात आलं आहे की पालकांना किंवा डॉक्टरांना काही म्हणू द्या, मुलं त्यांना खायचं तेच खातात. यात अशी युक्ती करता येते की रोज थोड्या प्रमाणात वेगळं अन्न मुलाच्या रोजच्या अन्नात मिसळत जावं, हळूहळू नव्या चवीला मूल सरावतं. पालकांना मिळालेला निसर्गदत्त कावेबाजपणा इथे वापरायला हरकत नाही. दबावापेक्षा प्रयत्नातील सातत्यामुळे मुलांच्या आहारात वैविध्य येऊ शकतं.

अयोग्य पदार्थांच्या सवयी

मी पूर्वी म्हटलंच आहे की कधीतरी मुलांचे लाड करायला हवेत. कधीमधी मुलांना कॅडबरी द्यायला हरकत नाही. आपल्याला मोठं होईपर्यंत अधाशीपणावर मात करायला खूप वर्षं मिळालेली असतात, त्यामुळे आपण हे विसरतो की मुलं ही लहान असतात आणि आपण त्यांच्यावर मोठ्यांप्रमाणे निर्बंध लादू पाहतो. मुलांजवळ जन्मतःच आत्मनियंत्रण नसतं. त्यामुळे कुठे थांबावं हे मोठ्यांप्रमाणे त्यांना पटकन कळत नाही. अशा वेळी मोठ्यांनीच त्यांच्या सवयी नियंत्रित करायला हव्यात.

समस्येशिवाय जेवण

पालक मुलांच्या जेवणाविषयी अनेक प्रकारे विचार करतात : अन्नाचं प्रमाण, प्रकार, संतुलन, आकार, रंग कुठून आणले, शिजवण्याची पद्धत आणि स्वच्छता; मात्र या सगळ्यामध्ये एका गोष्टीकडे दुर्लक्ष होतं, ते म्हणजे ते अन्न घेताना मुलाला आनंद झाला पाहिजे.

काही बाबतीत आपण आपल्या जुन्या सवयी सोडल्या पहिजेत. योग्यतेचा

विचार करून मुलांना त्यांच्या भुकेच्या वेळेला त्यांचा आवडता आहार त्यांना हवं तिथे बसून घेऊ दे. याचा अर्थ असा नाही की आपण आरोग्याचा विचार सोडून द्यावा; फक्त त्याच्या कलानं घेण्यासाठी काही नियम शिथिल करावेत. आज ना उद्या ही मुलं आई-बाबांप्रमाणे जेवायला लागणार आहेत; आत्तापुरतं बघायचं तर या क्षणाचा उपभोग त्यांना घेऊ द्या.

गंमत जंमत करत जेवण

आपण हॉटेलमध्ये जेवायला गेल्यावर पाहतो की पदार्थांच्या चवीबरोबरच कलापूर्ण सादरीकरणाकडे लक्ष दिलं जातं. ग्राहकांना जेवताना संतोष वाटावा म्हणून निरनिराळ्या रंगांचा आणि आकारांचा वापर केला जातो.

मुलांना जेवणाकडे आकर्षित करण्यासाठी आपणही ही युक्ती करू शकतो आणि आपल्या कल्पनाशक्तीचा वापर यासाठी करू शकतो.

- ☐ मुलांच्या वृत्ती उत्तेजित करा : पदार्थाच्या चवीबरोबरच त्याचा स्पर्श, वास आणि दर्शन आवडलं पाहिजे. शक्य तेव्हा अन्नाचा रंग आणि दाटपणा बदलत राहा. अन्नात काही मऊ, कुरकुरीत, गुळगुळीत किंवा चघळण्याजोगे पदार्थ घाला. लाल चुटूक स्ट्रॉबेरी, हिरवेगार वाटाणे, सुंदर जांभळी द्राक्षं, केशरी गाजरांचा वापर करावा.
- ☐ भाजीवर किसलेलं चीज घाला. फळांवर थोडं दही घाला. यामुळे मुलांची उत्सुकता चाळवली जाऊन तो पदार्थ खाण्याच्या मोहात ती पडतात.
- ☐ रोजच्या तोच तोचपणात रंगत आणा. पोळी किंवा पावाचे वेगवेगळ्या आकाराचे तुकडे करा. काही पदार्थ करताना त्यांना प्राण्यांचे आकार द्या.
- ☐ मुलाचं सगळं जेवण सुरुवातीलाच पानात वाढून घेण्याऐवजी थोडं अन्न घेऊन सुरू करा. पुन्हा थोडं अन्न वाढल्यावर नंतर वेगळा पदार्थ घ्या. वेगवेगळ्या आकाराच्या ताटल्यांचा, वाट्यांचा वापर करा. यामुळे जेवण करणं मुलांना मनोरंजक वाटेल. घास तयार करताना काळजीपूर्वक छोटा करा, मोठ्यांच्या घासाएवढा नको.
- ☐ जेवणाच्या जागा बदला. कधी बाल्कनीत तर कधी बागेत पिकनिकला नेल्यासारखं करा. तिथे त्याला दूध स्ट्रॉनं प्यायला द्या आणि साधंच सँडविच, पण ते एखाद्या छानशा टिफिनमध्ये भरून द्या. यामुळे मूल उत्साहित होईल.
- ☐ नाष्टा करताना मुलासमोर छोटे घास करून ठेवा. त्याला मिनी इडली, फळांचे किंवा चीजचे छोटे तुकडे, यासारखे गमतीदार पदार्थ द्या.

- मुलाला अनपेक्षित भेट द्या. त्याचं सगळं जेवून झाल्यावर 'लपवलेला' आवडता पदार्थ त्याला द्या.
- मुलाला स्वत:ला जेवण्यास प्रोत्साहन द्या. यामुळे त्याला मोठं झाल्यासारखं वाटतं आणि ते जबाबदारीपूर्वक जेवायला लागतं. जेवण तयार करताना छोटी आणि सुरक्षित कामं मुलाला करू द्या. यामुळे मुलांना 'मदत' केल्याचा आनंद मिळतो. पोळी करताना थोडी कणीक मुलांना लाटायला द्या.

पटकन होणारे पदार्थ

कधीकधी आई खूप कष्ट घेऊन आणि बराच वेळ खपून एखादा पदार्थ मुलासाठी तयार करते, पण पदार्थ समोर आल्यावर मूल एका क्षणात नाक मुरडून निघून जातं. मग आईचा पारा चढला तर नवल नाही. याऐवजी पटकन होणारे पदार्थ करून पाहा.

नवीन तंत्रज्ञानामुळे पाककला सोपी होत आहे. मायक्रोवेव्ह ओव्हनमध्ये अन्न चटकन शिजवता आणि गरम करता येतं. पदार्थ सतत आपोआप ढवळणारी यंत्रंही मिळतात. याशिवाय अनेक यंत्रं तुमच्या मदतीला हजर असतात. यामुळे स्वैपाक करण्याचा वेळ वाचून तो आपण मुलांबरोबर घालवू शकतो.

जास्त अन्न तयार करून तुम्ही ते फ्रिजमध्ये ठेवू शकता. पुढील जेवणाच्या वेळी त्यातील निवडक पदार्थ गरम करून वाढा. गरम केलेल्या अन्नासोबत एखादी ताजी केलेली भाजी वाढा. वेगवेगळे तयार पदार्थ फ्रीजमध्ये ठेवल्यामुळे मुलाला आवडेल तो पदार्थ देता येतो. जेवणाच्या वेळेच्या आधीच पदार्थ तयार केल्यामुळे मुलाच्या जेवणाकडे जास्त लक्ष देता येतं. शिवाय एखादा पदार्थ नाकारल्यास तो पटकन पुन्हा फ्रीजमध्ये ठेवून देता येतो.

सतत चरण्यानं पोषण

काही पालक असं मानतात की मुलांनी तीन वेळा जेवण आणि एक नाष्टा व्यवस्थित घेतला पाहिजे; यामुळे अधूनमधून खाण्याची गरज उरत नाही; पण चरण्याची आवड फक्त बकऱ्यांनाच असते असं नाही, मुलांचाही तो आवडीचा विषय आहे. पालकांनी एवढीच काळजी घेतली पाहिजे की मुलं अधूनमधून खात असलेल्या वस्तू अयोग्य नाहीत. जेवणाच्या पक्क्या वेळा हॉटेलमध्ये ठीक आहेत, मुलांसाठी नाहीत. भुकेच्या वेळी मुख्य जेवणाची सवय मुलांना लावणं उत्तमच, पण हे जमत नसल्यास त्यांना त्यांच्या वेळेला जेवू द्या.

वेळच्या वेळी जेवण आणि नाष्टा घेणाऱ्या मुलांनासुद्धा दिवसभराचा उत्साह टिकवण्यासाठी अधूनमधून तोंडात टाकायला काहीतरी लागतं. अशी वस्तू छोटी पण पोषक असावी. फळं, बिस्किटं, सुकामेवा इत्यादी.

मुलांना सँडविच किंवा पोळीचा रोल द्यायला काही हरकत नाही. यात घालायच्या वस्तू कल्पकतेनं निवडाव्यात.

सँडविच किंवा पोळीमध्ये भाज्या, टोमॅटो, अंडी किंवा पनीरचे तुकडे घालता येतील. वाफवलेले मटारदाणे किंवा बीट, लेट्यूस जरूर घालावं.

तुमच्या लक्षात आलं असेल की मीसुद्धा जेवणाइतकंच महत्त्व मधल्या वेळच्या खाण्याला देतो.

छोट्या मुलांसाठी अल्पोपाहार

- फळांचे तुकडे
- चीज
- गाजर, टोमॅटो
- सुकामेवा
- दूध
- लाडू, पोहे, उप्पीट, शिरा, यासारखे पदार्थ
- इडली, ढोकळा, डोसा, इत्यादी पदार्थ
- थालीपीठ, सँडविच, परोठे, इत्यादी पदार्थ

हसत-खेळत जेवण

मुलांनी आणि पालकांनी जेवणाच्या वेळी आनंदानं एकत्र येऊन आरामात जेवण आणि सहवासाचा आनंद लुटावा. जेवणाच्या निमित्तानं एकमेकांच्या अधिक जवळ येऊन सुसंवाद साधण्याच्या मागील पिढीच्या तत्त्वावर माझा विश्वास आहे. माझी मुलं लहान असताना आम्ही नेहमी असं करायचो आणि ती मोठी झाल्यावर आम्ही अशा संधी शोधत असतो. अर्थातच मला आणि माझ्या भावाला ही सवय आमच्या आई-वडिलांनी लावली होती.

पण आजकाल आरामात, सुखानं जेवण्याइतकी सवड लोकांजवळ उरलेली नाही. धावपळीत आणि धांदलीत जेवण उरकलं जातं किंवा संध्याकाळी थकून आल्यावर बरेच लोक ते टी.व्ही.समोर घेतात. मुलांनी शिकण्यासारखी ही

चांगली उदाहरणं नक्कीच नाहीत.

छोट्या मुलांचं जेवण हा विषय शांत स्वभावाच्या पालकांसाठीसुद्धा परीक्षेचा ठरू शकतो. योग्य आहार योग्य त्या स्वरूपात मुलांसमोर आल्यावर त्यांनी तो सहजपणे घ्यायला हवा. हे सोपं करण्याचे काही मार्ग खाली दिले आहेत.

सुखाचे चार घास खाण्याचं तंत्र

१. चातुर्य वापरा आणि योजनाबद्ध आखणी करा. मुलाच्या जेवणाच्या वेळी अन्नपाण्याबरोबरच इतर वस्तू सुसज्ज ठेवा– जेवणाची जागा, चमचे, लाळेरं आणि सांडलेलं अन्न भरण्यासाठी एखादा वाडगा किंवा ताटली.

२. जेवणातील बाकीचे व्यत्यय टाळा. टी.व्ही. बंद ठेवा, फोन वाजत राहिला तरी चालेल. फक्त मुलाच्या जेवणाकडे लक्ष द्या.

३. मुलाला आरामात बसू द्या. मूल एका जागी बराच वेळ रमेल अशी जागा निवडा. तुम्हीसुद्धा आरामशीर बसा आणि घास मुलाच्या तोंडापर्यंत सहजपणे पोहोचू द्या.

४. मुलाला आवडेल असं साधं अन्न द्या. पदार्थ तयार करतानाच त्याच्या आवडीनिवडी आणि लहरी लक्षात ठेवा. पर्यायी पदार्थ हाताशी ठेवा. वेगवेगळे पदार्थ मुलांना देत राहा.
५. मुलाला खाण्यासाठी उत्तेजन द्या. त्याच्यावर *सक्ती करू नका.*
६. मुलाला स्वत: खायचं असेल तर खाऊ द्या. अशा वेळी सांडणं, खाण्याची पद्धत आणि रीतीरीवाजांकडे दुर्लक्ष करा, मुलाच्या पोटात अन्न जाणं महत्त्वाचं आहे.
७. मुलाचं जेवण त्याच्या गतीनं होऊ द्या. काही मुलं आवडते पदार्थ आधी खाल्ल्याशिवाय बाकीचे पदार्थ नीट खात नाहीत. त्यांना प्रतिबंध करू नका.
८. मुलानं अन्नाशी खेळायला सुरुवात केली तर तिथून निघून जा. थोडा वेळ दुसऱ्या गोष्टीकडे लक्ष देऊन मुलाकडे परत या.
९. मूल खात नसेल तर त्याच्यावर रागावू नका. स्वेच्छेप्रमाणे खाणं किंवा न खाणं हा मुलाचा हक्क आहे. मुलानं न घेतलेला पदार्थ परत ठेवून पुढच्या वेळी त्याला खायला द्या.
१०. भुकेच्या वेळी मुलानं रोजचं जेवण घ्यायला नकार दिला तर त्याला दूध, मिठाई किंवा इतर पदार्थ देण्याचं टाळा. रोजचं जेवण टाळलं तर आवडते पदार्थ आयतेच मिळतात हे मुलं चाणाक्षपणे ओळखतात.
११. ताटलीतलं अन्न संपवण्याची सक्ती मुलावर करू नका. त्यानं 'नको' म्हटल्यावर त्याला स्वच्छ करून इतरत्र जाऊ द्या.
१२. काहीही झालं तरी हे विसरू नका, की जेवण ही फक्त उदरभरणाची वेळ नाही, तर ती आनंद लुटण्यासाठीही आहे.

१६

स्वच्छतेचे धडे

स्वच्छतेच्या बाबतीत मुलांना स्वत:ला इच्छा झाल्याशिवाय ती काही शिकत नाही, हे त्रिवार सत्य आहे. वय लहान असल्यामुळे त्यांना शरीराचे संदेश नीट मिळत नाहीत. त्यामुळे मुलांच्या शी आणि शू करण्याच्या सवयींवर कोणताही संगोपनतज्ज्ञ, डॉक्टर किंवा पालक नियंत्रण ठेवू शकत नाही. वय वाढल्यावरसुद्धा मुलांना योग्य सवयी लावण्यातील यशाची शक्यता हमखास नसते, कारण याबाबतीत तुमचं ऐकणं किंवा न ऐकण्याचा मुलाचा निर्धार, त्याचे स्वभावगुणविशेष, शरीररचना आणि पालकांचं कौशल्य आणि चातुर्य अशा अनेक घटकांवर ते यश अवलंबून असतं.

मुलांना स्वच्छतेच्या योग्य सवयी लागणं हा त्यांच्या वाढीतला एक टप्पा असतो आणि तो काही पालकांसाठी गुंतागुंतीचा, निराशाजनक किंवा चीड आणणारा ठरतो. वाढीतील एक आवश्यक पायरी म्हणून काही पालक मुलांवर या बाबतीत सक्ती करू बघतात. काही त्याबाबत चालढकल करतात. काहींना सुरुवात कशी करावी याचा उलगडा होत नाही. तर काहींजवळ हे शिक्षण शेवटपर्यंत नेण्याचं मनोबल कमी पडतं. या विषयात पुरेसं यश मिळवण्यासाठी विषयाची पूर्ण समज, नेहमी पाळायच्या काही ठरावीक गोष्टी आणि तरतमभाव

एवढं पुरेसं आहे. हे प्रकरण वाचल्यानंतर मुलांना स्वच्छतेच्या सवयी लावण्याबाबतच्या कटकटींपासून तुम्ही मुक्त व्हाल.

पूर्वी आणि आता

तुम्हाला आश्चर्य वाटेल, पूर्वीच्या काळी मुलांचं स्वच्छतेचं शिक्षण ती तीन महिन्यांची झाल्यापासूनच सुरू व्हायचं. कित्येक मुलं तर पहिल्या वाढदिवसापर्यंत यात पूर्ण तरबेज होत. मात्र त्यावेळचे पालक मुलांसाठी कापडी दुपटी आणि साधे साबण वापरत असत; पण हल्ली खास मुलांसाठी वेगळे साबण, शॅम्पू, तेलं, नॅपी वगैरे गोष्टी पालक वापरतात.

पूर्वीच्या काळी स्वच्छतेची कामं ठरावीक वेळी उरकण्यावर पालकांची करडी नजर असायची. आयांच्या मनावर हे सारखं बिंबवलं जायचं की मुलाला लहान वयातच रोजच्या रोज पोट साफ करायची सवय लावली तर त्याला पुढे बद्धकोष्ठतेच्या समस्येला सामोरं जावं लागत नाही. यामुळे असा एक सार्वत्रिक समज निर्माण झाला की मुलांना हे शिक्षण अगदी कमी वयात देता येतं.

यावर आता शंभर वर्षं लोटली तरी हे समज अजूनही दृढ आहेत. त्यामुळे अनेक पालक संभ्रमावस्थेत आहेत. नीट अभ्यास केल्यास एक गोष्ट लक्षात येते की तेव्हा आणि आता पालक दोन गोष्टींची गल्लत करत होते – स्वच्छतेचं शिक्षण आणि स्वच्छतेच्या वेळा – हा फरक सूक्ष्म असला तरी महत्त्वाचा आहे.

स्वच्छतेच्या वेळा आणि शिक्षण

असा एक सार्वत्रिक गैरसमज आहे की स्वच्छतेच्या वेळा म्हणजेच स्वच्छतेचं शिक्षण आणि मुलांना हे शिक्षण लवकर देऊ पाहणाऱ्या पालकांची इथेच चूक होते.

स्वच्छतेच्या वेळा : बहुतेक मुलांना पोट भरल्यानंतर शी आणि शू होते, हे अगदी पूर्वीपासून चालत आलेलं आहे. ही केवळ एक प्रतिक्षिप्त क्रिया असते, यात हेतुपुरस्सर काही केलं जात नाही. खाणं झाल्यावर मुलाला पॉटीवर बसवल्यास त्याला शी होण्याची शक्यता असते. ही क्रिया आपोआप घडत असल्यामुळे त्यात नवीन काही नसतं.

स्वच्छतेचं शिक्षण : मूल दीड वर्षाचं झाल्यानंतर या क्रियांमधील प्रतिक्षिप्त भाग कमी होऊन त्याच्या स्वनियंत्रणानं या गोष्टी घडतात. मुलांनी विशिष्ट वेळी टॉयलेटला जाण्याशी त्याचा संबंध नसतो. मूल अजून थोडं मोठं झाल्यावर

बुद्धीचा वापर करायला लागतं आणि पालकांनी सांगितल्यावर जाण्यापूर्वी स्वत:ला जाण्याची इच्छा आहे का याचा विचार करतं. मुलाच्या कृती त्याच्या स्वेच्छेनं होणं आणि त्यावर त्याचं स्वत:चं नियंत्रण स्थापित होणं याला खरं स्वच्छतेचं शिक्षण म्हणता येईल.

प्रतिक्षिप्त क्रियेचा प्रभाव मुलांच्या पहिल्या दीड वर्षापर्यंत राहतो. शिस्तीच्या कल्पनांनी प्रेरित होऊन पालक हे शिक्षण द्यायला खूप लवकर सुरुवात करतात. वॉशिंग मशीन्स आणि तयार नॅपीच्या काळात हे शिक्षण इतकं कडकपणे आणि इतक्या लवकर दिलं जाण्याची गरज नाही, असाही एक मतप्रवाह हल्ली प्रचलित आहे. काही पालक असं मानतात की मुलाला स्वच्छतेचं शिक्षण लवकर देण्यानं मूल बुद्धिमान बनतं; पण खरं तर याचा अर्थाअर्थी काहीच संबंध नाही. माझ्या समजुतीप्रमाणे, बुद्धी मेंदूशी निगडित असते; आणि मेंदू हा अवयव मूत्राशयापासून खूपच लांब अंतरावर असतो!

एक वर्षाच्या मुलानं स्वच्छतेचं शिक्षण पूर्ण केलं आहे असं म्हणता येत नाही; त्याच्या प्रतिक्षिप्त क्रिया विशिष्ट वेळी घडल्यामुळे तसा आभास निर्माण होऊन पालक फसतात. यामुळे पालकांची काही कामं हलकी होत असतील हे खरं, पण नंतर मुलांनी स्वेच्छेचा वापर सुरू केल्यावर हे सगळं बदलतं. मी इतकंच ठामपणे म्हणेन की फार लवकर या गोष्टी मुलांना शिकवायला जाऊ नका, त्यामुळे समस्या उद्‌भवतील.

स्वच्छता : दैनंदिन वाढीतले घटक

प्रत्येक मूल वेगळं असलं तरी सर्व मुलांना वाढीच्या समान अवस्थांमधून जावं लागतं. स्वच्छतेचं शिक्षण घ्यायला मुलांना वेळ लागतो. यात घाई करून काही जमत नाही.

मुलांना स्वच्छतेचं शिक्षण देताना नैसर्गिक बाबी दृष्टिआड करून चालत नाहीत, तसंच अयोग्य अपेक्षा ठेवूनही चालत नाही. स्वच्छतेच्या शिक्षणातील सर्व अडचणी चुकीच्या सल्ल्यामुळे सुरू होतात. पुढे मुलाचे दुपट्यातून टॉयलेटपर्यंत पोहोचण्याचे टप्पे दर्शवले आहेत.

- ☐ दीड वर्षाच्या मुलाला ओलं किंवा खराब झाल्याची समज यायला सुरुवात होते.
- ☐ यानंतरच्या काही महिन्यांत मुलांना शी आणि शू लागल्याचं आधीच कळतं.

- दीड ते दोन वर्षांदरम्यान मुख्य गोष्ट सुरू होते, ती म्हणजे शू करण्याचं शिक्षण. मात्र यात एक गमतीदार त्रुटी असते : आपल्याला शू लागली आहे हे मुलांना ती होण्याआधी जेमतेम पाच सेकंद कळतं.
- मूल दोन वर्षांचं झाल्यानंतर ही सूचना त्याला आणखी आधी मिळू लागते. याच सुमारास मुलाला हळूहळू शी करण्याच्या क्रियेवर नियंत्रण मिळायला लागतं; काही मुलांच्या बाबतीत हे नियंत्रण शू करण्याच्या नियंत्रणापेक्षा आधी मिळतं.
- अडीच वर्षांची झाल्यानंतर तीनपैकी दोन मुलं वेळीच शू करून आल्यामुळे इतर वेळी कोरडी राहू लागतात.
- अडीच वर्षं उलटल्यानंतर मुलांना शी आणि शू व्यवस्थित करणं जमायला लागतं, मात्र या प्रक्रियेत अजूनही 'घाई लागणं' हा प्रकार चालू असतो – आई-बाबांनी सांगितल्यावर जाण्यापेक्षा मुलाला 'आत्ता' जाण्याची गरज वाटत राहते.
- अडीच वर्षांनंतर मुलांचं रात्री बिछाना ओला करणं कमी व्हायला लागतं. काही रात्री बिछाना कोरडा राहतो, पण कधीतरी तो ओलाही होतो.
- साडेतीन वर्षांच्या आसपास मुलं स्वत: शी धुवायला शिकतात, मात्र हे काम त्यांना चोखपणे जमायला अजून एक वर्ष जायला लागतं. इतकं जमल्यानंतर स्वच्छतेचं शिक्षण पूर्ण झालं असं म्हणता येईल.

ही सर्व प्रक्रिया प्रत्येक मुलाच्या बाबतीत अगदी वेगळी वेगळी घडते. यामध्ये कौटुंबिक इतिहासाचाही प्रभाव पडतो. ज्या पालकांच्या बाबतीत बिछाना भिजण्याची समस्या दूर व्हायला जास्त वेळ लागला, त्यांच्या मुलांच्या बाबतीत याच समस्या येतात. मुलांपेक्षा मुली थोड्याशा लवकर स्वयंपूर्ण होतात. शरीररचनेतील फरकामुळे असं होऊ शकतं.

स्वच्छतेच्या शिक्षणाचे मूलभूत नियम

स्वच्छतेच्या सवयींवर ताबा मिळवणं हे मुलांच्या नैसर्गिक प्रक्रियेतून घडत असतं. त्यात घाई करून उपयोग होत नाही, परंतु काही ठरावीक नियम पाळून मुलांना मदत करता येते. ते चार नियम पुढीलप्रमाणे :

नियम १ : शू करण्याची सवय लावण्याआधी मुलाला हे ओळखता यायला हवं, की आपले कपडे ओले आहेत की कोरडे. ज्या मुलाची पँट

आधीच भिजली आहे त्याला हे समजायला जड जातं की पालक 'तू टॉयलेटमध्ये जायला हवं होतंस' असं का म्हणतायत? कपड्याच्या ओलेपणा आणि कोरडेपणातील फरक मुलांना कळल्याशिवाय त्यांना दिलेलं स्वच्छतेचं शिक्षण उपयोगी ठरत नाही.

नियम २ : शी करण्यापूर्वी टॉयलेटवर बसायला हवं हे मुलांना समजायला हवं. शी करणं आणि टॉयलेटवर बसणं या क्रियांची सांगड घालायला मुलांना शिकवायला लागतं. त्याला हे समजायला हवं की आधी बसायचं असतं, मग शी करायची असते. पक्ष्यांचे नियम माणसांना लागू नसतात.

नियम ३ : रात्री मुलानं बिछाना ओला करू नये असं तुम्हाला वाटण्यापूर्वी त्यानं किमान काही रात्री तरी आपली नॅपी ओली करता कामा नये. मुलाची नॅपी रोजच रात्री ओली होत असेल तर, तुम्ही त्याची नॅपी काढून टाकल्यास तो अंथरूण ओलं करणार हे निश्चित असतं. त्यामुळे रात्री त्याची नॅपी कोरडी राहणं हीच गादी ओली करू नये यासाठी त्याला शिक्षण देण्यासाठीची खूण असते.

नियम ४ : मनावर दडपण नसलेली मुलं स्वच्छतेचं शिक्षण सहजपणानं घेऊ शकतात. मुलांवर सक्ती केली तर त्यांच्या मनावर दडपण येतं आणि मग या दडपणामुळे ती आपल्या शरीराची सगळी दारं घट्ट आवळून धरतात. घाई करू नका, सक्ती करू नका – तुम्ही धीरानं घ्याल तेवढ्या या गोष्टी लवकर जमायला लागतील.

मुलांना स्वच्छतेचं शिक्षण देण्यासाठी मी हे साधे सोपे नियम सांगितले आहेत. एक गोष्ट लक्षात ठेवा, मुलाला कुठे आणि कधी जायचं आहे हे ठरवायला त्याचं ते समर्थ असतं. त्यामुळे मुलाच्या मागे हात धुऊन लागण्यात काहीच अर्थ नसतो.

शू करण्याचं शिक्षण

शू करणं, शी करणं आणि रात्री बिछाना कोरडा राखणं असे स्वच्छतेच्या शिक्षणातील तीन भाग आहेत. बहुतेक पालक मुलांना शू करण्याचं शिक्षण आधी देतात.

मूल दीड वर्षाचं झाल्यापासून त्याला कपडा ओला झालेला समजू शकतं. अशा वेळी त्याला शू करण्याचं शिक्षण द्यायला हरकत नाही. मुलांना ओले कपडे आवडत नाहीत, हे त्यांच्या अवघडून चालण्यावरून आपल्या लक्षात येतं.

दोन वर्षांचं झाल्यावर मुलाला शू लागल्याचं समजतं आणि ते थोडं आधी आपल्यालाही सांगू शकतं.

शू करण्याचं शिक्षण दोन प्रकारे दिलं जातं. एक म्हणजे, पॉटीवर बसणं आणि दुसरं म्हणजे, शू लागली, असं वाटल्यानंतर आधी पॉटीवर बसून शू करणं. यापुढील काही महिने मुलांना सवय पक्की करण्यास शिकवा. यामुळे गरज पडल्यास आधी पॉटीवर बसण्यास मूल शिकेल.

लक्षात ठेवायचे मुद्दे

साधारण मूल सव्वा वर्षाचं झाल्यानंतर शिक्षणाला सुरुवात करा – त्यापूर्वी मुलांना ओलं आणि कोरडं यातील फरक कळत नाही. दीड वर्षाचं वय या शिक्षणाच्या दृष्टीनं थोडं लवकरच आहे, दोन वर्षं अगदी रास्त वय आहे, आणि मूल अडीच वर्षाचं होताच सर्व काही सुरळीत व्हायला लागतं.

स्वच्छतेच्या शिक्षणाची योजना

- प्रथम एक पॉटी आणून मुलाला त्यावर नुसतं बसायला शिकवा. यामुळे शू लागल्यावर आपला प्रयत्न असा आहे की जाण्याची भावना आणि पॉटीवर बसणं या क्रियांची मुलांच्या मनात सांगड घातली जावी.
- मुलाला शू लागली आहे हे त्याच्या काही अविर्भावावरून पालकांना समजतं. अशा वेळी त्याला पटकन पॉटीवर बसवा.
- मुलाला रोज ठरावीक वेळी पॉटीवर बसवा. यामुळे स्वच्छतेची वेळ त्याच्या मनावर ठसायला लागेल. तुम्हाला सोयीची वाटणारी एक वेळ निवडा, उदा. जेवणाआधी किंवा जेवणानंतर, बाहेर जाण्यापूर्वी किंवा बाहेरून आल्यावर.
- मूल पॉटीवर बसल्यानंतर त्याला प्रेमानं प्रोत्साहन द्या. संयम बाळगा. एखाद्या दिवशी मूल तुम्हाला आश्चर्यचकित करणार आहे.
- रोज नियमित पॉटीवर बसूनही मुलानं कोणतंही विसर्जन केलं नाही तरी त्याला प्रोत्साहन देत राहा. शांतपणे बसल्याबद्दल दोन कौतुकाचे शब्द बोला. यामुळे काही दिवसांतच मूल प्रवृत्त होऊन त्याच्या सवयी नियमित होतील.
- काही उपयोग न झाल्यास हा कार्यक्रम एक महिना पुढे ढकला, पण सक्ती करू नका : वेळ आणि समज यामुळेच मुलात फरक पडेल.

बहुतेक मुलं उत्साही आणि सहकार्यास तत्पर असतात. फक्त काही मुलं या वेळेचा उपयोग त्यांची नकारार्थी शक्ती प्रदर्शित करण्यासाठी वापरतात. अर्थातच सक्ती करून काही उपयोग होत नाही. मुलानं बसण्यासाठी नकार दिला तर दुर्लक्ष करा. यामुळे ते फुशारून जाणार नाही. आपली इतर कामं सुरू ठेवा. काही मुलांना नवी पद्धत फारशी रुचत नाही, त्यांना नॅपी खराब करायलाच आवडतं. मात्र हिवाळ्यात ओल्या कपड्यानं थंडी वाजायला लागताच ती आपोआप नवीन मार्ग स्वीकारायला लागतात.

काही मुलं कुठल्याच प्रयत्नांना दाद देत नाहीत, पण चिंता करू नका. शाळेत जायला लागताच ती आपोआपच नवीन पद्धत शिकतात. एखाद्या मुलाला एवढा वेळ शिकायला लागला तरी नाराज होऊ नका.

नेहमीचे प्रश्न

'तो पॉटीवर अजिबात बसत नाही. यासाठी काय युक्ती करावी?'

स्वच्छतेच्या सवयी शिकण्यासाठी हीच जागा असल्यामुळे त्यानं इथे बसायला हवं. पुढील काही पानांवर यासंबंधी युक्त्या दिल्या आहेत.

'माझं मूल तीन वर्षांचं होऊनही स्वच्छतेच्या सवयी शिकलेलं नाही. मी काय करावं?'

हा प्रश्न नेहमी विचारला जातो. अशा पालकांना वैफल्यानं ग्रासलेलं असतं. 'आमचं काय चुकलं?' ते विचारतात. खरं म्हणजे त्यांचं काहीही चुकलेलं नाही,

आणि त्यांच्यासारखे आणखी इतर कितीतरी पालक असतात.

कदाचित मूल नीट तयार नसेल. बहुतेक मुलं या वयात तयार होत असली तरी काही मुलं सरासरीच्या आतबाहेर असतात. यांना सक्ती करून काही उपयोग होत नाही. अशा वेळी या समस्येवर कुढत बसण्यापेक्षा हे लक्षात ठेवणं जरुरीचं आहे की आपल्याला एक शिक्षित मूल तयार करायचं आहे. अशा वेळी उत्तम उपाय म्हणजे प्रयत्न थांबवून पुन्हा विचार करणं आणि अग्रक्रम बदलून पुन्हा शिक्षण सुरू करणं. यासाठी मागील सर्व गोष्टी विसरायला हव्यात. पुन्हा पहिल्या पावलापासून सुरू करा आणि मुलाला काहीही न करता पॉटीवर स्वस्थपणे बसायला शिकवा. चातुर्यानं हळूहळू सवयी लावल्यास त्या लागू शकतात.

शी करण्याचं शिक्षण

या विषयाची तत्त्वं आधी सांगितल्याप्रमाणेच आहेत. सगळ्यात मुख्य म्हणजे मुलाला पॉटीवर नुसतं नीट बसता यायला हवं. पूर्वीप्रमाणेच नंतर हळूहळू मुलाला शी लागल्यावर तिथे बसण्याचं शिकवायला हवं.

मुलाचं वय दोन वर्षं झाल्यानंतर त्याला स्वयंनियंत्रण जमू शकतं. अशा वेळी हे शिक्षण सुरू करावं. माझ्या मते या शिक्षणाचा एकच उपयुक्त मार्ग आहे, फक्त तुम्ही फार आधी सुरू करू नका आणि मुलाला जास्त सक्ती करू नका. या पद्धतीला मी 'बसा आणि वाट पाहा' असं नाव दिलं आहे. म्हणजेच आपण जुनं ज्ञान विवेकानं वापरत आहोत.

लक्षात ठेवण्याचे मुद्दे

काही मुलांना या गोष्टी शिकायला वेळ लागतो. धीर धरा, सातत्य ठेवा, पण सक्ती करू नका. काही काळानंतर मुलाला हे जमायला लागेल.

मुलाला तुमचा अधीरपणा, काळजी किंवा निराशा दाखवू नका. कधीकधी पॉटीवरून उठल्यावर दोन मिनिटांतच मूल कपडे खराब करतं. अशा वेळी त्याला न रागावता एवढंच म्हणा, 'असू दे, आता पुढच्या वेळी सगळं पॉटीत करायचं हं.' लक्षात ठेवा, तुम्ही फक्त त्यांना पॉटीवर बसवू शकता, पुढील क्रिया त्यांची त्यांनाच करायची आहे, आणि हे त्यांना माहीत असतं.

काही मुलांना नुसतं बसणं नीट जमत नाही. अशा वेळी धीर सोडू नका आणि पुढची घाई करू नका.

मुलाची प्रकृती ठीक नसताना (किरकोळ आजार, जुलाब किंवा मलावरोध) त्याचं शिक्षण पुढे ढकला. मूल नीट बरं झाल्यावर पुन्हा नेहमीचं शिक्षण सुरू करा.

'बसा आणि वाट पाहा' पद्धत

१. मुलाला नियमितपणे फक्त पॉटीवर बसायला शिकवा.

- सुरुवातीला मुलाला शी झाली नाही तरी चालेल, पण रोज नियमितपणे काही वेळ त्याला तिथे बसवा आणि सौम्य उत्तेजन द्या. शू करण्याचं शिक्षण घेताना बहुधा मूल हे आधीच शिकलेलं असेल.
- सामान्यपणे रोज तीन आहारांनंतर प्रत्येक वेळी त्याला बसवा. काही मुलांना दोन वेळा बसवणं पुरेसं आहे. पोट भरल्यानंतर शी होण्याची प्रतिक्षिप्त क्रिया वयाच्या दोन वर्षांनंतर मंदावते. असं बसवल्यामुळे मुलाला पुन्हा शी करण्याची क्रिया आठवते.
- या ठिकाणी मुलाला तणाव न येता हलकं वाटलं पाहिजे. मुलाला एखादी गोष्ट सांगायलाही हरकत नाही. ती त्याला कळली नाही तरी चालेल. त्याला एवढं नक्की कळेल की पालकांचं माझ्याकडे लक्ष आहे.
- काही वेळ मूल नीट बसल्याबद्दल त्याचं सौम्य शब्दांत कौतुक करा. थोडा वेळ झाल्यावर त्याला सोडून द्या.
- मुलानं पॉटीवर बसायला नकार दिला तर त्याचा बाऊ करू नका; मूल असं रोज करायला लागेल.

२. पॉटीवर बसवण्याची वेळ हळूहळू वाढवत न्या.

- प्रत्येक मूल वेगळं असतं. काही खेळकर मुलं दोन मिनिटंसुद्धा या जागी बसायला नाखुष असतात. तर काहींना कित्येक तास आराम करण्यासाठी ही जागा योग्य वाटते.
- तुमचं मुलाकडे लक्ष आहे हे दाखवण्यासाठी आणि त्याचं मन गुंतवण्याकरता त्याच्याशी बोलत राहा.
- थोड्या वेळानं मुलाला शी झाली नाही तरी त्याला जाऊ द्या; जास्त वेळ बळजबरीनं बसवून ठेवू नका.

३. मूल पॉटीवर नीट बसायला लागल्यावर त्याला शी करायला शिकवा.

- मुलांचं लक्ष सतत कुठे ना कुठे गुंतलेलं असतं. ते बाजूला काढून शी करण्यासाठी प्रोत्साहित करण्याकरता मुलांच्या मनाचा थोडा अभ्यास करा.
- त्याला प्रोत्साहन देत राहा, 'तुझ्यासारखी मोठी मुलं आता पॉटीत शी करतात. तूपण असं कर. म्हणजे आपण तुझ्या नॅपी उचलून ठेवून

देऊ आणि आजीही खुश होईल.' वगैरे वाक्यांनी त्याला उत्साह द्या.

- मुलानं पॉटीत शी केल्यावर त्याचं सगळ्यांसमोर कौतुक करा. संध्याकाळी बाबा ऑफिसातून आल्यावर मुद्दाम त्याच्यासमोर त्यांना ही गोष्ट सांगा.
- मुलाला शी न झाल्यास काही आठवडे थांबा आणि पुन्हा हे शिक्षण सुरू करा. कधीकधी याच युक्त्या एक महिन्यानंतर काम करतात.

पूर्वीप्रमाणेच इथेही पालकांचा संयम आणि सातत्य महत्त्वाचं ठरतं. पालकांना स्वत:ला सध्याची वेळ अयोग्य वाटत असली तरीही स्वच्छतेचं शिक्षण पुढे ढकलावं.

नेहमीचे प्रश्न

'कोणत्या परिस्थितीत मुलाला हे शिकवण्याचं टाळावं?'

काही पालकांना हे शिक्षण मुलांना स्वत:च्या सोयीनं द्यायचं असतं. जसं, घरात नवीन बाळ येण्यापूर्वी. पण मुलाच्या शरीराला अशा बाह्य गोष्टी समजत नाहीत. घरात कोणी आजारी असल्यास किंवा तणाव असल्यास हे शिक्षण पुढे ढकला. आणि योग्य वेळी सुरू करा.

'माझ्या मुलानं रोज किती वेळा शी करायला हवी?'

बरेच पालक मुलाच्या आहाराप्रमाणेच या गोष्टीवरही बारीक लक्ष ठेवून असतात. अशा पालकांना हे सांगायला हवं की मुलाला रोज शी लागणं योग्य आहे, पण असं नेहमीच घडतं असं नाही. एका प्रख्यात डॉक्टरांनी अनुभवावरून असं सांगितलं होतं की एखाद्या मुलाला दिवसांतून पाच वेळा शी होणं आणि दुसऱ्या एखाद्या मुलाला पाच दिवसातून एकदाच शी होणं आणि या दरम्यानच्या कोणत्याही सवयी असणारी इतर सर्व मुलं – हे अगदी सामान्य आहे. काहींना यात अतिशयोक्ती वाटेल, पण हे म्हणणं योग्य आहे. पालकांना आपल्या मुलाच्या नैसर्गिक सवयींचा अंदाज येणं महत्त्वाचं आहे. काळजी करण्यासारखी अवस्था वाटल्यास डॉक्टरांचा सल्ला घ्या आणि हे सामान्य आहे की नाही हे डॉक्टरांना ठरवू द्या.

'माझं मूल आठवड्यातून एकदाच शी करतं; त्याला काही औषध देण्याची गरज आहे का?'

या समस्येत आहाराकडे लक्ष द्यावं लागतं. मुलाला तंतुमय पदार्थ द्या, भरपूर पाणी

प्यायला लावा, जेवणात फळांचा समावेश करा आणि पदार्थात विविध मसाले वापरून पाहा. औषधाचा विचार करण्यापूर्वी आहारातील तंतुमय पदार्थ आणि पाणी पिण्याचं प्रमाण वाढवून बघायला हवं, मात्र डॉक्टरांच्या सल्ल्याशिवाय औषधांचा वापर करू नये.

'मुलाला बद्धकोष्ठ झाल्यास काळजी करायला हवी का?'

काही मुलांच्या बाबतीत या सवयी आळसटपणाच्या असतात आणि त्याचं रूपांतर बद्धकोष्ठात होतं. काही मुलांना आजारपणामुळे किंवा काही मुलांना चुकीच्या सवयींमुळे बद्धकोष्ठ होऊ शकते. हे एका दुष्टचक्राप्रमाणे असतं. बद्धकोष्ठ झाल्यामुळे मुलाला शी करायला अडथळा येतो, यामुळे असा प्रयत्न करायला मूल तयार होत नाही. यातून पुढे मोठी समस्या उद्भवू शकते.

यामागील वैद्यकीय कारणांची शहानिशा तुमच्या डॉक्टरशी केलेल्या चर्चेतून होईल. पालकांनी आहारात बदल करून पाहण्यास काही हरकत नाही, कारण या समस्येत आहाराचं महत्त्व असतं.

वेळच्या वेळी

बऱ्याच पालकांना अनुभवानं हे ठाऊक झालेलं असतं की शी लागल्यावर मूल घशातून विशिष्ट आवाज काढतं, त्याच्या चेहऱ्यावरील भाव बदलतात, मूल अचानक शांत होतं, त्याची बसण्याची किंवा उभं राहण्याची पद्धत बदलते आणि विशिष्ट वास येतो. मुलानं विशिष्ट हुंकार देताच त्याला पॉटीवर नेऊन ठेवा.

हे ऐकायला सोपं वाटलं तरी कृतीत आणायला अवघड पडतं. वेळीच पॉटीपर्यंत नेण्यासाठी पालकांना चपळाई करावी लागते. कधीकधी पॉटीवर बसल्यावर मुलाची इच्छा बदलते. या पद्धतीत फारसं काही चूक नाही, कारण ती मुलाचे आवेग ओळखण्यावर बेतलेली आहे. मात्र माझा सल्ला असा आहे की मी सांगितलेली 'बसा आणि वाट पाहा' पद्धत उपयोगी न आल्यास पर्यायी पद्धत म्हणून हिचा वापर करावा.

काही पालक यापेक्षा विचित्र वाटणारी अजून एक पद्धत वापरतात. मुलानं कपड्यात शी केल्यानंतर ते त्याला पॉटीत बसवतात. त्याला आणखी शी करण्यास वाव देतात. यामुळे शी करणं आणि पॉटीत बसणं या कृतींची मुलाच्या मनात सांगड बसते.

काही पालक या पद्धतीच्या यशाबद्दल खात्री देत असले तरी माझ्या मते ही जरा विचित्र आहे. पालकांना योग्य वाटत असल्यास मला टीकाकार व्हायचं नाही.

रात्री अंथरूण खराब न करण्याचं शिक्षण

ही समस्या अनेक मुलांच्या बाबतीत येत असते हे अनेक पालकांना ठाऊक असूनही ते त्याबद्दल नाखूश असतात. या सवयीपेक्षाही यामुळे पडणाऱ्या जास्तीच्या कामांमुळे ते नाराज असतात : मध्यरात्री धडपडत उठणं, झोपेच्या गुंगीत असलेल्या मुलाला ओल्या बिछान्यातून उचलणं, त्याचे कपडे बदलणं, नवीन चादरी घालणं आणि दुसऱ्या दिवशी ढीगभर कपडे धुणं. हे कष्ट काही पालकांना फार थोडे दिवस घ्यावे लागतात, मात्र सर्वच जण इतके नशीबवान नसतात. काही मुलांची ही समस्या प्रदीर्घ असते.

सरासरी आकडेवारी असं सुचवते की मूल पावणेतीन वर्षांचं झाल्यानंतर रात्री बिछाना कोरडा राखू शकतं, परंतु सर्वच मुलांना हे आकडे माहीत नसतात. त्यामुळे ही मुलं या समस्येतून मुक्त होण्यासाठी त्यांना हवा तितका वेळ घेतात. ही समस्या किती काळ चालेल हा अंदाज न लागल्यानं याविषयीचे शिक्षण देणं अनेक पालकांना निराशाजनक वाटतं.

रात्रीच्या समस्येचं निराकरण करण्यापूर्वी दिवसा शी आणि शू करण्याचं शिक्षण पूर्ण झालेलं असावं. या क्रिया मुलांच्या नियंत्रणात असाव्यात. यामुळे मुलं दिवसा नॅपीतून मुक्त होऊन नेहमीचे कपडे वापरायला लागतील. रात्री त्याची नॅपी कोरडी राहणं आणि गादी ओली करू नये यासाठी त्याला शिक्षण देण्यासाठी ही योग्य वेळ असते. अन्यथा त्यापूर्वी केलेले बहुतेक प्रयत्न विफल होतात.

लक्षात ठेवायचे मुद्दे

शिक्षणाची योजना

योजना १

- मुलाच्या नॅपी रात्री कधीकधी कोरड्या राहू लागल्यानंतर त्याचं कौतुक करा. यामुळे मुलांच्या विचारांना योग्य दिशा मिळते.
- कधीकधी नॅपी न घालता त्याला साध्या कपड्यात झोपवा. त्यामुळे त्याला मोठं झाल्यासारखं वाटेल. यामुळे ही भावना या शिक्षणात उपयुक्त ठरते आणि काही मुलं यापुढे कधीच बिछाना ओला करत नाहीत.
- रात्री शू न झाल्यास कौतुक करण्यामध्ये खंड पडू देऊ नका. यामुळे कोरडं राहण्याच्या विचाराला बळकटी येते.
- मुलानं मधूनच रात्री बिछाना ओला केल्यास रागावून त्याला नाउमेद करू नका. रोम शहर काही एका दिवसात उभारलं गेलं नव्हतं.
- अजूनही यश न आल्यास योजना दोनकडे वळा.

योजना २

- योजना १ मधील कृती चालू ठेवा– साध्या कपड्यात झोपवणं, शू न झाल्यास कौतुक करणं आणि शू झाल्यास शिक्षा किंवा दोष न देणं. मुलावर कोणताही दबाव आणू नका.
- मुलाला रात्री उठवून टॉयलेटला न्या. यातूनच त्याला सकाळपर्यंत शू न करण्याची गरज आणि इच्छा निर्माण होईल. यातून तुम्हाला योजना एकमध्ये आढळणारी परिस्थिती सामान्यपणे तयार करायची आहे.
- ज्या मुलांच्या बाबतीत कशाचाच उपयोग होत नाही त्यांच्यासाठी न कंटाळता योजना तीन सुरू करा.

योजना ३

- याविषयी चालू असलेले प्रयत्न थांबवा आणि मुलाला पुन्हा रात्री नॅपी घालण्यास सुरुवात करा. असं एक महिना केल्यानंतर पुन्हा पहिली योजना सुरू करा. आता ती यशस्वी होईल.
- मुलाची नॅपी किती रात्री कोरडी राहिली यावर लक्ष ठेवून पुन्हा त्याच्या शिक्षणास सुरुवात करावी.

मुलाला शू करण्यासाठी रात्री उठवून टॉयलेटला नेण्यामुळे मूल अतिशय त्रासून जात नसेल तर असं करणं ठीक आहे. काही मुलं रात्री झोपेतून उठवल्यावर

दचकतात किंवा घाबरतात. अशा वेळी योजना एक वापरणं योग्य आहे, यात थोडा जास्त वेळ लागू शकतो.

नॅपीऐवजी साध्या कपड्यात मुलाला झोपवल्यास चादरीखाली प्लास्टिक किंवा रबराचा तुकडा टाका.

काही पालकांच्या मते संध्याकाळपासूनच मुलांना पातळ आहार किंवा पाणी कमी द्यावं किंवा देण्याचं टाळावं. माझ्या मते असं करून पाहायला काही हरकत नाही.

प्रत्येक मूल वेगळं असतं आणि या गोष्टी शिकायला प्रत्येक मुलाला कमी अधिक वेळ लागू शकतो. त्यामुळे पालकांनी इतर मुलांशी तुलना करणं टाळावं. तुमच्या मुलाची योग्य वेळ कधीतरी येईलच.

नेहमी विचारले जाणारे प्रश्न

'अंथरूण ओलं होण्यामागे आनुवंशिकतेचा भाग असतो का?'

असं म्हणण्यात बरंच तथ्य आहे. अशी समस्या असणाऱ्या सत्तर टक्के मुलांच्या भावंडाला किंवा पालकाला पूर्वी ही समस्या होती असं दिसून आलेलं आहे. अधिक आकडेवारीसाठी पुढील चौकट पाहा.

'या शिक्षणाच्या बाबतीत मुलं आणि मुलींमध्ये काही फरक असतो का?'

सामान्यपणे मुलं रात्री बिछाना ओला करतात आणि मुली दिवसा कपडे ओले करतात. मुलगा असो की मुलगी त्यांना शिकवण्याच्या पद्धती समान आहेत.

'माझ्या मुलानं बिछाना ओला करणं बंद केलं होतं, पण आता पुन्हा तसं व्हायला लागलं आहे, हे कशामुळे?'

काही डॉक्टर या प्रश्नावर घाईघाईनं जंतुसंसर्ग किंवा भावनिक ताण अशी भीती व्यक्त करतात. संसर्गामुळे असं होऊ शकतं हे जरी खरं असलं तरी त्यासोबत वेदना किंवा आवेग इत्यादी लक्षणांची उपस्थिती तपासावी लागते.

फक्त काही मुलांमध्ये भावनिक ताणामुळे या समस्येत पुनरावृत्ती होऊ शकते. असं घडल्यास आधी दिलेली योजना वापरा. यामुळे गोष्टी पुन्हा स्थिरस्थावर होतील. भावनिक समस्यांची दाट शंका असलेल्या पालकांनी डॉक्टरांचा सल्ला घ्यायला हवा.

'किती वयानंतर नॅपी बंद करावी?'

साधारणत: चार वर्षांनंतर ओली किंवा कोरडी असा विचार न करता नॅपी बंद करायला हवी. मुलं ओली नॅपी किती वेळ सहन करतात आणि पालकांमध्ये कपडे आणि चादरी बदलायचा किती उत्साह आहे यावरून हे ठरवावं.

'बिछाना कोरडा ठेवल्यास मुलांना बक्षीस द्यावं का?'
असं करायला हरकत नाही, परंतु किती रात्री सलग कोरड्या गेल्या याच्या नोंदी ठेवण्याकडे पालकांनी जास्त लक्ष द्यावं.

'काही डॉक्टर या समस्येवर मुलांना काही औषध घेण्याचा सल्ला देतात; याचा कितपत फायदा होतो?'
मूल पाच वर्षांचं होऊन सर्व उपाय थकले असल्यास डॉक्टरांच्या सल्ल्यानं औषधांचा वापर करण्यास हरकत नाही; परंतु बऱ्याच वेळा औषध थांबल्यावर समस्या पुन्हा उद्‌भवते. मर्यादित यशासाठी किंवा तात्पुरत्या उपायासाठी औषधं वापरावीत, परंतु ही सगळी चर्चा आधी डॉक्टरांशी करावी.

'उन्हाळ्याच्या दिवसांत मुलांना हे शिक्षण देणं जास्त फायद्याचं आहे का?'
शक्य झाल्यास पावसाळा आणि हिवाळा संपेपर्यंत थांबा. उन्हाळ्यात घामावाटे शरीरातील द्रव बाहेर पडतात. गारठ्याच्या वेळी घाम येत नाही आणि अशी द्रव्यं शूच्या रूपानं बाहेर पडतात. थंड हवेत शिकलेल्या मुलाला नंतर पुढील हिवाळ्यात ही समस्या पुन्हा उद्‌भवू शकते; पण पालकांना योग्य वाटेल तीच वेळ योग्य असते.

पॉटीवर बसण्याची टाळाटाळ

मुलांचं स्वच्छतेचं शिक्षण सुरुवातीला त्यांना पॉटी किंवा टॉयलेटवर नुसतं बसवण्यापासून सुरू करावं, असे सल्ले देणं माझ्या दृष्टीनं खूप सोपं असतं; पण काही मुलं पॉटीवर बसण्यास साफ नकार देतात. टॉयलेटच्या दिशेनं नेऊ लागताच त्यांचा आरडाओरडा आणि विरोध सुरू होतो आणि धडपडून तुमच्या हातातून सुटून ती पळून जातात. अशा मुलांना शिक्षण देणं खूप कठीण असतं. मग ओघानंच यापुढील सर्व प्रसंग ओळीनं घडतात : पालकांचं रागावणं, ओरडणं, ओढून नेणं, शिक्षा करणं, इत्यादी. घरातील तणावाची पातळी अगदी शिगेला पोहोचते.

मुलांच्या असं वागण्यामागे अनेक कारणं असू शकतात : निव्वळ हटवादीपणा, मूल स्वत:च्या 'कामात' दंग असणं, टॉयलेटची भीती वाटणं किंवा बद्धकोष्ठामुळे शी करताना वेदना होणं. पालकांनी मुलाला नीट प्रेमानं समजावलं आणि आत्मविश्वास सोडला नाही, तर मुलाच्या समस्यांचं निवारण झाल्यावर यातील बरीच मुलं शांतपणे पॉटीवर बसायला लागतात. त्यामुळे पालकांनी कारण शोधून आणि हळुवारपणे मुलाला धीर देऊन ही समस्या सोडवावी.

सतत धावपळ करणारं मूल : काही मुलं त्यांच्या 'उद्योगात' इतकी मग्न असतात, की त्यांना पॉटीसारख्या कंटाळवाण्या कामासाठी वेळ सापडत नाही. अशा वेळी पालकांनी धूर्तपणे वागायला हवं. मूल त्याच्या उद्योगांमधून जणू सुचवत असतं, 'आता नाही, अजून मला किती पसारा करायचा आहे, मग त्यात खेळायचं आहे', पण टी.व्ही.वरचा मिकी माऊसपण ब्रेक घेतो हे त्याच्या लक्षात आणून द्या.

मुलाचा एक उद्योग संपून दुसरा सुरू होण्याआधीचा वेळ वाया जाऊ देऊ नका. त्याचं लक्ष गुंतवून त्या नादातच त्याला टॉयलेटमध्ये न्या. आपण त्याला इथे फार काळ डांबणार नाही. सुरुवातीला काही सेकंद त्याला बसवता आलं तरी खूप झालं. त्याचं लक्ष आपल्याकडे वेधण्याच्या वेगवेगळ्या युक्त्या शोधून काढा आणि बसण्याचा वेळ वाढवत न्या. मूल आधीच पळून गेल्यास रागावू नका, तसंच त्याच्याकडे लक्ष देणं बंद करा.

भित्रट मूल : मुलांना टॉयलेटमध्ये कोणत्याही कारणामुळे भीती वाटू शकते – एक तर ती घरातील सर्वांत लहान खोली असते. तसंच पाण्याच्या आवाजामुळेसुद्धा मुलं घाबरू शकतात.

टॉयलेटला घाबरणाऱ्या मुलांसाठी प्रथम एक पॉटी घ्या. यामुळे अनेक मुलांमधील भीतीचा अंश कमी होईल. मुलाला सुसह्य वाटण्यासाठी पॉटी टी.व्ही. समोर ठेवा आणि प्रथम मुलाला पँटसकट पॉटीवर बसण्याची सवय करा. त्याचा इथून टॉयलेटपर्यंतचा प्रवास हळूहळू घडवून आणा.

मूल टॉयलेटला गेल्यावर कोणीतरी त्याच्याजवळ थांबा. हळूहळू अधिकाधिक लांब उभं राहत गेल्यास मूल एकट्यानं टॉयलेटला जाण्यात काहीच अडचण येणार नाही.

हटवादी मुलं : अशा मुलांनी पॉटीवर बसायला होकार दिल्यास त्यांचं कौतुक करा आणि जास्त लक्ष पुरवा. कधीकधी मुलाला आवडता खाऊ बक्षीस म्हणून द्या. काही जण याला लाच देण्याचा दोष देतीलही, पण धमक्या आणि रागावण्यापेक्षा यानं काम होत असेल तर ठीक; हळूहळू बक्षीस देण्याची पद्धत बंद करा.

बद्धकोष्ठ झालेलं मूल : बहुधा अशा मुलांना गुदद्वारावर छोटे ओरखडे असू शकतात. यामुळे मुलं टॉयलेटला जायला नकार देतात. बद्धकोष्ठ बरा झाल्यानंतरही मनात भीती टिकून राहते. बद्धकोष्ठ बरा झाल्यानंतर पालकांनी ठरलेल्या स्वच्छतेच्या शिक्षणाला सुरुवात करायला हवी, यात शी झाली नाही तरी चालेल. अनेक वेळा

वेळीच उपाय

काही मुलांना शी करण्याचा कार्यक्रम म्हणजे घरातील सर्वांना कामाला लावण्याची एक नामी संधी वाटते. एक तीन वर्षांची हटवादी मुलगी तर चक्क याचा खेळच करायची. शू करण्याचं शिक्षण तिला आधीच मिळालेलं होतं; पण शी करण्याच्या शिक्षणाच्या वेळी तिला त्यातली खरी गंमत कळली. शी लागल्यावर ती आईला हाक मारायची. मग आईनं तिला एक नवी नॅपी बांधायची. मग ती घरातल्या सर्वांना तिच्या भोवती जमण्याचा इशारा करायची. तिच्या उजव्या बाजूला खुर्चीत तिची आवडती बाहुली आणि डाव्या बाजूच्या खुर्चीत आईनं बसायचं. मधल्या खुर्चीत या महाराणी बसणार. मग तिचं आवडतं पुस्तक ठरलेलं पान उघडून तिच्यासमोर धरायचं. सगळं काही तिच्या आवडीप्रमाणे जुळून आल्यावर एक लांब उसासा सोडून ती शी करत असे. हाच कार्यक्रम पुढील दिवशी घडत असे.

हे सगळं ठीक करताना मलाही काहीसं जड गेलं. सर्वप्रथम मी तिच्या सगळ्या नॅपी दुसऱ्या घरी देऊन टाकल्या. यावर बाईसाहेबांकडे रामबाण उपाय होता. त्यांनी शी करणंच बंद केलं. यामुळे बद्धकोष्ठ झालं. तिला एक सौम्य सारक दिल्यावर उपयोग झाला. फक्त यात तिचे कपडे खराब झाले. यानंतरही तिच्या आईनं आणि मी धीर सोडला नाही. आणि तीन आठवड्यांत तिच्या सर्व 'समस्या' दूर होऊन ती व्यवस्थित वेळच्या वेळी टॉयलेटला जायला लागली.

तणाव किंवा अपेक्षांच्या ओझ्यामुळेच मुलांना शी होत नाही.

मुलाला मधून मधून बद्धकोष्ठ व्हायला लागल्यास डॉक्टरांचा सल्ला घ्यायला हवा. बहुधा डॉक्टर सौम्य सारक आणि गुदद्वाराजवळ दुखू नये म्हणून वंगणासारख्या औषधांचा सल्ला देतात.

मुलांना प्रथमच स्वच्छतेच्या सवयी लावताना आणि मोडलेली सवय पुन्हा लावण्यासाठी वरील उपायांचा उपयोग होतो. आपला उद्देश असा हवा की मुलांनी सहजपणे पॉटीवर बसावं, ज्यामुळे आवेग आल्यावर पॉटीवर बसायचं असतं, हे समजण्यास त्यांना मदत होईल.

स्वच्छतेच्या सवयी लावताना येणाऱ्या अडचणी

स्वच्छतेच्या सवयी मुलांना नीट लागल्यावर पालक सुटकेचा नि:श्वास सोडतात; परंतु या प्रक्रियेतील खाचखळगे बऱ्याच वेळा त्रासदायक ठरतात. अशा काही गोष्टी खाली दिल्या आहेत.

पॉटी की टॉयलेट?

आपला मूळ उद्देश मुलांना बसतं करण्याचा आहे. त्यामुळे त्यांना कशावर बसवलं याला माझ्या मते फारसं महत्त्व नाही. तरीसुद्धा अनेक पालकांना हा प्रश्न पडतो की, मुलांना पॉटीवर बसवावं की टॉयलेटवर?

बहुतेक पालक मुलांसाठी पॉटीचा पर्याय स्वीकारतात. अनुभव आणि तंत्रज्ञानानं आजकाल हे आरामशीर आसन बनलेलं आहे. पॉटी वापरणं सोयीचं पडतं, तसंच ती कुठेही नेता येते, अगदी ट्रिपला जातानासुद्धा. घरातसुद्धा वेगवेगळ्या खोल्यांचे 'पर्याय' तपासायला मदत होते.

काही मुलांना मुलांसारखं वागवलेलं आवडत नाही. म्हणून त्यांना मोठ्यांप्रमाणेच टॉयलेट वापरायचं असतं. तुमच्या घरात असं मूल असेल तर त्याच्यासाठी काही बदल करा.

मुलाला पाय टेकता येतील अशा बेतानं दोन पायऱ्या ठेवा. शरीरशास्त्राच्या दृष्टीनं शी करताना त्याचे पाय तरंगण्याऐवजी टेकलेले चांगले. याशिवाय

ऊठबस करताना मुलाला याचा चांगला आधार मिळतो. मुलं छोटी असल्यामुळे मोठ्यांच्या टॉयलेटमध्ये चुकून आत पडण्याचा धोका असतो, त्यांच्यासाठी आत एकात एक बसणारी छोटी टॉयलेट लावा. यामुळे मुलांच्या चिमुकल्या अवयवांना व्यवस्थित आधार मिळतो आणि पडण्याच्या सार्थ भीतीमुळे टॉयलेटला न जाण्याचे प्रकार टळतात. नेहमी लक्षात ठेवा, मूल बसलेलं असताना पाणी सोडू नका, कारण यामुळे त्यांना फेकलं जाण्याची भीती वाटते.

यथावकाश सर्व मुलांचा प्रवास पॉटीकडून टॉयलेटकडे होतो. वरील बदल करूनही मुलांची भीती जात नसेल तर त्यांना आधी पॉटी वापरू द्या.

अयोग्य जागी योग्य काम

शी करण्यावर हळूहळू नियंत्रण आल्यावर कधीकधी वेगवेगळ्या ठिकाणी मुलांना गुणदर्शन करण्याची हुक्की येते – घरात किंवा बाहेर. यामुळे काही पालक अस्वस्थ

टॉयलेटमधला धुमाकूळ

साखळी ओढल्यावर पाणी येणारी टॉयलेट हल्ली फारशा आढळत नाहीत. पूर्वी मी एका जुन्या हॉस्पिटलमधल्या मुलांच्या वॉर्डमध्ये त्या पाहिल्या होत्या. एकदा एका मुलानं त्यावर चांगलाच पराक्रम केला होता. शी करून झाल्यावर पाणी सोडण्यासाठी तो मुलगा टॉयलेटच्या बैठकीवर चढला. हात वर करून लोंबणाऱ्या साखळीचं हँडल त्यानं कसंबसं पकडलं. साखळी ओढली जाताच पाणी यायला लागलं, पण ती वेळीच न सोडल्यामुळे त्या धबधब्यावर तो तसाच लोंबकळत राहिला. हातातलं त्राण गळाल्यावर थोड्या वेळानं तो पडला, तेही गुडघाभर पाण्यात. या प्रकारानं त्याचं स्वच्छतेचं शिक्षण सहा महिन्यांनी लांबलं.

होतात, काही रागावतात, तर काहींच्या मनात अनेक शंकाकुशंका फेर धरायला लागतात. माझं मूल मुद्दामच लोकांसमोर असं वागत नसेल ना? आईवडिलांविषयीच्या भावना प्रदर्शित करण्याचा तर हा त्याचा मार्ग नसेल? हे अगदी टोकाचे विचार असले तरी याबाबत काहीतरी करावं लागतं हे नक्की.

कुठेही शी करून ठेवण्याच्या मुलांच्या या सवयी दुर्लक्ष करण्याजोग्या असतात का, याविषयी पालक साशंक असतात. माझ्या मते, आपण जास्त बाऊ न करता घरात आणि समाजात कसं वागायचं असतं हे मुलांना दाखवून द्यावं. अतिशय शांतपणे त्यांना समजवा की हे काही योग्य नाही. आणि मूल

योग्य जागी गेल्यास त्याला काहीतरी बक्षीस द्या. आपण असं लक्षात ठेवायला हवं की या वयात मुलांना अनेक गोष्टी एकदम शिकाव्या लागतात. अशा प्रसंगी थोड्या उपायांनी सुधारणा होते. खरं म्हणजे, स्वच्छतेच्या शिक्षणात सहभागी झाल्याबद्दल आपणच त्यांचं अभिनंदन करायला हवं.

अजब शंका

काही पालकांना असा प्रश्न पडतो की मुलांनी बसून शू करावी, की उभं राहून? माझ्या मते खरं तर याला विशेष महत्त्व नाही. त्यांना स्वच्छतेच्या चांगल्या सवयी लावणं जास्त गरजेचं आहे.

मुलांना होणारी घाई

बऱ्याच पालकांना असा अनुभव आलेला असतो की मुलांबरोबर बाहेर गेल्यावर मुलांना अचानक घाईची शी किंवा शू लागते आणि मुलं गडबड करायला लागतात. अशा वेळी थोडाही वेळ धीर धरणं शक्य होत नाही. पालकांचाही नाइलाज होऊन त्यांना मुलांना कुठेतरी नेऊन कार्यभाग उरकावा लागतो.

जोरानं आवेग येणं मुलांच्या बाबतीत अगदी नैसर्गिक असतं. पालकांच्या घरातील आणि घराबाहेरील बदललेल्या अपेक्षा मुलांच्या लक्षात येत नाहीत. योग्य ठिकाण शोधेपर्यंत धीर धरणं त्यांना कठीण किंवा अशक्य होऊन बसतं. बऱ्याच वेळा मूल खेळात दंग झाल्यामुळे किंवा उत्तेजित झाल्यामुळे नकळत कपडे ओले होतात. त्यामुळे मुलांना काहीसं नियंत्रण मिळेपर्यंत अनपेक्षित घटना घडू शकतात.

गाडीत किंवा बसनं प्रवास करताना मुलांच्या निकडीप्रमाणे थांबणं शक्य होत नाही. अशा वेळी घरापासून दूर जाताना जवळ जास्तीचे कपडे बाळगावे लागतात. तसंच मिळालेल्या प्रत्येक थांब्यावर मुलांना उद्युक्त करणं उपयुक्त ठरतं.

वाढदिवसाचा फज्जा

एका पार्टीत बरीच मुलं आणि पालक जमा झालेले होते. मध्येच कुणाच्या तरी असं लक्षात आलं, की हॉलमधल्या गालिचावर कुणीतरी शी करून ठेवलेली आहे. ते दृश्य पाहताच सगळ्याच पालकांना धक्का बसला, आणि हे कृत्य आपल्या मुलानं केलेलं नसावं, असं प्रत्येक पालक धास्तावून पुटपुटत होता.

धीर धरी रे धीरापोटी...

असं म्हटलं जातं की संयमाचं फळ चांगलं असतं. मुलांना स्वच्छतेचं शिक्षण देताना हाच कानमंत्र उपयोगी पडतो. मुलानं गाठलेला प्रगतीचा प्रत्येक टप्पा तुमच्या डोळ्यांसमोर असला तरी त्याला लागलेला वेळ मुलानं ठरवलेला असतो.

अनेक पालक लवकर शिकवण्याची चूक करतात. मुलाच्या नित्य सहवासात राहून आणि मुलाच्या वागण्यावरून आणि स्वभावावरून हे शिक्षण कधी सुरू करायचं याचा अचूक अंदाज पालक बांधू शकतात.

१७

चांगल्या मुलांच्या वाईट सवयी

मूल होण्यापूर्वीच्या स्वप्नाळू दिवसांमध्ये अशा प्रकारचा लेख वाचण्यासाठी तुम्ही वेळ दिला असता असं मला अजिबात वाटत नाही. मात्र आता मुलांच्या सर्व प्रतापांची तुम्हाला पुरेपूर ओळख झाल्यावर तुमच्या लक्षात आलं असेलच की एरवी वागायला खूप चांगलं वाटणारं मूल कधीकधी अतिशय विचित्र किंवा वाईट वागू शकतं. यापैकी काही त्रासदायक प्रसंग असे :

* चावणं * नाकात बोटं घालणं * सतत पिरपिर करणं
* मोठ्यांना अडथळे आणून छळणं * शू किंवा शीच्या जागी हात लावणं किंवा खेळणं * उचलेगिरी * अपशब्द वापरणं * कपडे घालायला नकार देणं * कारमध्ये बसल्यावर सीट बेल्ट बांधून न घेणं
* दात खाणं * डोकं आपटणं * श्वास रोखून धरणं
* ओकारी काढणं
* शी केल्यावर त्यातच खेळून बरबटणं

चावणं

माझ्या आजवरच्या अनुभवाप्रमाणे 'चावणं' या समस्येला मला सर्वांत जास्त वेळा हाताळावं लागलं आहे. या सवयीवर कसं नियंत्रण मिळवायचं हा प्रश्न पालकांना, बालवाडीचालकांना आणि पाळणाघरात नेहमी पडत असतो.

सुमारे एक ते अडीच वर्षांच्या मुलांमध्ये ही समस्या आढळून येते. या अजाण वयात मुलं कुणालाही ठरवून चावत नाहीत. कुणाविषयी वैरभावनाही त्यांच्या मनात नसते. मुलांना यातून 'थोडी गंमत करू' असं काही वाटत नसतं. आधी मनात योजना करून मग संधीसाठी लपून कुणावर हल्ला करून चावण्याचा त्यांचा इरादा नसतो. त्याला अचानक सुरसुरी येते; यामागे कुठलाही विचार नसतो. त्याला चावण्याची अचानक ऊर्मी येते आणि त्यामुळे काय होईल हे त्याला समजत नसतं.

एक वर्षाचं एखादं मूल अचानक जवळच्या बेसावध व्यक्तीला कडकडून चावतं. यामुळे त्या व्यक्तीला वेदना होतील हे त्याला माहीत नसतं. अशा वेळी कडेवरील किंवा मांडीवरील मुलाला पटकन बाजूला ठेवून दूर व्हावं. त्यामुळे त्याला हे नक्की समजतं की आपण चावल्यास पालकांच्या सहवासाला मुकतो.

अनेक वेळा घरातील भावंड या चावण्याला बळी पडतं. हा अंतर्गत मामला असल्यामुळे पालकांना तो निस्तरताना फारसं कठीण जात नाही; पण मूल शेजारच्या मुलाला चावल्यास मुलाला योग्य शिक्षा द्यावी अशी शेजाऱ्यांची अपेक्षा असू शकते. शिक्षा न दिल्यास कधीकधी भांडणाचे किंवा शेजार तुटण्याचे प्रकार घडतात, किंवा काही शेजारी त्यांच्या मुलांना तुमच्याकडे पाठवणं बंद करतात.

या वयात घरात किंवा बालवाडीत अनेक नव्या वस्तू, व्यक्ती आणि घटना बघून मूल उत्तेजित होत असतं. आपल्या नव्या मित्राला किंवा मैत्रिणीला आलिंगन देऊन भेटण्याऐवजी मूल चावून हे काम करतं. काही मुलं यामुळेच चावरी म्हणून कुप्रसिद्ध होतात.

काय करावं?

परिस्थितीचा विचार करून आपली प्रतिक्रिया ठरवावी.

- उत्तेजित झाल्यावर मूल अगदी हलकेच चावत असेल तर सौम्य शब्दांत त्याला समजावून काम भागतं. त्याला म्हणा, 'चावू नकोस, तिला दुखलं ना!' तुमची नाराजी लवकरच मुलाच्या लक्षात येईल.
- मुलाचं लक्ष दुसरीकडे वेधा. एकदा चावल्यावर त्याच्या मुसक्या बांधायची गरज नाही, फक्त मूल पुन्हा असं करतं का, यावर बारीक लक्ष ठेवा.

- मुलाला अधिक चांगल्या प्रकारे समजावण्याची गरज वाटल्यास त्याच्याकडे दुर्लक्ष करा आणि चावलेल्या व्यक्तीकडे जास्त लक्ष द्या. भावंड किंवा मित्राच्या बाबतीत हा उपाय चांगला लागू पडतो.
- मूल वारंवार, ठरवून किंवा फार जोरात चावत असेल आणि तुमच्या कडक इशाऱ्यांकडे दुर्लक्ष करत असेल तर थोडा दम घेण्याची आपली जुनी युक्ती वापरा.
- मुलाभोवती मर्यादित व्यक्ती राहू दे. काही मुलं थकल्यावर, कंटाळल्यावर किंवा चिडचिड झाल्यावर चावतात.
- तुम्ही बाहेर अनेक लोकांमध्ये असताना मूल कुणाला चावल्यास खरा प्रश्न येतो. सर्व लोक तुम्ही काय करता हे पाहत असतात, तुम्ही ब्रेक घेऊ शकत नाही आणि तुम्ही कोणतीही प्रतिक्रिया दिलीत तरी निम्म्या लोकांना ती आवडत नाही. अशा वेळी उत्तम मार्ग म्हणजे नीट लक्ष ठेवणं, ठाम सूचना देणं, मूल पुन्हा चावेल असं वाटल्यास त्याचं लक्ष दुसरीकडे वेधणं आणि तरीही ते चावल्यास त्याच्याकडे पूर्ण दुर्लक्ष करून चावलेल्या मुलाकडे पूर्ण लक्ष देऊन त्याला मुद्दाम काही खाऊ किंवा खेळणं देणं. हा उपाय काहींना जरासा गुळमुळीत वाटेल, पण, घराबाहेर असताना पालकांचेही हात बांधलेले असतात.
- नेहमी आणि जोरानं चावणारी मुलं खेळगड्यांमध्ये लवकरच अप्रिय होतात आणि इतर पालक त्यांच्या मुलांना या मुलापासून दूर नेतात. अशा वेळी चावणाऱ्या मुलाला खेळण्यापासून वंचित करण्याऐवजी पुढील उपाय करून पाहा : मुलासाठी काही नवे मित्र शोधा, डोळ्यात तेल घालून लक्ष

जशास तसं

इशारा देणं किंवा लक्ष दुसरीकडं वेधणं ही पद्धत अनेक पालकांच्या मते अगदी कुचकामी असते. त्यांच्या मते अशा वेळी मुलांना एक छोटी पण जोराची चापट द्यावी. यामुळे काय केलेलं चालत नाही, हे मुलांना नीट समजतं. काही पालक तर याच्याही पुढे जातात. मुलानं चावल्यास ते मुलाला चावतात– ही पद्धत दोन हजार वर्षांपूर्वी खूप प्रचलित होती! असे पालक म्हणजे मुलानं अपशब्द बोलल्यास तोंड धुवायला लावणारे आणि गादी भिजवल्यास त्या जागी नाक घासायला लावणारे असतात. माझी अशी खात्री आहे की हल्ली यापेक्षा चांगल्या पद्धती वापरता येतात.

ठेवा आणि ती चावणार आहेत असा जरा जरी संशय आला तरी लगेच मुलाचं लक्ष दुसरीकडे वेधा किंवा त्याला दूर न्या.

काळजी करू नका : लक्षात ठेवा की अशा बहुतेक मुलांची ही सवय अडीच वर्षानंतर सुटते. मोठी झाल्यावर ती नक्कीच इतरांना चावत सुटत नाहीत – हे फक्त डब्ल्यू.डब्ल्यू.एफ. मध्येच घडतं.

नाकात बोटं घालणं

अनेक छोट्या मुलांना हा एक छंदच असतो – दुसरं काही करण्याजोगं नसल्यावर त्यांची बोटं 'शोधकार्य' सुरू करतात. कंटाळा आल्यावर अनेक मुलं असं करतात.

एकदा मी अमेरिकेत मुलांसंबंधीच्या विषयावर व्याख्यानं द्यायला गेलो होतो. रेडिओ किंवा टी.व्ही.वर माझा कार्यक्रम सुरू असताना एखादा तरी पालक प्रत्येक वेळी हीच समस्या उपस्थित करत असे; यामुळे माझा असा गैरसमज व्हायला लागला की सगळ्या जगात उत्तर अमेरिकेत ही समस्या एवढी भयानक आहे की काय? पण तसं नाही; सगळ्या जगातली मुलं वेळ घालवण्यासाठी हेच करतात.

लहान मुलं थकल्यावर किंवा कंटाळल्यावर हा प्रकार दिसून येत असला तरी कधीकधी काही मोठी मुलं केवळ पालकांना भडकवण्याच्या उद्देशानं असं करताना दिसतात. याचं बोट नाकात जातं आणि बाबा भडकतात. थोड्या वेळानं पुन्हा तसंच – त्या मुलाचं यामुळे खूप मनोरंजन होतं! मग त्या मजेसाठी ते हा चाळा करायला लागतं.

काय करावं?

- छोट्या मुलांचं लक्ष दुसरीकडे वेधा; त्यांच्या मनाला आणि हातांना एखाद्या उद्योगात रमवा.
- खोलीतील मोठ्यांनी दुसरीकडे निघून जावं; दृष्टिआड सृष्टी.
- पालकांना चिडवण्यासाठी मूल असं करत आहे, असं लक्षात आल्यास तुम्हाला या खेळात अजिबात रस नाही हे मुलाला जाणवू द्या. तुम्ही वारंवार भडकलात तर आपोआपच मुलाकडे लक्ष दिलं गेल्यामुळे मुलांना ते आवडायला लागतं आणि त्यांची सवय पक्की होते.

मुलांवर चिडून त्यावर काही कडक कृती करण्यापूर्वी पालकांनी आत्मनिरीक्षण करायला हवं. गाडी सिग्नलला थांबल्यावर तुम्ही कदाचित शेजारच्या गाडीच्या चालकाचा हा कार्यक्रम पाहिला असेल.

सतत पिरपिर करणं

पालकांना वैताग देणारी मुलांची ही आणखी एक सवय आहे. मूल थकल्यावर, आजारी असताना किंवा दात येताना किरकिर करणार हे आपण समजू शकतो; पण काही मुलं सगळं ठीक झाल्यावरही हा प्रकार आवडीनं चालू ठेवतात आणि मग पालकांच्या डोक्याची शीर उठते. काही मुलं तर यामुळे परिस्थिती अगदी स्फोटक बनवतात. माझ्या अनुभवाप्रमाणे सतत दंगामस्ती करणं आणि अद्वातद्वा वागणं या बाबतीत मुलगे पुढे असले तरी पिरपिर करून पालकांचं डोकं उठवण्यात मुलींचा वरचा क्रम लागतो.

बऱ्याच वेळा पालकांच्या विशिष्ट प्रतिक्रियेमुळे नकळत ही समस्या मुलांमध्ये पक्की होते. बाहेर पाऊस पडत असल्यामुळे चार वर्षांच्या मुलाला अंगणात खेळायला बंदी केली की, मूल पिरपिर करायला लागतं. दहा मिनिटांनी तुमची सहनशक्ती संपते आणि 'जा एकदाचा' असं म्हणून त्याला बाहेर सोडलं जातं. इथे याची समस्या बनते. मुलाला हे चांगलं समजतं, की आपण बराच वेळ पिरपिर केल्यावर आधी नाकारलेली परवानगी सहज मिळते. अशामुळे गोष्टी बिघडतात.

काय करावं?

- ☐ चतुर पालक अशा मुलाचं लक्ष घरातीलच दुसऱ्या वस्तूकडे वळवतात किंवा मुलाबरोबर घरात एखादा गमतीचा उद्योग सुरू करायला लागतात. जी मुलं नेटानं पिरपिर करत नाहीत त्यांच्या बाबतीत हा उपाय चालतो.
- ☐ वरील उपायानं काम न झाल्यास मुलाकडे दुर्लक्ष करा. खरोखरचं दुर्लक्ष करणं कोणत्याही माणसाला जरा अवघडच असतं, त्यामुळे दुर्लक्ष करण्याचं *नाटक केलं* तरी पुरे. यामुळे मुलाला निश्चित संदेश मिळतो.
- ☐ परिस्थिती हाताबाहेर गेल्यास किंवा दुर्लक्ष करणं अगदी अशक्य झाल्यास आपलं पूर्वीचं ब्रेक घेण्याचं तंत्र वापरा.
- ☐ मुलांबरोबर घराच्या बाहेर येण्याचा उपाय कधीकधी हुशारीचा ठरतो. चार भिंतीआडच्या युद्धभूमीवरून पाय काढल्यावर बरीच मुलं पटकन पिरपिर करण्याचं विसरून जातात, तर काहींचं बारीकसं पिरपिरणं बाहेरच्या आवाजांमध्ये सहज विरून जातं.

मोठ्यांना अडथळे आणून छळणं

मोठी माणसं बोलत असताना सतत अडथळे आणून चीड आणणं हा अनेक मुलांचा उद्योग असतो. काही घरांमध्ये तर मूल जागं असताना आई-बाबांना एकमेकांशी दोन वाक्यं बोलणंही अशक्य होऊन बसतं.

मुलांची विचारपद्धती मोठ्यांप्रमाणे नसते आणि त्यांच्या वागण्यानं काय समस्या येतात हे त्यांना समजत नाही. मुलांचं लक्ष काही क्षण टिकतं त्यामुळे एखादी गोष्ट त्याच क्षणी पालकांना सांगितली नाही तर ती कायमची विसरून जाईल असं त्यांना वाटतं. त्याच्या दृष्टीनं मूल काही सांगायला लागल्यावर पालकांनी हातातली सगळी कामं सोडून ते लगेच पूर्णपणे ऐकायला हवं, कारण यापेक्षा दुसरं काम जास्त महत्त्वाचं असू शकत नाही. पालक एकमेकांशी बोलायला लागले म्हणजे आपलं महत्त्व कमी झालं असं वाटून पालकांचं बोलणं त्यांना आवडत नाही. म्हणून ते थांबवायला बघतात.

बाहेरून कुणी आल्यास आणि बराच वेळ बोलत बसल्यास आगीत तेल पडतं. मग मूल असे काही अडथळे आणतं की पालकांचा संयम सुटतो किंवा लोक जे बोलण्यासाठी आलेले असतात ते अजिबात बोलता येत नाही. काही मुलांना तर पालकांना फोनवरही बोलू द्यायचं नसतं आणि हे संभाषण बंद पाडण्यासाठी वेगवेगळे मोठे आवाज करून मुलं पुरेसा व्यत्यय आणतात किंवा घरात असा काही गोंधळ घालतात की पालकांना फोन टाकून तिकडे धावावंच लागतं.

काय करावं?

प्रत्येक मुलात थोड्याफार प्रमाणात ही प्रवृत्ती असणं अगदी सामान्य आहे.

- ☐ जवळचे मित्र किंवा नातेवाईक तुमच्या मुलाला समजून घेऊ शकतात. फार महत्त्वाचं काम नसेल तर अशा इतर लोकांशी नंतर बोललं तरी चालू शकतं.
- ☐ मूल घरात असताना आपला संवाद थोडं थोडं थांबून घडणार आहे हे गृहीत धरा. मधून मधून संभाषण थांबवून मुलाकडे लक्ष पुरवा आणि पुन्हा संभाषण चालू करा.
- ☐ फोनवर जास्त वेळ संभाषण करायचं असल्यास मूल झोपल्यानंतर ते करा.
- ☐ अशी काही खेळणी किंवा सी.डी. बाजूला काढून ठेवा की ज्यांच्यामुळे मूल बराच वेळ रमतं. या वस्तू नेहमीच्या वापरात न ठेवल्यामुळे मुलांच्या दृष्टीने त्याचं नावीन्य टिकतं आणि पालकांना, विशेषत: घरीच ऑफिस

यंत्रांचा कोलाहल

खूप वर्षांपूर्वी मी एका अपंग मुलावर उपचार करत होतो. घरातला फोन वाजला की याची एक आवडती युक्ती होती. तो सगळ्या घरभर फिरून घरातले दिवे, पंखे, टी.व्ही. आणि विजेची उपकरणं सुरू करत असे. घरामध्ये मिक्सर, व्हॅक्यूम क्लीनर आणि इतर यंत्रांच्या आवाजांचा कोलाहल माजत असे आणि अर्थातच आईला फोन बंद करून हे सगळं निस्तरत बसावं लागायचं.

असलेल्या पालकांना बराच वेळ आपलं काम किंवा संभाषण अडथळ्याविना चालू ठेवता येतं.

- आजकालच्या प्रत्येक पालकाकडे घरात कॉर्डलेस फोन असणं अत्यंत आवश्यक झालेलं आहे.

बहुतेक मुलं थोडी मोठी झाल्यावर ही समस्या आपोआप मावळते. तोपर्यंत अशा बऱ्याच गोष्टी मुलांनी शिकलेल्या असतात : वाट पाहणं, लहरीपणा न करणं, दुसऱ्यांचा आदर करणं.

जननेंद्रियांना हात लावणं किंवा चाळा करणं

प्रत्येक मूल कधी ना कधी हा खेळ खेळतंच. हे अगदी सामान्य वर्तन आहे त्यामुळे अशा वेळी भलत्या शंकांनी त्रस्त व्हायचं काही कारण नाही. हा केवळ चाळा असतो, यातून त्यांना कुठलीही 'मजा' येत नाही.

पूर्वीच्या काळापासूनच या गोष्टीला फाजील महत्त्व दिलं गेलं आहे, त्यामुळे अगदी उदार मनाच्या पालकांनाही याबाबत नेहमी टोचणी लागून राहते. दुसऱ्यांची मुलं यामुळे वेडी वगैरे झाल्याच्या भाकड कथा मग त्यांना सतावू लागतात.

मुलं आणि मुली दोघांमध्येही ही गोष्ट सारख्याच प्रमाणात आढळून येते. सर्वसाधारणपणे नॅपी बांधणं बंद झालं की वयाच्या दुसऱ्या वर्षापासून कुतूहलापोटी नकळत मुलांना ही सवय जडते.

- हा एक अत्यंत अजाणतेपणी घडून येणारा चाळा असल्यामुळे संपूर्ण दुर्लक्ष करणं हाच यावरचा मार्ग आहे. स्वत:च्या ठाम गैरसमजुतींनी परिस्थिती

बिघडवण्यापेक्षा आजकाल पालकांना याकडे दुर्लक्ष करण्याचा सल्ला दिला जातो.

- एखादं मूल जास्तच चाळा करताना आढळल्यास त्याला आवडणारा दुसरा एखादा खेळ सुरू करून त्याचं लक्ष त्यात गुंतवा.
- मी वारंवार असं सांगेन की यात कसलीही लैंगिकता नसते; केवळ कंटाळल्यावर किंवा थकल्यावर किंवा ताण आल्यावर मुलं हा चाळा करतात.
- कधीकधी बाहेर गेल्यानंतर किंवा बाहेरील व्यक्ती घरी आल्यानंतर त्यांच्यासमोर मुलं हा चाळा करतात. अशा वेळी या गोष्टीला फाजील महत्त्व देऊ नका. मुलाचा हात बाजूला करून हातात एखादं खेळणं ठेवा किंवा त्याच्याबरोबर एखादा खेळ सुरू करा. मुलांना शिक्षा करणं किंवा त्यांचा पाणउतारा करणं अशा गोष्टी अजिबात करू नका – दुर्लक्ष, दुसरीकडे लक्ष वेधणं आणि त्यांना एखाद्या उद्योगात गुंतवणं हेच यावर उत्तर आहे.

काही वेळेला बालवाडीत खेळताना मुलांना मुलगा आणि मुलगी यांच्यातील फरकांचा शोध लागतो. यानंतर डोकावणारी निरागस उत्सुकता अतिशय नैसर्गिक असते आणि मुलांच्या वाढीमधला हा एक सामान्य टप्पा असतो. पालकांनी याकडे काणाडोळा करायला हवा आणि मन मोठं करायला हवं.

लैंगिक अत्याचारांच्या समस्या

यासंबंधात दर वेळी विभिन्न आकडेवारी समोर आली असली तरी अगदी माफक सरासरी असं दर्शवते की मोठ्या माणसांपैकी दहातील एक स्त्री आणि वीस पुरुषांपैकी एक पुरुष त्यांच्या लहानपणी कधी ना कधी लैंगिक अत्याचाराला बळी पडलेला असतो. या समस्येची व्याप्ती सहेतुक स्पर्शापासून वारंवार आलेल्या संबंधांपर्यंत पोहोचते.

लैंगिक अत्याचारात शक्तीचा गैरवापर केला जातो. झालेल्या गोष्टीविषयी मुलांच्या मनात अपराधाची टोचणी लावून दिली जाते आणि यामुळे मुलं याविषयी कोणाला सांगायला घाबरतात. जास्त खेदाची गोष्ट अशी आहे की यामधील आरोपी बऱ्याच वेळा विश्वासार्ह मोठं माणूस किंवा मुलाच्या नेहमीच्या परिचयातले पौगंडावस्थेतील तरुण असतात. कधीकधी तर यात नातेवाईक, हितचिंतक, सावत्र किंवा अगदी सख्ख्या आई किंवा वडिलांचा समावेश असतो.

मुलांबाबत अशा समस्येचा पत्ता लागणं अवघड असतं; तरी पुसटशी वाईट शंका जरी आली तरी ती गंभीरपणे घ्यावी.

- नजरेसमोर धडधडीत येणाऱ्या ठळक खुणांपैकी पहिली खूण म्हणजे, शरीरावरील जखमा.
- बऱ्याच वेळा मुलाच्या वागण्यातील बदल एवढाच सुगावा उपलब्ध असतो. मूल चटकन रागावतं, काही करणं पटकन सोडून देतं किंवा वयाला अनुरूप नसलेलं लैंगिक वर्तन प्रदर्शित करतं.
- चाणाक्ष पालकांच्या नजरेतून या गोष्टी सुटत नाहीत आणि ते जास्त मागोवा घेण्याचा प्रयत्न करतात; पण या वयात अपराध, भय आणि गोंधळ या कल्पनांनी मुलांना इतकं ग्रासलेलं असतं की बऱ्याच वेळा ती सहजासहजी तोंड उघडायला तयार होत नाहीत.
- याचा सर्वांत दुःखदायक दुष्परिणाम असा घडतो की मोठ्यांकडून इतके दिवस संरक्षणाची भावना बाळगणाऱ्या मुलांचा मोठ्यांवरील विश्वासच उडून जातो. मला खेदानं असं म्हणावंसं वाटतं की माझ्या मर्यादित अनुभवापेक्षा या समस्येची व्याप्ती जास्त आहे.

या समस्येवर पालकांना पुढील सल्ला देता येईल : त्यांनी मुलांना निर्भय व्हायला शिकवावं, अशा धोक्याविषयी मुलांना हळुवारपणे सावध करावं,

अपरिचित व्यक्तींच्या बाबतीत सावधानता बाळगायला शिकवावं आणि मुलांना नकार देण्याचं महत्त्व पटवून द्यावं. एखाद्या दोन वर्षांच्या मुलाला यातील अबकडसुद्धा कळणार नाही हे खरं आहे, पण शाळेत जाईपर्यंत हळूहळू त्यांना या समस्येविषयी जागरूक करता येऊ शकतं.

उचलेगिरी

पाच वर्षांखालील मुलांना चोरीच्या गुन्ह्याविषयी पुसटशीही कल्पना नसते. यामागील सत्य असं आहे की मुलांना असं वाटतं की एखाद्या वस्तूजवळ कोणी नाही म्हणजे तिला कोणी मालक नाही – आणि लक्ष वेधून घेणाऱ्या अशा असंख्य वस्तू त्यांना भोवताली आढळतात! 'हे माझं, हे तुझं' या कल्पना मोठ्यांच्या समाजात रूढ असतात आणि मोठी माणसं अशा अमूल्य वस्तूंच्या रक्षणासाठी हजारो रुपये खर्च करत असतात. त्यामुळे मुलांनी दुसऱ्या कुणाची वस्तू उचलल्यास गंभीर गुन्हा घडला आहे असं त्यांना वाटतं.

काय करावं?

बहुतेक मुलं घरटं बांधायला निघालेल्या एखाद्या पक्ष्याच्या उत्साहानं असंख्य वस्तू गोळा करतात; त्या त्यांच्या नसल्या तरी त्यामागे त्यांच्या मनात कुठलाही वाईट हेतू नसतो.

- ☐ मुलांना काही कळत नाही हे इथे लक्षात घ्यायला हवं. कुणाचं मौल्यवान पेन किंवा कुठली महागडी वस्तू हातात धरून न्याहाळताना त्यांना खूप आनंद होतो, नंतर ती वस्तू 'चुकून' खिशात ठेवली जाते.
- ☐ असं करणं योग्य नाही, हे मुलांना हळुवारपणे समजावून द्या. एखाद्या वस्तूपाशी कुणी नसल्यास दिलेली शिकवण हळूच आठवून द्या. त्यांच्या मनावर हे ठसवा की अशा वस्तू तिथेच ठेवलेल्या बऱ्या. अशा बाबतीत अधिक काही न बोलणंच चांगलं.
- ☐ मुलाला घेऊन कुणाकडे गेल्यावर यामध्ये अधिक ठामपणा आणावा. मुलांना ताकीद देऊन सुधारण्यापेक्षा आपला भर आपल्या परिचितांचं नुकसान टाळण्यावर जास्त हवा. अशा वेळी तिथून बाहेर पडण्यापूर्वी मुलाची पटकन झडती घ्यायलाही मागेपुढे पाहू नका. यामुळे एखादी वस्तू आढळल्यास ती वेळीच परत जाईल.

या बाबतीत फार कठोरपणा आणण्याची गरज नाही. काळजी करू नका, 'आपलं आणि दुसऱ्यांचं' या मोठ्यांच्या संकल्पना मुलं हळूहळू नीट आत्मसात करतील.

अपशब्द वापरणं

मुलांमध्ये दोन गुण असतात : ती उत्तम नकलाकार असतात आणि त्यांना नवे नवे शब्द शिकायला खूप आवडतात; यामुळेच ऐकलेले अपशब्द, शिव्या मुलं जशीच्या तशी उच्चारतात. मुलं खाजगीत शब्द ऐकतात आणि ते सर्वांसमोर उच्चारून दाखवण्यात त्यांना फुशारकी वाटते.

सामान्यपणे लहान मुलांच्या बाबतीत अपशब्द ही फार गंभीर समस्या नाही. शाळेच्या वयापूर्वी मुलं हे अपशब्द शिकतात आणि हुबेहूब पोपटासारखे बोलून दाखवतात. पालकांचं असं म्हणणं असतं की हे सगळं मुलं शाळेत शिकतात. पण काही वेळा याचा उगम पालकांकडूनही होतो. पुढच्या वेळी तुमच्या हातून परीटघडीच्या शर्टावर तुम्हीच कॉफीचा डाग पाडल्यावर किंवा तुमच्या बाजूनं गाडी वेडीवाकडी चालवत गेलेल्या माणसाच्या कौशल्यांविषयी तुम्ही उच्चारलेल्या 'सुभाषितांवर' नीट लक्ष ठेवा.

नवीन अपशब्द मुलाच्या तोंडून बाहेर येतो तेव्हा बहुधा मुलाला त्याचा अर्थ माहीत नसतो, मात्र अशा शब्दांनी इतरांवर होणाऱ्या गमतीदार परिणामांची ओळख होते. आजकाल मुलं 'शिट् किंवा च्यायला' अगदी सहजपणे उच्चारतात. यात त्यांना मजा वाटते, पण पालक अस्वस्थ होतात. बरीच मुलं शी आणि शू

बोलणारा पोपट

पूर्वी एका मातेनं मला ही गोष्ट सांगितली होती. त्यांची बाग हा तिच्या पतीचा आनंदाचा आणि अभिमानाचा विषय होता; मात्र शेजाऱ्यांचा कुत्रा त्या बागेत नेहमी उकरून ठेवायचा. एक दिवस तिच्या पतीचा संयम संपला. आसपास छोटा मुलगा आहे याचं त्याला भान राहिलं नाही, आणि रागाच्या भरात त्यानं त्या कुत्र्याच्या 'घरंदाजपणाचा' अर्वाच्य भाषेत उद्धार केला. काही दिवसांनी हे कुटुंब खरेदीसाठी बाजारात गेलं असताना समोर एक सुंदर केसाळ कुत्रं दिसलं. त्याला पाहताच या मुलानं त्याच्याकडे बोट दाखवून पूर्वी ऐकलेली सगळी बाराखडी निरागसपणे जशीच्या तशी सगळ्यांच्या देखत म्हणून दाखवली.

संबंधी (अप) शब्द मुद्दाम वापरतात. असे शब्द ते उघडपणे अधिकारवाणीनं वापरू शकतात असं त्यांना वाटत असतं.

काय करावं?

मुलाच्या संग्रहातील अपशब्द हळुवारपणे हद्दपार करता येतात.

- मुलाच्या तोंडून अपशब्द आल्यास त्याचा फार बाऊ करू नका. सुरुवातीला मुलाला यातलं गांभीर्य ठाऊक नसतं, त्यामुळे उपयोग होत नाही आणि नंतर त्याला असे शब्द वापरण्यात मजा वाटायला लागते. काही मुलं तर कंटाळा आल्यावर थोडी गंमत करण्यासाठी ही जादू वापरतात.
- अपशब्द ऐकताच मुलाला हळू आवाजात सांगा, 'मला हे आवडलेलं नाही.' परिणामशून्यता लक्षात आल्यावर हळूहळू मूल तो शब्द विसरून जातं.
- कधीकधी आपल्याला काही ऐकू आलं नाही असं दर्शवावं.
- वयाच्या साधारण पाच वर्षांनंतर मुलं हळूहळू सामान्य वर्तन करायला लागतात.

कोवळ्या वयाच्या मुलांच्या निष्पाप मनाची पाटी कोरी असते. यावर कधी नको त्या गोष्टी लिहिल्या जातात. सर्वच गोष्टींवर आपला ताबा नसल्यामुळे आपल्याला हे स्वीकार्य नाही हे मुलाला आपण ठामपणे दाखवून देऊ शकतो.

कारमध्ये बसल्यावर सीट बेल्ट बांधून न घेणं

मुलं गाडीत असताना मुलांना सीट बेल्ट बांधणं जरुरीचं आहे. बऱ्याच वेळा मुलं याला नकार देतात किंवा बांधलेला बेल्ट हळूच सोडून टाकतात.

चालू गाडीत मूल मोकळं असणं अर्थातच धोक्याचं आहे. त्यामुळे पकडले गेल्यास यासाठी मोठ्या दंडाची तरतूद असते. 'आमचं मूल व्रात्य आहे' हे कारण पोलीस कधीच ऐकून घेणार नाहीत.

काय करावं?

सुरक्षिततेच्या दृष्टीनं या समस्येचा ठामपणे बंदोबस्त करावा लागतो.

- मूल सीटवरून बाहेर आल्यास ताबडतोब गाडी कडेला घ्या आणि थांबा. त्याचा बेल्ट बांधा आणि मग पुढे जा.
- सीटच्या बेल्टव्यतिरिक्त अन्यत्र मुलाचं लक्ष वेधून घ्या. सी.डी. सुरू करून त्या बरोबर गायला सुरू करा किंवा रस्त्यावर दिसणाऱ्या लाल रंगाच्या गाड्या मोजायला सुरूवात करा. चालत्या गाडीत मुलांना दुर्लक्ष झाल्यासारखं वाटून

ती कंटाळतात. आणि म्हणून पुन्हा लक्ष मिळवण्यासाठी बेल्ट सोडतात.

- मुलानं पुन्हा बेल्ट सोडल्यास गाडी बाजूला घेऊन थांबवा. मुलाच्या थेट डोळ्यात बघून ठामपणे सांगा, 'बेल्ट बांधल्याशिवाय गाडी पुढे जाणार नाही. तू पुन्हा बेल्ट सोडलेला चालणार नाही.' तुमच्या ठामपणाचा परिणाम होऊन बहुधा मूल पुन्हा बेल्ट सोडणार नाही.
- सातत्य ठेवा, डोकं थंड ठेवा, परिस्थिती चिघळू देऊ नका. किती वेळा ताकीद द्यावी लागेल हे तुमच्या सहनशीलतेवर अवलंबून आहे.
- अनेकदा सांगूनही उपयोग न झाल्यास चक्क एक चापटी द्या. काय केलेलं खपत नाही, हे यामुळे मुलांच्या लक्षात येतं. काही पालकांच्या मते सुरक्षिततेसाठी हेच उपाय योग्य असतात.

बऱ्याचदा काही अवखळ मुलांना दूरच्या सफरीवर नेणं शक्य होत नाही. अशा वेळी छोटे प्रवास करा. गाडीतल्या दुसऱ्या व्यक्तीची मदत घेऊन मुलाचा बेल्ट बांधा. सुरक्षिततेसाठी कोणताही पर्याय नसतो.

हरवणारी मुलं

बऱ्याच मुलांना आई-बाबांना अगदी घट्ट चिकटून राहायला आवडतं आणि दूर होण्याच्या कल्पनेनं तिटकारा येतो. याउलट काही मुलं सतत इतस्तत: पळतात आणि हरवून जातात.

अशी मुलं पालकांचा अगदी कस पाहतात. रस्त्यात यांच्यामागे धावून पाठलाग करावा लागतो आणि बाजारात लपंडाव खेळावा लागतो. मग कधीकधी 'मूल सापडलं आहे' अशा स्वरूपाच्या सूचना ध्वनिक्षेपकावरून ऐकू येतात.

यातला गमतीचा आणि विनोदाचा भाग वगळल्यास हे धोकादायक ठरू शकतं. गर्दीच्या रस्त्यावरील वाहतूक, अनोळखी माणसं, लिफ्ट वगैरे धोक्यांचा विचार येऊन पालकांच्या काळजाचा ठोकाच चुकतो.

काय करावं?

सुदैवानं मुलांचा हा व्रात्यपणा फार काळ टिकत नाही.

- यापूर्वी अकराव्या प्रकरणात सांगितलेल्या गोष्टी करून घरातून बाहेर जाण्याचे मार्ग बंद करा. अवखळ मूल नेहमी पळून जाण्यात पटाईत असल्यास दारं खिडक्यांच्या कड्या, कुलपं आणि कुंपणाचे दरवाजे तपासत राहा.
- बाहेर पडताना मुलाजवळ त्याच्या नाव-पत्त्याची चिठ्ठी खिशात ठेवा.

आजकाल नव्या तंत्रज्ञानानं मुलाचा ठावठिकाणा शोधण्यासाठी अनेक उपकरणं शोधून काढली आहेत. त्यांचा वापर करा. एका चलाख मातेनं तर अतिशय सोप्या तंत्रज्ञानाचा वापर केला होता. बऱ्याच अनुभवानंतर घराबाहेर पडण्यापूर्वी ती मुलाच्या हातावर आईचं नाव आणि मोबाईल नंबर लिहीत असे.

- काही ठिकाणी बंदोबस्त कमी पडल्यास मुलं पटकन सटकतात. पूर्वी माझ्या दवाखान्यात असं घडायचं, मी खुर्चीतून उठण्यापूर्वीच एखादं मूल गायब झालेलं असायचं. यानंतर मी बंद दाराआड वाळूची पिशवी ठेवायला सुरुवात केली. यामुळे मुलाला दार उघडायला लागणारा वेळ मला खुर्चीवरून उठून त्याच्यापर्यंत पोहोचण्यासाठी पुरत असे. दुसऱ्यांकडे गेल्यावरदेखील अशा तात्पुरत्या अडथळ्याचा वापर करावा.
- अतिअवखळ आणि नाठाळ मुलांसाठी मात्र दोरीचाच वापर करावा लागतो. मी पूर्वी दोन मुलांसाठी असा वापर सुचवला होता, या मुलांना रस्त्यावरील चालत्या बसमध्ये उडी मारायची सवय होती. पहिल्या मुलाच्या बाबतीत तो हे लक्ष वेधून घेण्यासाठी करायचा आणि बसचालक त्याला खाली उतरवयाचे. दुसऱ्या मुलाचा वेग तर कमालीचा होता. त्याला पकडण्यासाठी आईला टॅक्सीच करावी लागायची.

अशा मुलांवर नियंत्रण ठेवणं सोपं नसतं. मी त्यांच्या पालकांना चपळतेसाठी व्यायाम करण्याचा आणि सतत डोळ्यात तेल घालून राहण्याचा सल्ला देतो.

हरवलं-सापडलं

एकदा एक माता मला सांगत होती की मॉलमध्ये खरेदीला गेली असताना तिचं मूल पळून गेलं आणि हरवलं. ते न सापडल्यावर काळजी वाटून तिनं सुरक्षा यंत्रणेशी संपर्क साधला. नंतर पोलीसही आले आणि सगळ्यांनी बारकाईनं तपास केला.

नंतर असं दिसून आलं की हे महोदय लिफ्टनं वरच्या मजल्यावर गेले होते. तिथे पलंग आणि गाद्यांचा विभाग होता. त्याच्यावर हे महाशय थोडेसे बागडत राहिले. मूल सापडलं त्या वेळी एका राजेशाही बिछान्यात ते गाढ झोपलेलं होतं.

दात खाणं

मुलानं दात खाल्ल्यावर कोणत्याही पालकाच्या अंगावर शहारे येतात. पूर्वीच्या काळी असा समज होता की दात खाणाऱ्या मुलांच्या पोटात जंत असतात किंवा ती डोक्यानं काहीशी अर्धवट असतात. नीट पाहणीनंतर असं आढळून आलं आहे की इतरांना त्रासदायक वाटली तरी ही एक निरुपद्रवी सवय आहे.

मुलांनी झोपेत दात खाणं हे अगदी सामान्य आहे. काही मुलं दिवसाही जोरजोरात दात खातात. माझ्या अनुभवाप्रमाणे बहुतेक अपंग मुलांमध्ये ही सवय असते.

काय करावं?

- तणावग्रस्त किंवा घाबरट मुलं दात खातात असा काही पालकांचा समज असतो. अशी शक्यता कमी असते. मुलं उगाच दात खातात. काही मुलांचा दात खाण्याचा आवाज खरंच अंगावर शहारे आणतो, पण बहुतेक बाबतीत यावर काही करता येत नाही.
- काही पालकांना अशी भीती वाटते की यामुळे मुलांचे दात झिजून जातील. सहा वर्षांच्या मुलांना पक्के दात यायला लागतात. असे दात झिजून जाण्याची भीती नसते.
- काही पालक दंतवैद्यांकडे सल्ला मागतात, पण याची गरज नसते. यामुळे कधीकधी तुमची काळजी वाढू शकते.
- काही पालक सहा वर्षांपुढील मुलांमध्ये ही समस्या टिकून राहिल्यास त्यांच्या कायमच्या दातांचं नुकसान टाळण्यासाठी दातांवर एक खास प्रकारचं आवरण बसवून घेतात.

डोकं आपटणं

मनाविरुद्ध घडल्यास जमिनीवर दाणकन अंग टाकून डोकं आपटून घेण्याची कला काही मुलं दाखवतात. बहुतेक मुलांना यातून फारशी इजा होत नाही आणि झालीच तर ती त्यांनी हेतुपुरस्सर करून घेतलेली नसते. मुलं ही कला अशा काही खुबीनं वापरतात की आवाज मोठा होतो पण त्यांना फारशी वेदना होऊ देत नाहीत.

यामागे काही कारणं असू शकतात. बहुतेक वेळा एक ते दोन वर्षांचं मूल नाटकं करण्यासाठी असं करतं, तर याहून थोड्या मोठ्या मुलांमध्ये स्वत:चंच मनोरंजन करून घेण्याची वृत्ती असते.

असे नखरे मुलांमध्ये जास्त काळ टिकत नाहीत; लवकरच त्यांना कळून येतं की आपलं डोकं आपटून दुसऱ्यांना शिक्षा होत नाही.

काही मुलं थकल्यावर किंवा कंटाळल्यावर असं करताना दिसतात. सतत धडपडणाऱ्या मुलांच्या बाबतीत हा प्रकार बहुधा पलंगावर करताना दिसून येतं. असं करून त्यांना मजा वाटते आणि सहजपणे झोप येते. काही मुलं याऐवजी अंगठा चोखणं पसंत करतात. मुलानं झोप येण्यासाठी शोधलेला हा मार्ग पालकांची झोप मोडायला पुरेसा असतो.

मुलाच्या मेंदूला यातून काही इजा होईल अशी भीती पालकांना वाटते; पण अशा पालकांनी बॉक्सिंग किंवा रग्बीचे सामने पाहिल्यास आपल्या मुलाचे उद्योग त्यापुढे काहीच नाहीत हे त्यांना पटेल. काही पालकांना यात शारीरिक किंवा मानसिक दौर्बल्याची शंका येते; परंतु इतर गोष्टींच्या बाबतीत मुलाचं वर्तन पूर्ण सामान्य असल्यास या गोष्टींना फारसं महत्त्व देऊ नये.

काय करावं?

- ☐ मूल नखरे दाखवण्यासाठी या युक्तीचा वापर करत आहे का, हे तपासा. तसं असल्यास इतर नखऱ्यांना दिली जाणारी वागणूक द्या : पालकांनी आपल्यावर फार परिणाम झाल्याचं दाखवू नये, मुलाकडे संपूर्ण दुर्लक्ष करावं, मात्र आपल्या मुद्द्यांशी ठाम असावं.
- ☐ मुलाचं लक्ष दुसरीकडे वेधण्याचा प्रयत्न करावा.
- ☐ यामुळे उपयोग न झाल्यास मुलाला खुशाल डोकं आपटू द्या. मुलं लहान असली तरी मूर्ख नसतात – लक्षात ठेवा, कधी तरी डोकं शेकल्यावर हा प्रकार आपोआप बंद होतो.

- मूल बिछान्यात असं करत असल्यास पलंगाच्या टोकदार भागांवर आवरण घाला. पलंगाचा आवाज आवडून मुलानं आणखी डोकं आपटल्यास पलंगाच्या पायाखाली मऊ टेकण लावा. यामुळे आवाजातली गंमत नाहीशी होईल.

दोन वर्षांच्या मुलांना फारशी अक्कल नसते, त्यामुळे अनेकदा असे प्रकार घडतात. काळाच्या ओघात हळूहळू हे प्रकार आपोआप बंद होतात.

श्वास रोखून धरणं

हा प्रकार पालकांना नेहमीच भयभीत करतो. सुदैवानं फार थोडी मुलं या मार्गानं पालकांना घाबरवतात.

श्वास रोखण्यामुळे दोन प्रकारचे परिणाम होऊ शकतात. बहुतेक मुलांच्या बाबतीत ती काळीनिळी पडतात, तर काही मुलं पांढुरकी पडतात. निळी पडणारी मुलं बहुतेक वेळा बेशुद्ध होईपर्यंत स्वेच्छेनं श्वास रोखून धरतात; मनाविरुद्ध घडल्यास पालकांची पाचावर धारण बसवण्यासाठी वापरलेली ही एक अर्कट कला आहे. फिक्कट पडणारी मुलं कमी असतात, तरीदेखील हा प्रकार जास्त वेदनामय आहे. अशी मुलं फिक्कट होत होत फिट आल्याप्रमाणे बेशुद्ध पडतात.

१. निळी पडणारी मुलं

श्वास रोखून धरणारी मुलं पालकांची घाबरगुंडी उडवून देत असली तरी एक गोष्ट नक्की, त्यांना स्वतःला यात फारशी इजा होत नाही. सुमारे दीड ते चार वर्षांच्या मुलात हा प्रकार दिसून येतो; अगदी थोड्या, नकारात्मक वृत्तीच्या मुलांमध्ये हा प्रकार एक वर्षाचे होण्याआधीच आढळून येऊ शकतो. फार पुरातन काळापासून मुलं अशी नाटकं करत आलेली आहेत, आधुनिक जीवनशैलीच्या तणावामुळे हे नक्कीच घडत नाही.

बहुधा होतं काय, की मूल अगदी 'महत्त्वाच्या कामात' दंग असतं आणि त्याचं झालेलं काम मध्येच कोणीतरी उधळून देतं. हुशार मूल अनुभवानं आपल्या कोणत्या नखऱ्यांचा कितपत परिणाम होतो हे ओळखायला लागलेलं असतं आणि सर्वोत्तम परिणाम घडवणारी ही कला वापरायला त्याला आवडायला लागतं. हे मूल रडायला लागतं आणि तिसऱ्या हुंदक्यालाच आतला श्वास आत आणि बाहेरचा बाहेर अशी परिस्थिती होते. पालक पुढील टाहो ऐकण्यासाठी

आतुर असतात आणि मग ती नीरव शांतता त्यांचं काळीज कापते; रडणंच काय, श्वासाचाही आवाज येईनासा होतो. यापुढील सुमारे पंधरा सेकंद मूल स्वेच्छेनं श्वास रोखून ठेवतं आणि अर्थातच बेशुद्ध पडण्यापूर्वी काळंनिळं होतं. बेशुद्ध पडल्यावर 'मुद्दाम रोखलेला श्वास' शरीराकडून आपोआप सुरू होतो आणि पुढील पंधरा सेकंदात साधारणपणे मूल पुन्हा शुद्धीवर येतं. फारच थोड्या वेळात याचं रूपांतर आकडीमध्ये होऊ शकतं. मात्र आकडी आल्यास पालकच अर्धमेले होतात.

काय करावं?

- याबाबत सल्ला देणं डॉक्टरांसाठी सोपं असलं तरी पालकांना तोही करणं अवघड जातं, असा माझा अनुभव आहे. इतर समस्यांवर वापरायचा तोडगा इथेही आहे – संपूर्ण दुर्लक्ष; तरच मुलांची ही सवय सुटू शकते. पालकांची धावाधाव पाहिल्यावर मूल पुन्हा हमखास तेच करणार.
- या ठिकाणी पालकांनी आधी स्वत:ची पूर्ण खात्री पटवली पाहिजे की हे मुलाचं सर्वसामान्य वर्तन आहे आणि मुलाच्या आरोग्यातील इतर कुठल्याही सत्य समस्येबद्दल इथे गफलत होता कामा नये.
- वरील खात्री एकदा पटली की आपण पूर्वी पाहिलेली दुर्लक्ष आणि इतरत्र लक्ष वेधणं ही तंत्रं वापरा. अशा मुलांच्या बाबतीत बहुधा दुसरीकडे लक्ष वेधण्याच्या युक्त्या निरुपयोगी ठरतात. त्यामुळे मुलानं श्वास घेणं थांबवल्यास त्याच्या नैसर्गिक शरीर यंत्रणेवर भरवसा ठेवा.
- मूल बेशुद्ध असताना जवळ थांबा, मात्र शुद्धीवर येण्याची चिन्हं दिसायला लागताच कितीही जड वाटलं तरी ताबडतोब दुसरीकडे निघून जा.
- भोवताली प्रेक्षक नाहीत हे शुद्धीवर आलेल्या कलाकाराच्या लक्षात येताच आपण उगीच वेळेचा अपव्यय केला असं त्याला वाटतं.
- श्वास धरल्यावर चेहऱ्यावर थंड पाणी मारण्याचा सल्ला काही तज्ज्ञ देतात. याचा उपयोग होऊ शकतो, फक्त मुलानं श्वास धरल्यावर पहिल्या काही सेकंदातच हे करावं लागतं. त्यानंतर याचा उपयोग होत नाही आणि मूल बेशुद्ध असल्यास हे धोकादायकही ठरू शकतं.

यापेक्षा मी सुचवलेले उपाय सोपे आहेत; पण ठामपणा आणि मुलाकडे दुर्लक्ष करून पुढे मुलं रुळावर येतात हे मी पाहिलेलं आहे. चार वर्षांपुढील मुलांमध्ये हा प्रकार जवळजवळ दिसतच नाही.

२. फिक्कट पडणारं मूल

अशा प्रकारांमध्ये पालकांचं लक्ष वेधून घेण्याचा प्रयत्न करणारी मुलं खरोखरच बेशुद्ध पडतात; त्यामुळे यात श्वास रोखण्याचा प्रकार पूर्णांशानं नसतो. बहुतेक वेळा वेदना किंवा इतर कशाला तरी ही मुलं भीत असतात. (बहुधा अशीच मुलं मोठी झाल्यानंतर इंजेक्शनची सुई किंवा अचानक रक्त आलेलं पाहून चक्कर येऊन बेशुद्ध पडतात.)

असं एखादं मूल घरातल्या टेबलाखालून जाताना त्याचं डोकं कठीण टोकावर आपटतं आणि रडणं किंवा श्वास कोंडणं याऐवजी बहुधा ते अंगातलं त्राण कमी होऊन जमिनीवर कोसळतं. त्याची नाडी बंद होते आणि मूल फिक्कट दिसायला लागतं. यामधून अशी मुलं (आणि मोठी माणसंदेखील) बहुतेक वेळा पटकन सावरतात.

काय करावं?

वर्तनाच्या समस्यांपैकी ही एक वाटली तरी ती तशी नसते. मोठ्या माणसांमध्ये आढळणाऱ्या या समस्येवरील सामान्य उपायच अशा मुलांवर करावे लागतात :

- मुलाला उताणं किंवा कुशीवर सरळ निजवा, त्याचा श्वास चालू असल्याची खात्री करून घ्या. बहुतेक वेळा आडवं झाल्यानंतर मेंदूचा रक्तपुरवठा सुरळीत सुरू होतो. इतका उपाय पुरेसा असतो आणि पुढील काम निसर्ग आपले आपण करतो. फार वाटल्यास मुलाचे पाय जरा वरच्या पातळीत ठेवावेत.
- मूल शुद्धीवर आल्यावर त्याला त्याच्या नेहमीच्या डॉक्टरांकडे न्या; यामागे इतर कारणं नाहीत अशी खात्री डॉक्टरांना करू द्या. बरीच मुलं वेदना किंवा भीतीला अतिसंवेदनशील असल्यामुळे असं घडू शकतं, पण आपण वेळीच सावधपणे सल्ला घेतलेला बरा.

माझ्या बघण्यात असे झटके फार दुर्मिळ आहेत. बालरोगतज्ज्ञ म्हणून काम करताना अशा फारच कमी केसेस मला हाताळाव्या लागल्या.

ओकारी काढणं

खूप ओक्साबोक्शी रडल्यानंतर किंवा खूप खोकला आल्यानंतर काही मुलांच्या पोटातील अन्न तोंडावाटे बाहेर पडतं; जसं काही यांचं पोट दुबळं असल्यानं एवढ्या तेवढ्यानं बिनसतं असं वाटावं. विशेषत: मुलांना काही शिस्त लावण्याच्या

प्रसंगी अगदी ऐन वेळी हे बंडखोर पोट घात करतं. मी सीमित रडण्याचा उपाय किंवा ब्रेक घेण्याचा उपाय वापरण्याचा सल्ला दिलेले काही अपयशी पालक माझ्याकडे सांगत येतात, 'डॉक्टर, याचा उपयोग होत नाही, तो लगेच ओकारी काढतो.'

काय करावं?

अशा मुलांच्या बाबतीत शिस्तीला रामराम ठोकण्याचं कारण नाही, फक्त आपल्या उपायांमध्ये थोडे बदल करून ओकारी टाळायची आहे.

- ◻ प्रथम यामागे आरोग्याचं इतर काही कारण नाही, याची खात्री करून घ्या.
- ◻ तुम्ही झोपेची समस्या हाताळताना सीमित रडण्याच्या तंत्राचा वापर करत असाल तर मुलाला जरा कमी वेळ रडू द्या. अशा मुलांच्या बाबतीत ठोकताळे बदलून हुकमी वेळ शोधून काढा. मुलाच्या रडण्यावर लक्ष ठेवून ते टाहो फोडण्याच्या आधी त्याच्या खोलीत जा. यामुळं ओकारी येण्याची वेळ येणार नाही.
- ◻ जरा दम घेण्याची युक्ती वापरतानादेखील हीच गोष्ट लक्षात ठेवा. ब्रेकचा वेळ कमी करा.
- ◻ मुलानं ओकारी काढल्यास शांत राहा आणि त्याला रागावू नका. मुलाला पटकन स्वच्छ करून, कपडे बदलून पुन्हा बिछान्यात सोडा किंवा त्याच्या खोलीत ठेवा. हे करत असताना हुं की चूं करू नका; तुमच्या भावना राग वगैरेंना आवर घालून मुलाकडे लक्ष न देणं चालू ठेवा. लवकरच मुलाला कळून येईल की या तंत्राचा काही उपयोग होत नाही.
- ◻ पालकांवर आपली मात्रा चालत नाही हे कळल्यावर काही मुलं त्यांचा संताप व्यक्त करण्यासाठी आणि पालकांवर कुरघोडी करण्यासाठी हुकमी ओकारी काढतात. अशा मुलांच्या बाबतीत कणखर धोरणच स्वीकारायला हवं.

अशा समस्येला तोंड देणं काही पालकांना निश्चितच आडवळणाचं वाटेल, परंतु वर सांगितल्याप्रमाणे आपल्या तंत्रात सुयोग्य बदल करून विजयश्री नक्कीच खेचून आणता येईल.

शी केल्यावर खेळून बरबटणं

सुमारे दीड वर्षाच्या मुलांमध्ये ही त्रासदायक समस्या दिसून येते. बहुधा हिचा उद्भव पहाटेच्या वेळी होतो – हे मूल पालकांच्या आधी जागं होतं आणि नको तो

जुळ्यांची एकी

दोन वर्षांच्या जुळ्या मुलींच्या मातेला ही समस्या होती आणि आम्ही त्यावर मार्ग शोधत होतो. या मुली अतिशय बंडखोर होत्या आणि हुकमी ओकारी काढण्यात चांगल्याच पटाईत होत्या. एकीला तीव्र दम्याचा विकार होता, तिला नाकावाटे ओढायची औषधं द्यावी लागायची; अशा वेळी ती ओकारी काढायची. दुसरी मुलगी झोपायचं म्हटलं की ओकाऱ्या काढायची आणि ती एकदम अनावर व्हायची. गंमत म्हणजे या गोष्टी करायला सांगितल्यावर या मुली काही बोलायच्या नाहीत किंवा इतर कुठलाही विरोध करायच्या नाहीत, फक्त त्यांची ओकारी सुरू व्हायची.

सुदैवानं आई त्यांचं बारसं जेवलेली होती आणि उपाय शोधण्यावर ती ठाम होती. पहिलीला औषध द्यायच्या आधी ती दुसरीला बाटली धरून उभं करायची. दुसरीला झोपवायच्या वेळी बाटली पहिल्या मुलीच्या हातात असायची. 'कार्यक्रम' झाल्यावर गोष्टी सांगणं, पप्पी घेणं वगैरे सगळं काही यथास्थित व्हायचं. मात्र यातून दोन्ही मुलींना पक्कं कळून चुकलं की आपल्या ओकारीच्या नाटकांना आई मुळीच बळी पडत नाही. भल्या भल्यांची विकेट घेऊ शकणारी ही अवघड समस्या दोनच दिवसांत इतिहासजमा झालेली होती.

'कारभार' करून ठेवतं. मूल एकटं पडून कंटाळून जातं आणि रिकाम्या वेळचा उद्योग म्हणून नॅपीत उपलब्ध असलेल्या गोष्टी अंगावर आणि भिंतीवर फासतं.

बहुधा या समस्येचा उल्लेख टाळला जातो, कारण याच्या उल्लेखानंही अनेकांना मळमळतं.

काय करावं?

धक्का बसलेल्या आणि घाणीनं त्रासलेल्या पालकांसाठी यावर दोन उपाय आहेत.

- मुलाला जाग येताक्षणीच सकाळी पटकन त्याची नॅपी बदला. जागेपणी रिकामी नॅपी पाहून त्याच्यातला कलाकार काहीच करू शकत नाही.
- नॅपीसोबत मुलाला अशा तऱ्हेनं आवळणारे कपडे घाला की त्याचा हात नॅपीत जाऊच शकणार नाही. अनेक वस्ताद मुलांवर या पद्धतीनं हात बांधल्यासारखे होण्याची वेळ आलेली आहे.

सुदैवानं ही अनैसर्गिक समस्या नाही, आणि अल्प काळ टिकते. बहुधा दोन ते तीन आठवड्यांत सगळं सुरळीत होतं.

वेळच्या वेळी

तुम्ही पाहिलं असेल की अनेकदा सुस्वभावी मुलांनासुद्धा वाईट सवयी लागू शकतात. परंतु जसजशी समज येईल तसतशा मुलांच्या या समस्या दूर होतात याची खात्री बाळगा. बहुतेक समस्या मूल तीन वर्षांचं झाल्यावर नाहीशा होतात.

त्यानंतर जुन्या आठवणी आणि पूर्वीच्या निरर्थक समस्या आठवून तुम्हाला हसूच येईल. मोठ्यांच्या गंभीर दुनियेतील बहुतेक सवयी आणि चालीरीती मोठं होता होता मुलं आरामात शिकतात.

१८

भीती, दिलासा आणि सुरक्षितता

प्रत्येकाला कशा ना कशाची तरी भीती वाटते, आणि मुलं याला अपवाद नसतात. मुलांची भीती खरी असो वा काल्पनिक, महत्त्वाचं हे आहे की, तुम्ही ती फेटाळून लावता कामा नये किंवा तिची चेष्टाही करता कामा नये. मोठे होत असताना मुलांना भीतीलाही सामोरं जावं लागतं, सुदैवानं इथे त्यांच्या आधारासाठी आई-बाबा असतात.

चारचौघांसारख्या मुलाच्या बाबतीत सामान्य काय याचा नीटसा अंदाज काही पालकांना आलेला नसतो. कुठल्या मुलाला कशाची भीती वाटेल याचा नेम नाही आणि सुरक्षित वाटण्याच्या काही मुलांच्या कल्पना अगदी जगावेगळ्या असतात.

लहान वयात वाटणारी भीती वय वाढता वाढता नाहीशी होते. या मधल्या काळात मात्र मुलांच्या मनातील भीती घालवायला पालकांना काही उपाय शोधावे लागतात, यामुळे मुलांमधील तणाव कमी होतात. या प्रकरणात आपण मुलांना वाटणारी भीती आणि सुरक्षितता तसेच त्यांना दिलासा देण्याचे उपाय पाहणार आहोत.

वेगवेगळ्या वयातील वेगवेगळी भयं

सुदैवानं जन्मत: मुलं भयमुक्त असतात – या जगात अवतीर्ण झाल्यानंतर कशा कशाला तोंड द्यायचं आहे हे त्यांना आधीच कळलं तर कदाचित मुलं गर्भातच राहणं पसंत करतील; पण तिथून कधीतरी त्यांना बाहेर यावंच लागतं. मोठं होत असताना त्यांची निर्भय अवस्था टिकत नाही आणि काही वस्तू आणि कृती त्यांना घाबरवून सोडतात : काही वेळा अनुभवानं तर काही वेळा कल्पनाशक्तीच्या अतिवापरामुळे.

- इतरांना भंडावून सोडणाऱ्या भीतीपासून नवजात मुलं मुक्त असतात. पुढील वयात समोर येणाऱ्या चित्रविचित्र वस्तू आणि उपकरणांपासून जणू निसर्ग त्यांना भयमुक्त ठेवतो. मात्र भीतीपेक्षा अशी मुलं पटकन दचकू शकतात, एकदम झालेल्या हालचाली आणि आवाजाचा यात समावेश असतो. कधीकधी हॉस्पिटलमध्ये कुणाच्या हातून ट्रे खाली पडल्यावर वॉर्डमधील नवागत पाहुणे एका सुरात रडायला लागतात.
- भीतीचा प्रवेश वयाच्या सातव्या महिन्याच्या आसपास होतो. याला सोडून जाण्याची चिंता असं म्हणतात. आई किंवा सतत जवळ असणाऱ्या व्यक्तीला मूल घट्ट धरून ठेवतं. दुसऱ्या कुणी त्याला घेण्याचा प्रयत्न केल्यास अश्रूंचे पाट वाहतात आणि खूप रडारड होते. अशा वयात मुलांना 'चिकटून' राहण्याची सवय असते.
- ही समस्या एक वर्ष होईपर्यंत टिकते आणि जोडीला दारावरची घंटा, व्हॅक्यूम क्लीनर किंवा मिक्सरसारख्या अनपेक्षित आवाजांना घाबरण्याची भर पडते. अनोळखी व्यक्ती, वस्तू किंवा हालचाल झाल्यास बिचकून मूल धावत सुटतं आणि आई किंवा बाबांच्या कुशीत शिरतं.
- सोडून जाण्याची भीती दोन वर्षांनंतर कमी होते आणि अंदाज बांधण्याची क्षमता हळूहळू विकसित होते. तरीसुद्धा काही आवाजांनी बिचकायला होतंच. उदा. ॲम्ब्यूलन्सचा भोंगा, अचानक लागलेले ब्रेक किंवा कुत्र्यांचं अचानक भुंकणं.
- दोन ते चार वर्षांच्या दरम्यान आई किंवा बाबांना चिकटून राहण्याची वृत्ती कमी होते; पण नव्याच भीतिदायक गोष्टी पुढे उभ्या राहतात, मुख्यत: प्राणी आणि अंधार. वयाच्या तिसऱ्या वर्षी प्राण्यांची भीती शिगेला पोहोचते, तर अंधाराची भीती पाचव्या वर्षी सर्वांत जास्त असते.

- चार ते सहा वर्षं दरम्यान मुलांच्या कल्पनाशक्तीला पंख फुटायला लागलेले असतात. त्यामुळे टी.व्ही. बघताना किंवा गोष्ट ऐकताना ती अस्वस्थ होतात. राक्षसाची किंवा परग्रहावरील विचित्र प्राण्यांची तोंडं त्यांना आपोआप दिसायला लागतात. अंधाराची भीतीही वाटते आणि त्यात भर पडते ती भुतांची, बागुलबुवा आणि रात्री फिरणाऱ्या प्राण्यांची.
- सहा वर्षं झाल्यानंतर मुलांना जखमी होण्याची आणि काहींना मरणाची भीती वाटायला लागते. मात्र हे कशामुळे घडतं याचे अंदाज त्यांना बांधता येत नाहीत.
- मोठ्या माणसांना ज्याची भीती वाटते अशा गोष्टींचा पगडा मुलांवर ती बारा वर्षांची झाल्यापासून पडतो आणि पुढे जवळपास आयुष्यभर हे ओझं वागवावं लागतं.

छोट्या मुलांच्या मनातील भीती

तुम्हाला कदाचित माझं हे विधान पटणार नाही, पण लहान आणि मोठे सगळ्यांच्याच आयुष्यात भीतीचं स्थान असतं आणि त्याबद्दल फारसं काही करता येत नाही. आपण फार तर मुलं कशाला घाबरतात हे शोधून अशा वेळी काय करायचं याविषयी विचार करू शकतो.

सर्वच लहान मुलांना अगदी हादरवून सोडणारी एकच भीती असते : आई-बाबांपासून दुरावण्याची भीती. इतर भयप्रद गोष्टी येतात आणि जातात – काहींबाबत मुलांनी कल्पना केलेल्या असतात तर काही पालकांच्या स्वभावामुळे मुलांकडे येतात – पण पालकांपासून दुरावण्याच्या मुलांच्या भीतीशी सर्व पालकांना दोन हात करावे लागतात.

ताटातूट

वर सांगितल्याप्रमाणे वयाच्या सात महिन्यापासून ही भीती मुलांना भेडसावते. सुरुवातीच्या काळात ती तीव्र स्वरूपाची असते आणि शाळेत जाईपर्यंत ती हळूहळू नाहीशी होते. प्रत्येक मुलाच्या बाबतीत याचं प्रमाण कमी जास्त असतं. यामध्ये स्वभावगुणांचाही भाग असतो. बुजरी मुलं आई-बाबांपासून दूर व्हायला पटकन तयार होत नाहीत. इतर मुलांच्या बाबतीत ही अवस्था चुटकीसरशी निघून जाते.

आईपासून कुणी घ्यायला आल्यास मूल आधीच रडायला लागतं आणि घेतल्यानंतर आणखी जोरात रडायला लागतं. आईच्या सवयीमुळे सुरुवातीला

मुलांना दुसऱ्यानं घेतलेलं आवडत नाही; पण हळूहळू घरातल्या आणि बाहेरच्या इतर लोकांशी ओळख व्हायला लागल्यावर हा दुरावा नाहीसा होत जातो. खेळतानासुद्धा मूल प्रथम आईच्या भोवताली खेळतं किंवा आई असलेल्या खोलीजवळ खेळत राहतं आणि अधूनमधून डोकावून आई तिथेच असल्याची खात्री करत राहतं.

या भीतीतून मुलाला काळानुसार स्वतःच मुक्त व्हायचं असतं. त्यामुळे इथे कुठला उपाय करता येत नाही किंवा ही भीती घालवून टाकता येत नाही. आई-बाबांपासून दूर जाण्याचे प्रसंग आणि परिस्थिती मूल हळूहळू ओळखायला लागतं आणि समजायला लागतं. या काळात मुलांना पाळणाघरात ठेवून जाताना फार अवघड जातं. आजकाल बऱ्याच पालकांना हे करावं लागतं. यापुढे मुलासमोर उभं राहणारं संकट म्हणजे के.जी. किंवा बालवाडी.

काय करावं?

- □ आजकाल अनेक पालकांना त्यांच्या इच्छेविरुद्ध मुलांना पाळणाघरात ठेवावं लागतं. मुलांना हे सोपं जावं यासाठी पाळणाघर काळजीपूर्वक निवडा. काही घरांमध्ये मुलांना सांभाळायला आजी-आजोबा किंवा कुणीतरी नातेवाईक असतात. पुरेशा ओळखीनंतर मुलांना त्यांच्याविषयी विश्वास वाटायला लागतो. त्यामुळे पालकांचं दडपण काही अंशी कमी होतं.
- □ मुलांना पाळणाघरात सोडून निघताना अजिबात घाई करू नका. त्यांच्याजवळ त्यांच्या ओळखीच्या, आवडीच्या, नेहमीच्या वस्तू द्या. मूल किंचित रुळल्यावर निग्रहपूर्वक निघून जा.
- □ आता रेंगाळत राहू नका. पाठ वळवल्यानंतर रडण्याचा आवाज आला तर थबकू नका.
- □ काही मुलांना पाळणाघरात सोडण्याच्या वेळी तसंच तिथून परत नेण्याच्या वेळीसुद्धा जोरदार रडू येतं. यामधील काळ बहुतेक आनंदात जातो. याबाबत मधूनच फोन करून विचारणा करावी.
- □ काही मुलं मात्र पाळणाघराशी अजिबात जमवून घेऊ शकत नाहीत आणि संध्याकाळपर्यंत रडायचं थांबवत नाहीत. असं परत परत व्हायला लागलं तर पालकांनी गंभीरपणे विचार करावा आणि दोघांपैकी एका पालकानं आणखी रजा घेऊन काही महिने मुलासोबत थांबण्याचा विचार करावा. मग पुन्हा पाळणाघरात ठेवून पाहावं.
- □ तीन वर्षांनंतर बालवाडीत जाताना पुन्हा मुलावर विरहाचा प्रसंग येतो. तिथे काय काय होणार आहे हे त्याला आधीच सांगावं. तिथल्या व्यक्ती, वस्तू

आणि वातावरणाची त्याला हळुवारपणे ओळख करून द्या.

- एकदा मुलाला तिथे ठेवून जाण्याचं ठरलं की सरळ रस्ता धरावा, झाडामागे किंवा भिंतीमागून लपतछपत मुलाकडे बघू नये.
- काही बालवाड्यांमध्ये पालकांना मुलांच्या आसपास राहू देतात, तर काहींमध्ये नाही. अशा वेळी काही पालक बाहेरच्या बाजूला थांबून राहतात. तिथल्या चालकांना मुलांविषयी तेवढंच प्रेम असतं, आणि अनुभव जास्त असतो. अशा वेळी चालकांचा सल्ला मानावा.
- मुलांनी काहीच जमवून न घेतल्यास तीन ते सहा महिने थांबून पुन्हा प्रयत्न करावा. यामुळे फार मोठं नुकसान होईल असं मला वाटत नाही.

माझ्या मते मुलांनी काही काळ आपल्या आई-बाबांजवळ राहावं अशी निसर्गाचीच इच्छा दिसते. बाहेरच्या धकाधकीच्या जगात त्याला ढकलायची घाई करणं गरजेचं नाही आणि सहृदयपणाचं नाही असं आपलं माझं जुनंपुराणं मत आहे.

मुलं म्हणजे देवाघरची फुलं

अशाच एका मुलाची आई माझ्याकडे तिची समस्या घेऊन आली होती. दर रविवारी सकाळी ती चर्चमध्ये जायची. तिथल्या पाळणाघरात मुलाला ठेवून ती प्रार्थना म्हणण्यासाठी जायची. ती परत येईपर्यंत तिचं मूल न थांबता जोरजोरात रडत राहायचं. हे सहा महिने चालू होतं. यातून काहीतरी उपाय शोधण्याची तिची इच्छा होती. मी तिला एवढंच सांगितलं की बाकावरील आपल्यासारख्या लोकांचे लंबुडके चेहरे पाहण्यापेक्षा देवालासुद्धा हसणारी मुलं पाहायला नक्कीच आवडेल आणि देवच नक्की यासाठी काहीतरी करेल!

अंघोळ

बहुतेक मुलांना पाणी आणि पाण्यात खेळणं आवडतं. आयुष्यातील पहिले नऊ महिने तर ती पाण्यातच डुंबत असतात. काही मुलांच्या बाबतीत मात्र ती एक वर्षाची झाल्यानंतर अंघोळीचं नाव निघताच अंगावर काटा का येतो किंवा नळाच्या पाण्याचा नुसता आवाज येताच ती अंग घुसळून आणि हमसून हमसून रडायला का लागतात, याच्या कारणांचा अजूनही पत्ता लागलेला नाही.

अंघोळीची भीती फार काळ टिकत नाही, थोडंसं चतुराईनं हाताळल्यास ती लवकरच जाऊ शकते.

काय करावं?

- ☐ मुलांना मुळात भीती वाटू नये, यासाठी प्रथम बाथरूम घसरडं नाही ना ते पाहा. मोठ्यानं आवाज करणारे नळ बदला.
- ☐ अंघोळीला घाबरणाऱ्या मुलाला आधी रिकाम्या बादलीत किंवा टबात उभं करा आणि गरम पाण्यात कपडा ओला करून अंग पुसा.
- ☐ असं काही दिवस केल्यावर त्याची भीती थोडी चेपेल. मग टबात अगदी थोडं (बोटभर उंचीचं) पाणी ठेवा. आणि अंग पुसणं चालू ठेवा.
- ☐ हळूहळू दररोज थोडं पाणी वाढवा आणि मुलाला खाली बसवा. आता मुलाची भीती जाऊन ते अंघोळीचा आनंद घेऊ शकेल.
- ☐ मुलांना खेळण्यासाठी ही एक आवडती जागा बनू शकते. तसं झालं तर त्यांना प्रोत्साहन द्या. त्याच्या टबमध्ये रबराचं बदक वगैरे खेळणी ठेवा. त्याला पाणी घेण्यासाठी छोटा पेला किंवा भांडं घ्या.
- ☐ पाण्यात साबणाचा फेस करून मुलांना तो उधळू द्या. मुलांना तो आवडतोच, शिवाय त्याखाली पाणीही लपून जातं. त्यामुळे उमद्या मनानं सुरुवात करा आणि मुलाची भीती कमी झाल्यावर व्यवस्थित अंघोळ घालायला सुरुवात करा.

आठवणीनं केलेला विसरभोळेपणा

एका साडेतीन वर्षाच्या मुलीची आई एक समस्या घेऊन माझ्याकडे आली होती– अंघोळ या मुलीचा शत्रू होता. फक्त बाबांनीच तिला पाणी सोडून दिलं, कपडे देऊन आधीचेही कपडे काढायला मदत केली आणि उचलून बाथरुममध्ये नेलं, तरंच ती अंघोळ करत असे. मात्र यामुळे बाबा बाहेरगावी गेले असताना तिच्या अंघोळीला बुट्टी असे. तिच्या आईनं खूप प्रयत्न करून पाहिले. खूप कटकट झाल्यावर ती माझ्याकडे आली.

यावर आम्ही लबाडपणा केला. बाबांनी त्यांचं काम चालू ठेवलं : पाणी सुरू करणं, कपडे काढायला मदत करणं; फक्त आता दररोज एक 'गंमत' व्हायची. बाबा तिला गरम पाणी द्यायला 'आठवणीनं विसरायचे' आणि निघून जायचे. थंड पाण्यानं शहारल्यावर तिला आईची मदत घ्यावीच लागली. आईला तिचा अधिकार मिळाला आणि रोजच्या अंघोळीसाठी मुलीला आईचीपण गरज वाटायला लागली.

गोरीला माकडाची भीती

एका तीन वर्षांच्या मुलीची आई वैतागून माझ्याकडे आली होती. मुलीला दिलेलं स्वच्छतेचं शिक्षण विस्मरणात जाऊ लागलं होतं आणि याला कारण होतं, त्या मुलीचे वडील.

कुठल्याशा दुकानात फिरताना तिच्या बाबांना एकदा टॉयलेटमधून वर येणाऱ्या गोरीलाचं चित्र दिसलं. त्यांना ते फारच आवडलं. त्यांनी ते चित्र आणून टॉयलेटच्या दाराला आतून चिकटवलं. पुढच्या वेळी ही चिमुकली टॉयलेटला गेली; आणि दार लावून बसणारच होती, पण तेवढ्यात समोर बघते तर काय, हा अक्राळ विक्राळ गोरीला टॉयलेटमधून बाहेर येत होता. झालं. तिनं टॉयलेटवर बसायला कायमचा नकार दिला. यात आश्चर्य ते काय!

मात्र पालकांनी खरोखरच अंघोळीला घाबरणारं मूल आणि काहीतरी निमित्त काढून छळणारं मूल यातला फरक डोळसपणे शोधून काढायला हवा. हट्टी मूल ओळखण्याची खूण म्हणजे ते अंघोळ करायला सांगितल्यावर विरोधासाठी विरोध करतं.

टॉयलेट

काही मुलं मुळात टॉयलेटवर बसायलाच घाबरतात. त्यामुळे त्यांचं स्वच्छतेचं शिक्षण सुरूच होऊ शकत नाही. यामागे अनेक कारणं असू शकतात – 'शी' ला खडा होणाऱ्या मुलांना वेदनेची भीती वाटते, काही मुलांना पाणी सोडल्यावर टॉयलेटमध्ये वाहून जाण्याची भीती वाटते. काही घरांमध्ये टॉयलेटचा दिवा आणि एक्झॉस्ट पंखा एकाच बटणावर असतात. अशा वेळी पंख्याच्या गरगर आवाजानंही काही मुलं घाबरतात. छोट्याशा जागेत असे आवाज फार मोठे वाटतात; पण काही मुलांच्या बाबतीत हटवादीपणा आणि सतत लक्ष वेधून घेण्याची वृत्ती यामुळे नकार दिला जातो.

इथेसुद्धा पूर्वीप्रमाणे मुलांची भीती हळूहळू घालवल्यास उपयोग होतो.

काय करावं?

- सुरुवातीला एक पॉटी आणून मुलाला नॅपी न काढता त्यावर बसवा. न बसल्यास रागावू नका. मात्र बसल्यास कौतुक करा.
- आता नॅपी काढून टाका. आईनं बाजूला जवळच उभं राहावं. यानंतर

मुलाला नुसतंच टॉयलेटवर बसवून आईनं जवळ थांबावं. यानंतर आईनं टॉयलेटच्या बाहेर थांबावं आणि शेवटची पायरी म्हणजे आईनं घाईघाईनं स्वैपाकघराकडे जावं.

- ☐ अधिक माहितीसाठी प्रकरण सोळा पाहा.

या युक्त्या काही जणांना त्रासदायक किंवा अतिशयोक्त वाटतील. अर्थात यातील काही पायऱ्या तुम्ही गाळू शकता. मला हे सांगायचं आहे की मुलांवर सक्ती करून काही उपयोग होत नाही. सावकाश जा आणि इच्छित स्थळी पोहोचा.

रात्रीच्या वेळी येणाऱ्या समस्या

दिवसा विविध प्रकारचे आवाज मुलांना घाबरवू शकतात. उदा. व्हॅक्यूम क्लीनर, मिक्सर, गाड्यांचे ब्रेक, इत्यादी.

रात्र पडल्यानंतर याहून मोठी मुलंसुद्धा त्यांच्या कल्पनाशक्तीनं राक्षस, बागुलबुवा किंवा चोर बघायला लागतात आणि त्यांची घाबरगुंडी उडते. रात्रीच्या शांततेत साधे आवाजसुद्धा मोठे वाटतात आणि मुलांच्या भीतीत भर पडते.

अंधाराची भीती साधारणपणे चार ते पाच वयादरम्यान मुलांना जास्त वाटते आणि मूल सात वर्षांचं झाल्यावर ही भीती पळून जाते.

एकदा काय झालं

मुलांना वाटणारी भीती त्यांनी टी.व्ही.वर बघितलेल्या दर्जाहीन कार्यक्रमांमुळे असते का? खरं म्हणजे भीतीची समस्या टी.व्ही. येण्याच्या पूर्वीपासूनच होती.

आई-बाबांकडून, आजी-आजोबा किंवा मित्रांकडून आणि गोष्टीच्या पुस्तकांमधून मुलं अशा कितीतरी कथा ऐकतात किंवा वाचतात, ज्यामध्ये हिंसा आणि हत्या असते. काही गोष्टींमध्ये दाट जंगलात चुकलेल्या मुलांना चेटकीण खायला बघते. दुष्ट राणी हिमगौरीला विष घालते. बेटावरील चांचे मुलांना ओलीस ठेवतात आणि त्यांची त्यांच्या पालकांशी कायमची ताटातूट होते. याशिवाय उंदरांच्या शेपट्या तोडण्याच्या गोष्टी ऐकलेल्या असतात.

मुलांना रात्री घाबरवण्याचे प्रकार शतकानुशतकं अव्याहतपणे चालू आहेत, अगदी जॉन बेअर्डनं टी.व्ही.चा शोध लावेपर्यंत.

काय करावं?

- अंधाराची भीती घालवण्यासाठी रात्री मंद उजेडाचा दिवा चालू ठेवा. यामुळे बऱ्याच गोष्टी सोप्या होतात. झोपेत मुलाला जाग आल्यास मूल अंधारात घाबरून जात नाही आणि राक्षसांना लपण्यासाठी कोपरे अंधारे नसतात!
- राक्षस वगैरेंच्या भीतीसाठी दिवे चालू असतानाच मुलांबरोबर सगळीकडे फिरावं आणि त्यांना हे दाखवावं की कुठेही भुतं नाहीत. काही वेळा पडदे हलल्यामुळे मुलं घाबरतात, त्यासाठी पडद्यांना गुंडाळणारी वेल्क्रोसारखी चिकटपट्टी लावावी.
- मूल झोपी जाईपर्यंत शांतपणे त्याच्या बाजूला बसल्यामुळे त्यांची भीती मावळते. तेवढं त्यांच्यासाठी पुरेसं आहे. याशिवाय सारखी लागणारी तहान, नवीन गोष्ट वगैरे भूलथापांना बळी पडू नये. मुलं बऱ्याचदा भीती वाटल्याचं सोंग करत असतात, कारण त्यांना पालक जवळ थांबायला हवे असतात. मुलं लहान असतात हे खरं आहे; पण म्हणून त्यांनी आपल्याला बनवता कामा नये.

मुलांना रात्री कशाचीही, अगदी खेळतानासुद्धा, भीती वाटता कामा नये हे महत्त्वाचं आहे. यामुळे त्यांना शांत झोप लागते आणि दुसरा दिवस बागडत घालवण्यासाठी ती सकाळी ताजीतवानी होऊन उठतात.

कुत्री

चार वर्षांखालील मुलांना प्राण्यांची, विशेषत: कुत्र्यांची फार भीती वाटते. अशा प्राण्यांना पाहिल्यावर मुलं अचानक ताठरतात, आईला घट्ट धरून ठेवतात आणि जोरजोरात रडायला सुरू करतात.

मुलांनी प्राण्यांना उगाचच धीटपणे हात लावायला किंवा शेपटी पिळायला जाऊ नये हे खरं आहे; पण याचा अर्थ असा नाही की दिसलेल्या प्रत्येक कुत्र्याला घाबरून त्यानं रडत पळत सुटावं. साध्या प्राण्यांवर प्रेम करायला आपल्याला मुलांना शिकवता आलं पाहिजे.

काय करावं?

- बहुतेक मुलांची कुत्र्याची भीती वयाबरोबर आपोआप जाते, पालकांना यात फारसं काही करावं लागत नाही.
- मुलांची भीती दूर करण्याकरता शांतपणे ज्यांना मुलं आवडतात अशा चांगल्या आणि प्रेमळ कुत्र्यांबद्दल त्यांच्याशी बोलायला लागा. काही मवाळ कुत्र्यांशी त्यांची ओळख करून द्या. आत्मविश्वासानं मुलांना माहिती द्या.

सुरुवातीला कुत्र्यापासून दूर उभं राहून त्यांना माहिती सांगता येईल.

- प्राण्यांशी ओळख होण्यासाठी मुलांना प्राण्यांच्या दुकानात न्या. काचेच्या आडून त्यांना प्राण्यांना निरखू द्या. दुकानदाराच्या सल्ल्यानं एखाद्या शांत कुत्र्याच्या पाठीवर हात फिरवायला सांगा.

काही तज्ज्ञ मुलांची भीती घालवण्यासाठी त्यांना पेंढा भरलेले प्राणी दाखवतात. पण माझ्या मते हे अयोग्य आहे, कारण यामुळे खऱ्या प्राण्यांशी त्यांची ओळख होत नाही.

डॉक्टर

चिंतातुर, रडक्या आणि सहकार्य करायला तयार नसलेल्या मुलांबरोबर एक बालरोगतज्ज्ञ म्हणून काम करणं फार कठीण, तणावाचं असतं. अर्थात, मुलांबरोबर काम करताना आम्हालाही मजा येते. अन्यथा आम्ही ते करूच शकलो नसतो. पण, ज्या मुलांसाठी आम्ही काम करतो त्यांच्या आणि आमच्या स्वास्थ्यासाठी ऑपरेशनसारख्या गोष्टी करताना आमचं डोकं आधीपासून शांत हवं. यासाठी आम्हाला आधी मुलांची भीती घालवून त्यांच्याशी मित्रत्वाचे संबंध जोडावे लागतात.

आश्चर्य म्हणजे, मुलांना दवाखान्याची भीती वाटण्यात काही वेळा पालकच

कारणीभूत असतात. भेदरलेली आई मुलाच्या कानात संभाव्य धोक्याविषयी काहीतरी पुटपुटते आणि मुलाचा चेहरा पडतो. यामुळे बऱ्याच वेळा आम्ही मुलांशी बोलणं सुरू करण्यापूर्वीच मुलं इतकी हाताबाहेर जातात की साधं 'हॅलो' म्हणत नाहीत!

सहा महिन्यांपर्यंतच्या बाळाला कुणी आईकडून घेतल्यास ती फारसा विरोध करत नाहीत. त्यामुळे अशा मुलांना तपासायला आम्हाला फारशा अडचणी येत नाहीत. सात महिन्यापासून शाळेत जाण्यापूर्वीच्या वयाची मुलं आईला सोडायला तयार नसतात. अशा मुलांसाठी काही युक्त्या योजून तपासणीचं काम साधावं लागतं.

काय करावं?

- चांगले डॉक्टर आधी मुलांना आश्वस्त करतात, आपली छानशी ओळख करून देत डॉक्टर हे मुलांना खाणारे वाघ नसतात, हे मुलांना हळूहळू पटवून देतात. मग त्यांना तपासणीची थोडी माहिती द्यावी. प्रत्यक्षात तपासणी चटकन उरकावी. ती चालू असताना हळू आवाजात मुलाशी विश्वासदर्शक भाषेत बोलत राहावं.
- 'डॉक्टर तुला काही करणार नाहीत', या वाक्यानं बहुधा उलट परिणाम होतो. कारण डॉक्टर काहीतरी करतील, अशी मुलाला आधी कल्पना नसते, ती या वाक्यामुळे येऊन भीतीत रूपांतरित होते.
- मूल आईच्या मांडीवर असतानाच प्राथमिक तपासणी करावी.
- डॉक्टरांनी मुलाच्या डोळ्यांत बघून बोलावं, बोलणं आश्वासक असावं आणि मुलाच्या डोळ्यांतून पाणी येण्यापूर्वीचे भाव लक्ष ठेवून पाहावे.
- घसा तपासणे वगैरेसारख्या प्रकारात मुलांना थोडं दुखू शकतं. त्यामुळे अशी तपासणी भेटीच्या शेवटी ठेवावी. यानंतर मुलाला कुरवाळून निरोप द्यावा.
- रक्त चाचणी वगैरे परीक्षा अत्यंत गरजेच्या असतील तेव्हाच कराव्यात. पालकांनीही यासाठी डॉक्टरांना आग्रह करू नये.

पालकांना किंवा मुलांना डॉक्टरांना भेटण्याचे प्रसंग दुःखदायक वाटता कामा नयेत. इंजेक्शनची सुई दिसत नाही तोपर्यंत मुलांना डॉक्टरही चांगलेच वाटतात!

हॉस्पिटल

अगदी आत्ता आत्तापर्यंत हॉस्पिटल म्हणजे रुग्णांना भावनाशून्यपणे बरं करण्याचं एक नीरस ठिकाण असायचं; रुग्ण आणि त्यांच्या जवळच्या लोकांच्या भावनांचा

तिथे फारसा विचार केला जायचा नाही. हॉस्पिटलमध्ये जावं लागणं हे म्हणूनच मुलांसाठी अगदी भीतिदायक ठरत असे. आजकाल दिवस पालटले आहेत. आता मुलांना आणि पालकांना दिलासा देऊन शांत केलं जातं.

हॉस्पिटलमध्ये राहणं मुलांसाठी तर त्रासदायक असतंच, पण ते पालकांसाठी जास्त त्रासदायक असतं, कारण पालक फक्त प्रेक्षक असतात. हे थोडं सुसह्य करण्यासाठी काही मार्ग आहेत.

काय करावं?

- मुलाला हॉस्पिटलमध्ये ठेवावं लागणार याची पुसट कल्पना येताच हळू-हळू मुलाच्या मनाची तयारी करावी. तिथे काय होणार आहे याची चर्चा करावी. हे सांगताना मुलाच्या वयाचा विचार करून सोपे आणि आश्वासक शब्द वापरावेत. तिथे राहताना होणारे 'फायदे' त्यांना सांगावेत – उदा. तिथे जेवण खूप छान असतं किंवा मुलाबरोबर खेळायला तिथे आणखी खूप मुलं आहेत, इत्यादी. आई, बाबा किंवा दोघं त्याच्या बरोबर असणार आहेत हे मुलाला जरूर सांगावं. याची रंगीत तालीम बाहुलीला 'हॉस्पिटलमध्ये' ठेवून करावी.
- प्रत्यक्ष दाखल करण्यापूर्वी मुलाला घेऊन वॉर्डमध्ये एक चक्कर मारावी. मुलांची भीती कमी व्हावी याकरता बऱ्याच हॉस्पिटलमध्ये अशी परवानगी मिळते.
- प्रत्यक्ष दाखल होताना मुलाबरोबर त्याची आवडती खेळणी आणि नेहमीच्या वस्तू द्याव्यात.
- हॉस्पिटलच्या नियमांप्रमाणे मुलांना भेटण्याच्या वेळात पूर्ण वेळ जवळ थांबावं. परवानगी मिळाल्यास आई किंवा बाबांनी रात्री मुलाजवळ सोबत करण्यासाठी थांबावं.

चांगले लोक

नवीन संस्कृतीमध्ये हॉस्पिटलमधील वातावरण कसं बदलत चाललं आहे पाहा. काही शहरांमध्ये हल्ली छोट्या मुलांना वेगवेगळ्या ठिकाणी सहलीला नेतात. अशी एक सहल हॉस्पिटलमध्ये जाते आणि तिथे मुलांना का ठेवतात, मुलं कशी बरी होतात हे दाखवलं जातं. यामुळे मुलांची भीती जाऊन त्यांना हॉस्पिटलमधील लोक 'चांगले' वाटायला लागतात.

- हल्ली भूल देण्यापूर्वी आई-बाबांना मुलाजवळ थांबायची अनुमती मिळते. त्या वेळी आवडती बाहुली किंवा टेडीदेखील बरोबर ठेवावा. तसंच भूल उतरून मूल जागं होण्याच्या वेळी आई-बाबांनी त्याच टेडीसोबत मुलाच्या दृष्टीसमोर थांबावं.
- आजकाल शस्त्रक्रियेनंतरच्या वेदना शमवण्यासाठी अतिशय प्रगत औषधं उपलब्ध आहेत.
- एरवी हॉस्पिटलसमोरून जाता-येता मुलाला हॉस्पिटल लांबून दाखवावं आणि तिथे कशासाठी जातात आणि तिथे काय करतात वगैरे गप्पा त्याच्याशी माराव्यात. यामुळे गरज पडण्यापूर्वीच मुलांची भीती काहीशी कमी होते. आणि आजारी झाल्यावर बरं होण्यासाठी तिथे जावं लागतं असं त्यांच्या मनाला पटतं.

हॉस्पिटलची भीती बहुतेक वेळा पालकांकडून मुलांमध्ये संक्रमित होते; आपलं मूल बरं होऊन लवकरात लवकर घरी कधी परतेल या चिंतेनं पालकांचे चेहरे आधीच काळवंडतात. सध्याच्या काळात मात्र अत्याधुनिक हॉस्पिटलमुळे हे थोडं सुकर झालं आहे.

पालकांच्या मते मुलांना भीती वाटणाऱ्या गोष्टी अजिबात भीतिदायक नसतात. असं म्हणताना आपणही पूर्वी लहान मूल होतो आणि कशाला ना कशाला तरी घाबरत होतो, हे पालक विसरतात. मुलांच्या भीतीचं आणि असुरक्षित भावनेचं व्यवस्थापन फार महत्त्वाचं आहे. यासाठी पालकांना समजूतदार आणि आश्वासक भूमिका घ्यावी लागते. भीती वाटण्याची घरात खुली चर्चा करून आणि मुलांना पूर्ण भावनिक आधार देऊन मुलांना त्यांचं जीवन अधिक सुसह्य करता येईल.

दिलासा आणि सुरक्षितता

प्रत्येक लहान मुलाची एखादी वस्तू आवडती असते – त्याचा टेडी बेअर किंवा रबरी बूच, आवडतं पांघरूण आणि अगदी तोंडात घालायचा अंगठा. मी तर म्हणेन या त्यांच्या बाल्यावस्थेतील सर्वांत सुंदर गोष्टी आहेत. अशा वस्तूंमुळे मुलांना एक सुरक्षिततेची भावना मिळते. आई-बाबा जवळ नसल्यावर, पाळणाघरात किंवा आजीकडे गेल्यावर, आणि अगदी हॉस्पिटलमध्येसुद्धा लहान मूल आपल्या ओळखीची प्रिय वस्तू हातात धरून ठेवतं.

पालकांना मुलांची ही सवय सोडवायला खूप वेळ लागतो. खरं म्हणजे

मोठी माणसं तणाव दूर करण्यासाठी च्युईंगम, नखं खाणं, धुम्रपान किंवा भरपूर कॉफी घेणं अशा अधिक वाईट गोष्टी वापरत असतात. त्या मानानं मुलांच्या या वस्तू अगदीच निरुपद्रवी आहेत. टेडी घेणाऱ्या मुलांच्या बाबतीत कोणतेही नकारात्मक गोष्टींचे पुरावे अजून मिळालेले नाहीत.

अंगठा चोखणं

या सवयीमध्ये फ्रॉइडला लैंगिकतेचा वास येत असला तरी आधुनिक विचारवंतांच्या मते मुलं अंगठा चोखतात कारण मुलांच्या दृष्टीनं त्या वेळी तीच गोष्ट चांगली असते. यामध्ये कसलीही भावनिक असुरक्षितता नसते किंवा विकल मनोवस्था नसते. मुलं ते एकाच कारणामुळे करतात : त्यांना त्यामध्ये खूप मजा येते. असं नसतं तर मुलांनी कधीच अंगठे चोखले नसते. असं करणं नैसर्गिकदेखील आहे; आधुनिक अल्ट्रासाऊंड फिल्ममध्ये मुलं गर्भावस्थेतसुद्धा आनंदानं अंगठा चोखताना दिसतात. तज्ज्ञांच्या मते ही सवय बिलकुल हानिकारक नाही.

बहुतेक वेळा मूल साडेतीन वर्षांचं झाल्यावर ही सवय आपोआप सुटते. फक्त दोन टक्के मुलांच्या बाबतीत ही सवय किशोर अवस्थेपर्यंत टिकते.

मुलं थकल्यानंतर, कंटाळल्यावर, तणावात किंवा निराशेनं अंगठा चोखतात. तसंच काही मुलं झोपी जाण्यापूर्वी अंगठा चोखतात. कधीकधी सवय बंद झाल्यानंतर पुन्हा तणाव आल्यास किंवा नवीन भावंड आल्यावर मुलं अंगठा चोखताना दिसतात.

आजकाल टी.व्ही.वरच्या जाहिराती बघून आपल्या मुलाचे दात टूथपेस्टच्या जाहिरातीतल्या मुलांच्या दातांसारखे असावेत, असं सगळ्याच पालकांना वाटायला लागलं आहे. अंगठा चोखल्यामुळे दात वाकडे झाल्यास दातांच्या डॉक्टरकडे जाऊन ते सरळ करण्यासाठी खूप खर्च येईल अशी त्यांना भीती वाटते. खरं म्हणजे वयाच्या सहा वर्षांपर्यंत अंगठा चोखल्यानं मुलाच्या पक्क्या दातांची काहीच हानी होत नाही आणि सहा वर्षांनंतर एखादं मूल अंगठा चोखतच असेल तर त्याला ते झोपण्यापूर्वी काही मिनिटं पुरतं. यामुळे फारशी हानी होण्याचा धोका नाही.

काय करावं?

- ☐ ही सवय घालवण्यासाठी पालकांनी निसर्गाचीच मदत घ्यावी. यामुळे मुलांची भावनिक एकात्मता टिकून राहते. मुलानं अंगठा तोंडात घट्ट धरला आहे आणि पालक तो ओढण्याचा प्रयत्न करत आहेत, असे प्रसंग शक्यतो टाळावेत.
- ☐ मूल चार वर्षांपेक्षा लहान असेल तर अंगठा चोखण्याकडे चक्क दुर्लक्ष करावं. यानंतर मुलांचे हात कामात राहतील असे काही उद्योग त्यांना देऊन रमवावं. वागणुकीत हळुवार बदल अशा प्रकारे घडवून आणता येईल.
- ☐ मुलं काही वेळ अंगठा चोखत नाहीत. अशा वेळी त्यांचं कौतुक करावं : 'आमचा बंटी आता मोठा झाला, तो अंगठा चोखत नाही.'
- ☐ अंगठा न चोखण्याविषयी मुलाच्या अजिबात मागे लागू नये; यामुळे पालक चिडतात हे पाहिल्यावर काही मुलं मुद्दाम तसं करतात.
- ☐ मुलाच्या दातांची खूपच काळजी वाटायला लागली तर दातांच्या डॉक्टरांचा सल्ला घ्या.

रबरी बूच चोखणं

अनेक लोकांना प्लॅस्टिक आणि रबराच्या वस्तू आवडत नाहीत हे जरी खरं असलं

अंगठा चोखणारे आणि न चोखणारे

जगातील सर्व समाजातली मुलं अंगठा चोखतात. यावर काही लेखकांनी असा दावा केला आहे की काही वंशांमध्ये हे प्रमाण कमी असतं. बरोबरच आहे, एस्किमो लोकांच्या मुलांनी चोखण्यासाठी मोज्यातून अंगठा बाहेर काढला तर तो गोठण्याचीच जास्त भीती आहे!

तरी त्या हानिकारक आहेत असं दर्शवणारा कोणताही पुरावा आजपर्यंत समोर आलेला नाही. काही जण म्हणतात की रबरी बूच चोखणं आरोग्याला अपायकारक आहे; पण तसं पाहिलं तर हाताची दहा बोटं तितकीच हानिकारक असतात आणि बूच काढून घेतल्यावर मुलं बोटं चोखायला लागतात.

मी तर म्हणेन, आरोग्यशास्त्रापेक्षा हे बूच चोखणं सौंदर्यशास्त्राच्या दृष्टीनं जास्त अयोग्य आहे. एखादं चुणचुणीत मूल तोंडात बूच दिल्यावर अगदी बावळट दिसतं आणि लाळ गाळत राहतं. मुलांना तणावाच्या स्थितीत किंवा झोप लागण्यासाठी बूच चोखण्याचा उपयोग होतो, हे मात्र नक्की आहे. शिवाय बूच चोखण्यामुळे मुलांना झोप लवकर लागत असली तरी त्यामुळे ती सकाळी लवकर जागी होतात. बूच चोखण्याच्या तोट्यांपेक्षा होणारे फायदेच जास्त आहेत. आणि मूल आनंदी असेल तर घर आनंदी असतं. मात्र ज्या पालकांना या सवयीची फार काळजी वाटते त्यांच्यासाठी काही मार्ग पुढे दिले आहेत.

काय करावं?

- ☐ मुलाची ही सवय निकरानं दूर करण्याचा चंग बांधण्यापूर्वी पुन्हा एकदा विचार करा; कारण या सवयीचे कोणतेही दीर्घकाळ दुष्परिणाम दिसून आलेले नाहीत.
- ☐ तुम्ही आपल्या मताशी ठाम असल्यास धीर करून रबरी बूच फेकून द्या; आणि होणाऱ्या परिणामांना तोंड देण्यास सिद्ध व्हा. बूच काढून घेतल्यानंतर काही तास किंवा काही दिवस मूल त्रास देईल हे नक्की; पण लवकरच मूल हे विसरून जातं.
- ☐ ज्या पालकांना करुणेपोटी बूच ताबडतोब फेकून देण्याचा धीर होत नसेल, त्यांनी ही सवय हळूहळू घालवण्याचा प्रयत्न करावा. कधीकधी 'चुकून' कात्री किंवा ब्लेड लागून बुचाला चीर पडू द्यावी. मुलाला येणारी मजा कमी झाल्यास त्याची बूच चोखण्याची आवड कमी होऊ शकते.
- ☐ साडेतीन वर्षांनंतर मुलाला सगळं नीट समजावून द्यावं आणि त्याला दुसरं काही देण्याच्या बदल्यात ही सवय सोडायला लावावी.

यातील उपायांचा अवलंब करण्याचा ज्या पालकांनी ठाम निश्चय केलेला असतो, अशांची गाठ जेव्हा त्यांच्या अतिशय चिडखोर आणि हटवादी मुलांशी पडते तेव्हा त्यांचं अवसान गळून ते नरम पडतात. अशा परिस्थितीत पालकांनी आपला हट्ट सोडून द्यावा हाच पर्याय उरतो.

टेडी, बाहुल्या आणि ब्लँकेट

अनेक मुलांची काही ना काही एक लाडकी वस्तू असते आणि ती नेहमी त्यांच्या हातात असते, विशेषत: दमल्यावर किंवा रडल्यावर. ही वस्तू कोणती असेल याला काही नियम नाही. कधी तो एखादा महागडा परदेशी प्राणी असेल, तर कधी आईचा तिच्या लहानपणीचा रंग विटलेला एखादा टेडी; कधी त्यांना रंगीत चित्रांचं पांघरूण फार प्रिय असतं, मग त्याचे धागे विरून भोकं पडली तरी ते सोडायला तयार नसतात.

जगाच्या दृष्टीनं अशा वस्तू 'कवडीमोल' असल्या तरी त्या मुलाच्या दृष्टीनं ती वस्तू अमूल्य असते. मुलांच्या भोवताली परिस्थिती आणि माणसं बदलत जाताना याच वस्तूंमुळे मुलांना सुरक्षित वाटतं, बदल जाणवत नाही आणि दिलासा मिळतो. या वस्तूंमुळे मुलाची घराशी जोडलेली नाळ टिकून राहते. आणि अपरिचित जगात त्यांना चुकल्यासारखं वाटत नाही.

मुलांचं अशा वस्तूंवर अवलंबित्व वाढल्यावर समस्या उद्‌भवतात. अशी वस्तू तुटली किंवा हरवली तर घरात हलकल्लोळ माजतो. मुलाच्या दृष्टीनं हे नुकसान त्याची कुणी जिवलग व्यक्ती कायमची दुरावण्याइतकं अपरिमित असतं.

काय करावं?

- □ आवडतं ब्लँकेट नवीन असताना कितीही सुंदर दिसलं तरी कालांतरानं ते कडक आणि मळकट-कळकट होतं. त्यामुळे ते धुणं भाग असतं. अशा वेळी गनिमी काव्यानं ते धुऊन लवकरात लवकर वाळवून त्याच्या छोट्या मालकाकडे परत करावं.

- टेडी किंवा बाहुली मळल्यानंतर स्वच्छतेचा प्रसंग म्हणजे युद्धच असतं. ते धुताना होणारे हाल पाहून मूल धुमाकूळ घालतं. पण धुणं गरजेचं असतं.
- आश्चर्य म्हणजे, काही पालक हुशारीनं जुन्या वस्तूऐवजी मुलाला हातात धरायला नवी वस्तू देण्यात यशस्वी होतात.
- आवडतं पांघरूण फाटून जाण्यापूर्वी त्याचा एक तुकडा गुपचूप कापून ठेवून द्यावा. याचा उपयोग पांघरूण पूर्ण फाटल्यावर मुलांना शांत करण्यासाठी होतो.
- वरील युक्ती वेळेवर सुचली नाही तर चतुर माता नवीन पांघरुणाच्या एका बाजूला जुन्याचा एक छोटा तुकडा शिवून टाकतात. कलम करण्यात हुशार असलेल्या एखाद्या बागवानाच्या हुशारीप्रमाणे ही युक्ती दीर्घकाळपर्यंत उपयोगी पडते.
- रस्त्यात लाडका टेडी हरवल्यावर घरात धिंगाणा करून अर्ध्या रात्री मुलांनी पालकांना तो शोधायला बाहेर पाठवण्याच्या घटना घडलेल्या आहेत. शक्य झाल्यास टेडीला तुमच्या नाव-पत्त्याचं लेबल लावा.

मुलांना अशा वस्तूंचा लळा असणं अगदी नैसर्गिक आणि स्वाभाविक आहे. या वस्तूंमुळे मुलांना सुरक्षित वाटतं. बऱ्याच मुलांना नवीन गोष्ट करताना जवळच्या, आवडत्या वस्तूमुळे आत्मविश्वास येतो.

स्पर्शातली जादू

पालक एखादा महागडा सुंदर टेडी मुलांना आवडेल म्हणून आणतात; पण कित्येक वेळा मुलांना टेडीपेक्षा त्याचं दुहेरी लेबल जास्त आवडतं. अशी मुलं लेबलपाशी टेडीला बोटानं पकडून झोपी जातात; तर काही मुलांना ते मऊ लेबल अंगाशी घासायला खूप आवडतं. काहींच्या बाबतीत तर चित्र अगदी बघण्यासारखं असतं– एक हात टेडीला कुरवाळणारा, दुसऱ्या हातात त्याचं लेबल आणि तोंडात दुधाची बाटली, हे सगळं एकाच वेळी चालू असतं.

काही मुलांना स्पर्शाचं वेड असतं– आईच्या केसांशी चाळा किंवा आईच्या अंगावर थोपटल्याशिवाय त्यांना झोप येत नाही. आणि सुदैवानं या वस्तू लवकर खराब होत नाहीत!

काल्पनिक मित्र

दुसऱ्या वर्षानंतर मुलांच्या कल्पनाशक्तीला उधाण येऊ लागतं. कधीकधी हे इतकं पराकोटीला जातं की वास्तव आणि कल्पना यातली सीमारेषा धूसर होत जाते. चार ते सहा वयादरम्यान अशा मुलांना काल्पनिक मित्र असतात.

या चिमुरड्यांना त्यांना उमगलेलं विश्वाचं रहस्य आणि आयुष्याचा अर्थ समजावून सांगण्यासाठी असा एक काल्पनिक मित्र किंवा मैत्रीण असते. काहींचा मित्र एखादा विचित्र प्राणी असतो. मित्र कुणीही असो, साधारणपणे ही अवस्था पहिलीत जाईपर्यंत टिकते.

काय करावं?

- मुलाच्या उच्च कल्पनाशक्ती आणि सर्जनशीलतेचा पुरेपूर आस्वाद घ्या.
- मधून मधून किंवा योग्य वेळी सत्य आणि कल्पना यातील फरक मुलाला दाखवत राहा. विशेषतः स्वतःच्या चुकीबद्दल मूल मित्राला रागावत असेल किंवा दोष देत असेल, तर तुम्ही फसणार नाही याची त्याला कल्पना द्या.

निर्भय व्हा!

मुलांच्या भीती या त्यांच्या दृष्टीनं खऱ्या असतात. मग त्या तर्कसंगत असोत वा नसोत. त्यामुळे पालकांनी मात्र संयम आणि समजूतदारपणाचा मार्ग धरावा. मुलांची

पुलाशी गप्पा

काही मुलांची कल्पनाशक्ती इतकी तरल असते, की ती निर्जीव वस्तूंशी सहज संवाद साधू शकतात. माझ्या एका मित्राच्या मुलीला एका पुलाशी गप्पा मारायची सवय लागलेली होती. तिच्या वडिलांनाही हा खेळ आवडला आणि पुलावरून जाताना नेहमीच ते दोघे पुलाशी गप्पा मारायला लागले.

एक दिवस त्यांच्या बरोबर त्या मित्राच्या सासूबाई होत्या. मुलीच्या वडिलांच्या पुलाशी सराईतपणे गप्पा सुरू झाल्यावर आजीनं नातीला विचारलं, 'कुणाशी बोलतायत गं तुझे बाबा?' ती पटकन म्हणाली, 'मला ते कळलं तर मार बसेल.'

चेष्टा न करता त्यांना दिलासा द्यावा.

आई-वडिलांपासून ताटातूट होण्याची भीती ही या वयात मुलांना सर्वाधिक भेडसावते; परंतु त्यांच्या वाढीमधील हा एक प्रमुख टप्पा आहे. इतर भयांप्रमाणे हे भयही कायम टिकत नाही आणि काळाबरोबर कमी होतं.

मुलांना वाटणारी भीती आणि एकंदरीत जीवन यांना तोंड देण्यासाठी मुलं विशिष्ट वस्तूंची योजना करतात. म्हणूनच ती अंगठा चोखतात, बूच तोंडात ठेवतात, टेडी बेअर किंवा पांघरूण सतत हातात धरतात. त्यांना सतत दिलासा आणि सुरक्षितता द्यावी, पुढे तर त्यांना या वस्तूंशिवायच जगाला तोंड द्यायचं आहे. माझ्या मते त्यांच्या या प्रिय मऊ वस्तू त्यांच्यापासून हिरावून घेऊ नयेत – ही त्यांच्या वयाची जादू आहे आणि त्यामुळेच प्रत्येक मूल वेगळं वाटतं.

१९

पाळणाघर, बालवाडी आणि शाळेतला छोटा गट

आपल्या आजी-आजोबांच्या काळात त्यांचं बालपण त्यांचे आई-बाबा आणि एकत्र कुटुंबातील इतर व्यक्तींबरोबर आरामात गेलं. आयुष्यात महत्त्वाच्या गोष्टींचा धडा त्यांनी मोठ्यांजवळ बसून गिरवला आणि पुरेसे मोठे झाल्यावर ते शाळेत जायला लागले.

आजकाल मात्र सगळं जगच बदललेलं आहे. मुलांची देखरेख आणि शिक्षणासाठी हल्ली इतरत्र मदत शोधली जाते. काही मुलांचे पालक घरी राहून त्यांची देखभाल करायला लागतात, पण काहींना मुलांना बाहेर ठेवावं लागतं. या प्रकरणात आपण पाळणाघर, बालवाडी आणि छोटा गट याविषयी आणि त्यांच्या महत्त्वाविषयी चर्चा करू या.

मतामतांचा गलबला

आजकाल मुलांना सांभाळण्यासाठी घराबाहेरची मदत घेण्याचं प्रमाण वाढत आहे, तरीदेखील मुलांचं संगोपन आणि देखभाल त्यांच्या मातापित्यांनीच करायला हवी असं म्हणणारा एक मोठा वर्ग आहे. वर्तमानपत्रात याविषयी कितीही रकाने

भरले आणि टी.व्ही., रेडिओवर कितीही चर्चा झडल्या तरीही हे वास्तवाला धरून आहे काय? आपण विचार केला पाहिजे.

आधुनिक जगात राहायचं तर आपल्याला काही अटळ सत्यं स्वीकारावी लागतात. गेल्या काही दशकांत कुटुंबातील आई आणि बाबा दोघांनीही नोकरी करण्याचं प्रमाण वाढलेलं आहे; एकत्र कुटुंबव्यवस्था ढासळत चाललेली आहे आणि काही पालक तर एकट्यानं संसाराचा गाडा हाकत आहेत. काही पालकांच्या मुलांना आजी-आजोबांकडे ठेवणं शक्य नसतं (कधीकधी तेही नोकरी करत असतात), आणि मुलांसाठी एकानं घरी थांबणं परवडण्यासारखं नसतं.

अशा वेळी मग मुलांना पाळणाघरात ठेवणं अनिवार्य होतं. आधीच जगण्यासाठी भरपूर पैसा लागतो आणि मुलं झाल्यानंतर खर्च खूपच वाढतात, त्यामुळे बऱ्याच वेळा दोन्ही पालकांना नोकरी करणं भाग असतं. त्याशिवाय काहींच्या घराचे हप्ते भागू शकत नाहीत किंवा उराशी जपलेली स्वप्नं साकार होऊ शकत नाहीत.

काही पालकांच्या बाबतीत पैशाबरोबर करियरही महत्त्वाचं असतं; परंतु यासाठी घरातून ऑफिसचं काम सांभाळणं आणि त्याच वेळी घरही सांभाळणं हे सर्वांना शक्य नसतं. काहींच्या बाबतीत असा प्रयत्न फसून दोन्हीतील एकाची हानी होते. असेही काही पालक असतात की त्यांना कुटुंबाला सोडून स्वत:चा असा काही स्वतंत्र वेळ हवा असतो. हे लोक पूर्ण वेळ पालक बनू शकत नाहीत. अशांना मग पाळणाघराचा पर्याय स्वीकारावा लागतो. अशा पालकांना मुलं घरी आल्यावर जास्तच आनंद होतो.

काही पालकांपुढे पैसा किंवा करियर या समस्या नसतात पण तरीही यापैकी थोडे पालक आपल्या मुलांना आठवड्यातील काही दिवस तरी पाळणाघरात ठेवतात. कारण त्यामुळे मुलांना पुढील आयुष्यात फायदा होईल असं त्यांचं मत असतं. मुलांना पाळणाघरात शिकायला मिळणाऱ्या महत्त्वाच्या गोष्टी म्हणजे तिथला आखीव दिनक्रम व लवकर सुरू होणारं शिक्षण आणि इतरांमध्ये मिसळण्याची कला. या गोष्टींसाठी मुलांनी पाळणाघरात जायला हवं असं पालकांना वाटतं.

छोट्या मुलांना पाळणाघरात ठेवण्यावरून गरमागरम चर्चा नेहमीच होत असते; परंतु उपलब्ध पाळणाघरांमध्ये सुधारणा व्हाव्यात यावर सगळ्यांचंच एकमत असतं. आदर्श जगात सगळ्या गोष्टी आदर्श असतात, उच्च दर्जा, रास्त दर आणि व्यावसायिक उच्चता. पण असं आदर्श जग प्रत्यक्षात येईपर्यंत आपण पाळणाघराच्या बाजूनं मत देणाऱ्या पालकांच्या समस्यांचा विचार करू.

न सुटणारा गुंता

जेव्हा लोक असं म्हणतात की मुलांचा सांभाळ करायला घरी कुणीतरी असायला हवं, तेव्हा ते जणू असं म्हणत असतात की आईनंच घरी असायला हवं– ते तिचंच काम आहे.

आधुनिक मातांच्या बाबतीत हा गुंता सोडवणं अतिशय अवघड होऊन बसलं आहे. त्यांना मुलांकडे बघायचं असतं, घरासाठी अधिक पैसे हवे असतात, करियरची ओढ लागलेली असते आणि समाजाच्या अपेक्षा पूर्ण करायच्या असतात. बाकीच्या लोकांच्या मतांच्या गलबल्यामुळे हा तिढा आणखीनच वाढतो. एरवी समानतेच्या मुद्द्यावर कितीही एकमत झालं तरी मुलांना सोडून कामावर जाणाऱ्या मातांना नेहमीच दोष दिला जातो. घरी न राहणाऱ्या आया बेजबाबदार असल्याचा शेरा मारला जातो.

आदर्श जगात नव्या पिढीची जोपासना करणाऱ्या मातांना मोबदला मिळू शकेल; पण तरी आयांना आज कमीत कमी एक वर्षाची विनावेतन सुट्टी तरी नक्की मिळेल. किंवा पूर्ण पगाराचा काही अंश मिळू शकते आणि काही आयांना पगारी रजाही मिळते. ऑस्ट्रेलियातील नव्या नियमांप्रमाणे मात्र त्यांनी अजून सुट्टी घेतल्यास त्यांना नोकरीवर पाणी सोडावं लागू शकतं आणि कामावर गेल्या तरी येणाऱ्या पगारातून मुलांमुळे वाढलेल्या खर्चाची तोंडमिळवणी करणं अशक्य होतं. असा हा न सुटणारा गुंता आहे.

पाळणाघराचे फायदे

आई-बाबा आपल्या रोजच्या कामाला निघून गेल्यावर पूर्वी मुलांना पाळणाघरात एकच काम असायचं – खेळणं आणि मजा करणं. हल्ली मात्र सगळं वेगळं झालं आहे. आजकाल मुलांच्या वाढत्या मानसिक आणि शारीरिक गरजांकडे लक्ष पुरवून त्यांच्या भावी जीवनाचा मजबूत पाया उभारण्याचं महत्त्व फार वाढलं आहे.

आजकाल पाळणाघरातील मुलांना असे उद्योग आणि खेळ दिले जातात की ज्यामुळे मुलांच्या शिकण्याला चालना मिळेल. बऱ्याच ठिकाणी मुलांच्या शैक्षणिक जीवनाची पूर्वतयारी करून घेतली जाते. अगदी छोट्या, घरगुती पाळणाघरातल्या मावशीसुद्धा मुलांना काहीतरी शिकवताना दिसतात.

पाळणाघरात शिकायला मिळणारी सर्वांत मोठी गोष्ट म्हणजे, माणसांत मिसळण्याची कला. गटामध्ये राहून मुलं इतर मुलांशी आणि मोठ्यांशी वागायला शिकतात. काही ठिकाणी तर खुद्द पालकांच्या घरी नसलेल्या अनेक वस्तू हारीनं ठेवलेल्या असतात – पुस्तकांचं ग्रंथालय, चित्रकला आणि हस्तकलेची साधनं, फॅन्सी ड्रेसचं साहित्य, संगीताची उपकरणं आणि खूप खेळायला, दंगा करायला आणि माती उडवायला छानसं अंगण.

किंमत कोणी मोजायची?

मुलांचं संगोपन हे खरोखर जगातील महत्त्वाचं कार्य आहे, पण बऱ्याचदा त्याला एवढं महत्त्व दिलं जात नाही. अंगणवाडीच्या शिक्षकांना पगारवाढीसाठी मोर्चे काढावे लागतात. बालकल्याण केंद्रांना पैसे पुरत नाहीत आणि मुख्य म्हणजे याच्या दुष्परिणामांकडे डोळेझाक केली जाते. 'मुलं म्हणजे राष्ट्राचं भवितव्य', असं एकीकडे म्हणायचं आणि प्रत्यक्षात त्यांच्यासाठी फार काही करायचं नाही; तर मग उद्या हे सगळं आपल्यालाच महागात पडणार आहे. बऱ्याच देशात ही एक हरलेली लढाई ठरते.

पाळणाघर

काही पाळणाघरं पूर्ण वेळ सेवा देतात, तर काही अर्ध वेळ. अनेक पेशांमध्ये कामाचा काही वाटा सरकार उचलतं आणि बाकीचं काम खाजगी क्षेत्र करतं. शिवाय ना-नफा तत्त्वावर काम करणाऱ्या संस्था, सामाजिक संस्था आणि स्वयंसेवी संस्था (एन.जी.ओ.) या क्षेत्रात बरंच काम करतात. कित्येक लोक खाजगी तत्त्वावर मित्र आणि नातेवाइकांची मुलं सांभाळून समाजाला हातभार लावतात.

सामान्यपणे नऊ महिने किंवा एक वर्षाची मुलं इथे आणली जातात. काही काही ठिकाणी क्वचित कधी अगदी दीड महिन्याचं मूलही आणलं जातं. बहुतेक पाळणाघरं सकाळी आठ ते संध्याकाळी सहापर्यंत चालतात. यामुळे आई-बाबांना मुलांना सोडणं आणि परत नेणं या व्यतिरिक्त इतर कामांचं वेळापत्रक सांभाळता येतं. काही ठिकाणी पाळीच्या कामगारांना सोय म्हणून कंपनीतर्फे पाळणाघराची सुविधा दिली जाते.

वाढत्या गरजांमुळे दिवसेंदिवस पाळणाघरांच्या संख्येत वाढ होत चालली आहे.

पाळणाघराची निवड

याविषयी अनेक मुद्दे सांगता येतात, जसे, मुलांची संख्या, आसपासचं वातावरण, कर्मचाऱ्यांची वागणूक, उपलब्ध सोयी, इत्यादी. बहुतेक पालक आपल्या घराजवळील पाळणाघरालाच प्रथम पसंती देताना दिसतात. बहुधा घराजवळील पाळणाघरात आसपासची ओळखीची मुलं असतात. तसंच ऑफिसनंतर कमीत कमी वेळात मुलांसह घरी पोहोचण्यावर भर दिला असल्यानं ही निवड केली जाते. मुलांच्या भवितव्याची पुरेपूर काळजी करणारे पालक अधिक कष्ट सोसून आदर्श पद्धतीनं चालवण्यात येणारं लांबचं पाळणाघर पसंत करतात.

भपकेबाजपणाला शक्यतो भुलून जाऊ नका. जिथे गेल्यावर तुम्हाला आणि मुलांना आपलंसं वाटेल ते पाळणाघर चांगलं असतं. तिथला रंग थोडा उडलेला असला तरी हरकत नाही. तिथल्या कर्मचाऱ्यांशी थोडा वेळ बोलत राहा. लवकरच मुलांसाठी काम करताना ते किती मैत्रीपूर्ण, काळजीपूर्वक आणि लक्षपूर्वक करतात याचा तुम्हाला अंदाज येईल. अनेक वर्षं त्याच मावशी जिथे काम करतात असं पाळणाघर नक्कीच चांगलं असतं. मुलांना तिथे प्रेम मिळतं आणि त्यांची मनं स्थिर होतात. मुलाला घरी आणल्यावर ते किती आनंदी आहे, यावर हा ठोकताळा बसवा.

काही मुलं त्यांना पाळणाघरात सोडण्याच्या वेळी आई-बाबांना चिकटून बसतात आणि रडून गोंधळ घालतात; परंतु आजकालच्या मुलांच्या जीवनातील हा अपरिहार्य घटक बनला आहे. पाळणाघराची निवड हा खरं म्हणजे पालकांचा वैयक्तिक विषय आहे. त्यामुळे यासंबंधी अधिक स्पष्टपणे सांगणं अवघड आहे. पालकांनी एवढं ध्यानात ठेवावं, की मूल सुखी तर आई-बाबा सुखी.

शाळेतला छोटा गट

तीन वर्षांपासून प्राथमिक शाळेत प्रवेश घेईपर्यंत मुलं छोट्या गटात असतात. काही देशांमध्ये चार वर्षांची मुलं छोट्या गटात घेतात. मुलांना इथे घालणं सक्तीचं नसतं. तरीही हे पालकांमध्ये अफाट लोकप्रिय आहे. काही पाळणाघरांमध्येसुद्धा याची सोय स्वतंत्रपणे केलेली असते.

या ठिकाणी मुलं 'शिकायला शिकतात'. इथे त्यांच्या पुढील शिक्षणाची पूर्वतयारी करून घेतली जाते. यामध्ये एका जागी काही वेळ बसणं, उठून न जाणं, कुणी बोलत असल्यास लक्ष देऊन ऐकणं आणि दिलेला उद्योग करून दाखवणं अशा गोष्टी येतात. सुरुवातीला काही मुलांना हे सगळं जड जातं; पण अनुभवी आणि प्रशिक्षित शिक्षक मुलांना बरोबर वळणावर आणतात. तसंच मुलांच्या वागण्यात

रेखीवपणा आणून त्यांना हळुवार शिस्त लावतात. इथे मुलांच्या निसर्गदत्त उत्सुकतेला प्रोत्साहन दिलं जातं. काहीतरी शिकण्याची ओढ निर्माण केली जाते आणि मुलांना मित्राशी नीट वागायला आणि चांगला मित्र व्हायला शिकवलं जातं.

या गटात मुलं इतरांशी मिळूनमिसळून वागायला शिकतात: मिसळणं, वस्तू वाटून घेणं, वस्तू किंवा खेळ आळीपाळीनं वापरणं, इतरांचा आणि स्वत:च्या वस्तूंचा आदर करणं ते शिकतात. इतर मुलांशी त्यांची ओळख होते आणि याच वेळी आई-बाबांपासून स्वतंत्र राहायला ती शिकायला लागतात.

या गटात भाषेचा विकासही तीव्र गतीनं होतो. आजूबाजूला सगळ्यांना बोलताना पाहून मुलांचं बोलणं आणि शब्दसंग्रह वाढतो. माझ्या मते संभाषण कौशल्य शिकण्याच्या जगातील उत्तम जागांपैकी ही एक आहे. म्हणूनच नीट न बोलणारं मूल पाहिल्यावर मी नेहमी त्याला छोट्या गटात घालायला सांगतो आणि सगळं काही जादू झाल्यासारखं बदलतं.

छोट्या आणि मोठ्या गटात मुलांसाठी काही औपचारिक अभ्यासक्रम असावा की नसावा अशी चर्चा सध्या सुरू आहे. याच्या बाजूनं बोलणाऱ्या गटाचं मत असं आहे की या वयात मुलांची ग्रहणशक्ती तीव्र असते आणि मनं टीपकागदासारखी असतात, याचा फायदा घेऊन त्यांची प्रगती साधली पाहिजे. त्यामुळे त्यांच्या मते या गटात काय शिकवलं जावं याची पक्की रूपरेषा शिक्षणतज्ज्ञांकडून आखून घेतली पाहिजे.

याविरुद्ध दुसरा एक गट असं म्हणतो की या वयात मुलं त्यांच्या सभोवतालच्या व्यक्ती आणि परिस्थितीकडून त्यांच्या गरजेचं सगळं काही नीट शिकून घेत असतात – यासाठी मुलांना त्यांचं निरीक्षण आणि दैनंदिन हालचाली उपयोगी पडतात. छोट्या गटात अनेक खेळ खेळून, ऐकून, वाचून आणि कल्पनाशक्तीला पोषक उद्योगांद्वारे मुलांच्या ग्रहणशक्तीला चालना मिळते.

माझ्या मते या वयातील मुलांना औपचारिक शिक्षणाच्या चौकटीत बांधल्यास मुलं बालपणाच्या अनेक गोष्टींना मुकतील. लहानपणीच्या मौजमजा, गमतीजमती, खेळ आणि सवंगडी सोडून भाषा, साक्षरता किंवा आकडे शिकण्यात कसली आली आहे मजा? मुलांना शिक्षणाच्या पाऊलवाटेवर लवकर न्यावं हे खरं, पण त्यांचं हे रम्य बालपणही फार थोडा काळ टिकणारं असतं.

छोट्या गटाचे फायदे

मुलांना शाळेतील आणि पुढील आयुष्यात ज्या अनेक कौशल्यांची गरज पडते. त्यांच्या जोपासनेची सुरुवात इथे होते आणि शिवाय मुलांना भरपूर धमाल करायला मिळते.

- आई-बाबांपासून हलकेच दूर राहण्याचं शिक्षण मुलांना मिळतं.
- मूल थोडावेळ बाहेर गेल्यावर पालकांनासुद्धा थोडा मोकळा वेळ मिळतो आणि काही महत्त्वाची कामं उरकता येतात.
- मूल बाहेर गेल्यानंतर त्याच्या छोट्या भावंडाकडे पालक पुरेसं लक्ष देऊ शकतात, हे जास्त गरजेचं असतं.
- एखादं हट्टी किंवा किरकिरं मूल जरा वेळ दूर गेल्यावर पालकांना थोडा मोकळा श्वास घेता येतो.
- शाळेत गेल्यानंतर जास्त वेळ घर आणि पालकांपासून दूर राहावं लागतं त्याची पूर्वतयारी इथं होते. तसंच, आईलासुद्धा मुलाशिवाय थोडा वेळ काढण्याची सवय लागते.

मुलं धडपडणारच

काही दिवसांपूर्वी टी.व्ही.वरच्या एका बातमीनं माझं लक्ष वेधून घेतलं. एका बालवाडीत काही मुलं खेळत असताना पडली आणि त्यांना काही इजा झाल्या, एकाच्या खांद्याचं हाड मोडलं. संतप्त पालकांनी शाळेविरुद्ध खटले भरले. हे निमित्त मिळताच पुढील काही दिवसांत अनेक पालकांकडून बालवाडीविरुद्ध खटल्यांची मोठी मालिकाच सुरू झाली– बालवाडीत मुलाच्या आजाराचं लवकर निदान झालं नाही, मुलं एकमेकांमध्ये खेळताना आपटून किंवा पडून कुणाला टेंगूळ आलं, कुणाला खरचटलं, इत्यादी, इत्यादी.

मुलांना इजा व्हावी किंवा ती आजारी पडावीत असं माझं मत निश्चित नाही; पण थोडा विचार केल्यावर मला वाटायला लागलं की पालक आपल्या चुकांचं खापर दुसऱ्यांच्या डोक्यावर फोडायला पाहत आहेत. मुलांना बालवाडीत घातलं याबद्दल त्यांनी खरं तर स्वत:लाच दोष द्यायला हवा. ज्या गोष्टी घरीही सहज घडू शकल्या असत्या त्याबाबत एवढी तीव्र प्रतिक्रिया देण्याची खरंच गरज आहे काय?

तुम्हाला जर मुलांनी खेळावं आणि बागडावं असं वाटत असेल तर क्वचित अपघातही होऊ शकतो आणि मुलांना इजा होऊ शकते– मग ती मुलं उत्तम बालवाडीत खेळत असोत किंवा त्यांच्या घरी. मी आयुष्यातली अनेक वर्षं हॉस्पिटलमध्ये काम केलेलं आहे आणि छातीठोकपणे असं सांगू शकतो की मुलांना होणाऱ्या बहुतांश इजा घरात झालेल्या असतात आणि त्याही आई-बाबा जवळपास असताना.

- मुलांमध्ये एक प्रकारची परिपक्वता येते आणि समजूतदारपणा वाढून शांततामय सहजीवनाची त्यांना ओळख होते.

छोट्या गटात जाण्याचा श्रीगणेशा!

यासाठी योग्य वेळ निवडण्यावर अनेक कारणांनी मर्यादा पडते : पालकांची तयारी, मुलांची तयारी, छोट्या गटात प्रवेश मिळणं, पालकांची आर्थिक परिस्थिती इत्यादी.

प्रत्येक मूल वेगळं असतं आणि त्यामुळे काही मुलं तीन वर्षांची होताच मध्येच छोट्या गटात जातात तर चार वर्षांच्या काही मुलांना घरीच राहायचं असतं. पालकांनी मुलाच्या भावनिक सक्षमतेचा विचार करायला हवा. यासाठी त्याच्या वयाच्या इतर मुलांशी तुलना करून पाहावी. यानंतर वाटल्यास पालकांनी अजून काही काळ थांबावं. छोट्या गटाच्या अनुभवी चालकांचा सल्ला घ्यायलाही विसरू नये.

हल्ली काही शहरांमध्ये प्रवेश मिळणं दुरापास्त होतं आणि यासाठी आधीपासूनच मुलाची नावनोंदणी करून ठेवावी लागते. हे काम वेळच्या वेळी करा. अनेक पालकांना गेल्या गेल्या प्रवेश हवा असतो; पण वेटिंग लिस्टचा अर्थच आहे, थांबल्यानंतर प्रवेश.

पालक त्यांच्या खिशाला परवडेल अशा प्रकारच्या बालवाडीत प्रवेश घेऊ शकतात.

काही पालकांच्या मते छोट्या गटात जाऊन मिळणारी कौशल्यं मुलं घरीपण शिकू शकतात, असे पालक मुलांना छोट्या गटात घालायला नाखूश असतात. त्यांनी असा विचार करावा की पुढे खूप वेळ शाळेत जाण्याची सवय मुलांना इथे होऊ शकते. शाळेपेक्षा इथे गटातील मुलांची संख्या कमी असते. त्यामुळे मुलांकडे वैयक्तिक लक्ष दिलं जाऊ शकतं. पुढे मोठ्या समूहात बसल्यावर मुलं कावरीबावरी होत नाहीत. नेमका हाच अनुभव मुलांना घरातून देता येत नाही.

छोट्या गटात जाण्यासाठी पहिली समस्या येते ती पालकांपासून वेगळं होताना. प्रत्येक मूल आपापल्या परीनं ही समस्या हाताळत असतं. स्वतंत्रपणे खेळू शकणारी मुलं दरवाज्यातून शिरताच अदृश्य होतात आणि आई चकित होते. काही मुलं सुरुवातीचे काही दिवस पालकांना चिकटून राहण्याचा प्रयत्न करतात आणि नंतर सुटी होतात. काही थोडी मुलं मात्र आकाशपाताळ एक करतात. त्यांच्या या संक्रमणासाठी छोट्या गटाच्या चालकांच्या सल्ल्यानं वागा. पहिला दिवस येण्यापूर्वी हळूहळू तयारी करत गेल्यास मूल कसंही असलं तरी त्रास कमी होईल.

काय करावं?

- □ छोट्या गटात घालण्यापूर्वी काही महिने मुलाची मानसिक तयारी करा. त्याच्याशी या विषयावर बोला आणि तिथे काय घडतं हे त्यांना सांगा. तिथून जाता-येता त्याला इमारत दाखवा आणि सांगा, 'काही दिवसांनी तू आणि तुझे मित्र मिळून इथे येणार आहात.' कधीकधी त्याच्याबरोबर आत शिरून दाखवा.
- □ छोट्या गटात जाताना न्यायच्या वस्तू आधीच आणून मुलाला त्या बरोबर घ्यायची सवय करा. उदा. छोटी बॅग, डबा, रुमाल इत्यादी.
- □ संस्थेच्या नियमांची ओळख करून घ्या. उदा. कपड्यावर नाव-पत्त्याचं लेबल शिवणं, डब्यात काय दिलेलं चालतं, मुलाचं लाडकं खेळणं आणायला परवानगी आहे की नाही इत्यादी.
- □ पहिल्या दिवशी वेळेच्या थोडं आधी निघा. शांतपणे पोहोचा आणि तुम्हाला वाटत असलेली काळजी किंवा अस्वस्थपणा मुलापासून लपवा. नाहीतर त्याचा परिणाम म्हणून मुलांवरही ताण येऊ शकतो; आणि ते स्वाभाविकही आहे. जरा आठवून पाहा : पूर्वी आपण नोकरी बदलल्यावर अनेक अनोळखी लोकांसमोर जाताना गांगरून जातंच होतो ना?
- □ मुलाला योग्य ते कपडे घाला. भडक किंवा अतिफॅशनेबल कपडे टाळा. मुलाला शी किंवा शू लागल्यावर त्याला पटकन जाता येईल अशी बटणं असलेले कपडे वापरा.
- □ डब्यामध्ये साधे पण पोषक पदार्थ द्या. शिवाय मुलाला ते खायलाही सोपं गेलं पाहिजे. ॲलर्जी आणि पोषकता यासंबंधी संस्थेच्या नियमांचं पालन करा. काही पालक मुलाला शाळेत 'ढकलल्याच्या' भावनेनं अपराधी होतात आणि याची भरपाई मुलांना डब्यात मिठाई किंवा चॉकलेट देऊन करायला बघतात. शाळेत जेवणाच्या दोन सुट्ट्या असतील तर मुलाला सहज समजेल असा छोटा आणि मोठा डबा द्या. मुलाला डबा सहजपणे उघडता यायला हवा. मुलाच्या सगळ्या वस्तूंवर नावाची लेबलं लावा किंवा लिहा. अतिउत्साहाच्या भरात डब्यातील अन्न ताजं राहण्याच्या कल्पनेला बळी पडून फॉइल वगैरे वापरू नका; मूल ते उघडू शकणार नाही.
- □ पहिल्या दिवशी मुलाजवळ स्वत:च्या वस्तू देऊन त्याच्या बरोबर सगळीकडे एक चक्कर मारा. थोडा वेळ शिल्लक असल्यास मुलाला त्याच्या एखाद्या खेळण्याशी खेळायला सांगून तुम्ही थोडं लांब बसा.
- □ मुलाला टॉयलेटमध्ये जरूर घेऊन जा, पुढील काही काळ त्याला इथे अनेक वेळा यायचं आहे. तिथली वर्दळ आणि अनेक आवाजांशी त्याला परिचित

होऊ द्या. सुरुवातीला मुलं बुजतील, पण नंतर ते त्यांच्या अंगवळणी पडतं.

- शी आणि शूच्या बाबतीत सुरुवातीला काहीतरी गडबड होणारच हे गृहीत धरा. संस्थेच्या कर्मचाऱ्यांना या गोष्टी सवयीच्या झालेल्या असतात. दडपणामुळे देखील काही मुलांचे कपडे ओले किंवा खराब होतात. मुलाच्या पिशवीत थोडे जादा कपडे द्या, मात्र पुढचं काम संस्थेच्या कर्मचाऱ्यांवर सोपवा.
- पहिल्या दिवशी मुलाला सोडून निघून जाण्याची घाई करू नका. थोडा वेळ आसपास बसून त्याला इतर मुलांमध्ये खेळायला प्रवृत्त करा आणि नव्या वातावरणात स्थिरावायला वेळ द्या. यासाठी होणाऱ्या उशिराची पूर्वसूचना तुमच्या ऑफिसला आधीच द्या. निघण्यापूर्वी प्रशासनाजवळ सगळे फोन नंबर्स द्यायला विसरू नका आणि वेळ होताच मुलाला टाटा करून पटकन निघून जा.
- निघताना मुलाला परत येणार असल्याचं वचन द्या आणि ते कसोशीनं पाळा. मुलांना समजेल अशा भाषेत सांगा, 'हे बघ, तुम्ही आता खेळायला जा, मग डबा खायचा, मग थोडा वेळ झोपायचं, उठल्यावर थोडं खेळून झाल्यावर मी तुला घ्यायला येणार आहे.' उगाचच खोटं बोलून मुलाला फसवू नका, उदा. 'मी जरा आपली गाडी नीट लावली आहे का ते बघून येते.' गाडी बघून यायला आईला पाच तास लागले, हे तीन वर्षांच्या मुलाच्या नजरेतूनही सुटू शकत नाही.
- मुलाला सोडून निघताना अडचणी येत असल्यास कर्मचाऱ्यांची मदत घ्या. ऑफिसमध्ये किंवा घरी पोहोचल्यावर काळजीनं मनात काहूर माजलं तर संस्थेत फोन करा – त्यांना अशा अनेक फोनची सवय असते!
- बहुतेक मुलं पटकन सरावतात, पण काही थोड्यांच्या बाबतीत हा कार्यक्रम थोडा पुढे ढकलणं अनिवार्य होतं. काही मुलं सुरुवातीला चांगली रमतात, पण नव्याची नवलाई ओसरल्यावर पंधरा दिवसांनी शाळेत जायला नकार देतात. परंतु याकडे फारसं लक्ष द्यायची गरज नाही.
- शाळेतून घरी आल्यावर मूल पूर्वीपेक्षा जास्त थकून येणार याचं भान ठेवा. यामुळेसुद्धा काही मुलांचं वर्तन थोडं बिघडतं. काही मुलं पुन्हा बिछाना ओला करायला लागतात. अर्थात हे सगळं फार काळ चालत नाही.

पुढची तयारी

मुलाला शाळेत घालण्याची योग्य वेळ येईपर्यंत थांबायला हवं. मग मुलाचं वय कितीही असू दे; ही आदर्श वेळ म्हणजे छोट्या किंवा मोठ्या गटातून प्राथमिक शाळेत जाण्यासाठी झालेली मुलाची भावनिक तयारी. बऱ्याच देशांमध्ये मूल सहा वर्षांचं होईपर्यंत त्याला शाळेत घातलं नाही तरी चालतं. प्रत्येक मुलाच्या

बाबतीत ही तयारी होण्याचा काळ वेगळा असतो. काही मुलांना यासाठी जास्त वेळ लागतो तर काही मुलं लवकर तयार होतात.

काही थोडे पालक वगळता आजकाल मोठ्यांबरोबर मुलांच्याही जीवनाला फार लवकर वेग येतो आणि वर्तमान काळाचा आस्वाद घ्यायला मिळत नाही. जन्मापासून मुलं या चक्राच्या गतीत सापडतात. यामुळेच एखाद्या शाळेत चार वर्षं आणि सात महिने झालेल्या मुलांना पहिलीत घेत असतील, तर त्या शाळेत प्रवेशासाठी गर्दी होते.

यामुळे इतर पालकांनाही याच मार्गानं जावं लागतं; अशा शाळा म्हणजे, मुलं सांभाळणाऱ्या संस्था बनल्या आहेत.

तुमचं मूल शाळेत घालण्यायोग्य झालं असं तुम्हाला वाटलं तर आधी त्याची सामाजिक तयारी कितपत आहे हे तपासा. छोट्या गटाच्या चालकांशी मुलाला आणखी एक वर्ष तिथेच ठेवण्याविषयी चर्चा करा. मुलाच्या तयारीविषयी त्यांनाही चांगला अनुभव असल्यामुळे त्यांचा सल्ला मोलाचा असतो. शाळेची घाई करू नये असं त्यांचं मत पडलं तर त्याचा आदर करा. आर्थिक आणि इतर विचार करा, घाई करण्याचं टाळा. मुलाला थोडंसं उशिरा शाळेत घातल्यानं फारसं बिघडणार नाही, लवकर शाळेत घालण्याची घाई केली तर येणाऱ्या समस्या दूरगामी ठरू शकतात.

बालवाडी

मुलांना बालवाडीत पाठवण्याचा मी खंदा पुरस्कर्ता आहे. त्यामुळेच ऑस्ट्रेलियात अशी एक चळवळ माझ्यामुळे सुरू झाली. सामान्यपणे एक ते तीन वर्षांच्या मुलासाठी बालवाडी असते. ज्या वयात त्यांचं बाल्य अतिशय नैसर्गिक आणि सुंदर असतं. अशा मुलांना एकमेकांत रमायला खूप मजा वाटते. मुलं आपल्या आईबरोबर इथे येतात आणि इतरांमध्ये मिसळतात. काही मुलांना एकत्र मिळून खेळणं जमलं नाही तरी एकमेकांच्या आजूबाजूला ती आनंदानं खेळतात आणि उल्हसित होतात; परंतु याबरोबरच त्यांचं हे वय खोडसाळपणाचंही असतं – चावणं, ढकलणं, लाथा मारणं, खेळणी दुसऱ्याला न देणं – मुलांचे प्रताप पाहून अनेक पालक आश्चर्यचकित होतात आणि मुलांच्या वागण्याच्या नाना तऱ्हा पाहून स्तिमित होतात.

बालवाडीत मुलांच्या चळवळ करणाऱ्या हातांसाठी खेळायला भरपूर खेळणी असतात. तसंच, गटानं आणि सोपे नियम पाळून खेळ खेळणं मुलं शिकू शकतात. एकीकडे मुलांचं हुंदडणं चालू असताना त्यांच्या आया एकत्र गप्पा

मारू शकतात, आणि महत्त्वाचं म्हणजे एक डोळा मुलावर ठेवू शकतात. आई थोडीशी जवळ असल्यामुळे मुलंसुद्धा एका नव्या स्वातंत्र्याचा उपभोग घेऊ शकतात. याबद्दल पालकांकडून त्यांना शाबासकीही मिळते.

बालवाडीमुळे मुलांना आणि पालकांना फायदे होतात. मुलाबरोबर सतत घरात राहून एकलकोंडं वाटणाऱ्या मातांना खूप मोकळं वाटतं. इतर मुलांविषयी त्यांच्या आयांच्या तशाच तक्रारी ऐकून त्यांना जरा हायसं वाटतं. पूर्वी बालवाडीत मुलांबरोबर फक्त आयाच दिसायच्या. हल्ली मात्र काही मुलांचे वडीलही दिसायला लागले आहेत. मुलांनासुद्धा इथे स्वत:च्या क्षमता आणि एकीतलं बळ अजमावून पाहता येतं.

मुलांची आणि त्यांच्या भवितव्याची काळजी

माझं हे पुस्तक म्हणजे जर एखादी कादंबरी असती, तर मी असं चित्र जरूर उभं केलं असतं की पालकांना भरपूर पगार मिळत आहेत, काहींच्या गरजा तर अर्धवेळ काम करूनच भागत आहेत, कामावरून आल्यावर त्यांच्यापाशी मुलांबरोबर घालवायला भरपूर वेळ आणि शक्ती शिल्लक आहे, मुलांबरोबर त्यांचे आई-बाबा बालवाडीत रमत आहेत, आणि सगळ्या ठिकाणी मुलांच्या गरजा अगदी उत्तमपणे पुऱ्या होत आहेत. मी तर म्हणेन हे वर्णन एखाद्या कादंबरीतसुद्धा नाही, तर एखाद्या कल्पित कथेतच शोभून दिसेल.

पण आपण सगळे वास्तव जगात राहतो आणि उपलब्ध गोष्टींचा विनियोग सर्वोत्तम पद्धतीनं आपल्याला करावा लागतो. मुलांना अगदी थोडा वेळही दुसऱ्यांकडे सोपवताना दोन गोष्टींची काळजी घ्यावी. पहिलं म्हणजे, मुलांकडे सातत्यानं आणि प्रेमानं लक्ष ठेवलं जाईल आणि अशा व्यवस्थेचा दर्जा उच्च आणि खात्रीशीर असेल. दुसरं म्हणजे, मुलाला परत आणल्यावर आपणही तितक्याच काळजीपूर्वक आणि लक्षपूर्वक वागवलं पाहिजे; परंतु अपराधी भावनेला थारा देता कामा नये.

मुलांच्या आयुष्यातली पहिली वर्षं फार महत्त्वाची असतात यात शंका नाही. घरात किंवा बाहेर मुलांचा संपर्क सतत इतर मुलं आणि मोठ्यांशी येत असतो आणि त्यांची शिकण्याची प्रक्रिया यातून अखंडपणे चालू असते. मुलांच्या जडणघडणीमध्ये ही वर्षं फार मोलाची असतात. म्हणूनच पुढील प्रकरणात आपण मुलांच्या पूर्वप्राथमिक शिक्षणाविषयी विचार करू.

२०

पूर्वप्राथमिक शिक्षण

मुलांचं शिक्षण त्यांच्या पहिल्या श्वासापासूनच सुरू होतं, आणि पुढील बालपणात ते आणखी भरधाव वेगात चालू राहतं. उर्वरित आयुष्यात मुलं जेवढं शिकतात त्याच्यापेक्षा कितीतरी अधिक शिक्षण मुलांना पहिल्या चार वर्षात मिळतं. भोवतालच्या नवीन पण गुंतागुंतीच्या जगाविषयी अनुभव घेत मूल प्रत्येक क्षणी शिकत राहतं, आणि आयुष्यातले अनेक वैशिष्ट्यपूर्ण मैलाचे दगड सहजपणानं पार पाडतं. उदा. चालणं, बोलणं आणि त्याचबरोबर जेवायला नकार देणं आणि थयथयाट करणंदेखील.

आपण मुलांना देऊ शकत असलेल्या भेटींपैकी एक म्हणजे शिक्षण. मुलांना ज्ञानाची एक नैसर्गिक तहान असते आणि भविष्यातील भल्यासाठी याची उत्तम पायाभरणी करण्यासाठी ही वर्षं फारच अमूल्य आहेत. म्हणूनच असे प्रश्न समोर येतात की पूर्वप्राथमिक शिक्षणाचे आयाम कोणते? मुलाची त्यातली भूमिका कोणती? या शिक्षणाचा आराखडा असावा की नसावा? कमी आणि जास्त शिक्षण यात सुवर्णमध्य कसा गाठायचा? या सगळ्या प्रश्नांबाबत या प्रकरणात आपण विचार करू, म्हणजे आपल्या मुलासाठी काय योग्य आहे हे ठरवता येईल.

जगण्यातून शिक्षण

पूर्वप्राथमिक शिक्षण असं म्हटल्याबरोबर आपल्या डोळ्यांसमोर एक चित्र उभं राहतं : पालक मुलांना दामटवतायत, मूल जागं असेपर्यंत त्याच्यावर पाढे, उजळण्या, धडे, श्लोक आणि हस्तव्यवसायांचा मारा होतोय आणि उद्याचे महान शास्त्रज्ञ किंवा तंत्रज्ञ घडवण्याची ही केविलवाणी धडपड अखंडपणे चालू आहे. पण अशा कंटाळवाण्या धोरणाचा अवलंब न करतादेखील मुलांना पूर्वप्राथमिक शिक्षण देता येतं. माझ्या मते मुलांना सर्वांत नैसर्गिक, सोप्या आणि आनंददायक पद्धतीनं हे शिक्षण देण्याचा सर्वोत्तम मार्ग म्हणजे मुलांचं जगणं.

शिकाऊ उमेदवार

मुलं नुसत्या पालकांच्या निरीक्षणातून, त्यांच्या कृतीच्या अनुकरणातून आणि आपल्या आवडत्या उद्योगात गुंतून खूपच गोष्टी शिकत असतात. मोठ्यांच्या मते लहान मूल हे शिकाऊ उमेदवार असतं, म्हणून त्याच्या सर्व गोष्टी करायला पालक मुलांना शिकवतात. आई-बाबांच्या दैनंदिन कामांच्या वेळी मुलं नुसती आसपास असतात आणि कधीकधी 'थोडी मदत' करतात. हेच मुळात वर्गातले अनेक धडे शिकण्याएवढं शिक्षण आहे. आई-बाबांच्या बाजूला राहून निरीक्षण करणं, त्यांचं बोलणं ऐकणं आणि त्यांच्यासारखं करणं याला मुलांच्या आयुष्यात

निराशाजनक सत्य

आई आणि बाबांकडून मुलांचं हे शिक्षण कधीकधी अशक्य होऊन बसतं. मुलांना पालकांनी त्यांच्यासाठी असा दिलेला वेळ हवा असतो; पण सतत कार्यमग्न असलेले पालक किंवा एकच पालक असल्यामुळे खूप कामांचा आणि जबाबदाऱ्यांचा बोजा पडल्यानं मुलांसाठी हा वेळ काढू शकत नाहीत. उदास पालक मुलांना हवंसं वाटणारं लक्ष पुरेशा भावनिक शक्तीअभावी नीट देऊ शकत नाहीत. दुर्दैवानं दुरावलेल्या पालकांच्या मुलांना एकदा इकडे आणि एकदा तिकडे जाऊन कधी उत्साह तर कधी निरुत्साहाला तोंड द्यावं लागतं. यामुळे मुलं संभ्रमित होतात. पालक हे मुलाचे सर्वोत्तम शिक्षक असतात. या सत्याचा पालकांनीही उदार मनानं अंगीकार करायला हवा. त्यामुळे वेळोवेळी जागा बदलून मुलांच्या आयुष्यातील महत्त्वाच्या टप्प्यावर त्यांची फरफट होणार नाही असं बघावं.

अत्यंत महत्त्व आहे. यामुळे मुलालाही महत्त्व आणि प्रेम दिलं जातं आणि त्याला आयुष्यात जगण्यामध्ये रस निर्माण होतो.

जगण्यातून शिकण्यासाठी मुलांना काहीसा वेळ लागतो, पालकांना मुलांकडे जातीनं लक्ष पुरवावं लागतं आणि मुलांना याची जाणीव करून द्यावी लागते. काही शिकल्यावर मुलाला बक्षीस मिळालं तर त्याला चांगलं समजतं; आणि मुलाचं प्रेमानं केलेलं कौतुक आणि त्याला नजरेनं आणि हातानं कुरवाळणं यासारखं मोठं बक्षीस दुसरं नाही. यामुळे मुलाला व्यक्तिगत यशाचा आनंद मिळतो. या दोन्ही गोष्टींमुळे त्यांच्या चिमुकल्या मेंदूत शिक्षणाचा पाया भक्कम होत जातो.

घरातली ही उमेदवारीच मुलांना भरपूर शिकवून जाते. म्हणूनच मुलांच्या आयुष्यातील सर्वोत्तम शिक्षक पालकच असतात. पालकांकडूनच मुलं आयुष्यातील प्राथमिक गोष्टी शिकतात, तसंच, भाषा, नातेसंबंध आणि नीतिमूल्यंही शिकतात. घरामध्ये मुलांना माहिती मिळते आणि मिळालेल्या महितीचा प्रत्यक्ष कृतीत वापर करायची संधीही मिळते.

ही प्रक्रिया नैसर्गिकरित्या होते आणि त्यासाठी लागणाऱ्या सर्व गोष्टी हाताशी असतात. प्रत्येक क्षणी घडणाऱ्या या शिक्षणप्रक्रियेत मुलं स्वत: सहभागी असतात. अर्थात यासाठी पालकांनी शिक्षकाच्या भूमिकेत शिरायला हवं आणि मुलाला हाताशी ठेवायला हवं.

निरंतर शिक्षण

मुलांना सहभागी केल्यावर आश्चर्य, उत्तेजना आणि उत्स्फूर्ततेमुळे रंगत वाढते. अनेक नवीन गोष्टी करायला मिळाल्यामुळे मुलांनाही कंटाळा येत नाही. रोज घडणाऱ्या क्रियांमधून मुलांचा अनुभव वाढत जातो आणि नवीनही गोष्टी शिकायला मिळतात. कल्पकता वापरून अशा कितीतरी नवीन गोष्टी आपण शोधू शकतो. उदा. मुलाबरोबर जवळच्या कोपऱ्यापर्यंत चक्कर मारायला जाणं. कधीतरी पत्र पेटीत टाकायला जाताना मुलाला खाली पडलेलं एखादं पान दिसतं. अशा वेळी मुलाला असं म्हणू नका, 'खाली टाक, घाण आहे ते' किंवा 'पटकन चल, आपल्याला जायचंय ना'. याऐवजी तुम्ही त्याला अनेक गोष्टी सांगू शकाल. 'तू आपल्या बागेत पडलेलं पान पाहिलं आहेस ना, तसंच हे पान आहे. ते आधी झाडावर असतं. झाडावर पक्षीपण असतात. तिथल्या घरट्यात ते पक्षी राहतात. वारा आला की काही पानं खाली पडतात. आत्ता वारा आलेला तुला कळला का?'

दिवसागणिक अशी शेकडो उदाहरणं देता येतील. बटण दाबल्यावर दिवा

लागतो, लिफ्ट खाली किंवा वर जाते, आकाशातून विमान जातं – अशा अनेक गोष्टींविषयी बोलताना मूल नवीन शब्द ऐकतं आणि शिकतं. घटना कशा घडतात हे समजून घ्यायला लागतं. यामुळे त्याची उत्सुकता पूर्ण होते आणि शिकण्यात रस वाटायला लागतो.

अर्थातच घरी असणाऱ्या पालकांजवळ यासाठी पुरेसा वेळ असतो; पण नोकरीवर जाणारे पालकही उपलब्ध वेळाचा सदुपयोग करू शकतात. संध्याकाळी ऑफिसातून घरी आल्यावर पालकांना अनेक कामं उरकायची असतात. ही कामं साचेबद्ध प्रकारे न करता त्यातूनच मुलांना शिकवून आनंद मिळू शकतो. अंघोळ हा एक घाईनं उरकण्याचा प्रकार मानला नाही आणि मुलांबरोबर हसत खिदळत ती केल्यास मुलांना अंक, अक्षरं, बदक किंवा होड्या अशा अनेक गोष्टी शिकवता येतात.

कधीकधी पालक अजाणतेपणी या शिकण्यातला आनंद हरवून बसतात. आधी दिलेलं पानाचं उदाहरण घ्यायचं झालं तर अशा वेळी पानं हिरवी का असतात, त्यामुळे कोणता वायू मिळतो इत्यादी गोष्टींचं व्याख्यान देण्याची गरज नसते. पानं झाडावर असतात, एवढं समजलं तरी पुरे. आपण अवाजवी अपेक्षा ठेवता कामा नयेत आणि मुलं ही मुलं असतात हे विसरता कामा नये. मुलांची सहनशक्ती, लक्ष देण्याची क्षमता आणि समजण्याची पातळी मर्यादित असते हे विसरू नये आणि त्याप्रमाणे अपेक्षा ठेवाव्यात. तसंच वास्तवाचं भानही सुटता कामा नये – रस्त्यातील प्रत्येक वस्तूजवळ मूल थांबायला लागलं तर आपली सगळी कामं तशीच राहतील. आपल्याजवळचा वेळ आणि शक्ती

प्रत्येकाची रीतच न्यारी

कदाचित तुमचा विश्वास बसणार नाही, पण माणूस मुख्यत: तीन मार्गांनी शिकतो– दृष्टी, श्रवण आणि स्पर्श. शिकण्यासाठी प्रत्येकाला एखादा मार्ग सोपा जातो. बाल्यावस्थेत बरंचसं शिक्षण स्पर्शातून होतं. त्यानंतर हळूहळू प्रत्येक जण आवडीच्या मार्गानं पुढे जातो. मुलाच्या लहान वयात कोणता मार्ग त्याला सोपा पडेल हे ओळखणं अवघड असतं आणि अजाणतेपणी स्वत:च्या आवडीच्या मार्गानं मुलांना शिकवण्याचा प्रयत्न पालक करायला लागतात.

मूल शाळेत जायला लागल्यानंतर काही वर्षांनी त्याच्या पसंतीचा मार्ग उलगडू शकतो. असा मार्ग वापरल्यावर मुलाला शिकणं सोपं जातं आणि शिकण्यात ते पूर्णपणे सहभागी होतं.

यांचा पुरेपूर उपयोग मुलांना शिकवण्यासाठी करावा एवढंच.

सुरुवात महत्त्वाची

आजकाल सगळ्यांनाच हे मान्य झालं आहे की मुलाला भरपूर माहिती असणं आणि त्याचा बुद्ध्यांक उच्च असणं एवढंच पुरेसं नाही. जीवनात आनंदी आणि यशस्वी होण्यासाठी मुलाचा भावनांक चांगला असणं गरजेचं आहे.

भावनांकामधील बरेचसे घटक मुलं देवाणघेवाणीतून शिकतात. 'सामाजिक भावनांची जाण' यामध्ये येणाऱ्या गोष्टी म्हणजे, भावना, नीतिमूल्यं आणि नातेसंबंधांची जाण, बऱ्याच वेळा शिकवण्यापेक्षा मुलांनी निरीक्षणातून शिकलेल्या चांगल्या असतात. आई, बाबा आणि इतर लोक एकमेकांशी कसे वागतात, याच्या सूक्ष्म निरीक्षणातून मुलांना इतरांशी वागण्याचं शिक्षण आपोआप मिळतं आणि मूल त्याच्या भावी आयुष्यात व्यक्तिगत संबंध उभारायला लागतं तेव्हा त्याला याचा विशेष उपयोग होतो. दुसऱ्यांशी संवाद साधण्याची कला, वस्तू आणि घटनांमधील परस्परसंबंध ओळखण्याची कला या गोष्टीदेखील मुलं मोठ्यांकडून शिकतात आणि स्वतःच्या परीनं त्यांचा वापर करायला लागतात. सामाजिक भावनांची उत्तम जाण मुलांना येण्यासाठी मुलांच्या भावनांचा उल्लेख पालकांनी नेहमीच्या संभाषणात आवर्जून करायला हवा. यामुळे मुलांना दुःख, आनंद, राग, निराशा, उत्तेजना, प्रेम आणि इतर कितीतरी भावना जाणण्यासाठी आणि जाणिवांची शाब्दिक नावं ओळखण्यासाठी मदत होते; यातूनच मुलं स्वतःच्या भावनांवर ताबा मिळवायला शिकतात आणि नातेसंबंधात जवळीक आणू शकतात.

मुलं पालकांकडून नीतिमूल्यंदेखील शिकतात. वस्तू वाटून घेणं, वाया न घालवणं, वस्तू सांभाळून ठेवणं, इतरांना मदत करणं आणि त्यांची काळजी घेणं यासारख्या गोष्टी मुलं पालकांकडून अगदी कमी वयात शिकू शकतात. हे शिकताना मुलांना पालकांचं वर्तन आणि त्यांचे शब्द यांचा उपयोग होतो.

मुलांच्या काही जन्मजात स्वभाववैशिष्ट्यांवर आपण मात करू शकत नाही. परंतु त्यांच्याकडील उपलब्ध गोष्टींचा पुरेपूर वापर करून उत्तम विकास साधण्याची कौशल्यं आपण मुलांना जरूर शिकवू शकतो.

खेळातून शिक्षण

तुम्हाला हे विधान गमतीदार वाटलं तरी ते खरं आहे. यातूनच अनेक महत्त्वपूर्ण कौशल्यं छोट्या वयात शिकली जातात. सिंहाचे छावे एकमेकांशी खेळताना दबा धरतात, पाठलाग करतात, झडप घालतात, हल्ला करतात, पकडतात आणि

आपल्या भावंडांना चावतातदेखील. या निरुपद्रवी खेळातून आयुष्यात पुढे गरज असलेल्या शिकार आणि स्वसंरक्षणास आवश्यक कौशल्यांची रंगीत तालीम आणि सरावही होतो.

माणसांच्या मुलांचंही असंच असतं. छोटी मुलं आपल्याला दिवसभर खेळताना दिसली तरी हा वेळेचा अपव्यय मुळीच नसतो. खेळण्यापेक्षा मुलांनी काहीतरी शिकावं असं वाटणाऱ्या पालकांना म्हणूनच सांगावंसं वाटतं की खेळणं म्हणजेच शिकणं. हे दोन्ही एकच आहे, किंबहुना खेळ ही मुलांच्या आयुष्यातील अत्यंत महत्त्वाची क्रिया आहे.

मुलांना खेळायला शिकवावं लागत नाही, ते त्यांना आपोआपच येतं. धावणं, नाच करणं, पकडापकडी असे शारीरिक खेळ मुलं खेळतात. याच गटात मुलांचे इतर आवडते खेळ येतात : ओतणं, फेकणं, झेलणं, वस्तू उधळणं, आपटणं, ठोकणं आणि पसारा मांडणं. कल्पनाशक्तीचा वापर करून मुलं लुटुपुटुचा वाघ, देवदूत, परी किंवा टारझन बनतात. सृजनशील खेळामध्ये मुलांचं चित्र काढणं, रंगवणं, चिकटवणं आणि मातीच्या वस्तू बनवणं अशा गोष्टी येतात. मानसिक खेळांमध्ये शब्द, अंक आणि आकार येतात. याशिवाय गाणी गाणं, जोड्या लावणं, भेंड्या लावणं, मोजणं अशा बौद्धिक खेळांमधून मुलांच्या मेंदूला तरतरी येते.

मुलांना त्यांच्या खेळासाठी लागणारं साहित्य आणि शैक्षणिक उपकरणं देऊन पालकांची भूमिका संपत नाही. ती याच्याहून महत्त्वाची असते : मुलांचे पहिले खेळगडी पालकच असतात. एकट्यानं खेळण्यापेक्षा आई किंवा बाबांबरोबर खेळायला मुलांना अर्थातच जास्त आवडतं आणि त्यातून जास्त शिक्षणही मिळतं.

बालवयातल्या पहिल्या वर्षांमध्ये बहुतेक मुलांना इतर मुलांबरोबर खेळण्यात रस नसतो. त्यामुळे मुलं एकत्र दिसली तरी आपापला खेळ खेळत असतात. तीन वर्षं झाल्यानंतर मुलं दुसऱ्या मुलांशी खेळायला लागतात, सामाजिक संबंधांमधली ही पहिली पायरी असते. यानंतर बोलणं आणि ऐकण्याची कला नीट अवगत झाल्यानंतर त्यांना संवाद साधता येऊ शकतो आणि इथून सहकार्यानं खेळण्याची सुरुवात होते. दिलेल्या सूचना कशा पाळाव्या, एखादी गोष्ट लक्षपूर्वक कशी करावी आणि एखादी वस्तू आळीपाळीनं सगळ्यांनी मिळून कशी वापरावी हे शाळेपूर्वी शिकलेल्या खेळांमधून मुलांना शिकायला मिळतं. याव्यतिरिक्त एखादी समस्या सोडवणं आणि सुटेपर्यंत सातत्यानं प्रयत्न करणं अशा गोष्टीही मुलं खेळांमधून शिकतात.

तंत्रज्ञानाची कास धरा

आजकाल 'खेळातून शिक्षण' ही संकल्पना बरीच लोकप्रिय झालेली आहे. आधुनिक प्रगत तंत्रज्ञानानं नवनवी खेळणी आणि उपकरणांचं दालनच उभं केलं आहे. आता तीन वर्षांच्या वयापासून मुलांसाठी कॉम्प्युटर आधारित शिक्षणाचे खेळ मिळतात. एवढंच काय, अगदी काही महिन्यांच्या मुलांसाठीसुद्धा शिक्षणाला पूरक पुस्तकं, सी.डी. आणि खेळणी उपलब्ध आहेत.

पालक काही विशिष्ट खेळणी मुलांसाठी आणून त्याद्वारे वाचणं, मोजणं, रंग आणि आकार ओळखणं यासारखी प्राथमिक कौशल्यं शिकवू शकतात. याचा अर्थ असा नाही की पूर्वीच्या पद्धतीप्रमाणे ठोकळ्यांनी आणि पट्ट्यांनी घरं बांधण्याचे खेळ हद्दपार करावेत. जुनं आणि नवं यांचा संगम साधून मुलांच्या शिक्षणात मौज आणता येते.

शारीरिक खेळांचं शिक्षण

मुलं निसर्गत:च क्रियाशील असतात आणि त्यांना सतत काही हालचाल हवी असते. या ऊर्मीचा वापर करून मुलांच्या वाढीमध्ये आणि शिक्षणामध्ये पालक काही उपयुक्त गोष्टी आणू शकतात. शारीरिक खेळांमुळे मुलांच्या साध्या आणि सूक्ष्म हालचालींमध्ये सुसूत्रता येते, तोल सावरता येतो आणि सक्षमता येते. यामधून शिकलेली एक महत्त्वाची गोष्ट मुलांना पुढील आयुष्यात फार उपयोगी ठरते, ती म्हणजे चांगल्या सवयी. मुलांच्या हालचालींना प्रोत्साहन दिलं पाहिजे. यातूनच पुरेशी हालचाल आणि व्यायाम घडून त्यांचं आयुष्य आरोग्यमय होतं.

पालक स्वत: क्रियाशील राहून मुलांना उत्तम उदाहरण देऊ शकतात. चटपटीत पालकांची मुलं त्यांच्या नकळत चटपटीत होतात. यासाठी मुलांना मैदानात फेऱ्या मारण्याची किंवा व्यायामशाळेत घाम गाळण्याची गरज नसते. दिवसभराच्या हालचालींमधूनच पुरेसा व्यायाम घडतो. मुलाला बागेत चालत नेल्यामुळे तसंच झोपाळा, घसरगुंडी आणि बारवर लोंबकाळणं असे खेळ खेळून किंवा उगाचच एखाद्या पक्ष्याच्या मागे धावल्यामुळे भरपूर व्यायाम होतो, आणि स्नायूंची वाढ होते. जोडीला कुणी खेळायला असल्यावर मुलं तासन्‌तास खेळत राहतात.

बालवाडी किंवा अंगणवाडी यासारख्या ठिकाणी मुलांना आणखी विशिष्ट

पोहण्याचे खेळ

पोहण्याचा खेळ मुलांना अतिशय आवडतो. यामुळे मुलं स्वसंरक्षण शिकतातच शिवाय त्यातून व्यायाम घडून आनंद मिळतो. काही मुलं चटकन माशाप्रमाणं पोहायला शिकतात, तर काहींना हे नीट जमत नाही; पण पोहायला शिकणं हे एक साध्य म्हणूनही मुलांसाठी महत्त्वाचं काम करतं.

अनेक देशांमध्ये मुलांसाठी पोहण्याचे वर्ग चालवले जातात. काही ठिकाणी अगदी नऊ महिन्यांच्या मुलांनाही पोहायला शिकवत असले तरी दोन वर्षं पूर्ण झाल्यावरच मुलं पोहण्याचा खरा प्रयत्न करतात. या वर्गात जाऊन मुलांची पाण्याची भीती जाते आणि हळूहळू ती पोहायलाही शिकतात. याबरोबरच पाणी उडवणं, पाण्याखाली जाऊन बसणं, पकडापकडी करणं किंवा तरंगत राहणं यासारख्या मजेदार गोष्टी मुलांना आवडतात. मुलांच्या आवडीनुसार पोहण्याचे वेगवेगळे प्रकार मुलांना शिकवता येतात.

पोहायला शिकण्यामुळे मुलांची पाण्याविषयी भीती नष्ट होते आणि अपघातानं बुडण्याचा धोका कमी होतो. खरं म्हणजे सगळ्यांनीच पोहण्याची कला शिकायला हवी. पोहण्यातील अपघात टाळायला हवेत. पाच वर्षांखालील मुलांना पाण्याजवळ एकटं सोडू नये आणि मोठ्यांनी डोळ्यांत तेल घालून जपावं. अर्थात या वयानंतरही काळजी आणि खबरदारी घ्यायला हवीच.

हालचाली दिल्या जातात. मुलाला बालवाडीत घालायचं नसेल तर इतर मुलांबरोबर खेळायला जरूर पाठवावं. शारीरिक वाढ हा मुद्दा मुलांच्या संगोपनातील दुर्लक्ष करण्याजोगा नाही.

भाषेचा विकास

चालणं आणि स्वच्छतेचं शिक्षण हे मुलांच्या वाढीमधील महत्त्वाचे घटक आहेत. परंतु भाषिक कौशल्यांच्या विकासाचे उपयोग कायम होतात आणि हे घडताना खूप मजा येते. पृथ्वीवर फक्त मानव प्राण्याला भाषेच्या वापराची देणगी मिळाली आहे. मुलांच्या बाबतीत बोलायचं तर भाषेचा मुलांवर खोल परिणाम होतो. मुलांच्या वाढीपैकी सर्वाधिक लक्ष कशावर द्यायला हवं, असं पालकांनी

मला विचारल्यावर मी त्यांना म्हणतो, 'भाषा, भाषा आणि भाषा.'

शाळेत जाण्याआधी लिहिणं, वाचणं आणि भाषेचं ज्ञान मुलांना येऊ शकतं, हे आता सर्वसंमत आहे. तान्ही मुलं अगदी पहिल्यापासून आईच्या आवाजाला प्रतिसाद देतात. अगदी सहा महिन्यांइतक्या लहान मुलांमध्ये शब्दसंग्रह करण्याची वृत्ती असते हे कदाचित तुम्हाला माहीत नसेल – बोलायला यायला लागण्याआधीपासून मुलांच्या मेंदूमध्ये त्यांचा शब्दकोश तयार व्हायला सुरुवात होते.

भाषा म्हणजे बोललेल्या, लिहिलेल्या आणि आकलन झालेल्या शब्दांचा संचय असतो आणि साक्षरतेमुळे आपण दैनंदिन जीवनात भाषेचा वापर करतो. भाषा म्हणजे फक्त लिहिणं आणि वाचणं नाही; इतरांनी बोललेलं ऐकणं, समजणं आणि स्वत: बोलणं हीसुद्धा असते भाषाच. भाषेचा वापर जितका जास्त चांगला तितकी ती व्यक्ती अधिक साक्षर असते; साक्षरता जितकी अधिक तितकी ती व्यक्ती अधिक शिकू शकते. भाषेच्या उत्तम वापरामुळे तुम्ही कसे आहात हे लोकांना दाखवण्यासाठी वेगळे उपाय लागत नाहीत – यासाठीच उत्तम भाषाकौशल्य शिकणं फार महत्त्वाचं आहे.

मुलांना भाषा शिकण्यासाठी कशाची मदत होते? भोवतालच्या लोकांनी बोललेली आणि लिहिलेली भाषा असं याचं उत्तर आहे. भाषा शिकण्यासाठी मुलांना पालकांची मदत होते, पक्ष्यांना अशी गरज पडत नाही. पालक मुलांशी बोलतात, एखादा शब्द पुन्हा उच्चारतात आणि मुलांना प्रश्न विचारतात. दिवसातून थोड्या गप्पा मुलांशी मारल्या तरी मुलं अनेक शब्द शिकून संग्रहित करतात. मुलांना अनेक शब्द ऐकवून ते वापरण्यासाठी त्यांना प्रोत्साहन दिल्यामुळे मुलांची भाषाकौशल्यं सुधारतात.

भाषेच्या विकासाचा वेग प्रत्येक मुलाच्या बाबतीत वेगवेगळा असतो, पण भाषेच्या विकासानं गती घेतल्यावर तिचा विकास बघून बहुतेक पालक चकित आणि आनंदित होतात. एक वर्ष झाल्यापासून मूल 'दादा', 'मामा' आणि सर्व जग व्यापणारा 'ना ना' म्हणायला शिकतं. दीड वर्षाच्या मुलाच्या संग्रहात सुमारे वीस शब्द असतात, मात्र न समजलेले शब्दही ते मूल उच्चारू शकतं. दोन वर्षांपर्यंत ही शब्दसंख्या पन्नासपर्यंत वाढते आणि प्रत्यक्षात याहून अधिक शब्द मूल समजू शकतं. अडीच वर्षांचं मूल दोनशेहून जास्त शब्द वापरतं; याचा अर्थ केवळ सहा महिन्यांत त्याचा शब्दसंग्रह तब्बल चारशे टक्क्यांनी वाढतो! याउलट शाळेतून बाहेर पडल्यावर प्रत्येक माणसाचा शब्दसंग्रह दर वर्षी वीसनं वाढतो; या वेगाशी मुलांची तुलना केल्यास मुलांच्या अद्‌भुत भाषाकौशल्यानं स्तिमित व्हायला होतं.

रोजच्या घटनांमधून भाषाशिक्षण

मुलांशी त्यांच्या दैनंदिन कामांबद्दल बोलल्यामुळे त्यांना भोवतालच्या जगाचं ज्ञान होतंच आणि भाषेचंही ज्ञान होतं. त्यांच्या जीवनात दररोज अनेक साहसपूर्ण घटना घडत असतात आणि आपला अनुभव समोरच्या श्रोत्याला ऐकवण्याची त्यांची इच्छा असते. दुकानात जाताना त्यांना रस्त्यावरील गाड्या, कुत्री आणि दुसऱ्या आवडलेल्या वस्तूंविषयी बोलायचं असतं. घरी परतल्यावर आणलेल्या वस्तू ठेवायला मुलं मदत करतात तेव्हा त्यासोबत त्यांची अखंड वटवट चालू असते. आई-बाबांचं बोलणं मुलं लक्षपूर्वक ऐकतात, तसंच बोलायला बघतात आणि वर असंख्य प्रश्न विचारतात. ही कौशल्यं दिवसेंदिवस वाढत जातात. त्यामुळे त्यांच्या जगण्यातील आनंदही वाढतो.

वाचन

मोठं झाल्यानंतर आपल्याला साक्षरतेची इतकी काही सवय होते की लहानपणी आपल्या आयुष्याच्या सुरुवातीच्या काही काळात एखाद्या पानावरील अक्षरं आणि ओळी म्हणजे आपल्याला रेघोट्या वाटत असत. हे आपण विसरून जातो की वाचनाची पूर्ण सवय शाळेत गेल्यानंतर विकसित होत असली तरी त्यापूर्वीच्या काळात पालक मुलांना वाचनाविषयीच्या काही पायाभूत गोष्टी शिकवू शकतात.

संपूर्ण विकासाअभावी छोट्या वयात मुलं जे करतात त्याला खऱ्या अर्थानं वाचन म्हणता येत नाही. खरं म्हणजे त्यांचं लक्ष धावणं, खेळणं, आई-बाबांना मदत करणं आणि इतर गमतीजमतींमध्ये असं काही गुंतलेलं असतं की त्यांना स्थिर करून वाचायला शिकवणं जवळजवळ अशक्यच असतं.

दोन वर्षांच्या मुलांना अंकलिपी किंवा तक्त्यांच्या आधारे 'दृश्य शब्द' शिकवता येतात. योग्य प्रतिसाद दिल्यावर मुलांना बक्षीस द्यावं. गंमत म्हणजे या प्रक्रियेत पालकच जास्त उत्तेजित झालेले असतात, कारण त्यांना आपलं मूल खूपच बुद्धिमान असल्याची खात्री पटायला लागते. वस्तुतः एका जागी स्थिर बसून लक्षपूर्वक आकारांमधील फरक ओळखण्याइतपत स्मृती असणाऱ्या कोणत्याही मुलाला हे कौशल्य शिकवता येतं. अशाच प्रकारची तंत्रं वापरून कबुतरं किंवा माकडांनासुद्धा आकार ओळखायला शिकवण्यात यश आलेलं आहे.

शब्द ओळखता येणं म्हणजे मुलाला 'वाचायला' यायला लागलं असं नाही. विविध आकार ओळखणं ही वाचन शिकण्याची पहिली पायरी आहे. खरं वाचन म्हणजे शब्दाकडे पाहणं, त्यामधील अक्षरं वाचता येणं, अनेक नियम, उपनियम आणि अपवादांचा वापर करणं आणि सरतेशेवटी त्या शब्दाचा योग्य उच्चार करणं. एकदा हे तंत्र आत्मसात झालं की पूर्वी न पाहिलेले शब्दसुद्धा सहज वाचता येतात. यासोबत शब्द समजण्याची पूर्ण जाण आली की त्याला वाचनकौशल्य विकसित झालं असं म्हणता येईल. परंतु वयाच्या सहा वर्षांपर्यंत वाढ पुरेशी न झाल्यामुळे मानवी मेंदू इतक्या सगळ्या झटापटी करायला सक्षम नसतो, आणि यामुळेच आपल्याला काही मुलांचं वाचन बरं, मध्यम किंवा चांगलं दिसतं. मात्र वाचनापूर्वीच्या व्यवसायांमध्ये मुलं रमतात आणि यासाठी आपण त्यांना जास्तीत जास्त प्रोत्साहन दिलं पाहिजे.

वाचन हा साक्षरतेचा मुख्य भाग आहे आणि हा आकृती ओळखणं आणि भाषिक ज्ञानावर आधारित आहे. भाषा आणि बोलणं यांचा वाचनकौशल्याशी अगदी जवळचा संबंध आहे, त्यामुळे आधी भाषेवर लक्ष देणं हीच पहिली पायरी आहे. त्यामुळे पालकांनी मुलांना वाचायला लावण्याची घाई करू नये, पण उत्तम वाचक होण्यासाठी मुलाला चांगला पाया तयार करून द्यावा; मुलांना छापील मजकूर आणि पुस्तकं आवडतील असे उद्योग दिले पाहिजेत, तसंच वाचनाची प्रक्रिया मुलांसाठी सोपी आणि गमतीदार झाली पाहिजे.

वाचनाच्या प्रांतात मुलांचा प्रवेश औपचारिक वाटेनंच झाला पाहिजे असं नाही; अगदी लहान वयापासून मुलांना गोष्टींची आवड लावावी, त्यात त्यांना सहभागी करून घ्यावं, आणि हे निमित्त साधून मुलांचा पुस्तकांशी सहवास वाढवायला हवा. पहिल्यांदा मुलं बहुधा पानं नुसती चावतात आणि चित्रं न्याहाळतात, मात्र हळूहळू ती प्रतिमा ओळखायला लागतात. नऊ महिन्यांच्या मुलाला गोष्टीतील घटना आणि पात्रांच्या चरित्रचित्रणाविषयी काही रस नसतो, पण तरीही त्यांना वाचून दाखवल्यामुळे साहचर्य आणि संवादामधून त्यांची पुस्तकांशी दोस्ती जमू शकते आणि हेही काही कमी नाही. मग लवकरच पालकांच्या लक्षात येतं की मुलांना त्यांची आवडती पुस्तकं पुन्हा पुन्हा वाचून दाखवल्यावर ती खूश होतात.

मुलांचं वाचन सोपं करण्यासाठी आजकाल बाजारात अनेक प्रकारची पुस्तकं उपलब्ध आहेत, यामध्ये रंग, आकार आणि सोप्या कथासूत्राची रचना करून मुलांना आकर्षित केलं जातं. आमच्या लहानपणी बडबडगीतांच्या पुस्तकात फारशी चित्रंच नसायची. आता तर काय, मुलांना अंघोळ करताना वाचता यावी अशी वॉटरप्रूफ पुस्तकं मिळतात आणि नवीन तंत्रज्ञान मदतीला घेऊन पुस्तकं

अक्षर 'शत्रू'

असं एक मत मांडलं जातं की मुलांची शालेय वयातील वाचनक्षमता मुलांच्या लहान वयातील पालकांच्या सक्रिय सहभागावर अवलंबून असते. मुलांच्या वाचनकौशल्याची पायाभरणी म्हणून पालकांनी मुलांना वाचून दाखवण्याचा फायदा होत असला तरी परिणामस्वरूप ते मूल पुढे उत्तम वाचक होईलच याची खात्री देता येत नाही.

बहुतांश मुलं शाळेत गेल्यावर नीट वाचू शकत असली तरी काही मुलांना आयुष्यभर ही एक समस्या बनून राहते. लेखन आणि वाचनातील या अनैसर्गिक अडचणीला डिसलेक्सिया असं म्हणतात, आणि सुमारे पाच टक्के मुलांना हिच्याशी आयुष्यभर झगडावं लागतं; यामध्ये त्यांचं आणि पालकांचं खूपच बळ खर्ची पडतं. माझा असा विश्वास आहे की, आणखी पाच टक्के मुलांना याच्या जवळपास जाणाऱ्या अशा काही समस्या असतात की त्यांनाही वाचन करणं म्हणजे एक संकट वाटतं.

स्वत:च मुलांना वाचून दाखवतात! काही वेळा खर्चिकपणा टाळण्यासाठी आपण ग्रंथालयाची मदत घेऊ शकतो, मित्रांकडील पुस्तकांची अदलाबदल करू शकतो किंवा मासिकातली चित्रं कापून स्वत:च चिकटवलेल्या चित्रांची पुस्तकं तयार करू शकतो.

मुलांच्या शैक्षणिक आयुष्यामध्ये उत्तम वाचनकौशल्याची भूमिका महत्त्वाची असते, उत्तम वाचनामुळे मुलांना आत्मविश्वास मिळतो. यासाठी पालकांनी वेळीच वाचनाचं महत्त्व जाणून त्यांच्या मुलांना चांगल्या वाचनासाठी प्रोत्साहन दिलं पाहिजे.

पठडीबाहेर विचार करा

बरेच पालक त्यांच्या मुलाला उभं राहून एक ते शंभर आकडे मोजायला मोठ्या कौतुकानं सांगतात. ते मूलही सगळं छानपैकी म्हणून दाखवतं. 'एका शेतात दोन गाई आहेत. उघड्या फाटकातून एक गाय निघून गेली, तर शेतात किती गाई राहिल्या?' हा प्रश्न विचारण्याचा अवकाश! सर्वत्र शांतता पसरते! बुद्धिमत्तेमध्ये पाठांतराला काही महत्त्व असतं हे खरं आहे, पण सगळं घडाघडा पाठ म्हणून दाखवता आलं म्हणजे आपल्या मुलाला सगळं

यायला लागलं आणि ते बुद्धिमान आहे असं समजण्याची चूक पालक करतात.

एका प्रकारच्या महितीचा उपयोग करून दुसरी समस्या सोडवता येणं याला *'सृजनशील, कल्पक विचारशक्ती'* असं म्हणतात. याचा उपयोग दैनंदिन जीवनातील समस्या सोडवण्यासाठी होतो, इथे पोपटपंचीचा आणि पाठांतराचा काहीच उपयोग होत नाही. संकलित विचार वापरून माणूस सर्जनशील आणि बुद्धिमान होतो. एखाद्या मुलाला अनेक गोष्टी तोंडपाठ म्हणून दाखवता आल्या तरी दैनंदिन जीवनातील अनेक समस्या सोडवण्यासाठी ते मूल पात्र असेलच अशी खात्री देता येत नाही.

पालकांनी मुलांना असे वेगवेगळे खेळ आणि व्यवसाय द्यावेत, की ज्यामध्ये पर्यायांमधून निवड करण्याची गरज पडेल आणि चाकोरीबाहेर विचार करावा लागेल. ठोकळेबाज पद्धतीनं मुलांना शिकवण्यापेक्षा मुलांच्या कल्पनाशक्तीला आणि कल्पक बुद्धीला चालना दिल्यामुळे त्यांच्या मेंदूला नवनवे 'शोध' लावता येतात. पुठ्ठ्याचं एक साधं खोकं हे एखाद्या मुलाच्या खेळण्यातील गाड्यांचं गॅरेज असतं; थोड्याच वेळात इथं आकाशात झेप घेण्याच्या त्याच्या विमानांचा आणि यानांचा वाहनतळ तयार होतो. घरातल्या खुर्च्या ओळीनं लावून त्यांच्यावर घरातल्या सगळ्यांना बसवलं जातं आणि सगळ्यांकडून बसच्या तिकिटाचे पैसे घेतले जातात; काही मिनिटांतच या बसचं विमानात रूपांतर होऊन आपल्या छोट्या पायलटनं ते ढगात नेलेलं असतं.

अशा प्रकारच्या खेळांमधून मुलांना तुलना करणं, विविध प्रसंगांना आणि

पाठांतर आणि बुद्धिमत्ता

माझ्या महितीचा एक कुत्रा होता, अगदी साधासुधा आणि चारचौघांसारखा, ज्याला साधा विचार तरी करता येत असेल की नाही अशी मला शंका होती. काही वर्षांपूर्वी हा कुत्रा रस्त्यावरून पळत असताना त्याला एका बसनं धडक दिली. बऱ्याच जखमा होऊनही पुढे तो छान बरा झाला. त्याच्या मालकाला मी विचारलं, 'आता तरी रस्त्यावरून जाताना तुमचा कुत्रा काही काळजी घेतो का?' त्यांनी सांगितलं की ज्या ठिकाणी धडक झाली त्या रस्त्यावर गेल्यावर तो घाबरतो; मात्र इतर रस्त्यांवर त्याचं वेड्यासारखं पळणं अजूनही तसंच चालू आहे. पाठांतरानं शिकणाऱ्यांचं हे एक जिवंत उदाहरण होतं : सायासानं मिळालेलं ज्ञान दुसरीकडे सहजासहजी वापरलं जात नाही.

घटनांना तोंड देणं आणि समस्यापूर्ती अशा अनेक गोष्टी शिकायला मिळतात. यातूनच पुढे उत्तम विचारवंतही निर्माण होतात. आपण मुलांना शिकण्यासाठी लागणारी तंत्रं अवगत करायला मदत करावी, आणि त्यानंतर ज्ञानाच्या क्षेत्रातील त्यांची पुढील वाटचाल घडण्यास त्यांना प्रोत्साहन द्यावं.

दैवदत्त देणग्या

गमतीदार खेळांमधून मुलांच्या शिक्षणाची वाटचाल सुकर करताना पालकांना मुलांमधील सुप्त बुद्धिमत्ता किंवा नैसर्गिक वरदान पाहून सुखद धक्के बसू शकतात. बागेत काम करताना एखादं अवजार वापरण्याची मुलाची क्षमता असामान्य असू शकते, यातूनच एखादा सचिन तेंडूलकर पुढे निर्माण होतो.

मुलाचे पाय पाळण्यात दिसतात, असं म्हणतात ते काही चूक नाही. काही वेळा स्वत:मध्ये मर्यादित असलेल्या क्षमता मुलाकडे भरपूर प्रमाणात असलेल्या पालकांना दिसून येतात. त्यामुळेच काही कुटुंबांमध्ये काही बौद्धिक गोष्टी पिढीजात उतरतात; हे पालकांच्या सतत सहवासामुळे घडतं की आनुवंशिकतेमुळे हे माहीत नाही. यशस्वी खेळाडू पालकांची मुलं खेळामध्ये विशेष प्रावीण्य सहज संपादन करू शकतात, असं दिसून आलं आहे; असंच चित्रकार, संगीतकार आणि शर्यतीतील मोटार चालकांमध्येही घडलेलं आढळलं आहे. म्हणूनच आपण अनेकदा पाहतो की एका कुटुंबातील सर्वच जण डॉक्टर किंवा अभिनेते आहेत.

मुलामधील विशिष्ट क्षमता अगदी लवकर पारखून त्या विशिष्ट क्षेत्रात मुलाला विशेष सहकार्य आणि प्रशिक्षण देता येतं. मुलांमधील सकारात्मक क्षमतांना प्रोत्साहन दिल्यामुळे मुलांना स्वत:चा अभिमान वाटू लागतो. मुलावर अतिरिक्त ताण न टाकता अशा गोष्टींना अधिक उत्तेजन द्यायला काही हरकत नाही. अवाजवी अपेक्षा न ठेवून आणि कोणतीही सक्ती न करता मुलांना मिळालेल्या दैवदत्त देणग्या आपल्याला विकसित करता आल्या पाहिजेत.

एखाद्या गोष्टीचा अतिरेक होत नाही ना, किंवा आपण एखाद्या गोष्टीबाबत फाजील उत्साह दाखवत नाही ना, हे तपासून बघायचे झाल्यास हे तपासावं की एखाद्या गोष्टीमध्ये मुलापेक्षा आपणच जास्त उत्तेजित तर होत नाही ना? मूल नीटसं रमत नसल्यास आपला उत्साह थोडा गुंडाळून ठेवावा आणि घटनांना नैसर्गिकपणे घडू द्यावं.

अतिबुद्धिमान मुलं

प्रत्येक पालकाला आपलं मूल अतिशय बुद्धिमान आहे असं वाटत असलं तरी उपलब्ध आकडेवारी असं म्हणत नाही; केवळ एक टक्क्यांहूनही कमी मुलं अतिबुद्धिमान असतात, पण त्यांच्या असामान्य क्षमतांचा शोध कमी वयात नेमका कसा लावावा?

असं एखादं मूल घरी जन्मल्यास पालकांना त्याची चुणूक अगदी लवकर लागते. मुलाच्या भाषिक कौशल्यांमधून हे सर्वांत प्रथम ठळकपणे पुढे येतं. अशी मुलं बहुधा खूप लवकर उत्तम बोलायला लागतात, शिवाय त्यांची समजदेखील असामान्य असते. त्यांच्याजवळ कल्पक विचारशक्ती भरपूर प्रमाणात असते आणि विशिष्ट परिस्थितीत त्यांचा ताळमेळ घालणं हे अशा मुलांना अगदी सहजपणे जमतं; या क्षमता त्यांच्यापेक्षा मोठ्या मुलांमध्येसुद्धा आढळत नाहीत. अशा बुद्धिमान मुलांना वाचनाचं विलक्षण वेड असतं आणि तेही अतिशय कमी वयापासून. यामुळे अशी मुलं लक्ष केंद्रित करणं, समस्येचा अवधानपूर्वक विचार करणं, पूर्तीसाठी मार्ग आखणं आणि त्यावरून वाटचाल करून काम पूर्ण करणं हे सगळं अगदी सहजपणे साधू शकतात. एव्हाना तुमच्या लक्षात आलंच असेल की हे वर्णन सगळ्या मुलांना लागू पडत नाही!

अपेक्षांच्या ओझ्याखाली दबलेली मुलं

आपल्याला पटो अथवा न पटो आपल्या सभोवतालचं जग हे फार स्पर्धात्मक आहे, याचा स्वीकार आपल्याला अनिच्छेनं का होईना करावा लागतो. प्रत्येकाला आहे त्यापेक्षा अधिक चांगली गोष्ट हवी आहे – चांगली नोकरी, चांगली गाडी, चांगलं घर. म्हणूनच मुलाला शाळेत घालायला खूप अवकाश असला तरी अनेक पालक आधीपासूनच मुलाच्या शैक्षणिक भवितव्याचा विचार करायला लागतात.

आणि मुलांच्या कॉलेज आणि विश्वविद्यालयातील प्रवेशासाठी पालक मुलांबरोबर अहमहमिकेनं धडपड करतात. आयुष्यात पदवी शिक्षणाला खूप महत्त्व आहे, यामुळे मुलांना आवडीच्या क्षेत्रात पुढे जाण्यासाठी दरवाजे खुले होतात. आपल्या विषयात रस असलेले अनेक जण भेटल्यामुळे आणि अधिक अर्थार्जन झाल्यामुळे मन आनंदी राहतं. शैक्षणिक क्षेत्रात यशस्वी होण्यासाठी अधिक गुण मिळवावे

लागतात, आणि ते मिळवण्याची क्षमता मुलामध्ये लवकर शिक्षण सुरू केल्यामुळे येऊ शकेल असं खूप पालकांना वाटतं.

सरावामुळे एखादी गोष्ट अधिक कौशल्यानं करता येते हे खरं आहे. संगीत, खेळ आणि शिक्षणाच्या क्षेत्रातही हे लागू पडतं. विविध प्रसिद्ध संस्थांच्या अवघड प्रवेश परीक्षांची तयारी मुलांनी खूप आधीपासून करावी यासाठी अनेक पालक धडपडत असतात; पण हे सगळं कोणती किंमत मोजून केलं जातं? अशी मुलं एकसुरीपणामुळे इतर विषयांत मागे पडतात. अतिअभ्यासामुळे बालवयातील खेळ आणि दंगामस्तीला या मुलांनी कधीच रामराम ठोकलेला असतो.

एखाद्या वर्गातील मुलांविषयी विचार केला असता काही मुलं उत्तम शैक्षणिक यश मिळवतात, काही जण मध्यम गुण मिळवतात तर काही जण गटांगळ्या खातात. सर्वच मुलं पहिल्या दहामध्ये येऊ शकत नाहीत; कोणाचातरी क्रमांक अकरावा असतोच.

काय साधायचंय आपल्याला?

शैक्षणिक गुणवत्तेवर मुलांना लक्ष केंद्रित करायला लावल्यामुळे इतर दुष्परिणाम होतात आणि इतर मार्गांनी आयुष्यात यशस्वी होण्याच्या संधीला मुलं पारखी होतात. काही पालक समंजसपणे यात मुलांच्या कलाप्रमाणे गोष्टी घडू देतात; पण बरेच पालक स्वत:च्या आयुष्यातील अपयशांची भरपाई करण्याचं ओझं मुलांच्या खांद्यावर टाकतात.

अशा मुलांसाठी मग स्पेशल शिकवण्या लावल्या जातात– यामुळे मूल इतर मुलांपासून आणखीनच दूर जातं आणि वयानुसार विविध गोष्टींचा आनंद घ्यायला मुकतं. इतर सर्वसामान्य कुवतीच्या मुलांमध्ये मिसळायलाही पालकांकडून अटकाव केला जातो. मुलाच्या आयुष्यातला सगळा आनंदच जणू शोषून घेतला जातो. यातून हाती काय लागतं, तर असं एक हुशार मूल ज्याला चार लोकांत मिसळायलाही जमत नाही आणि अशक्तपणामुळे चार मुलांमध्ये खेळायलाही जमत नाही; जणू एखादी शोभेची सुंदर, पण निरुपयोगी वस्तू.

एका अतिहुशार मुलाला निर्माण करण्याच्या हव्यासापायी असे पछाडलेले पालक इतर हानिकडेही दुर्लक्ष करतात. दुर्दैवानं कुटुंबातील इतर 'सामान्य' मुलांकडे तर अगदी दुर्लक्षच करतात.

म्हणून कळीचा मुद्दा असा आहे की हे सगळं खरंच गरजेचं आहे का, की आयुष्यात याहून जास्त महत्त्वाच्या इतरही गोष्टी असू शकतात?

छोटे टीपकागद

प्रत्येक पालकाच्या हे चटकन लक्षात येतं की मुलं एखाद्या टीपकागदाप्रमाणे असतात; त्यांच्या सभोवतालची परिस्थिती ते अगदी सहजपणे टिपून घेतात. पूर्वप्राथमिक शिक्षणामुळे मुलांच्या भावी शैक्षणिक यशाचा पाया रचला जातो, पण याहून महत्त्वाचं म्हणजे यातून सगळ्यांत रस घेणारी आनंदी मुलं निर्माण होतात.

यासाठी आपण मुलांना आपल्या दैनंदिन कामकाजात सहभागी करून घ्यायला हवं, वेगवेगळ्या खेळांमधून त्यांच्या कल्पकतेला चालना द्यायला हवी, त्यांच्यातील हेरलेल्या विशिष्ट गुणांचा विकास काही खास खेळणी, पुस्तकं आणि उद्योगांचा वापर करून करायला हवा; त्यांच्या वयानुरूप देण्याजोगं हेच सर्वोत्तम शिक्षण आहे.

२१
भावंडांशी वैर

भावंडांशी भांडण्यासाठी मुलाला भावंडं असावी लागतात, त्यामुळे कुटुंबात नवी व्यक्ती दाखल होताच मुलांमधील एक उपजत स्वभावदोष उफाळून येऊ शकतो, यालाच भावंडांशी वैर असं म्हणतात : भावंडं एकमेकांशी भांडतात, मारामाऱ्या करतात आणि आपल्यावर अन्याय करून दुसऱ्याची बाजू घेतल्याचा पालकावर राग धरतात.

मुलं आणि प्राण्यांमध्ये अनेक गोष्टी सारख्या असतात हे वाचल्यावर तुम्ही कदाचित रागवाल; पण प्राण्यांच्या पिल्लांना आणि मुलांना मारामारी आणि भांडणं करायला आवडतात आणि घालून-पाडून बोलायलाही आवडतं. निसर्गाचा यामागे काही विशिष्ट हेतू असतो. मोठं झाल्यावर अधिक सुरक्षितपणे आणि चांगल्या तऱ्हेनं जगण्यासाठी लहान वयात मुलांच्या शारीरिक आणि मानसिक प्रतिक्रियांची तयारी होते. याचा दुष्परिणाम म्हणजे, पालकांना वेड लागण्याची वेळ येते.

भावंडांच्या वैरातून सुटायचा एकच मार्ग असू शकतो, तो म्हणजे, एकच मूल होऊ देणं; परंतु मुलांमधील भांडणाची खुमखुमी जिरवण्याचे यापेक्षा चांगले वेगळे मार्ग आहेत.

एक से दो भले?

आमच्या कुटुंबात एक मूल झाल्यानंतर मला असं वाटायला लागलं की मुलांच्या वर्तणुकीबद्दल मी सर्व काही जाणतो. दुसरं मूल झाल्यानंतर मात्र माझी माहिती किती अपुरी होती हे माझ्या लक्षात आलं. मुलांचा नाठाळपणा त्यांच्या जोडीला कुणीतरी असल्यावर अनंत पटीनं वाढतो याची पुसटशी कल्पनादेखील मला आधी आली नव्हती – बहुधा ती मुलांनाही नसावी. अनेकदा मला तोंडात बोट घालायची किंवा डोक्याला हात लावायची वेळ यायची. मुलं जोपर्यंत एकमेकांपासून दूर असतात तोपर्यंत सगळं ठीक चालतं; एकत्र आली की एकामुळे दुसऱ्याला चेव येतो.

ही समस्या हाताळताना मुलांचं वय लक्षात घ्यावं लागतं. दोघांतील छोट्या भावंडाला त्याच्या साम्राज्यामध्ये कुणाचा थोडासाही हस्तक्षेप सहन होत नाही. त्यामुळे मोठ्या भावंडानं त्याचं एखादं खेळणं घेतल्यास किंवा त्याच्याकडे किंवा पाहुण्यांकडे आईनं लक्ष दिल्यास ती विचित्र वागतात.

यापेक्षा मोठ्या मुलांमध्ये, म्हणजे सुमारे चार ते दहा वर्षांच्या मुलांमध्ये ही वैरभावना आणखीनच बळावते. या वयात सतत भांडणं होतात. तणतण आणि कुरबुरी चालू राहतात. चिडवाचिडवी, थट्टामस्करी करून दुसऱ्या भावंडाला भडकवलं जातं. गंमत म्हणजे या वयात मुलांना भावंडाचा विरहपण अजिबात सहन होत नाही. तुझं-माझं जमेना आणि तुझ्यावाचून करमेना, असा हा प्रकार असतो. भावंड भेटताच पुन्हा कटकटी आणि मारामाऱ्यांना ऊत येतो. एखादा तीन वर्षांचा मुलगा त्याच्या चार वर्षांच्या ताईशी सारखं भांडून तिला जेरीस आणतो. हे भांडण जरा वेळ थांबावं, दोघे एकमेकांपासून दूर राहावेत म्हणून बाबा मुलाला बागेत घेऊन जातात, तर बागेत ताईला आणलं नाही म्हणून याचा पापड मोडतो. इकडे आईबरोबर बाजारात गेलेली छोटी ताई भावाच्या आठवणीनं कासावीस होते. हे 'दिव्य' प्रेम त्यांची भेट झाल्यावर फक्त पाच मिनिटं टिकतं. पुन्हा पूर्वीच्याच उत्साहानं भांडणं आणि मारामाऱ्या सुरू होतात!

बहुधा हे सर्व गुण मुलं आसपासच्या मोठ्यांकडूनच शिकतात. नीट विचार केला असता जाणवेल की, स्पर्धा आणि असूयेची भावना मोठ्यांमध्येही ठळकपणे असते. मोठ्यांच्या बहुतेक हालचाली आणि प्रयत्नांमध्ये इतरांपेक्षा जास्त प्रगती आणि वैभव मिळवण्याची ईर्षा दिसून येते; फक्त काही लोक यात इतरांच्या मानाने कमजोर पडलेले दिसतात एवढंच. मोठी माणसं जर एखाद्याशी युद्ध खेळून त्याला हरवू शकतात, तर मुलांमधील किरकोळ चकमकींकडे आणि शक्तिप्रदर्शनाकडे आपणही थोडं दुर्लक्ष करायला हवं.

समतेचा मंत्र

मुलांना लहानाचं मोठं करताना पालकांनी खरं म्हणजे वास्तववादी व्हायला हवं. सगळ्या मुलांना प्रेम, नियम आणि शिस्त सारख्या प्रमाणात लावावी हे आपल्याला ठाऊक आहे पण हे उद्दिष्ट गाठणं शक्य नाही हेही आपल्याला ठाऊक आहे. मुलांबाबत आपल्या अपेक्षांमध्ये समानता असू शकते, तरी आपल्या मुलांमध्ये समानता नसते. ही खरीखुरी समानता फक्त पऱ्यांच्या देशात असू शकते.

मला असं वाटतं की आपल्या मोठ्यांच्या जगातही खरी समता अभावानंच पाहायला मिळते. अधिक शक्तिमान आणि अधिक मोठा आवाज करणाऱ्याला सगळं मिळतं. जुळ्या मुलांच्या पालकांना हे लवकर उमगलेलं असतं : किरकिऱ्या आणि कटकट्या मुलाच्या वाट्याला आई-बाबांचं सगळं लक्ष आणि काळजी जात असते आणि सालस आणि गरीब मूल मात्र तसंच राहतं. जेव्हा दोन मुलांच्या स्वभावगुणांमध्ये जमीन-अस्मानाचा फरक असतो त्यावेळी न्याय आणि समता शक्य नसते; आणि गरजेप्रमाणे पालकांना तत्त्वात बदल करावे लागतात. सर्व मुलांनी सारखं वागलं पाहिजे ही अपेक्षादेखील व्यर्थ आणि मूर्खपणाची आहे.

मुलांपैकी प्रत्येकाच्या वाट्याला तुमचं प्रेम आणि लक्ष कमी-जास्त जाऊ शकतं, पण सर्व मुलांवर तुम्ही सारखंच प्रेम करू शकता.

भांडणं

प्रत्येक कुटुंबाच्या जीवनातील हा एक त्रासदायक पण अविभाज्य भाग आहे. काही मुलं खरोखरच अगदी शांत आणि सालस असतात, तर काही मुलं वाऱ्याशीही भांडतात.

शांतता राखण्यासाठी माझी पुढील योजना मी आजपर्यंत शेकडो पालकांना दिली आहे. यामुळे काही नाही तरी मैत्रीपूर्ण तहाची शक्यता बळावते :

- *दुर्लक्ष करा* : काहीतरी खुसपट काढून भांडणाऱ्या मुलांकडे काणाडोळा करा.
- *त्यांचं लक्ष दुसरीकडे वळवा* : भांडणाला सुरुवात होताच दुसऱ्या एखाद्या शांततामय पण त्यांच्या आवडीच्या गोष्टीकडे मुलांचं लक्ष वळवा.
- *प्रेक्षक बनू नका* : प्रेक्षक नसतील तर अनेक युद्धखोरांना भांडणाची ऊर्मीच येत नाही. मुलांना दुसऱ्या खोलीत पाठवा किंवा अंगणातील एखादं काम

द्या. केवळ पक्षी किंवा कुत्र्यासमोर मुलं भांडूच शकणार नाहीत. पुरेशा संख्येअभावी अनेक भांडणं आपोआप बंद होताना मी पहिली आहेत.

- *धीर धरा* : भांडणाचा थोडासा वास येताच युनोच्या शांतिसेनेप्रमाणे घुसू नका. मुलांच्या कुरबुरीमध्ये गरजेपेक्षा जास्त लक्ष घालण्याची चूक बरेच पालक करतात. असं होत राहिल्यास मुलं वीस वर्षांची झाली तरी भांडणं सुटणार नाहीत. कधीकधी तर तुम्हाला उल्लू बनवण्यासाठी मुलं लुटुपुटुचं भांडत असतात.
- *प्रश्नांच्या सरबत्तीला बगल द्या* : दोघांपैकी आधी कुणी चूक केली याचा तपास सी.आय.डी.देखील लावू शकणार नाहीत. भांडण शिगेला पोहोचलं असताना चौकशीचा फार्स करू नका; आरोप-प्रत्यारोपांपेक्षा शांततेला जास्त महत्त्व द्या. वेळेचा अपव्यय करू नका. (निरीक्षणाअंती छोट्या आणि मोठ्यांच्या बाबतीत माझं तर असं मत बनलंय, की जो जास्त बोंब ठोकतो तोच खरा अपराधी असतो.)
- *निश्चयानं कृती करा* : एकदा मध्ये पडल्यावर वाद बंद करा, ठाम राहा आणि निश्चयानं कृती करा. वादात तुम्हाला ओढलं गेल्यास काळजीपूर्वक बोला. स्वत: भांडणाचा भाग बनू नका. तुम्ही कुणाची बाजू घेणार नाही की अधिक कटकटही सहन करणार नाही, हे मुलांना नीट कळू द्या; यासाठी असं म्हणा, 'पुरे झालं आता.' आणि पूर्णविराम द्या.

बळीचा बकरा

एख़ादं मूल जर नेहमीच बळीचा बकरा बनत असेल तर हे अन्यायकारक आहे, आणि इथे काहीतरी करायला हवं. याला पुंडाई किंवा दादागिरी असं म्हणतात आणि मैदानाप्रमाणे ती घरातही दिसून येऊ शकते. पुनर्विवाहित पालकांच्या आधीच्या मुलांच्या बाबतीत ही समस्या ठळकपणे दिसून येते.

पुंड मुलांच्या बाबतीत न्यायाचं व्यवस्थापन करणं पालकांना गुंतागुंतीचं जातं. यात गुंतलेल्या भावना आणि आरोप-प्रत्यारोपांमुळे बहुधा समान न्याय देणं अशक्य होतं. अशा वेळी परिस्थिती अधिक बिघडण्याआधी सरळ मुलांच्या मानसशास्त्रज्ञांचा सल्ला घ्यावा. मुलांचा स्वाभिमान टिकण्यासाठी आणि नात्यांमधील कडवटपणा टाळण्यासाठी दादागिरी थोडीशी दिसताच तिचा बिमोड करायला हवा.

□ *ब्रेकची युक्ती वापरा* : कुठलीच मात्रा चालली नाही तर दोन्ही युद्धवीरांना वेगवेगळ्या ठिकाणी ठेवून जरा दम खाऊ द्या. अशा वेळी 'चांगलं मूल' आणि 'वाईट मूल' असा पंक्तिभेद करू नका – दोघांनाही गप्प करून तुम्हाला त्यांचं भांडण थांबवायचं आहे.

टोमणे मारणं

शाळेत जाण्याचं वय होईपर्यंत मुलांनी ही कला आत्मसात केलेली असते. अतिशय सफाईदारपणे टोमणे मारणारा अगदी निरागस वाटतो. मग अनाकलनीय घटनांची मालिकाच सुरू होते. भावाची पुस्तकं रहस्यमय रितीनं जमिनीवर पडलेली आढळतात. चित्रपटाच्या शेवटच्या प्रसंगी टी.व्ही. चॅनेल्स बदलली जातात. तुमची पाठ वळल्यावर छोट्या बहिणीला वेडावून दाखवलं जातं. पायात पाय घालून पाडलं जातं किंवा अपमान केला जातो.

कंटाळा आल्यानंतर कुचकट बोलणाऱ्यांच्या जिभेला आणखीनच धार चढते. अशा प्रसंगी त्यांना एखाद्या उद्योगात गुंतवणं चांगलं! किंवा मुलांनी शस्त्रं परजताच त्यांचं लक्ष दुसरीकडे वळवा.

आधी सांगितल्याप्रमाणे मुलांच्या कुरबुरींमध्ये पडू नका. पडलात तर त्यांना कायदा नीटपणे समजावून सांगा. लोकशाहीवादी बनून चर्चेचं गुऱ्हाळ मांडू नका.

नवा पाहुणा

आजकालच्या साधारणपणे पहिल्या आणि दुसऱ्या मुलात दीड ते अडीच वर्षांचं अंतर असतं. हे अंतर मुलांच्या भांडणांना निमंत्रणच देणारं आहे, हे कुणीही सहज ओळखेल. आजवर सर्व सत्ता आणि सुख एकट्यानं भोगणाऱ्या मुलासमोर वाटेकरी आल्यावर ते मूल काही ना काहीतरी प्रतिक्रिया देणारच.

माझी अशी समजूत होती की दुसरं भावंड आल्यावरच मुलं बिथरतात. प्रत्यक्षात हे भावंड आईच्या पोटात असल्यापासूनच मुलांच्या वागण्यात बदल घडून येतात; बहुतेक वेळा तर मुलाला भावंड येण्याची कल्पना दिली नसतानाही हे घडतं, असं मला अनेक पालकांनी सांगितलेलं आहे. जणू पुढे येणाऱ्या संकटाचा वास मुलांना वातावरणातील बदलामुळे येतो!

इथे आपण हा मामला एका दोन वर्षांच्या नजरेतून तपासू या : त्याच्या मते ती घरातील सर्वांत महत्त्वाची व्यक्ती असते, आई आणि बाबांनी सतत लक्ष पुरवल्यामुळे ते मूल मजेत असतं आणि 'विभागणी' या शब्दाचा अर्थही

त्याला ठाऊक नसतो आणि याउपर या बदलाविषयी घरातल्या कुणी त्याची साधी परवानगीही घेतलेली नसते. त्यामुळे हे नवं बाळ आईनं जिथून आणलं त्या हॉस्पिटलमध्ये परत देऊन टाकावं असं त्याला वाटलं नाही तरंच नवल!

परिस्थितीची योग्य ओळख

बहुतेक मुलं आपल्या नव्या भावंडाला फारशी खळखळ न करता स्वीकारतात. माझ्या अनुभवाप्रमाणे बहुतेक पालकही या कालावधीमध्ये परिस्थिती योग्यपणे हाताळतात. फारशा समस्या उद्भवू देत नाहीत. हे अधिक सोपं करण्यासाठी खाली काही गोष्टी दिल्या आहेत.

बाळाच्या जन्मापूर्वी आणि जन्मानंतर

- बाळ जन्मण्यापूर्वी मोठ्या भावंडाशी बाळाच्या आगमनाविषयी बोला. त्याला समजेल अशा भाषेत हे बोला. शक्यतो त्याला आणखी नॅपीविषयी सांगा – मुलांना याचा अर्थ चटकन समजतो. कारण शारीरिक क्रियांविषयी त्यांच्याजवळ प्रगाढ पांडित्य असतं.
- बाळाच्या आगमनाच्या तयारीमध्ये मुलाला सामील करून घ्या. बाळाच्या खेळण्यांची निवड त्याला करू दे. मुलांना महत्त्व दिलेलं आवडतं, तसंच त्यामुळे त्यांना मोठं झाल्यासारखं वाटतं.
- हॉस्पिटलमध्ये जाताना मुलाला खात्रीच्या आणि नेहमीच्या व्यक्तीजवळ सोपवा.
- हॉस्पिटलमध्ये आईला आणि बाळाला भेटायला मूल आल्यानंतर त्याच्याकडे भरपूर लक्ष द्या. एखादी आवडीची वस्तू भेट देऊन त्याच्याशी भरपूर गप्पागोष्टी करा.
- नवीन बाळाला बघायला येणाऱ्या लोकांना असं सुचवा की त्यांनी आधी मोठ्या भावंडाची चौकशी करावी. यामुळे त्याला आपलं महत्त्व टिकून असल्याचं जाणवेल.

घरी असताना

- नवीन बाळ घरी आल्याबरोबर मोठ्या भावंडाला त्याच्याशी नीट ओळख करून घ्यायला सांगा. मोठ्या भावंडाचा हात धरून तो बाळाच्या गालावर फिरवा आणि बाळाची बोटं त्याच्या हातात द्या. नॅपी भिजल्यावर किंवा भूक लागल्यावर बाळ का रडतं, ते त्याला समजावून सांगा.

- बऱ्याच वेळा अतिभावनाशील होऊन आई मोठ्या भावंडापासून बाळाचं रक्षण करते आणि यामुळे दोघांमध्ये एक दरी निर्माण होते. बाळाजवळ गेल्यास मला रागावतात, हे मुलाला चांगलं समजतं आणि इथेच भावंडाच्या असूयेची बीजं पेरली जातात.
- असं असलं तरी बाळाचं संरक्षण भावंडापासून करावंच लागतं. मुलांना बाळाविषयी अनिवार उत्सुकता असते आणि निरागसपणे बाळाचे डोळे बघताना त्यांचं बोट बाळाच्या डोळ्यात जातं तेव्हा कोणताही दुष्ट हेतू नसतो. कुतूहलानं आणि प्रेमानं त्यांना सारखं नवीन बाळाच्या जवळ जावंसं वाटतं. भावंडांमधील प्रेमाची इथेच सुरुवात होत असते.
- मुलानं हळुवारपणा ठेवल्यास त्याला बाळाशी खेळू द्यावं किंवा बाळाला कुरवाळू द्यावं. मात्र कोणत्याही परिस्थितीत त्याला बाळाला उचलून कडेवर घेण्याची परवानगी देऊ नये.
- बाळ काही महिन्यांचं झाल्यावर आणि मुलाला त्याची जरा सवय झाल्यावर त्याला एकट्यानं बाळाला हाताळू द्यायला हरकत नाही. अशा वेळी पालकांनी थोडं दूर राहावं आणि बाळावर एक डोळा ठेवून सगळं ठीक असल्याची खातरजमा करावी. या बाबतीत थोडा थंडपणा दाखवावा असं मी सांगितलं तरी प्रत्यक्षात तसं करणं अवघड असतं.
- लहान बाळाकडे जास्त लक्ष पुरवण्याची गरज असते हे जरी खरं असलं तरी हे करताना मोठ्याकडे दुर्लक्ष करू नये. अशा वेळी 'दोघांकडे लक्ष'

डोळ्यात बोट घालणं

नवीन बाळ घरी आल्यानंतर मुलांच्या भात्यात या नवीन अस्त्राची भर पडते. जरा कंटाळा आल्यावर मूल पटकन जाऊन बाळाच्या डोळ्यात बोट घालतं. त्याचे परिणाम अगदी नाट्यमय घडतात. आपली आई किती भावनाशील बनली आहे, याचं प्रत्यंतर त्याला लगेच येतं.

बहुधा मुलं एखाद्या विशिष्ट प्रसंगासाठी हे ठेवणीतलं हत्यार राखून ठेवतात. एखादा दिवस मुलाच्या मनाविरुद्ध घडत राहिला किंवा त्याला फार दुर्लक्षित वाटायला लागलं की हा प्रकार घडलाच म्हणून समजा. मुलानं बाळाच्या डोळ्यात बोट घातल्यावर बाळाला होणाऱ्या इजेपेक्षा आईला होणारी भावनिक इजा जास्त खोल असते. पालकांचं लक्ष वेधून घेण्यासाठी केलेली ही युक्ती खरोखरच अफलातून असते.

पुरवा. बाळाला पाजत असताना मोठ्याशी बोलत राहा किंवा त्याला एखादी गोष्ट सांगा. असं न केल्यास मूल काहीतरी करून तुमचं लक्ष वेधून घेईल : बऱ्याच वेळा कुठेतरी अचानक गायब होईल आणि मग आता, काय फुटल्याचं, ऐकायला मिळणार याची भीती आईला वाटायला लागते.

- काही मुलं सुरुवातीला नवीन बाळाचा आनंदानं स्वीकार करतात; पण बाळ सहा महिन्यांचं होताच त्यांची खरी प्रतिक्रिया बाहेर येते. सुरुवातीला मुलांना बाळ म्हणजे थोड्या हालचाली करणारी एक जिवंत बाहुली वाटत असतं, पण ही बाहुली थोडी मोठी होऊन आई-बाबांचं चित्त वेधून घेणाऱ्या आणखी मोहक हालचाली करायला लागली की सत्तेतील असमतोलामुळे भावंड बिथरून जातं. स्पर्धेला आता खरी सुरुवात होते. यावर उपाय म्हणजे मुलाच्या प्रगतीवर नीट नजर ठेवणं आणि योग्य वेळी पुरेसं कौतुक करून त्याला हे जाणवून देणं की नवीन बाळ आल्यामुळे आम्ही तुला विसरलेलो नाही. दोन्ही मुलांकडे लक्ष दिल्यामुळे पुन्हा समतोल साधला जातो.

बोबडे बोल

मुलाला कितीही पूर्वकल्पना दिली तरी बाळाच्या आगमनानंतर मुलाचं वागणं बदलू शकतं. बाळ आल्यानंतर मोठं मूल स्वत: बाळासारखं वागायला बघतं. काही मुलांना सारखं कुणीतरी बाळाप्रमाणे कडेवर घेऊन फिरवायला हवं असतं. तर व्यवस्थित बोलायला लागलेली काही मुलं पुन्हा मुद्दाम बोबडं बोलायला लागतात. स्वत:चं स्वत: जेवायला लागलेल्या मुलांना कुणीतरी भरवायला हवं असतं किंवा बाळाची बाटली हवी असते. काही मुलं तर आईच्या दुधाचीच मागणी करतात.

चक्रावून गेलेले पालक विचारतात, 'मूल असं का वागायला लागलंय?' अहो, ते खरंच बाळासारखं वागायला बघतंय. कारण मूल हे पाहत असतं, की बाळानं असं केल्यावर सगळे त्याचे लाड करतात. मग ते ठरवतं की 'हे सगळं तर बाळापेक्षा मी जास्त चांगलं करून दाखवू शकतो!' या भावनेतून हे पाहिलं असता मुलं अशी का वागतात हे कळून येईल.

मुलाच्या आपल्याकडे लक्ष वेधून घेण्याच्या इतर सवयी एव्हाना पालक चांगलेच ओळखायला लागलेले असतात. अशा वेळी मुलाच्या डांबरटपणाला ते ठामपणे प्रत्युत्तर देत असतील तर इथेही त्यांना फारशी काळजी करावी लागत नाही. पूर्वी घोटलेले धडे पुन्हा इथे वापरायचे आहेत – मुलाच्या नकोशा

वर्तनाकडे पूर्ण दुर्लक्ष करा आणि मूल नीट वागताच त्याचं कौतुक करा. मुलाच्या बालिश आणि लाडीक चाळ्यांकडे कौतुकानं पाहू नका. याउलट मूल जबाबदारीनं वागल्यास त्याच्याकडे पूर्ण लक्ष द्या. बाळासाठी पुस्तक वाचताना, खेळताना किंवा गाणी म्हणताना मुलाला सहभागी करून घ्या आणि बाळाची कामं मुलासोबत एकत्र करा. यामुळे मुलाला मोठं झाल्यासारखं वाटेल.

पूर्वी सांगितल्याप्रमाणे बदललेल्या परिस्थितीशी जुळवून घेण्याच्या प्रयत्नांत मूल पुन्हा कपडे किंवा बिछाना ओला करू शकतं. हे खूप कमी काळ टिकतं आणि यावरील उपाय स्वच्छतेच्या प्रकरणात दिलेले आहेत.

एकुलती एक मुलं

अनेक वेळा एकुलत्या मुलाचे पालक काहीसे काळजीत असतात. त्यांना अशी चिंता वाटते की अशा मुलाच्या वाढीत काही अडथळे तर येणार नाहीत ना? माझ्या निरीक्षणानुसार एकुलत्या मुलाच्या आणि भावंड असलेल्या मुलाच्या काही विशिष्ट वेगळ्या अशा समस्या असतात, तसेच काही फायदेही असतात.

फायदे बघितले असता, एकुलत्या मुलाच्या वाट्याला पालकांचं संपूर्ण लक्ष, शक्ती आणि वेळ दिला जातो. एकच मूल वाढवताना पालकांची फारशी दमछाक होत नाही, यामुळे परिणामस्वरूप अशी मुलं घरी जास्त शांत आणि आनंदी असतात. या मुलांना आपल्या वस्तू, खेळणी आणि खोली भावंडांबरोबर वाटून घ्यावी लागत नाहीत. एकाच मुलाच्या पालनपोषणात पालकांना काहीशा कमी अडचणी येतात. एकुलत्या मुलांच्या शैक्षणिक प्रगतीकडे पालकांना विशेष लक्ष पुरवता येतं. त्यामुळे अशा मुलांची प्रगती झपाट्यानं होते.

परंतु दुसरीकडे अशी मुलं एकाकी पडू शकतात, त्यांना भावंडाशी खेळायलाही मिळत नाही. आपला सगळा वेळ त्यांना मोठ्यांच्या संगतीत काढावा लागतो, त्यामुळे त्यांच्या मनोवृत्ती आणि प्रवृत्ती मोठ्यांप्रमाणे होण्याची शक्यता असते. पालकांना खूप वर्षांनंतर मूल झालं असेल तर अशी मुलं अतिलाडानं बिघडण्याचाही धोका असतो. घरात एकलकोंडेपणानं राहिल्यामुळे इतर मुलांमध्ये मिसळताना अशी मुलं बावरतात आणि बहुधा बालवाडीमध्ये याचा प्रत्यय येतो. पालकांना उतारवयात मूल झालं असेल तर अशा मुलांना दंगामस्तीचे खेळ खेळायला मिळत नाहीत कारण वयातली दरी जास्त असते.

भावंड असण्यामध्येही काही फायदे आणि काही तोटे आहेत. पहिला फायदा म्हणजे, वाढीच्या वयात दुसऱ्या मुलाचा सहवास मिळतो आणि खूप खेळायला मिळतं. दुसऱ्यांशी जमवून घेण्याची वृत्ती वाढीला लागते, यामुळे

बालवाडीत विशेष अडचणी येत नाहीत. मोठ्या भावाच्या किंवा बहिणीच्या अनुकरणामुळे छोट्याचा भाषाविकास खूप लवकर होतो. अर्थात यासाठी भावंडांना पालकांचा वेळ, प्रेम आणि उत्साह वाटून घ्यावा लागतो. पालकांच्या दृष्टीतून पाहिल्यास घरातले आवाज वाढलेले असतात. पसारा जास्तच होत असतो. आणि सहनशक्ती क्षीण होत जाते. याशिवाय आत्ता सांगितल्याप्रमाणे मुलांची भांडणं सोडवताना जीव मेटाकुटीला येतो!

गोळाबेरीज बघता, माझ्या मते, एकच मूल असण्यात मुलाचे आणि पालकांचे कोणतेही तोटे नाहीत. त्यामुळे अशा पालकांनी जास्त काळजी करू नये. हल्ली काही पालक उशिरा मूल होऊ देतात. त्यामुळे ते एकुलतं असण्याची शक्यता वाढते. बहीण किंवा भाऊ नसल्यामुळे राहिलेल्या गोष्टी काही प्रमाणात बालवाडी, शेजारची किंवा नातेवाइकांची मुलं भरून काढू शकतात. शेवटी काय, मुलाचं आरोग्य आणि आनंद आपल्या दृष्टीनं महत्त्वाचा असतो – मग आपल्याला एकच मूल असो किंवा पाच.

आपापली हद्द

भावंडांशी शत्रुत्व हा आयुष्यातील एक अप्रिय घटक आहे. काही मुलं वगळता बहुतेक मुलं वाढत्या वयाबरोबर अधिक नीट वागायला शिकतात. 'तू आता भांडायचं थांबवणार आहेस का?' किंवा 'तुझी बहीण तुला आवडते ना?' असे प्रश्न वैतागून पालक मुलाला विचारत असतात. खरं म्हणजे, मुलांशी अशी कुठलीही चर्चा करून काही उपयोग नसतो. कारण त्यांचं भावंडावर प्रेमही असतं, पण म्हणून ती त्याला चावल्यावाचून किंवा ढकलल्यावाचून राहत नाहीत. प्रत्येकाचं आपलं-आपलं एक राज्य असतं आणि पालकांपेक्षा मुलांना हे अधिक चांगलं समजतं.

पालक म्हणून आपण डोकं शांत ठेवायला शिकलं पाहिजे. किरकोळ गोष्टी नजरेआड करून भावंड असण्याचे फायदे बघितले पाहिजेत. मला विचाराल तर थोडे अधिक कष्ट सोसून मोठ्या कुटुंबापासून मिळणारा आनंद जास्त असतो.

२२

नोकरी करणारे पालक

या पुस्तकाची पहिली आवृत्ती सुमारे वीस वर्षांपूर्वी आली. त्या वेळेपासून बहुतांश पालकांच्या दृष्टीनं हे प्रकरण खूप महत्त्वाचं ठरत आहे. सध्या नोकरी करणाऱ्या पालकांची संख्या वाढत चाललेली आहे. याबरोबरच नोकरीमुळे येणाऱ्या समस्या आणि अपराधीपणाची भावनाही बळावत चालली आहे.

नोकरी करणाऱ्या पालकांची संख्या कमी व्हावी, ही कल्पना रम्य असली तरी ती वास्तवाला फारशी धरून नाही. त्यामुळे यातून उत्तम मध्यममार्ग शोधणं, एवढंच आपल्या हातात आहे. मुलांचं बालपण फार थोडा काळ असतं आणि ते सरल्यावर पुन्हा येऊ शकत नाही. आपल्या मुलाच्या वाढीत पूर्ण सहभागी होण्याची इच्छा जशी घरी असणाऱ्या पालकांना असते, तशीच नोकरी करणाऱ्या पालकांनाही असते, परंतु त्यांच्याजवळ वेळेची कमतरता असते. पालकांनी नोकरी करावी की नाही, या वादात पडण्यापेक्षा नोकरी करणाऱ्या पालकांच्या समस्या काही प्रमाणात हलक्या कशा करता येतील, याचा विचार आपण या प्रकरणात करू.

नोकरदारांचं जीवन

नोकरी करणाऱ्या पालकांचं जीवन म्हणजे तारेवरची कसरत असते, हे तुमच्यापैकी बऱ्याच जणांना चांगलंच ठाऊक असेल. नोकरी नीट सांभाळण्याबरोबरच मुलांची जोपासना करण्यासाठी वेळेचं व्यवस्थापन, लवचिकता, संयम आणि शिस्तबद्धपणा यांची आटोकाट गरज पडते. ऑफिसमधून दमूनभागून घरी आल्यावर आपल्या मुलांना देण्यासाठी पालकांना काही उत्साह आणि वेळ साठवून ठेवावा लागतो. एकल पालकांसाठी तर ही समस्या अजूनच बिकट होते. घराच्या आणि मुलांच्या सर्व जबाबदाऱ्यांना एकट्यानं तोंड देता देता त्यांचा जीव मेटाकुटीला येतो. या सगळ्या धबडग्यात तणाव परिसीमा गाठतो आणि दिवसाचे चोवीस तास अपुरे पडायला लागतात.

अपराधी भावना

नोकरी करणाऱ्या पालकांच्या मनात अपराधी भावनेनं एकदा घर केलं की त्यांचा एकूण आत्मविश्वासच डळमळायला लागतो. मुलांना आपण फसवतो आहोत अशी मनातील सततची बोच हे यामागील खरं कारण आहे. याशिवाय मुलं आपल्या सहवासाला मुकल्यामुळे त्यांचं नुकसान होत आहे, अशा जाणिवेनं पालक अजूनच कासावीस होतात.

या समस्येवर खूप संशोधन झालेलं आहे. मॅसेच्युसेट्स विद्यापीठात एलिझाबेथ हार्वी यांनी केलेल्या अभ्यासाचे निष्कर्ष १९९८ मध्ये प्रकाशित झाले. त्यांनी

एक अभिनव कल्पना

नोकरी करणाऱ्या मातांना दोन कामं पूर्णवेळ करायची असतात, आणि यातल्या फक्त एका कामाचा त्यांना मोबदला मिळतो. वडिलांच्या बाबतीत मुलांना जन्म देताना दिलेला सहभाग नंतर ओसरायला लागतो. मुलांच्या आईला कामामध्ये मदत करायचं अनेक वडील नावही काढत नाहीत. आपण रोज ज्या समतेविषयी बोलतो ती प्रत्यक्षातही यायला हवी. वडिलांना जसं मित्रांबरोबर सिनेमाला जायचं असतं, तसंच आईलाही काही वेळ काढून भटकायला किंवा मैत्रिणींबरोबर जेवायला जावंसं वाटतं व ते तिला करता यायला हवं.

घरी राहणाऱ्या आणि नोकरी करणाऱ्या पालकांच्या मुलांची शैक्षणिक प्रगती, भाषिक प्रगती, आत्मसन्मान आणि वर्तणुकीच्या समस्यांची तुलना केली. या समस्यांमध्ये फार महत्त्वाचे फरक दिसून आले नाहीत.

असं असलं तरी मुलांच्या अडीअडचणींचं खापर नोकरदार पालकांच्या, विशेषत: आईच्या, डोक्यावर फोडलं जाणं अजूनही कमी झालेलं नाही. इंग्लंडमधील सर मायकेल रटर या जगभर मान्यता पावलेल्या मानसोपचार तज्ज्ञांचे पुढील शब्द आयांना काहीसा दिलासा देऊन जातील : 'मुलांच्या प्रश्नांबाबत नोकरदार आयांना दोष देण्यात येत असला तरी हे स्पष्ट झाले आहे की, ज्यांची आई घरी आहे अशा मुलांच्या समस्या आणि नोकरदार आईच्या मुलांच्या समस्या फारशा भिन्न नाहीत, आणि फारशा कमी-जास्तही नाहीत. मुलांच्या वर्तणूक आणि वाढीविषयी अभ्यास करताना प्रचलित आणि अप्रचलित पद्धती वापरून हे अगदी पुरेसं स्पष्ट झालेलं आहे.'

स्वेच्छेनं किंवा अनिच्छेनं नोकरी करणाऱ्या मातांनी याबाबतीत वाटणारा अपराधीपणा आता सोडून दिला तर त्यांचं जीवन काहीसं हलकं होईल. अपराधी वाटल्यामुळे मुलांचं किंवा पालकांचंही भलं होत नाही, त्यामुळे हे सोडून देणंच चांगलं आहे.

अपराधी भावना दूर सारा

घरी लहान मूल असताना आपण नोकरी केल्यास लोक काय म्हणतील, या विचारामध्ये या अपराधीपणाचं मूळ आहे. यामध्ये तितकाच सहभाग पालकांच्या या चिंतेचा असतो, की मी मुलांच्या संगोपनात कुठे कमी तर पडत नाही ना? असं वाटण्यामागेदेखील अनेक कारणं आहेत.

दिवसाचा बराच वेळ मुलापासून दूर राहिल्यामुळे मुलाला आपलं प्रेम आणि व्यक्तिगत लक्ष पुरेसं मिळत नाही, ही यातली सगळ्यात मोठी काळजी असते. परंतु आजकाल चांगल्या पाळणाघरांमध्ये मुलांच्या विकासामधील या महत्त्वपूर्ण मुद्द्यांचा सर्वांगानं विचार केला जातो. तिथे प्रत्येक मुलाच्या वैयक्तिक गरजांकडे जातीनं लक्ष दिलं जातं. मुलांना सुरक्षित वाटण्यासाठी आवश्यक असलेलं प्रेम आणि काळजी पाळणाघराच्या चालकांकडून पुरेपूर घेतली जाते. यामुळे मुलांना दिवसा पाळणाघरात आणि त्यानंतर घरी पुरेसं प्रेम मिळतं.

नोकरदार पालकांच्या मनातील काळजीचा दुसरा भाग असा असतो की आपण घरी राहून मुलांना जे देऊ शकतो ते सर्वोत्तम असतं आणि पाळणाघरात त्यांच्या वाट्याला येणारं सगळं 'दुय्यम' असतं. आता पालकांनी मुलांबरोबर राहणं यासारखी चांगली गोष्ट दुसरी नाही, हे खरं आहे; पण ही काळजी

नाहीशी करण्यासाठी पालकांनी जास्त धडपड करून त्यांच्या मनाप्रमाणे सर्वोत्तम पाळणाघर शोधून काढावं. मुलांच्या दृष्टीनं हे महत्त्वाचं आहे की पालक घरी असतात त्या काळात मुलांच्या वाट्याला त्यांचं सर्वोत्तम येतं की नाही!

काही पालक तर इतर कुटुंबीय, मित्र किंवा कुणी अनोळखी व्यक्तीनं दोष देण्यापूर्वीच स्वत:हून अपराधीपणाच्या खाईत पडतात. अनेक दिशांनी आणि अनेकांकडून येणारे अनाहूत 'उपयुक्त' सल्ले अशा पालकांनी नजरेआड करायला शिकलं पाहिजे. तुम्हाला दोन्ही बाजूंनी मतप्रदर्शन करणारे लोक भेटतील – तुम्ही हे विसरता कामा नये की मूल *तुमचं* आहे, कौटुंबिक जीवन *तुमचं* आहे आणि याविषयी निर्णय *तुम्हालाच* घ्यायचा आहे.

नोकरदार पालकांच्या मुलांचं संगोपन

मुलाला कुठे ठेवायचं हा अवघड निर्णय आई-बाबांनी कामावर जाण्यापूर्वी घ्यावा लागतो. मुलांना घरातील कुटुंबीय किंवा परिचितांजवळ ठेवणं, पाळणाघरात ठेवणं किंवा दोघांपैकी एकानं आळीपाळीनं मुलाजवळ राहणं, यापैकी एक मार्ग त्यांना निवडावा लागतो.

काही पालक यातील प्रत्येक उपाय थोडा थोडा वापरतात. ज्यांच्या घरी मुलांकडे बघण्यासाठी इतर कुटुंबीय आहेत त्यांचा निर्णय पटकन होतो. हे कमी खर्चिक असतं आणि इतर काळज्याही कमी असतात. अनेक वेळा आजी-आजोबांना हे काम अतिशय आवडीचं असतं. काही आजी-आजोबांना तर पुन्हा अपत्यप्राप्तीचा आनंद होऊन आकाश ठेंगणं होतं! घरी आजी-आजोबा नसतील तर काही पालक मुलांना शेजारी किंवा विश्वासू परिचितांकडे ठेवतात. इतर पालक मात्र मुलांसाठी पाळणाघरच पसंत करतात.

काही पालक वेळेची विभागणी करून आळीपाळीनं मुलांकडे बघतात. माझा एक दंतवैद्य मित्र आहे. तो आठवड्यातील तीन दिवस काम करतो; बाकीच्या चार दिवसांत तो घरी थांबतो आणि त्याची पत्नी नोकरीला जाते. असा लवचिकपणा लाभण्याइतकं भाग्य प्रत्येकाजवळ असेलच असं नाही, पण शक्य असल्यास जरूर त्याचा फायदा घ्यावा.

तुम्ही कोणताही पर्याय निवडा, पण तुमच्या मनाची अशी खात्री पटली पाहिजे की, स्वत: घरी थांबण्याखेरीज उपलब्ध असलेल्या पर्यायांपैकी सर्वोत्तम पर्याय तुम्ही निवडलेला आहे. मूल जिथे आहे, तिथे ते आनंदी आणि सुरक्षित आहे या भावनेखेरीज तुम्ही नोकरीच्या ठिकाणी आपल्या कामाला पुरेसा न्याय देऊ शकत नाही.

आजारपणाच्या काळात

मुलांनी आयुष्यातली पहिली काही वर्षं चार भिंतींच्या चौकटीत घालवलेली असतात, त्यामुळे सर्दी, पडसं, खोकला आणि ताप पसरवणाऱ्या जंतूंविरुद्ध त्यांच्याजवळ पुरेशी प्रतिकारशक्ती नसते. पाळणाघरामध्ये या धोक्यांना मुलं सामोरी जाताना 'उघडी पडल्यासारखी' होतात आणि मग त्यांना सतत काही ना काही होत राहतं.

सामान्यपणे पाळणाघरांमध्ये रुग्णालयांसारख्या सुविधा उपलब्ध नसतात आणि आजारी मुलांमुळे पालकांवर खूप ताण पडतो. मग अशा वेळी पालकांना रजा काढून घरी आजारी मुलाजवळ थांबावं लागतं. काही पालक मुलांच्या आजारपणासाठी स्वत:ची आजारपणाची रजा खर्च करतात, पण पुढे स्वत:च्याच आजारपणात त्यांची अवस्था केविलवाणी होते. काही कंपन्यांमध्ये यासाठी विशेष तरतूद असते, पण बऱ्याच कंपन्यांमध्ये ती तशी नसते, मग विनावेतन रजा घेतल्यामुळे कुटुंबाच्या आर्थिक बाबींवर ताण येतो. अशा वेळी आजीला किंवा इतर कुणा स्त्रीला देखभालीसाठी बोलावूनही ही समस्या सुटतेच असं नाही : बहुतेक मुलांना आजारपणात धीर आणि संरक्षण देण्यासाठी आई किंवा बाबाच जवळ हवे असतात.

हळूहळू प्रतिकारशक्ती वाढल्यामुळे सुरुवातीला वारंवार होणारे आजार पुढे पुढे काहीसे कमी होतात. वाढणारी प्रतिकारशक्ती हाच यातील आशेचा किरण असतो.

'किती' नव्हे 'कसे'

मी नेहमी असं सांगतो की नोकरीच्या निमित्तानं तुम्हाला किती तास मुलापासून दूर राहावं लागतं हे महत्त्वाचं नाही. तुम्ही मुलाजवळ असताना तो वेळ कसा वापरता यावर सगळं अवलंबून आहे.

मुलांना पाळणाघरामध्ये कायकाय सोयी मिळतात किंवा काय अडचणी आहेत याविषयीच बऱ्याच वेळा जास्त खल केला जातो. मुलं घरी असताना पालकांबरोबर त्यांचा वेळ कसा जातो याला खरं म्हणजे जास्त महत्त्व आहे. नाहीतर मुलांना पाळणाघरात चांगल्या सोयी मिळतात आणि घरीच इतर समस्या यायला लागल्या तर सगळंच मुसळ केरात जातं.

राहूलची समस्या

राहूल नावाच्या दोन वर्षांच्या मुलाला त्याची आई माझ्याकडे घेऊन आली होती. ही समस्या त्याच्या झोपेची होती. आईनं कितीही प्रयत्न केले तरी राहूल रात्री डोळे मिटायलाही तयार व्हायचा नाही. झोपायचं नुसतं नाव काढलं तरी याचा दंगा, कटकट आणि रडणं सुरू व्हायचं. आईनं त्याला कसंबसं आडवं करावं, तर पुढच्या क्षणी तो उठून बसायचा. त्याची आई नोकरी करायची आणि एकटीनं त्याचं संगोपन करायची. या समस्येपुढे तिचा अगदी निरुपाय झाला होता. तिच्या नोकरीत भरपूर काम पडायचं आणि मुलामुळे तिलाही झोप कमी मिळून कामावर परिणाम व्हायचा.

सीमित रडण्याचे आणि इतर काही उपाय मी काही आठवडे राहूलवर वापरले. काही दिवस त्याला झोपेसाठी औषधही देऊन पाहिलं; पण दिवसागणिक समस्या जास्तच बिकट होत गेली आणि त्याचा चिडचिडेपणाही वाढायला लागला.

अपयशाच्या शंकेनं मी चार पावलं मागे येऊन या समस्येचा पुन्हा नव्यानं विचार केला आणि अहो आश्चर्यम्! समस्येचं उत्तर माझ्या समोरच होतं. काम भरपूर असल्यामुळे आई राहूलला सकाळी आठ वाजता पाळणाघरात सोडायची आणि तो संध्याकाळी सहा वाजता घरी यायचा. राहूलला झोपेची कोणतीही समस्या नव्हती, त्याला फक्त आईचा सहवास अपुरा पडत होता! अंघोळ आणि जेवण बनवणं यामध्ये आईचा बराच वेळ जायचा. आणि राहूलच्या वाट्याला गोष्ट सांगण्यासाठी झोपण्यापूर्वीची उणीपुरी पाच मिनिटं यायची. हा अन्याय राहूलला बिलकुल मान्य नव्हता.

राहूलच्या 'झोपेच्या समस्येचं' उत्तर अगदी सोपं होतं. त्याची झोपण्याची वेळ आम्ही पुढे ढकलली. मधल्या वेळात आई त्याच्याजवळ बसून गोष्टी वाचण्याचा किंवा एकत्र टी.व्ही. बघण्याचा कार्यक्रम व्हायचा. यामुळे झोपण्यापूर्वी जास्त वेळ आई राहूलजवळ राहू शकत असे. तो इतका साधा होता की त्याचं फारसं मनोरंजनसुद्धा तिला करावं लागत नसे; घरातल्या दैनंदिन गोष्टी त्याला आईबरोबर करायच्या असत, एवढंच. लवकरच राहूल कुठलाही त्रास न देता ठरलेल्या वेळी गाढ आणि शांत झोपायला लागला.

पाळणाघरामध्ये घरापासून दूर, दिवसाचे काही तास काढल्यावर मुलांना घरात आई-बाबा अगदी जवळ हवे असतात. दिवसभरातल्या घडामोडी आई-बाबांना किती सांगू आणि किती नको असं त्यांना होतं. इकडे दिवसभराच्या श्रमांनी थकल्यामुळे पालकांच्या उत्साह आणि शक्तीला ओहोटी लागलेली असते. कित्येक घरांमध्ये पालक नोकरी करत नसतील तरी हीच अवस्था असते. अशा प्रसंगी मुलांच्या गरजांचा प्रामुख्यानं विचार व्हायला हवा.

दिवसभर थकून घरी आल्यानंतर काही पालकांना असं वाटतं की, मुलांनी त्यांना फारसं छळू नये आणि आपलं आपण खेळावं; पण थोडा वेळ टी.व्ही. बघून सरळ झोपून जायला मुलं तयार होत नाहीत. आपण पूर्वी पाहिलंच आहे की मुलांना पालकांनी त्यांच्याकडे लक्ष पुरवायला हवं असतं आणि आपल्या मागण्या मुलं 'विविध मार्गांनी' जाहीर करतात. पालकांनी बऱ्या बोलानं त्यांच्याकडे लक्ष दिलं तर ठीक, नाहीतर ते हिसकावून घ्यायला मुलं मागेपुढे पाहत नाहीत.

तणावांची विभागणी

मुलांच्या जन्माप्रमाणेच संगोपनातही दोन्ही पालकांचा समानतेनं सहभाग हवा, असं वाटणं न्याय्य आहे. नोकरी करणाऱ्या दोघांपैकी एकानं झोपून जावं आणि दुसऱ्यानं सगळा भार उचलावा अशी कल्पना २१ व्या शतकातील समाजाच्या पचनी पडण्यासारखी नाही. दोघेही थकून घरी आलेले आहेत आणि घरी आलेलं मूल भर उत्साहात आहे, अशा वेळी श्रमविभाजन अपरिहार्य ठरतं. यावरील मार्ग म्हणजे एक जण दैनंदिन कामांना जुंपलेला असताना दुसऱ्यानं मुलाकडे पाहावं. उदा. :

- आई स्वयंपाक करत असताना बाबांनी मुलाला अंघोळ घालावी.
- घरात वॉशिंगमशीन असल्यास धुलाईचं काम बाबांवर सोपवून आईनं मुलाशी खेळावं.
- सकाळी एक जण डबे भरणं आणि इतर तयारी करत असताना दुसऱ्यानं मुलाला गोष्ट सांगावी किंवा गाणी म्हणून दाखवावीत.

मुलाला फारसं बाजूला पडल्यासारखं न वाटल्यामुळे वरील विभागणी बऱ्याच अंशी यशस्वी ठरते – घरातील सर्व कामं मुलाच्या डोळ्यांसमोर घडतात. पण दैनंदिन कामांमध्येच सगळा वेळ संपता कामा नये. काही वेळ आई-बाबांनी खास मुलासाठी राखून ठेवायला हवा. याशिवाय सोप्या कामांमध्ये मुलांना

सहभागी करून घेतलं तर अजून मजा येते, उदा. मुलाला पेटीतून पत्रं काढायला सांगणं, बाजारातून आणलेल्या वस्तू भरून ठेवणं, वाळलेल्या कपड्यांच्या घड्या करणं, इत्यादी. यामुळे मुलं विविध कामांमधले बारकावे शिकतात आणि त्यांना महत्त्व दिल्यामुळे मोठं झाल्यासारखं वाटतं.

कामांचं आणि वेळेचं नियोजन

नोकरी करणाऱ्या पालकांना अनेक महत्त्वाची कामं दररोज ठरावीक वेळेला, ठरावीक क्रमानं न चुकता उरकावी लागतात. नीट योजना आखल्यास यातील गुंतागुंत आणि गोंधळ बराच कमी होतो. यासंबंधी काही सूचना :

- वेळापत्रक आखा. यामुळे प्रत्येकाला केव्हा काय करायचं हे चांगलं अंगवळणी पडतं. गोंधळ न झाल्यानं आणि खटके न उडाल्यानं कामात सुसूत्रता येते. उदा. आईला दर बुधवारी ऑफिसमध्ये उशीर होणार असेल, तर बाबा न्यायला येतात हे मुलाला माहिती होतं. यासाठी सुरुवातीला एखादा तक्ता भिंतीवर लावल्यास जास्त चांगलं. आठवड्याची रूपरेषा आणि प्रत्येकाची जबाबदारी नीट कळल्यामुळे सगळं सोयीचं होतं : डॉक्टरांची तारीख विसरली जात नाही, मुलाला घेण्यासाठी दोघे जण पोहोचत नाहीत आणि प्रत्येक कामाला पुरेसा वेळ मिळतो.
- रोजची कामं ठरलेल्या वेळी झाल्यामुळे सुसूत्रता येते आणि सोयीचे शॉर्टकट घेता येतात. शक्य झाल्यास बँकेची आणि खरेदीची कामं इंटरनेटवर उरकावीत. यामुळे ओळीत उभं न राहता वाचलेला वेळ तुम्हाला मुलासाठी देता येईल.
- दुसऱ्या दिवसासाठी होता होईल तेवढी तयारी आजच करून ठेवा. उदा. भाज्या चिरणं, कणीक भिजवणं, युनिफॉर्मला इस्त्री करून ठेवणं, इत्यादी कामं आदल्या दिवशी करून ठेवता येतात. बाहेर पडताना बरोबर घ्यायच्या जरुरीच्या वस्तू दाराजवळ मांडून ठेवाव्यात. यामुळे सकाळचे गोंधळ आणि चिडचिड कमी होते आणि नाष्टा करताना कुटुंबाला पाच मिनिटं गप्पा मारायलाही मिळतात. शिवाय आई-बाबांना सोडून पाळणाघरात जायला मुलांची शारीरिक आणि मानसिक तयारी होते.
- ऑफिस सुटल्यावर वाहतुकीच्या कोंडाळ्यातून मुलाला घेण्यासाठी वेळेवर पाळणाघरात पोहोचणं हे एक दिव्यच असतं. यात वाटेवरच्या कामांची भर पडते. हे सगळं खूप त्रासदायक झाल्यामुळे मुलंही आपल्याबरोबर चिडचिडी

व्हायला लागतात. यावर उपाय म्हणजे मुलाला घरी आणण्याचं काम एखाद्या मित्रावर सोपवणं.

- तुमच्या माहितीतल्या इतर काही नोकरी करणाऱ्या पालकांसोबत तुम्हाला काही कामांची वाटणी करता येऊ शकेल. पण सुरक्षिततेसाठी म्हणून या व्यवस्थेची पाळणाघराच्या चालकांना माहिती द्या. काही कामं तुम्हाला मुलांची लुडबुड टाळून उरकायची असतात; उदा. दातांच्या डॉक्टरांची अपॉइंटमेंट, जिम, बिलं भरणं, इत्यादी.
- तातडीच्या वेळी आपल्या मदतीला धावून येऊ शकणाऱ्या लोकांची यादी हाताशी ठेवा. कित्येक पाळणाघरांमध्ये असा नियमही असतो. आपण कितीही काळजीपूर्वक कामांची आखणी केली तरी वाहनातील बिघाड, अचानक आपली तब्येत बिघडणं किंवा ऑफिसमध्ये अनपेक्षितपणे थांबावं लागणं अशासारख्या कारणांनी आपल्या नियोजनाचा बोजवारा उडू शकतो. अशा वेळी काही मित्र किंवा नातेवाइकांची मदत मोलाची ठरते. तसंच घराजवळील आणि पाळणाघराच्या जवळ असलेल्या डॉक्टरांचे नंबर हाताशी ठेवा.
- आठवड्याच्या शेवटी मिळणाऱ्या सुट्टीचा वापर चतुराईनं करा. ही कामं विभागून केल्यामुळे सोयीची जातात : आठवड्याचं सामान आणि भाजी खरेदी करणं, सफाई, इस्त्री करणं, पुढील आठवड्याची तयारी करणं आणि मुलाला बागेत खेळायला नेणं ही कामं विभागून केल्यास दोघांवरील ताण हलका होतो.
- आपल्या अपेक्षा नेहमी रास्त ठेवा. स्वच्छता, आरोग्य, टापटीप आणि नीटनेटकेपणा यांना महत्त्व आहे, पण त्यांच्या आहारी जाऊन अतिरेकामुळे येणारा कडवटपणा टाळा.
- स्वैपाक करताना पटकन होणारे पदार्थ निवडा; ते पोषक, चवदार आणि करायला सोपे असले की पुरेसं आहे. काही विशिष्ट पाककृती साप्ताहिक सुट्टीच्या दिवशी करायला हरकत नाही.
- नेहमीच सगळा वेळ स्वैपाकघरात घालवायला हवा असं नाही. कधीतरी मुलाच्या आवडीच्या हॉटेलमध्ये जावं किंवा बाहेरून काहीतरी खायला आणावं. कुटुंबीयांसमवेत आवडीच्या पदार्थांचा आस्वाद घेत वेळ आनंदानं घालवायचा असेल तर खिसा थोडा हलका करायला हरकत नाही.
- काही ना काहीतरी निमित्त शोधून सर्वांनी काही वेळ एकत्र घालवावा. रोजच्या भरगच्च वेळापत्रकातील काही कोपरे सर्वांना आवडतील अशा गोष्टींमध्ये वेळ घालवून साजरे करा.

वेळापत्रकात अडकण्यामध्ये रुक्षपणा असतो, पण त्यामुळे तुम्ही मुलाला अधिक आनंदित ठेवू शकता. नेहमी सर्वच गोष्टी वेळापत्रकाप्रमाणे घडणं अवघड असतं आणि कधीकधी गोष्टी थोड्या इकडे तिकडे होतात. जॉन लेनन यांनी असं म्हटलं आहे की 'तुम्ही वेळापत्रकातले बारकावे काळजीपूर्वक ठरवत असताना जीवनातल्या कित्येक मजेदार घटना घडून जातात. पण, नीट आखणी केलेल्या वेळापत्रकाप्रमाणे वागून तुम्हाला ठरावीक वेळ मुलांबरोबर मजा करण्यासाठी नक्की राखून ठेवता येतो.'

अवघड ते सोपं करू या

नोकरी करणाऱ्या पालकांना सगळं नीट निभावणं जिकिरीचं असतं यात वाद नाही. नोकरीच्या जशा काही गरजा असतात, तशाच कुटुंबाच्याही गरजा असतात. यातूनच कधीतरी आपला वेळ खाणारं एखादं काम उपटतं. याशिवाय पालकांना मुलांची इतरत्र सोय लावल्यामुळे जाणवणाऱ्या अपराधीपणालाही तोंड द्यावं लागतं. मूल पुरेसं मोठं होईपर्यंत एवढी सर्कस करण्यापेक्षा काही काळ घरी थांबावं आणि मुलांचं संगोपन नीट करावं असे सल्ले देणारेही भेटतात.

या पालकांना मी असं सांगेन की, जोपर्यंत उपलब्ध वेळ तुम्ही मुलांबरोबर पुरेपूर घालवत असाल आणि त्यांच्याकडे नीट लक्ष पुरवत असाल तोपर्यंत तुम्हाला उगाच अपराधी वाटायचं काही कारण नाही. अर्थात यासाठी पाळणाघरात मुलांनाही काही समस्या नाहीत, याची नीट खातरजमा करायला हवी. कामाची विभागणी दोघांमध्ये न केल्यास एकावरच सर्व भाराखाली दबून जाण्याची वेळ येते. यासाठी काळजीपूर्वक योजना आखल्यास अपेक्षित अडचणींवर सहज मात करता येते.

२३
एकला चलो रे : एकल पालकांच्या समस्या

उपलब्ध आकडेवारीनुसार अनेक देशांत चारापैकी एक मूल एकट्या पालकाबरोबर राहतं. तत्त्वज्ञानाची पुस्तकं वाचून मी हळवा होतो त्यावेळी मानवजातीबद्दल मला खेद वाटतो. आज मानवानं अंतराळात यानं सोडलेली आहेत, अणुविभाजन साध्य केलेलं आहे आणि महासंगणकांची निर्मिती केली आहे; पण सुयोग्य जोडीदाराची निवड करून त्याच्याबरोबर सुखासमाधानानं राहणं अनेक माणसांना जमत नाही. असं वाटतं की विज्ञानाच्या अफाट प्रगतीबरोबर मानवी नात्यांची फरफट सुरू झाली आहे. या प्रकरणात मला फक्त एकच गोष्ट सांगायची आहे : काहीही झालं तरी आपल्या विशिष्ट निर्णयांचे दुःखद परिणाम सोसण्याची वेळ आपल्या मुलांवर कधीही येता कामा नये. एकल किंवा इतर सर्व पालकांनी मुलांच्या दृष्टीनं जे सर्वोत्तम आहे, तेच करायला हवं.

नव्या समाजातील सत्य

कारणं काहीही असोत, आजकाल एकल पालकाचं कुटुंब समाजाला सत्य म्हणून स्वीकारावं लागलं आहे – वेगळं राहणं, घटस्फोट, जोडीदाराचा मृत्यू

किंवा काही अपरिहार्य समस्या यापैकी कोणतंही कारण असू शकतं.

यापैकी प्रत्येक कारणामुळे वेगवेगळ्या समस्यांचा उदय होतो. या अनेक कारणांचा ऊहापोह करण्यापेक्षा आपण असं लक्षात घेऊ की, या सगळ्याचा परिणाम अटळ असतो : कारण कोणतंही असलं तरी एकल पालकांना दररोज विविध समस्यांनी ग्रासलेलं असतं, उदा. एकटेपणा, वेगळं पडणं, अधिक जबाबदाऱ्या आणि मर्यादित सामाजिक जीवन.

एकल पालक या समस्यांना कसं तोंड देतो याचा थेट आणि प्रचंड परिणाम मुलांवर होतो. आयुष्यातल्या कठोर वास्तवाचा गंधही नसलेल्या चिमुरड्यांना लहानाचं मोठं करताना एकट्या पालकाला खूप काळजीपूर्वक वागावं लागतं आणि मुलं परिस्थितीचा बळी बनू नयेत यासाठी जिवाचं रान करावं लागतं.

एकट्याची वाटचाल

हा मार्ग अगदीच एकलकोंडा असतो; पण तुमच्या भावनांचे प्रत्यक्ष परिणाम मुलावर होत असल्यामुळे असं लक्षात ठेवावं लागतं की, तुम्ही एकट्यानं जेवढं सोसत राहाल तितकं ते सोसणं अधिकाधिक अवघड होत जातं.

नोकरी न करणाऱ्या एकल पालकाला एकटं पडण्याच्या गंभीर समस्येमधून सुटता येत नाही. मुलाचं सगळं करण्यात वेळ भर्रकन निघून गेल्यामुळे तुम्ही सहजपणे घरकोंबडे होता. अशा वेळी आश्वासक आधारांची वीण उभारावी लागते. त्यामुळे वेगळे पडण्याचा धोका टळतो आणि थोडंसं मोठ्यांमध्ये मिसळल्यामुळे एकलकोंडेपणावर मात करता येते.

काय करावं?

- ☐ पाळणाघरातील किंवा बालवाडीतील इतर पालक, नातेवाईक, मित्र आणि इतर हितचिंतकांचा आधार घ्यावा. यापैकी अनेक लोक सदैव मदतीचा हात पुढे करतात. कोणी चांगुलपणानं देऊ केलेली मदत स्वीकारत चला.
- ☐ घराबाहेर पडून काही वेळ इतर मोठ्या माणसांबरोबर घालवणं हे नुसतं चांगलं नाही तर गरजेचं आहे. चार भिंतींच्या पलीकडेसुद्धा जग असतं, याचं भान यामुळे येतं. शिवाय घरातला पसारा, नॅपी आणि पॉटी यापासून मोकळीक मिळून थोडा विरंगुळाही मिळतो.
- ☐ वेगळं पडण्यातून वेळीच न सावरल्यास पुढच्या काळातील समस्यांना तोंड फुटू शकतं. उत्साहात कमतरता, भावनांमधील उदासीनता किंवा झोप आणि आहारासंबंधी समस्या उद्‌भवल्यास चटकन तज्ज्ञांचा सल्ला घ्या, अन्यथा तुम्ही नैराश्याचा बळी होऊ शकता. तुम्ही सतत भावना लपवून सगळं काही आलबेल आहे असं भासवत राहिलात तरी तुम्ही कोणालाच

फसवू शकत नाही. विशेषत: मुलाला तर अजिबात नाही; त्याला नीट समजत नसलं तरी काहीतरी मोठी गडबड आहे, हे चांगलं कळतं.

घर नावाची जागा

नात्यांची वीण तुटत असताना ओळखीच्या जागा, लोक आणि कार्यपद्धती आपल्याला दिलासा देऊन जातात. आराम आणि आसऱ्यासाठी पक्ष्यांप्रमाणेच

पुन्हा पुन्हा

एकाकी आणि वेगळे पडलेले लोक मोठ्या माणसांच्या सहवासाला आसुसलेले असतात, पण अशा अवस्थेत भावनिक हळवेपणदेखील शिगेला पोहोचलेलं असतं. यामुळे अशी व्यक्ती नव्या नातेसंबंधाकडे सहजपणे आकर्षित होऊ शकते; पण भावनेच्या आहारी जाऊन घाई केल्यामुळे बऱ्याच वेळा अपेक्षाभंगाची निराशा पदरी येते. काही वेळा तर नवीन नातं पूर्वीपेक्षा जास्त घातक ठरतं. उदा. शिवीगाळ करणाऱ्या किंवा हिंसक वागणाऱ्या पतीपासून अलग झाल्यानंतर नवं नातं बांधू पाहणाऱ्या महिलेला पुन्हा त्याच दु:खद गोष्टींना सामोरं जावं लागतं.

आकडेवारी पाहिली असता, मुलं लहान असताना घटस्फोट घेतलेल्या निम्म्याहून अधिक पालकांनी तीन वर्षांच्या आत पुनर्विवाह केल्याचं आढळून येतं. दुर्दैवानं यापैकी निम्म्याहून जास्त नाती पाच वर्षांहून अधिक काळ टिकू शकत नाहीत. पालकांच्या दृष्टीनं हे यातनामय असलं तरी क्षणभर थांबा आणि यापायी भरडल्या जाणाऱ्या मुलांचा थोडा विचार करा.

आपल्यालाही एक उबदार घरटं हवं असतं. एकट्या पालकांना घरात अशी ऊब न मिळाल्यानं अडचणी आणि ताण वाढत जातो. मात्र त्याचबरोबर मुलांसाठी ते घर उबदार आणि सुरक्षित बनवणं हे एक आव्हान असतं आणि त्याचा थेट संबंध तुमच्या आर्थिक क्षमतेशी असतो. यामुळेच मुलांचं सुख आणि निवाऱ्यासाठी झटणाऱ्या पालकांची जितकी ससेहोलपट होते तितकी इतरत्र क्वचितच पाहायला मिळते.

काय करावं?

- जोडीदाराचा मृत्यू, घटस्फोट किंवा अलग झाल्यास शक्यतो त्याच घरात राहा. हे घर मुलाला परिचित असतं. आणि इथे मोठं झाल्यामुळे मुलाला

इथे सुरक्षित आणि आरामशीर वाटतं. तुमच्या आणि मुलाच्या भावनिक आरोग्यासाठी याचा खूप हातभार लागतो.

- वेगळ्या जागी राहावं लागणार अशी चिन्हं दिसायला लागताच मुलाच्या प्रतिक्रियांचा अंदाज घ्या. सातत्य तुटल्यामुळे नवीन जागेत मिळतं घ्यायला मुलाला काहीसा वेळ लागेल. संकटानंतर जागा बदलल्यामुळे मुलांमध्ये वर्तनाच्या समस्या उद्‌भवू शकतात. त्यामुळे मुलाच्या भावनिक गरजांबाबत विशेष जागरूक राहायला हवं. नवीन परिस्थितीविषयी असमाधान व्यक्त होताना बहुधा मुलांना झोप आणि टॉयलेटच्या समस्या येतात. तसंच, ती अचानक गोंधळ घालतात.
- भावनिक स्थैर्यासाठी जागेचं स्थैर्य महत्त्वाचं असलं, तरी भाड्याच्या जागेत राहताना अनेक वेळा जागा बदलणं अपरिहार्य ठरतं. सतत जागा बदलल्यामुळे नव्या परिस्थितीशी जुळवून घेऊन स्थिर व्हायला मुलांना अवघड जातं आणि एक अनिश्चितता त्यांच्या मनात कायमची ठाण मांडून बसते. शिवाय पाळणाघर किंवा बालवाडी दूर गेल्यामुळे त्रास होतो किंवा ती बदलावी लागते. आणि दूर राहणाऱ्या नातेवाइकांना भेटणं दुरापास्त होऊन बसतं.
- काही काळासाठी मुलांना घेऊन त्यांच्या आजी-आजोबांकडे राहायला जाणं काही वेळा दुहेरी फायद्याचं ठरतं – काही काळासाठी घर म्हणून शांतपणे डोकं टेकायला तुम्हाला एक जागा मिळते, आजी-आजोबांच्या उपस्थितीमध्ये तुम्हाला आणि मुलांना काहीसा शारीरिक आणि भावनिक आधारही मिळतो. मात्र काही वेळा वास्तव यापेक्षा काटेरी असतं आणि कधीकधी नव्या समस्यांचा जन्म होतो.

पैसा, पैसा, पैसा...

'माणसाला जगण्यासाठी पैशापेक्षा प्रेमाची जास्त गरज असते' असं तुम्ही अनेक वेळा ऐकलं असेल; पण जीवनाच्या काटेरी मार्गावर चालताना यातील फोलपणा चटकन कळून येतो. अनेक एकल पालकांसाठी पैशाचा अभाव ही एक अत्यंत त्रस्त करणारी समस्या असते. घटस्फोटानंतर अनेक वेळा एकल पालकाला ढासळत्या राहणीमानाशी सामना करावा लागतो. विशेषत: पूर्वी दोघांच्या पगारातून घरात सुबत्ता येत होती त्यांना हे चटके जास्त जाणवतात. बहुतेक वेळा जोडप्यातील एकाचा पगार दुसऱ्यापेक्षा खूपच कमी असतो आणि दुर्दैवानं कमी पगाराच्या जोडीदाराकडे मुलांचा ताबा असल्यास मोठीच आपत्ती ओढवते.

ही एक दमछाक करणारी समस्या आहे. मी असे पालक पाहिले आहेत की, मुलांना माझ्या दवाखान्यात आणण्यासाठी लागणाऱ्या बसभाड्यापुरते

पैसेदेखील त्यांच्याकडे नसायचे. दारिद्र्यरेषेच्या थोडे वर-खाली राहणारे असे अनेक पालक असतात.

काय करावं?

- ☐ बऱ्याच वेळा नोकरी करण्यासाठी मुलांना पाळणाघरात ठेवण्याचा खर्च एवढा येतो की, दैनंदिन गरजा भागवणं जड होऊन जातं. त्यामुळे सतत अधिक पगाराची नोकरी शोधत राहावं लागतं. पाळणाघराचा खर्च परवडेनासा झाल्यास आजी-आजोबांना किंवा इतर नातेवाइकांना मुलं सांभाळण्याची विनंती करावी किंवा नोकरी न करणाऱ्या विश्वासू परिचितांकडे मुलांना ठेवण्याविषयी सांगून बघावं. नोकरी शोधताना कंपनीतच पाळणाघराची सुविधा असल्यास सोन्याहून पिवळं!
- ☐ काही देशांमध्ये दुसऱ्या पालकाच्या पगाराच्या प्रमाणात मुलांसाठी पोटगी देण्याचे कायदे आहेत; परंतु स्वयंरोजगार करणारे काही लोक दुष्टपणे उत्पन्नाची आकडेवारी कमी दाखवतात, जेणेकरून पोटगी कमी द्यावी लागेल. अशा प्रत्येक वेळी कायदेशीर मदत उपलब्ध होतेच असं नाही, परंतु हक्काचे सर्व काही पूर्णपणे मिळवण्यासाठी झटत राहावं. अगदीच कोंडी झाल्यास मोफत सल्ला केंद्रांकडून जरूर मदत घ्यावी.
- ☐ एकल पालकाच्या आर्थिक समस्या समजून घेणं मुलांच्या कुवतीबाहेर असतं. मात्र वातावरणातील ताण त्यांना जाणवल्याशिवाय राहत नाही. यावर प्रभावी उपाय उपलब्ध नसला तरी मुलांवर तुमच्या प्रेमाची पाखर अखंड राहू द्या.

मर्यादित सामाजिक जीवन

सामाजिक बाबतीत एकल पालकाचे हात बांधल्यासारखे होतात : बालसंगोपनाखेरीज बाकी कशाला वेळच उरत नाही. घरच्या कामांमध्ये वेळ आणि श्रम इतके खर्च होतात की, कोणाला जाऊन भेटण्याइतकी शक्ती आणि इच्छा शिल्लकच राहत नाही, त्यात आर्थिक विवंचनांची भर. तुमचे इतर सर्व मित्र जोडीदारांसहित असल्यास हे आणखी बिकट होऊन बसतं. असं वाटायला लागतं की जीवन हे जोडीनं जगण्यासाठी असून आपण त्यापासून दूर कुठेतरी फेकले गेलो आहोत. यामुळे बऱ्याच सामाजिक भेटींच्या प्रसंगी तुमच्या उपस्थितीची नोंद ठळकपणे घेतली जात नाही, तर कधीकधी निमंत्रण मिळणंच दुरापस्त होऊन बसतं.

सतत मुलांबरोबर वेळ घालवल्यामुळे एकल पालकाचं वागणं-बोलणंही मुलांप्रमाणेच बनतं. या दुहेरी समस्यांमधून मार्ग न काढता आल्यामुळे अनेकदा पदरी निराशा येते.

काय करावं?

- घटस्फोटानंतर पूर्वीच्या सामाजिक वर्तुळामध्ये तुमचा पुनर्प्रवेश सहजासहजी घडत नाही. मित्रांना तुम्ही किंवा तुमचा जोडीदार यापैकी कुणाची बाजू घ्यायची हे न समजल्यामुळे किंवा समजून एकाची बाजू घेतल्यामुळे ते अडचणीत सापडतात, आणि मग ते सगळ्यात सोपा मार्ग पत्करतात – तो असतो दोघांपैकी कुणाशीच संबंध न ठेवणं. एकाला बरोबर आणि दुसऱ्याला चूक ठरवण्यापेक्षा ते कुंपणावर बसणं पसंत करतात; पण संकटकाळी तुम्हाला एक किंवा दोघांची भक्कम साथ असली तरी पुरेसं असतं.
- काही वेळेला विवाहित जोडपी त्यांच्यामध्ये एकल पालकाला सामावून घ्यायला कचरतात. त्यांना हा एक संसर्गजन्य रोग वाटतो व यामुळे त्यांच्या वैवाहिक जीवनावर उद्या गंडांतर येऊ शकतं असंही त्यांना वाटतं. काही देशांमध्ये यावर उपाय म्हणून एकल पालक एखाद्या संस्थेच्या निमित्तानं एकत्र येऊन भेटतात. ही कल्पना तुमच्या पचनी न पडल्यास मुलाच्या बालवाडीत किंवा जवळच्या बागेत नवीन ओळखी करा.
- मुलांनी तुमच्या आणि मुलांच्या नातेसंबंधात एक कुंपण घातलेलं असतं. आणि याआड कुणीही आल्यास ती जरासुद्धा सहन करत नाहीत. यामुळेच कधीकधी रस्त्यात तुम्ही साधं कुणाशी पाच मिनिटं बोललात तरी मुलं युद्ध पुकारतात. जीवनाची अशी युद्धभूमी होऊ देणं सावधपणे टाळायला हवं.

एकखांबी तंबू

एकल पालकत्व म्हणजे खाली जाळी नसताना दोरावरून चालण्याइतकं अवघड असं अनेकदा या पालकांना वाटतं. एकटेपणामुळे तुम्हाला दुसऱ्या कुणाला जमेस धरता येत नाही. मुलांचं सगळंच तुमच्यावर अवलंबून असल्यामुळे तुम्हाला आजारी पडायलाही फुरसत नसते. नोकरीतील काम काळजीपूर्वक करावं लागतं. कारण नोकरी गेल्यास डोंगरच कोसळतो.

काय करावं?

- तुम्ही आजारी पडल्यास किंवा अचानक वेळ कमी पडल्यास काही पर्यायी व्यवस्था हाताशी असू द्या. ऑफिसमध्ये विलंब होण्याच्या काही अनपेक्षित प्रसंगी या योजनेचा उपयोग होऊ शकतो.
- एकखांबी तंबूमुळे तुमच्या शिरावर सगळ्याच जबाबदाऱ्या असतात : आर्थिक प्रश्न, निर्णय घेणं, घरातली कामं इ. आर्थिक गुंतवणुकीसारख्या क्षेत्रात या विषयातील वाकबगार सेवानिवृत्त मित्राची मदत घेतल्यास फटफजितीचे

प्रसंग टळू शकतात. योग्य परिस्थिती पाहून शेजारच्या एखाद्या मुलाला किंवा मुलीला पॉकेटमनीसाठी थोडे पैसे देऊन आपल्या मुलाकडे लक्ष ठेवायला सांगा. एखाद्या तासाभरात तुम्ही बाहेरची कितीतरी कामं पार पाडू शकता.

- मुलांना शिस्त लावण्याच्या बाबतीत तुम्हाला आई आणि बाबा दोघांची भूमिका पार पाडण्याचं कर्मकठीण काम करावं लागतं. मुलांनी जेरीला आणल्यानंतर आशेनं बघण्यासाठी तुमच्याजवळ जोडीदार नसतो. यासाठी एकल पालकाला सर्व धोरणं नेहमी सातत्यानं राबवावी लागतात. यातील जमेची बाजू एवढीच की, शिस्तीच्या तुमच्या कल्पना राबवताना दुसऱ्या कुणाचा अडसर नसतो.

स्वतःला कमीपणा देणं

पालकत्व निभावणं सोपं नसतं. असे अनेक क्षण येतात की सगळा गुंता हाताबाहेर जातोय की काय असं वाटतं. स्वतःच्या क्षमतेविषयी शंका येऊन आपण स्वतःला दुय्यम दर्जाचे पालक मानायला लागतो. एकल पालकत्वाचे टक्केटोणपे खाताखाता आत्मविश्वास ढासळून मग आपल्याला स्वतःच्या व्यक्तिमत्त्वाविषयीच शंका यायला लागते. किंबहुना बहुतांश वेळी या समस्या कोणाच्याही खिजगणतीत नसतात आणि त्यांच्यावर बोलणंदेखील कुणाला फारसं गरजेचं वाटत नाही.

काय करावं?

- घटस्फोटाच्या बहुतेक घटनांमध्ये एक पालक दुसऱ्यावर दोषारोपण आणि आगपाखड करत असतो. त्यामुळे अपराधीपणाची टोचणी अधिकच तीव्र होते. एकट्यानं घर आणि मूल सांभाळताना या टोचणीला मनात अजिबात थारा देऊ नका.
- विभक्त झाल्यानंतर आत्मसन्मान आणि स्वाभिमान जागृत होण्यासाठी बराच वेळ लागू शकतो. अतिशय निर्दय वागणूक देणाऱ्या पतीपासून वेगळ्या झालेल्या माझ्या माहितीतल्या एका महिलेला यासाठी तब्बल *दहा वर्षं* लागली. अतिशय निर्भेळ व्यक्तिमत्त्व असलेल्या एका चांगल्या मातेला मी इतकी वर्षं ओळखतो, तरीही तिला अधूनमधून अपयशाची टोचणी लागते. तुमच्या सभोवतालच्या सकारात्मक वृत्तीच्या व्यक्ती आणि कुटुंबांमध्ये मिसळत राहा. मग आपला आत्मसन्मान परत मिळवा – तुम्हाला दहा वर्षं नक्कीच लागणार नाहीत.
- तुम्ही एकल पालक असाल आणि नोकरी करत नसाल तर जग तुमच्यावर दुहेरी ठपका ठेवायला बघतं. मग 'तुम्ही काय करता?' अशा प्रश्नांना 'मी

पूर्वी...' अशासारखी उत्तरं शोधली जाऊ लागतात. लक्षात ठेवा की मुलांचं संगोपन करण्याचं एक अतिमहत्त्वाचं काम तुम्ही करत आहात. करियरपेक्षा मुलांच्या विकासाकडे लक्ष देण्याचा निर्णय तुम्ही घेतलात, तर त्यात दोषास्पद काहीही नाही.

- काही पालकांच्या बाबतीत मात्र पुन्हा नोकरी सुरू केल्यामुळे त्यांनी गमावलेला आत्मसन्मान परत मिळवण्यासाठी मदत होते. घराबाहेर पडून तुमची कौशल्यं आणि बुद्धिमत्ता वापरल्यामुळे तुम्हीसुद्धा कुणीतरी आहात याचं तुम्हाला पुन्हा स्मरण होते.

एकल पालकांच्या बिकट समस्यांची मला पुरेपूर जाण आहे. एकल पालकांवर सगळीकडून एकदमच कोसळणाऱ्या असंख्य समस्यांपैकी नुसती एकेकटी समस्यासुद्धा तुम्हाला खच्ची करायला पुरेशी असते. असं असताना बहुतेक एकल पालक या सर्व समस्यांशी एकट्यानं झुंज देताना दिसतात. यातील प्रत्येक समस्येचा स्वतंत्रपणे मुलांवरदेखील खूप दुष्परिणाम होत असल्यामुळे मुलांचं भवितव्य क्षणभरही नजरेआड करून चालत नाही. क्षणभर थांबा, मुलाच्या जागी आपण आहोत अशी कल्पना करा, आणि मग निर्णय घ्या. त्यामुळे तुमच्या गरजा भागवताना मुलाच्या गरजांकडे डोळेझाक होणार नाही.

विभक्तता आणि घटस्फोट

विभक्त होण्यापूर्वीचं जीवन कितीही दुःखद आणि भीषण असलं तरी विभक्त झाल्यानंतर बहुसंख्य पालकांच्या भावनांचा चोळामोळा होतो. सुरुवातीचे काही दिवस दुःखापासून सुटकेच्या भावनेत जातात; परंतु त्यानंतर पश्चात्ताप, विषाद, राग, गोंधळाची मन:स्थिती आणि स्वत:बद्दल अनादर यासारख्या भावना मनाचा ताबा घेतात. कधीकधी तर असंही वाटायला लागतं की पूर्वीची स्थिती जास्त बरी होती किंवा मी यातून काय साधलं?

मोठ्या माणसांच्या बाबतीत स्वतःच्या आयुष्यातील घटनांविषयी त्यांना स्वत:चं असं स्वतंत्र मत असतं; परंतु कुटुंब विभक्तीच्या निर्णयामध्ये मुलांना कुठलाही मताधिकार नसतो, हे आपल्याला विसरून चालणार नाही. आई-बाबा विभक्त होताना नेमकं काय घडतंय हे लहान मुलांना उमजत नाही, परंतु त्यांच्या दिसणाऱ्या परिणामांनी मात्र मुलं हादरून जातात.

लहान मुलांना दैनंदिन जीवन, घट्ट नातेसंबंध आणि घरातून मिळणारं लक्ष आणि प्रेम यामधून सुरक्षितता मिळते. विभक्त झाल्यावर यात प्रचंड उलथापालथ

होते. मात्र दैनंदिन जीवन प्रयत्नपूर्वक पहिल्यासारखंच ठेवल्यास होणारे दुष्परिणाम किमान पातळीवर ठेवता येतात. नवीन जीवनातील बदल जितका तणावरहित घडेल तितकं मुलांना या बदलाशी मिळतं घेण्यास सोपं जातं.

मोडलेली कुटुंबं

लग्नसोहळ्याच्या वेळी वधू-वर असे दोघांच्या बाजूनं अनेक पाहुणे उपस्थित असतात. घटस्फोटाच्या प्रसंगीसुद्धा नातेवाइकांना एक बाजू घ्यावी लागते; पण हे सगळं मुलांच्या अगदी डोक्यावरून जात असतं; कुणाला चांगलं किंवा वाईट ठरवण्यात त्यांना रस नसतो. मुलं दोन्ही बाजूच्या नातेवाइकांच्या प्रेमाला सारखीच आसुसलेली असतात.

तुम्ही जोडीदारापासून घटस्फोट घेतलात तरी, त्याच्या नातेवाइकांशी संबंध तोडायलाच हवेत असं काही नाही. बऱ्याच देशात आजी-आजोबांना नातवंडांची भेट घ्यायची कायदेशीर मुभा असली तरी नातवंड न भेटल्यानं खंतावलेले आणि हवालदिल झालेले कितीतरी आजी-आजोबा मी पाहिलेले आहेत. एका आजीनं मला सांगितलं की, त्यांच्या मुलाचा घटस्फोट झाल्यानंतर तीन वर्षं त्यांनी नातवंडांना सांभाळलं. मात्र मुलानं पुन्हा विवाह करताच नव्या सुनेनं मुलांवर आजीला भेटण्याची बंदी घातली आणि मुलांच्या शाळेची बस घरावरून जातानाच आजीला त्यांचे चेहरे ओझरते बघत समाधान मानावं लागायला लागलं. विभक्त पालकांच्या मुलांच्या दैनंदिन जीवनात आधीच त्यांची खूप

कायदेशीर लढाई

वीणाताईंना गायत्री नावाची एक मुलगी आहे. पती विभक्त झाल्यानंतर कुठल्याही मदतीशिवाय वीणाताईंनी मोठ्या कष्टानं गायत्रीला लहानाची मोठी केली. यथावकाश तिचं लग्नही करून दिलं. दुर्दैवानं गायत्रीचं कौटुंबिक जीवनही संकटात सापडल्यावर वीणाताई नातवंडांसाठी ढाल झाल्या.

गायत्रीचा पती अगदीच पळपुटा निघाला. पत्नी आणि मुलांना सोडून आपल्या आई-वडिलांकडे निघून गेला. पती आणि पित्याच्या भूमिकेला तो पुरेपूर कंटाळला होता आणि हे सगळं आपल्यासाठी नाही असं त्याला ठामपणे वाटायला लागलं. जावयानं धूम ठोकताच वीणाताई पहाडासारख्या गायत्रीच्या पाठीशी उभ्या राहिल्या. मायलेकींमधलं नातं आता जास्तच दृढ झालं आणि गायत्रीच्या बछड्यांना मायेची ऊब आणि सुखाचं घरटं मिळालं.

सहा महिने गेल्यावर गायत्रीचा नवरा पुन्हा उपटला. वीणाताई, गायत्री आणि मुलांमधील एकोपा आणि प्रेम बघून त्याला तीव्र असूयेचा झटका आला. मुलांच्या भावनांची काडीइतकीही कदर न करता त्यानं आजी आणि नातवंडांचे संबंध क्रूरपणे संपवले. त्यानं गायत्रीलाही तंबी दिली की, 'तुला मी हवा आहे की आई, ते आत्ताच ठरव!' आता मात्र गायत्री साफ कोलमडली. चिमट्यात सापडल्यामुळे आईशी नातं राखावं की लग्न वाचवावं, या द्विधा मन:स्थितीत सापडून एका हतबल क्षणी तिनं नवऱ्याबरोबर राहण्याचा निर्णय घेतला.

आता मात्र वीणाताई उन्मळून पडल्या. इतके दिवस मुलांना जीव लावल्यानंतर त्यांना मुलांच्या गालावरून प्रेमानं हात फिरवायचीही बंदी झाली. कायद्याप्रमाणे त्यांना नातवंडांना भेटायचा अधिकार होता हे खरं; पण कायदा तुमच्या सर्वच अडचणी सोडवू शकतो असं नाही. कायदा वापरून त्यांना पुन्हा मुलीच्या संसारात बिब्बा घालायचं धाडस करवेना. या सगळ्यामध्ये गायत्रीच्या नवऱ्याची हार झाली होती हे खरं असलं, तरी खरी हार मात्र गायत्रीच्या मुलांची झालेली होती.

कुचंबणा होत असते; त्यांच्यावर अशा काही गोष्टी लादणं तद्दन मूर्खपणाचं आहे.

मित्र आणि इतर नातेवाइकांच्या नात्यांची वीण घट्ट राखल्यास पालक आणि मुलांसाठी विभक्त जीवनाचा स्वीकार कमी कष्टदायक होतो. कुटुंब तुटताना मुलांना लागणारा आसरा आणि प्रेम आजी-आजोबा उत्तमपणे पुरवू शकतात. काही नातेवाईक स्वत:ला राजकीय खेळींपासून अलिप्त राखून मुलांवर निर्भेळ प्रेम करू पाहतात, अशांचा मुक्त सहवास मुलांना लाभू द्यावा. जीवनाशी मैत्रीपूर्ण तडजोड केल्यास सच्च्या हितचिंतकांशी आणि प्रेमळ नातेवाइकांशी सौहार्दपूर्ण संबंध राखता येतात. कुठल्याही परिस्थितीत अशा लोकांपासून विभक्त होऊ नका!

राहण्याची जागा आणि भेटीगाठी

राहत्या घराचा ताबा आणि भेटीगाठींचे हक्क याविषयी जोडीदारांनी आपापसात भांडत राहण्यात काही तथ्य नाही, असं माझं साधं सरळ मत आहे. परंतु अनेकांना ते पटणारही नाही. आईला राहत्या घराचा ताबा आपोआपच मिळतो या भीतीनं काही वडील उद्ध्वस्त होतात; परंतु आजकाल नेहमीच असं घडतं असं नाही. एरवी शांततेत होऊ शकणारं विभाजन जागेविषयीच्या तंट्यांमुळे अनेक वेळा खोड्यात पडतं. मला अनेक वेळा अशा खटल्यांमध्ये साक्ष देण्यासाठी अनिच्छेनं जाण्याची वेळ आलेली आहे. त्या अनुभवावरून मला असं वाटतं की, खूप खर्च आणि स्वत:च्या आणि मुलांच्या भावनांचा चोळामोळा करून काही वेळा न्यायालयातील विशिष्ट पद्धतीच्या वाटाघाटींतून मिळणारं यशही फारसं आनंददायी नसतं. मुलांच्या भावनांची कदर करून अशा वेळी खरी गरज खुलेपणा आणि समजूतदारपणा दाखवण्याची असते.

काही वेळा जुना जोडीदार भेटीगाठींच्या हक्काचा बेजबाबदारपणे वापर करून तुमच्या आणि मुलांच्या वाट्याला आलेलं उरलंसुरलं सुखही नष्ट करू पाहतात. भेटीची ठरलेली वेळ न पाळणं, भेटीदरम्यान प्रक्षोभकपणे वागणं आणि वेळ संपल्यावरही रेंगाळत राहणं अशा दुष्ट गोष्टी ते करत राहतात. मुलांच्या मनात आईनं बाबांविषयी आणि बाबांनी आईविषयी गरळ ओकण्याची एक अमानवी मालिका मग सुरू होते आणि मुलांना आठवड्यातील एका भीतिदायक दिवसाला सामोरं जावं लागतं. अशा भेटीमधून आनंद मिळण्याऐवजी सहनशक्तीची परीक्षा द्यावी लागते.

तुम्हाला आवडो अथवा न आवडो, अशा भेटी तुम्हाला टाळता येत नाहीत. त्यांना लौकिक पद्धतीनं हाताळायचं की आध्यात्मिक क्षमाशीलता दाखवायची एवढंच ठरवण्याचं स्वातंत्र्य तुमच्या हातात असतं. तुम्हीही तितक्याच खालच्या पातळीवरून वागायचं ठरवलं तर त्याचा ताप मुलांनाच होतो. स्वत:ला बालिश

वर्तन करण्यापासून रोखणं हे फक्त तुमच्याच हातात असतं.

हे करणं सोपं असतं असं मला म्हणायचं नाही. तुमची मुलं जोडीदाराकडे असतील तर तुमचं मन विदीर्ण झालेलं असतं. कदाचित जोडीदाराकडे आर्थिक सुबत्ता असू शकते आणि तुम्ही हलाखीमध्ये दिवस काढत असू शकता. मुलांच्या पालनपोषणासाठी तुम्ही मिळेल ती कामं करून काबाडकष्ट करत असता आणि आठवड्याच्या शेवटी तो जोडीदार येऊन फुकटचं श्रेय लाटू शकतो आणि तोऱ्यात निघून जाऊ शकतो. खरोखरच हे सगळं अतिशय कष्टदायक आहे, परंतु दुर्दैवानं हेच आयुष्यातलं कटू सत्यही आहे. यात कोणता न्याय झाला, अशा प्रश्नानं डोकं पिचून जाऊ शकतं. पण यातून पळवाट नसते.

जागेचा ताबा आणि भेटीगाठींसाठी भांडणं कधीकधी अगदी विकोपाला जातात. विभक्त होण्याच्या सत्याला सामोरं जाण्यात अपयश आल्यावर काही पालक हिंसक होतात आणि मग मुलांना झोडपण्याच्या किंवा ठार मारण्याच्या करुण घटना कानावर येतात. तुम्ही किंवा दुसरी कुणी परिचित व्यक्ती अशा गर्तेत सापडल्यास लक्षात ठेवा की, यावर मदत आणि आधार उपलब्ध आहे. मुलांसाठी आणि पीडितांसाठी रात्रंदिवस सल्ला उपलब्ध करणारे फोन, सामाजिक सेवासंस्था किंवा पोलीस अशा वेळी मदतीला धावतात. उपलब्ध पुराव्यांनुसार खटला चटकन दाखल होऊ शकतो. यात मागे राहू नका; मुलांच्या सुरक्षिततेला सर्वाधिक महत्त्व आहे.

घर की युद्धभूमी?

युद्धांचा अनुभव घेण्यासाठी तुमचं घर युद्धभूमीवर असण्याची गरज नाही. जगातील लक्षावधी मुलांना दररोज हा अनुभव घरामध्येच येतो. घराच्या युद्धभूमीवर होणारी भांडणं सर्वाधिक क्लेशदायी असतात.

निरंतर लढत राहणाऱ्या पालकांसाठी विभाजन ही एक पटकन घडून जाणारी गोष्ट असते. शरीरानं एकत्र, पण मनानं शेकडो कोस दूर राहणाऱ्या पालकांसमवेत अनेक मुलांना दुःखद दिवस काढावे लागतात. क्षुल्लक कारणांवरून वादावादी, एकमेकांची उणी-दुणी काढणं, एकमेकांविषयी अढी धरणं आणि संधी मिळताच राईचा पर्वत करणं अशा गोष्टी अनेक पालक रोज नेमानं करत असतात. घरामध्ये सुख आणि शांती नांदण्याऐवजी असे पालकच घरातील दुःख आणि अशांततेचं कारण असतात.

कित्येक पालक निर्लज्जपणे एकमेकांशी बोलताना असभ्य भाषा वापरतात. मग मुलांची भरती युद्धासाठी दोघांचे सैनिक म्हणून केली जाते. जोडीदाराला हेतुपुरस्सर दुखवण्यासाठी मुलांचा वापर सर्रास केला जातो. बाबा मुलाला म्हणतात,

‘तू आता मोठा झाला आहेस, तोंडातलं बूच काढ आधी.’ आई तयारच असते: ‘असू दे बाळा, तुला निळं बूच देऊ की गुलाबी?’ ‘हे तर काळं आहे,’ बाबा म्हणतात. त्यावर आई म्हणते, ‘छे, छे, पांढरं आहे.’ एकमेकांवर कुरघोडी करण्यासाठी एकानं शिस्त लावली की, दुसऱ्यानं ती मोडून लाड करायचे. या सगळ्या प्रकारात मुलांची कोवळी मनं किती रक्तबंबाळ आणि संभ्रमित होत असतील याची कल्पनाच केलेली बरी.

लग्न मोडण्यापूर्वी सुरू झालेलं हे गनिमी काव्याचं युद्ध नंतरही अखंड सुरू राहतं आणि अनेक वर्षांसाठी सगळ्यांना कडवटपणा आणि तणाव देऊन जातं. कोण म्हणेल की असं करण्याचा पालकांना हक्क असतो? मी तर म्हणेन की कायद्याचा आधार घेऊन केलेला हा मुलांचा अघोरी छळ आहे. आपला समाज आणि त्यातील मुलांचं कल्याण साधू इच्छिणाऱ्या कोणत्याही सभ्य देशात कायद्याच्या आधारानं हे कधीही घडता कामा नये.

सुयोग्य हाताळणी

विभक्त होणं आणि घटस्फोट यांच्या काळात अयशस्वी लग्नामुळे मुलांची फार हानी होत नाही. खरी हानी होते ती याला कारणीभूत असणाऱ्या आपल्यामधील शत्रुत्व आणि वाकडेपणामुळे आणि त्याच्या अतिवापरामुळे भडकणाऱ्या द्वेषाच्या आगीमुळे. माजी जोडीदाराबद्दल तुमच्या मनात कितीही राग असला तरी त्याला सन्मानपूर्वक वागवा. कितीही झालं तरी ते तुमच्या मुलांचे माता किंवा पिता आहेत. विभक्त होण्याच्या अटळ निर्णयाला पालकांनी सोशीक आणि समंजसपणे सामोरं जायचं ठरवल्यास ही दुःखद घटनाही शांतपणे आणि जबाबदारीनं पार पाडता येतं. कडवटपणा आणि हेवेदावे न करता फारकत घेतल्यास त्याच्या दुष्परिणामांची तीव्रता खूपच कमी करता येते.

जगात अनेक समजूतदार लोक असतात, याबद्दल देवाचे आभारच मानायला हवेत. अशा लोकांमुळेच घटस्फोटांच्या प्रसंगी शांततापूर्ण तोडगे निघू शकतात आणि सुदैवानं जगात अनेक वेळा असं घडलेलं आहे. असे पालक मुलांना कमीत कमी झळ पोहोचून समंजसपणे विभक्त होतात.

असे पालक कधीही घातपाती कारवाया करत नाहीत, उणी-दुणी काढत नाहीत आणि भल्या-बुऱ्या मार्गानं मुलांचं मन जिंकायला धडपडत नाहीत. शिस्तीला तिलांजली दिली जात नाही. घराचा प्रश्न शांततेत सुटतो किंवा घराची आणि मालमत्तेची न्यायपूर्ण वाटणी होते. मुलांनाही दुसऱ्या पालकाला भेटायला आनंद होतो.

यशस्वीपणे वेगळं होण्यासाठी

- ☐ जे काही घडायचं असेल ते शांततापूर्ण मार्गानं घडेल असा समझोता जोडीदाराबरोबर करा. मुलाला विचारल्यासदेखील हेच उत्तर मिळेल.
- ☐ कमीत कमी बदल घडवून आणा. मुलांना सातत्य आवडतं. त्यामुळे मुलाच्या दैनंदिन गोष्टी आणि विशेषतः पाळणाघर यात शक्यतो बदल होऊ देऊ नका.
- ☐ मुलाच्या वयानुसार त्याला समजेल अशा भाषेत होऊ घातलेल्या घटनांची माहिती द्या. त्याच्या चिमुकल्या मनात सगळा अर्थ पूर्णपणे सामावला नाही तरी त्याला कल्पना येणं महत्त्वाचं आहे. मुलाला समजेल अशी साधी आश्वासक भाषा वापरा. असं न झाल्यास आपल्या खोडसाळपणामुळे हे घडलं आहे आणि त्याची शिक्षा आई-बाबांना भोगायला लागत आहे असं मुलाच्या बालबुद्धीला वाटू शकतं.
- ☐ मुलांना हे सांगणं फार गरजेचं आहे की नंतरही त्यांना आई-बाबा दोघंही असणार आहेत आणि दोघं त्यांच्यावर प्रेम करतात. आई-बाबा यापुढे एकत्र राहणार नसले तरी पूर्वीइतकीच आपली काळजी घेतील, असं त्यांना जाणवणं फार गरजेचं आहे.
- ☐ मुलांना यापुढे ती कुठे राहणार हे समजलं पाहिजे, तसंच विभक्त माता किंवा पिता कुठे राहतील हेही सांगितलं पाहिजे. यामुळे प्राप्त परिस्थितीची एक छबी त्यांच्या मनात साठवता येते आणि आई किंवा बाबा या जगातून निघून गेले नसून दुसरीकडे राहतात याची खात्री पटते.
- ☐ भेटीच्या वेळा एकमेकांच्या सोयीप्रमाणे ठरवाव्यात आणि भेटींदरम्यान दोन्ही पक्षांनी पुरेसं सहकार्य करावं. दूर राहणाऱ्या पालकाची पुढील भेट कधी होईल हे मुलांना या भेटीतच समजलं पाहिजे. भेटी सुलभपणे घडल्या पाहिजेत आणि भेटींविषयी निरुत्साह दाखवला जाता कामा नये. भेटीदरम्यान मुलांना तणावाऐवजी सहजता जाणवली पाहिजे.
- ☐ आजी-आजोबा, नातेवाईक आणि पूर्वीच्या हितचिंतकांशी संबंध तोडू नका, त्यांचा आधार मिळू शकतो. तुम्ही जोडीदारापासून विभक्त झालात तरी मुलांना आजी-आजोबांपासून विभक्त होण्याची इच्छा नसते. हा महत्त्वाचा दुवा निखळू देऊ नका. अन्यथा मुलांना असुरक्षित वाटायला लागतं.
- ☐ जोडीदारावर छुपी नजर ठेवू नका, त्याच्यावर खोटे आरोप करू नका किंवा निंदानालस्ती आणि कुटाळकी करण्याचं टाळा. कोण चूक आणि कोण बरोबर हे समजण्याची जाण मुलांच्या सीमित बुद्धीला नसते आणि कित्येकदा तर ती इतकी अजाण असतात की, इतके दिवस भोवती

असलेला दुसरा पालक अचानक कुठे गेला हे त्यांना कळत नाही. जोडीदार अगदी घृणास्पद किंवा अविचारी आहे असं तुम्हाला वाटलं, तरी मुलांना याच्याशी घेणं-देणं नसतं. त्यांना त्या पालकाला भेटायचं असतं आणि तुमच्याप्रमाणे त्यांचं त्या पालकावरील प्रेम बिलकुल आटलेलं नसतं. जोडीदारानं दुसरा विवाह केल्यास त्याच्या नव्या जोडीदाराला तुमच्या मुलांवर प्रेम करण्यापासून वंचित राखू नका. अन्यथा त्यामुळे तुमचा रक्तदाब मात्र वाढेल.

तिरस्कारपूर्ण आणि शत्रुभावनेनं घटस्फोट झाल्यास मुलांच्या भावनिक विश्वात एक कायमचा कुरूप ओरखडा उठतो. याउलट पालक स्नेहपूर्ण वातावरणात विभक्त झाल्यास त्यांचं भावनाविश्व तितकंसं उद्ध्वस्त होत नाही.

अशा प्रसंगी मुलांच्या भावना जपण्याला नेहमीच प्राधान्य दिलं गेलं पाहिजे. शत्रुत्व आणि तिरस्कारामुळे घायाळ होणारं त्यांचं कोवळं मन कधीच नजरेआड करून चालणार नाही. पालकांना एकमेकांचा राग येणं ही पालकांची समस्या आहे, मुलांची नाही. खरं म्हणजे एकत्र राहणं केवळ अशक्य झालं म्हणून विभक्त झालेले पालक नंतरही एकमेकांचे मित्र राहू शकतात आणि त्यापैकी एकाजवळ मुलं राहतात अशी आदर्श परिस्थिती असायला हवी. अशा व्यवस्थेतही मुलांची काळजी घेणारे दोन पालक असतील आणि किमान मुलांच्या सुरक्षित भविष्याविषयीच्या योजना एकत्रपणे आखल्या जातील.

नवी नाती

हे शब्द ऐकायला उत्साहवर्धक वाटले तरी वास्तवात बऱ्याच वेळेला फसवे असतात. मुळातच मुलांचा विचार जरी क्षणभर बाजूला ठेवला, तरी दोन आयुष्यं एका प्रवाहात येऊन एकमेकांच्या वृत्ती आणि सवयी अंगवळणी पडणं हेच मुळात अवघड असतं. यात मुलांची भर पडल्यावर हे समीकरण सोडवणं कित्येक पटीनं अवघड होऊन बसतं. अनेक एकल पालकांच्या दुर्दैवानं त्यांनी पुनर्विवाहाचा विचार करायला आणि मुलांच्या समस्यांनी गंभीर रूप धारण करायला एकच गाठ पडते.

यासाठी आधी मुलाच्या दृष्टिकोनातून विचार करावा. एक पालक 'गमावल्यामुळे' आधीच मुलांनी त्यांच्या स्थैर्य आणि सुरक्षेच्या आशा उरलेल्या पालकावर केंद्रित केलेल्या असतात. अतिशय कठीण परिस्थितीतून मुलांनी त्यांच्या जीवनाचा तोल पुन्हा सावरलेला असतो. त्यामुळे सद्य परिस्थितीतील कोणत्याही बदलामुळे या पालकाला गमावण्याचा धोका शिरावर घेण्याची त्यांची अजिबात इच्छा

अपघातामुळे ताटातूट

शत्रुत्वामुळे लादल्या गेलेल्या घटस्फोटापेक्षा एखाद्या अपघातामध्ये माता किंवा पित्याचा करुण अंत होण्यासारखी मुलांच्या आयुष्यातील भीषण घटना नाही; परंतु आश्चर्य असं, की दुर्दैवाच्या फेऱ्यात सापडलेली अशी कुटुंबं घटस्फोटानं विभक्त झालेल्या कुटुंबांच्या पुढे बाजी मारून जातात. प्रदीर्घ काळ कडवट लढा देऊन विभक्त झालेल्या माता-पित्यांच्या मुलांपेक्षा अपघातानं आई किंवा वडील गमावलेल्या मुलांचं मनोधैर्य कितीतरी अधिक पट असल्याचं संशोधनाअंती आढळून आलं आहे.

भयंकर अपघात आणि नंतरचा अटळपणे येणारा कायमच्या ताटातुटीचा प्रसंग घडून गेल्यानंतर काळच अशा मुलांच्या कोमल मनावर प्रेमानं मलमपट्टी करतो. येणाऱ्या प्रत्येक वर्षात दुःखद स्मृती पुसट होत जातात आणि कुटुंब सर्व शक्तीनिशी त्यातून सावरतं. अशा वेळी नातेवाईक, मित्र आणि समाजही अडीनडीला तत्परतेनं धावून येतो. इथं मालमत्तेची हिसकाहिसकी नसते, भेटी टाळण्याचे छुपे डाव नसतात आणि घराच्या ताब्यावरून तणतण होत नाही. खरं म्हणजे, अशी जखम खोल असते, पण अवाजवी हस्तक्षेपाअभावी ती लवकर भरून निघते. यातून हेच कडवट सत्य समोर येतं की आपण आपल्या अविचारी कृत्यांमुळे मुलांची जितकी अपरिमित हानी करतो, तितकी ती निसर्गालाही करता येत नाही.

नसते. किंबहुना तसंच होणार अशी त्यांची धारणा होते. म्हणूनच सगळं सावकाश घडू द्या. सुरुवातीच्या भेटी घराबाहेरच घडू द्या. यामुळे आपल्या हद्दीत कोणी उपरा शिरल्याच्या धोक्याच्या भीतीपासून मुलं काही काळ दूर राहतील. नवीन व्यक्तीला भेटायला जाण्यापूर्वी मुलांना आजी-आजोबा किंवा नातेवाइकांजवळ सुरक्षित ठिकाणी ठेवा.

काही काळानंतर मुलांना नव्या व्यक्तीची ओळख करून द्या. तुम्हाला परिचित असली तरी, मुलांच्या दृष्टीनं ही व्यक्ती अजून अपरिचित आहे याचं भान राखून मुलं लगेच मिठी मारायला धावतील अशी भाबडी आशा बाळगू नका. मूल विचित्र वागल्यास ते मुद्दाम कुजकटपणा करत आहे असं मानण्याचा वेडेपणा करू नका. मुलानं आडमुठेपणा केल्यास हे लक्षात घ्या की मूल तुम्हाला असं सांगण्याचा प्रयत्न करत आहे की 'आपल्या दोघांत

ही तिसरी व्यक्ती नको!' मुलांनी त्यांचे 'हक्क' बजावल्यास त्यांना शिक्षा करण्यास धजावू नका. परिस्थिती नीट न उमगल्यामुळे त्यांची भंबेरी उडू शकते. अशा वेळी त्यांना शिक्षेऐवजी समंजसपणाची गरज असते. मुलांना बहुधा एकल पालकासोबत झोपण्याची सवय लागलेली असते. अशा वेळी स्वतःच्या खोलीत झोपण्यास मुलं कडवा प्रतिकार करतात. अर्थात योग्य वेळी मुलांना त्यांच्या खोलीत झोपण्याची सवय लावा, गरज पडल्यास आधी सांगितलेल्या तंत्रांचा वापर करा. काही झालं तरी मुलांप्रमाणे पालकांनाही काही हक्क असतात.

पुनर्विवाहाच्या कराराच्या मसुद्याला अनुसरून सावत्र मुलांचं आगमन कधीकधी अपरिहार्य असतं. इथून पुढे सीमावाद, व्यक्तित्ववाद किंवा स्वतःच्या पालकाशी निष्ठा राखण्याचे समरप्रसंग उद्‌भवू शकतात. सावकाश मार्गक्रमणाची युक्ती इथेही वापरा. सर्व गोष्टींसाठी खूप वेळाची गरज असते. वास्तवाचं भान सोडू नका. अन्यथा नव्या सदस्यांच्या आनंदी कुटुंबाचं तुमचं स्वप्न स्वप्नच राहू शकतं.

मुलांच्या वर्तणूक समस्या येणं अपेक्षित आहे

घटस्फोटामुळे मुलांचं आयुष्य पूर्णपणे बदलून जातं हे ओळखायला मानसशास्त्राच्या अभ्यासाची गरज नाही. बरेच विवाह मोडताना मुलं अजाण वयाची असतात असं दिसून आलं आहे. मुलांच्या दृष्टीनं या वयात तो एक जबर घाव असतो, त्यामुळे प्रत्येकाची प्रतिक्रिया वेगवेगळ्या मार्गानं व्यक्त होत असते. त्यामुळे घटस्फोटानंतरच्या पहिल्या वर्षी मुलांच्या वर्तणुकीच्या समस्या शिगेला पोहोचतात.

असुरक्षित भावना : हा आघात मोठा असतो. एक पालक नसल्यामुळे मूल दुसऱ्या पालकाला नजरेआड होऊ देत नाही. घरात असतानाही मूल तुमच्या जवळजवळ राहतं. त्याला एका खोलीत टी.व्ही. लावून बसवलं आणि आई स्वैपाक करायला गेली तर ते काही क्षण बसतं आणि पटकन स्वैपाकघरात आई आहे की नाही हे बघायला पळतं. बाहेर गेल्यानंतर मूल अंगाला चिकटून राहतं. बागेत गेल्यावरही त्याला खेळायला नको असतं. पाळणाघरात सोडायला गेल्यावर मूल खूप आरडाओरडा करतं आणि दिवसभर रडायचं थांबत नाही. यावर उपाय म्हणजे, त्याच्या जवळ असताना त्याला खूप कुरवाळणं आणि आश्वस्त करणं. आपण मुलाला खूप सुरक्षित ठेवतो आणि त्याच्यावर प्रेम करतो, पण हे मुलालाही समजलं पाहिजे. मुलाला सांभाळण्यासाठी

कोणाकडे देऊन बाहेर जाताना त्या व्यक्तीला संपूर्ण कल्पना द्या – सगळं ठीक आहे असं भासवून घाईनं निघून जाऊ नका.

कौशल्यांची घसरण : घटस्फोट होण्यापूर्वी आपल्या मुलानं बऱ्याच गोष्टी शिकलेल्या असतात. उदा. स्वच्छतेचं शिक्षण. पण प्राप्त परिस्थितीत मुलाचा बिछाना ओला होण्याची शक्यता असते. अशा वेळी मुलाचं शिक्षण वाया गेलं असं मानू नका. शांत राहा. कठीण दिवस फार काळ टिकणार नाहीत. थोडंसं स्थिरस्थावर होताच मूल विसरलेली कौशल्यं पुन्हा आत्मसात करतं.

झोप : अशा काळात पालक आणि मूल दोघांना झोपेच्या समस्या येऊ शकतात. मध्येच थोपटून घेण्यासाठी मूल रात्री झोपेतून उठेल. तुम्ही जवळच आहात याची त्याला खात्री करून घ्यायची असते. बऱ्याच मुलांना तुमच्या बिछान्यात झोपण्याची गरज भासेल. काही दिवसांनंतर मुलाची खात्री पटेल की तुम्ही जवळच असता आणि मूल शांतपणे झोपायला लागेल. अर्थात यानंतरही तुम्हाला शांत झोप लागेल याची खात्री नाही.

वर्तणूक : अशा कालावधीमध्ये सहसा सुरुवातीला वर्तणूक बिघडते. परिस्थितीचा नीट बोध न झाल्यानं मुलं चिडतात आणि सगळा राग हक्काच्या माणसावर म्हणजे तुमच्यावर निघतो. वातावरणातील तणाव, संभ्रम आणि दु:ख मुलांना जाणवू शकतो. परंतु लहान वयात मनातील भावना शब्दांनी व्यक्त करता येत नाहीत. अशा वेळी मुलं गोंधळ घालतात आणि त्रास देतात. आधीच खिन्न असलेल्या पालकाची मन:स्थिती यामुळे अजूनच बिघडते. शब्दानं शब्द वाढत जातो आणि युद्ध पेटायला वेळ लागत नाही. आपण हे समजून घ्यायला हवं की मुलांच्या मनाची अवस्थाही विचित्र झालेली असते. त्यामुळे त्यांच्यावर बरसणं सोपं वाटलं तरी योग्य नाही. मुलांना सारखं 'हे करू नको, ते करू नको' असं म्हणण्यापेक्षा अधिक हळुवारपणे वागवा. त्यांना जवळ घेऊन थोपटण्याची जास्त गरज असते.

उदासीनता : मुलांचं मुख्य लक्षण असतं जीवनाविषयी प्रेम आणि अपूर्व औत्सुक्य. पालकांच्या घटस्फोटानंतर काही मुलं खिन्नतेच्या कोशात शिरू शकतात. पूर्वी अवखळ आणि उत्साही असणारी मुलं आता जणू त्यांच्या मनातलं आणि शरीरातलं चैतन्यच निघून जातं. अशा वेळी मुलाची नीट

काळजी घेऊन त्याला नैराश्यापासून वाचवलं पाहिजे. थोडं अधिक प्रेम, त्यांच्या कलानं घेणं आणि त्यांना पुरेसा वेळ देणं यानं हे होऊ शकतं.

एकांड्या शिलेदाराचा लढा

जीवनात काही वेळा नाती तुटून जातात आणि मुलांवर याचे अनेक परिणाम होतात. मुलाला बिघडण्यापासून वाचवणारे मार्ग आपण स्वीकारले पाहिजेत. शांततापूर्ण मार्गानं विभक्त होणं, नातेसंबंधात बाधा न येऊ देणं, एकल पालकाच्या विवंचनांचा बोजा मुलावर न पडू देणं आणि नवीन नातेसंबंध प्रस्थापित करताना सावकाश आणि काळजीपूर्वक पावलं उचलणं यासारख्या गोष्टी करून आपण वाईटातून चांगलं करण्याचा पुरेपूर प्रयत्न करू शकतो.

एकल पालकाच्या आयुष्याची गती वक्र असते. त्याला अनेक अन्याय आणि समस्यांना तोंड द्यावं लागतं. मुलांचं कल्याण इतकं महत्त्वाचं असतं की ते तुम्ही एकट्यानं साधता की जोडीनं याला फारसं महत्त्व उरत नाही. तणाव आणि भावनांची उलथापालथ झाल्यामुळे अशा मुलांच्या नुकसानाला पालकच जबाबदार असतात. मुलांना स्थिर, सुरक्षित, आनंदी आणि शांत कौटुंबिक जीवन देण्याची जबाबदारी आपलीच आहे.

२४

आजी-आजोबा असण्याचं सुख

आजी आणि आजोबा ही आपल्याला मिळालेली सर्वोत्तम नैसर्गिक देणगी आहे. दुर्दैवानं इतर प्राकृतिक संपत्तीप्रमाणेच याचाही आपण पुरेपूर वापर करत नाही, बहुधा त्यांना गृहीत धरतो. गेल्या पन्नास-साठ वर्षांच्या 'प्रगती'च्या काळात आपली पूर्वीची सदाहरित मोठी कुटुंबं आता फारशी दिसून येत नाहीत. काही जण खूप दूरवर राहायला जातात, तर काहींना भेट घ्यायला वेळ न मिळाल्यामुळे संपर्क दुरावतो. एकाच शहरात राहूनही लोक एकेकटे राहायला लागलेले आहेत आणि रोजच्या व्यापांमधून यावर मार्ग काढण्यासाठी त्यांना वेळ मिळत नाही.

प्रगतीच्या नावाखाली चालू असलेल्या या धावपळीमुळे आपल्या मुलांची मात्र फरफट होत आहे. त्यांचा तिसऱ्या पिढीशी संपर्कच तुटला आहे. आपले आजी-आजोबा आणि त्यांच्याकडून आपल्याला आणि मुलांना शिकायला मिळणाऱ्या अमूल्य गोष्टींचा आदरपूर्वक गौरव करण्यासाठी मी हे प्रकरण लिहीत आहे.

पिकल्या केसांचं महत्त्व

पूर्वी कुटुंबांमध्ये घरातल्या लहान व्यक्ती मोठ्यांकडे मार्गदर्शनासाठी पाहत असत. मोठ्यांच्या शहाणपणाचा नेहमीच आदर केला जायचा. आयुष्यातील जवळजवळ प्रत्येक समस्येवर या मोठ्यांकडे खात्रीशीर उपाय असायचा.

आजकाल मात्र आपण त्यांच्या ज्ञानाला पारखे झालो आहोत. काही जणांना त्याबद्दल तुच्छता किंवा तिटकारा वाटतो, तर काही जण स्वत:च सगळं निभावून न्यायला बघतात. अनेक तरुण पालक जुन्या पिढीला 'ऐतिहासिक' मानतात आणि जुन्या पिढीला आधुनिक समस्यांचा गंध नाही असं त्यांना वाटतं. आपण मान उंचावून जगात इतरत्र पाहिलं तर असं दिसेल की, अनेक शक्तिमान देशांचे राष्ट्रप्रमुख आजी आणि आजोबा आहेत; असं असूनही काही लोकांच्या अशा दृष्टिकोनाचं मला नवल वाटतं!

वाढत्या वयानुरूप आपण जीवन अधिकाधिक वास्तविकतेनं जगायला शिकतो. यालाच पोक्तपणा, प्रौढत्व आणि परिपक्वता म्हणतात. आपल्या जुन्या पिढीनं युद्ध, दुष्काळ आणि इतर अनेक समस्यांमधून मोठ्या कष्टानं आयुष्य काढलेलं आहे. यातून वर आल्यामुळे या पोक्त पिढीला जीवनातील काही गोष्टींचं महत्त्व पुरेपूर कळलेलं असतं : कुटुंब, नातेसंबंध आणि जवळीक; आणि यांची उणीव दुसऱ्या कशानंही भरून काढता येत नाही हे त्यांना उमगलेलं असतं.

हळुवार माया

सतत धावपळ करणाऱ्या मुलांशी सगळी कामं हळूहळू करणाऱ्या आजी-आजोबांचं सूत कसं छान जमतं, हे एक अजब आश्चर्य आहे. एक क्षणभरसुद्धा जागेवर न बसणारं मूल आजीनं सांगताच देवासारखं बसतं. आजोबांना मुलांच्या पकडापकडीच्या खेळात सारखं बाद व्हावं लागलं तरी बच्चेकंपनीला देण्यासाठी त्यांच्याजवळ गोष्टी, ज्ञान आणि अनुभवाचा अमूल्य साठा असतो.

जीवन मूल्यवान आहे आणि अनेक आश्चर्यांनी भरलेलं आहे हे जुन्या पिढीला उलगडलेलं असतं. नातवंडांना अंगणातल्या बागेत फिरवताना प्रकाशात चमकणाऱ्या दवबिंदूंचं आणि फुलांवर बागडणाऱ्या फुलपाखरांचं सौंदर्य टिपायला आजी-आजोबाच शिकवतात. मुलांना नव्यानव्या गोष्टी बघण्याचा आणि समजून घेण्याचा उत्साह असतो आणि त्यांची भूक भागवण्याचा उत्साह आजी-आजोबांजवळ असतो. शिस्तीच्या प्रांतात मुलांना आई-वडिलांचं धोरण काहीसं कडक आणि

आजी-आजोबांचं धोरण नेहमी मवाळ वाटतं. आग्रही केव्हा व्हायला हवं आणि ढील केव्हा द्यायला हवी, याचं शहाणपण चार पावसाळे जास्त काढल्यामुळे आजी-आजोबांजवळ अधिक असतं.

मदत हाताशी आहे

माझ्या मते मुलांना काही काळ सांभाळण्यासाठी आजी-आजोबाच सर्वोत्तम असतात. आई-वडिलांनंतर समोर येणारा हा चांगला पर्याय आहे. पालकांच्या तणावग्रस्त स्थितीमध्ये मुलांना आजी-आजोबांचा भक्कम आधार मिळतो. त्यांची मदत स्वीकारल्यामुळे सगळ्यांचेच खूप फायदे होतात.

आजी-आजोबांची मदत खालील गोष्टींसाठी होऊ शकते :

- पालक कामावर गेल्यावर मुलांना सांभाळणं.
- कधीकधी चित्रपट किंवा बाहेर जेवण्यासाठी पालकांना मुभा मिळावी म्हणून संध्याकाळी मुलांना सांभाळणं.
- पालकांच्या किंवा मुलाच्या आजारपणात मुलाकडे पाहणं.
- पालकांना एकमेकांचा पुरेसा सहवास मिळावा यासाठी आठवड्यातून एकदा मुलांना राहायला घेऊन जाणं.
- सुट्टीच्या दिवशी पालकांचा भार हलका करण्यासाठी घरी येऊन राहणं.

हे करत असताना आजी-आजोबा मुलांचा नीटपणे सांभाळ करतात आणि स्वतःही त्यात प्रेमानं बुडून जातात. आजी-आजोबांच्या अधिकाधिक सहवासामुळे मुलांनाही त्यांचा लळा लागतो. मी तर म्हणेन की प्रत्येक मुलाला खूप आजी-आजोबा आणि खूप आत्या-मावश्या असल्या पाहिजेत. काही पालकांचे आई-वडील दूर राहत असल्यास अनेक वेळा शेजारचं प्रौढ जोडपं आजी-आजोबांच्या भूमिकेत शिरून आधार देताना आढळतं.

प्रत्येकाची सीमारेषा

मुलांच्या वाढीत आजी-आजोबांचा भरपूर सहभाग असायला हवा हे माझं मत एव्हाना तुमच्या लक्षात आलं असेल; परंतु आजकाल बहुतेक पालकांकडून याच्या उलट तक्रार ऐकायला मिळते आणि ती म्हणजे : आजी-आजोबांमुळे त्यांच्या कुटुंबात खटके उडायला लागल्याची; आजी-आजोबांची प्रत्येक कृती म्हणजे ढवळाढवळ आणि प्रत्येक वाक्य म्हणजे टीका आहे असं मानल्यास

असं वाटणं स्वाभाविक आहे.

मुलांच्या संगोपनाच्या क्षेत्रात प्रत्येक जण स्वत:च्या मते एक तज्ज्ञ असतो. मुलांशी आयुष्यात दुरान्वयेही संबंध न आलेल्या लोकांनाही स्वत:चे सल्ले द्यायचे असतात! कुटुंबातील व्यक्तींच्या बाबतीत ढवळाढवळ करण्यामागे प्रेमाचा ओलावा असतो. सासू या व्यक्तीविषयी आपण कितीही विनोद ऐकलेले असले तरी सल्ला आणि ढवळाढवळ यामधील फरक आपल्याला समजायला हवा. स्वत:च्या हातून घडलेल्या चुका पुन्हा आपल्या मुलांना करताना पाहून आजी-आजोबा स्वस्थ बसू शकत नाहीत आणि याला आपण ढवळाढवळ म्हणतो. अनेक 'मोलाचे सल्ले' म्हणूनच बऱ्याचदा नजरेआड केले जातात किंवा त्यावर नाकं मुरडली जातात. किरकोळ कारणांवरून वादावादी आणि हमरीतुमरी झाल्यामुळे आधीच नाजूक झालेल्या कुटुंबव्यवस्थेचा तोल ढासळतो. अशा वादांमध्ये प्रत्येकाच्या शक्तीचा अपव्यय होतो. प्रत्येक जण आपला अहंकार कुरवाळत राहिल्यास कुटुंबातील नात्यांची वीण विसविशीत होते.

घरात शांतता नांदावी यासाठी प्रत्येकाची मर्यादा आणि नियम आधी आखून घ्यावेत. पालकांना आणि आजी-आजोबांना हे नियम माहीत असावेत आणि प्रत्येकानं इतरांच्या अधिकारांचा आदर करायला हवा.

- मुलांचे पालक घरात असताना मुलांबाबतचे निर्णय पालकांनीच घ्यावे. आजी-आजोबांनी काही सल्ला दिल्यास तो मानणं पालकांवर बंधनकारक नसावं.
- पालक घरात नसताना मुलांबाबतचे निर्णय आजी-आजोबांनी घ्यावेत. पालकांच्या सर्वच नियमांना आजी-आजोबांना वृद्धत्वामुळे मान देता येत नाही. त्यामुळे आजी-आजोबांनी योग्य ते करावं.

थोडक्यात म्हणजे, मुलांजवळ जे असतील त्यांनी त्यांची काळजी घ्यावी. अर्थात असं करताना समंजसपणा सोडून चालणार नाही आणि दुसऱ्यांच्या अधिकाराचा उपमर्द होता कामा नये. अनेक वेळा याच समस्या येतात आणि अशा वेळी अंतिम निर्णय पालकांनी घ्यावा. आम्ही म्हणतो तीच पूर्व दिशा असा हटवादीपणा आजी-आजोबांनी सुरू केल्यास अंतिम निर्णय मुलांच्या पालकांकडून घेतला जाईल याची जाणीव त्यांना करून द्यायला हवी. यानंतरही आजी-आजोबांचं वागणं त्रासदायक ठरायला लागल्यास त्यांना नाइलाजानं दूर करावं लागेल. आजी-आजोबांनी मुलांना भडकवण्याचं टाळलं पाहिजे. तसंच छोट्यांशी दोस्ती करून कट रचणं बंद केलं पाहिजे. आजी-आजोबांनी मुलाची

वड्याचं तेल वांग्यावर

काही पालक माझ्याकडे अशी तक्रार घेऊन येतात की त्यांनी मुलांना शिस्त लावण्याचा काही उपयोग होत नाही, कारण आजीकडे गेल्यावर ती मुलांना त्यांच्या मनासारखं वागू देते. मुलं लहान असली तरी वागण्याचे नियम काय, हे ती चटकन शिकतात. नियमांमध्ये स्पष्टता असली तर कितीतरी विक्षिप्त आणि तऱ्हेवाईक नियम मुलं बिनदिक्कत पाळायला शिकतात. बरेच पालक आपल्या मुलांना शिस्त लावण्यात कमी पडतात. मग मुलांच्या गैरवर्तनाचं खापर फोडायला आजी-आजोबा आयतेच त्यांच्या हातात सापडतात. मुलांच्या वर्तनातील शिस्तीची जबाबदारी पूर्णपणे पालकांची आहे आणि अंतिम निर्णयही पालकांनीच घ्यायचा असतो.

अथवा मुलीची सतत बाजू घेऊन सुनेला किंवा जावयाला हैराण करता कामा नये.

आजी थोर तुझे उपकार...

आपल्याला आणि आपल्या मुलांना आजी-आजोबांकडून शिकण्यासारखं बरंच काही असतं. बऱ्याच आजी-आजोबांनी आधुनिक काळ आणि त्यातील समस्यांशी चांगली ओळख करून घेतलेली आहे. आजी-आजोबांना त्यांचा वेळ, शक्ती, सल्ले आणि प्रेम देण्यासाठी आपली गरज असते. सगळेच आजी-आजोबा तिसऱ्या पिढीचं भलं करतात अशा ठोक विधानाचा मात्र मी पुरस्कार करत नाही. काहींनी त्यांच्या मुलांना पुरेपूर बिघडवलेलं असतं आणि तशी संधी तिसऱ्या पिढीवर त्यांना अजमावू देण्यासारखी परिस्थिती नसते. हे एक असं खास नातं आहे की शक्य असेल तेवढा जास्त उपयोग करून मुलांच्या भावजीवनातील माधुर्य वाढवावं.

२५

छळवादी मुलं

आपली मुलं कशीही असली आणि कशीही वागली तरी ती आपल्या पोटचे गोळे असल्यामुळे आपण त्यांच्यावर जिवापाड प्रेम करतो, हे खरं आहे. वास्तवात मात्र काही मुलं अशी असतात की, त्यांच्यावर प्रेम करणं कठीण होऊन बसतं. तान्हेपणी सतत रडून अशी मुलं पालकांचं रक्त आटवतात. त्यामुळे ही मुलं थोडी मोठी व्हायच्या आतच पालकांच्या सहनशक्तीनं मर्यादा ओलांडलेली असते.

ज्यांची मुलं सुतासारखी सरळ असतात आणि देवासारखी शांत असतात त्यांना छळवादी मुलांच्या पालकांना किती खस्ता काढाव्या लागतात याची कल्पना येत नाही. अशी मुलं सांभाळणं त्यांना फार किरकोळ वाटतं, जणू एखादी वाऱ्याची झुळूक स्पर्शून जावी तसं; छळवादी मुलांच्या घरातील त्सुनामी चक्रीवादळं त्यांनी पाहिलेली नसतात.

इतर 'गरीब' मुलांकडे पाहिल्यावर छळवादी मुलांच्या पालकांना अगदी भरून येतं आणि आपल्या मुलाच्या उपद्व्यापांना अजून किती दिवस झेलावं लागणार या आशंकेनं त्यांना एकाकी वाटायला लागतं. 'सगळं काही ठीक होईल' अशी वरवरची समजूत काढून या पालकांचं समाधान होत नाही. त्यांच्या

समस्या समजावून घेऊन त्यावर काहीतरी ठोस उपाय सांगण्याची त्यांना गरज असते. एखाद्या मुलाचा जन्मजात स्वभाव आपण बदलू शकत नाही, परंतु अशा मुलांशी वागताना काही तंत्रं वापरून हे काम थोडं सोपं करता येतं.

सतत रडणारी मुलं

छळवादी मुलांचं थोडं निरीक्षण केलं तर असं लक्षात येईल की, तान्ही असल्यापासूनच त्यांनी पालकांचा जीव खायला सुरुवात केलेली असते. अशा मुलांचे पाय त्यांच्या पाळण्यातील रडण्याबरोबरच पालकांनी ओळखलेले असतात.

काही मुलं खूप रडतात आणि त्यांना शांत करणं फार कठीण जातं; पण काही मुलं अगदी सतत रडतात. बहुतेकांचं हे रडणं जन्मापासून किंवा हॉस्पिटलमधून घरी आल्यापासूनच सुरू झालेलं असतं. यापैकी अगदी थोड्या मुलांना एखादा आजार किंवा विकार असल्यामुळे ती रडत असतात, पण बाकीची मात्र उगाचच पिपाणी वाजवत असतात.

अशा समस्येचं कारण डॉक्टर बऱ्याच वेळा पोटदुखी असल्याचं सांगतात. सामान्यपणे वयाच्या दुसऱ्या आठवड्यापासून चार महिन्यांपर्यंत याची लक्षणं दिसून येतात. दूध प्यायल्यानंतर अशा मुलांचं रडणं असह्य होतं, आणि दुपारी आणि संध्याकाळी ते टिपेला जातं. एक घोट पिताच त्यांचा चेहरा कष्टी होतो, अंग ताठरतं आणि जोरदार रडणं सुरू होतं. अशा मुलांना उचलून ढेकर द्यायला लावली तरी फारसा उपयोग होत नाही. या त्रासाची कारणं अनिश्चित असली तरी परिणाम सर्वांच्या कानात घुमतात. सुस्वभावी पालकही गोंधळून जातात आणि थकून जातात.

काय करावं?

अशा प्रसंगी पिढ्यान्‌पिढ्या चालत आलेले हातखंडा उपाय चांगले उपयोगी येतात.

- बाळाला कोणत्या स्थितीत आराम वाटतो ते शोधून काढा, उदा. हातावर, खांद्यावर किंवा उशी देऊन.
- वेगवेगळ्या हळुवार कृतींनी बाळाला बरं वाटतंय का ते पाहा : बाळाला हातावर झुलवा, बाबागाडीतून हळूहळू फिरवा, दिवसा त्याला घेऊन एखादा फेरफटका मारा किंवा रात्री घरातल्या गच्चीवर फिरवून पाहा.
- मोठ्या टबात सोसवेल एवढं गरम पाणी घेऊन स्वत: बाळाला अंगावर ठेवून बसा.

- आपली सहनशक्ती संपली की बाळाला शांतपणे एका सुरक्षित जागी ठेवा, त्या खोलीतून तात्पुरतं बाहेर जा आणि दुसऱ्या कुणाची तरी मदत घ्या.
- घरगुती औषधोपचारांसाठी घरातली मोठी माणसं, अनुभवी दाई किंवा डॉक्टरांचा सल्ला घ्या.

काही मुलांच्या बाबतीत ही समस्या एक वर्षापर्यंत टिकते. सतत रडणारी मुलं अतिशय हट्टीदेखील असू शकतात.

हट्टी मुलं

काही रडक्या मुलांची समस्या थोड्या काळानं थांबत असली तरी काही मुलं या समस्येचं रूपांतर हटवादीपणात करतात. अशा मुलांचा कारभारच अगदी निराळा असतो: जाग आल्यापासून सतत त्यांना समोर कुणीतरी रमवण्यासाठी हवं असतं. अशा मुलांना सतत अंगा-खांद्यावर घेऊनच सगळी कामं उरकावी लागतात, अशा वेळी शांत आणि खेळात रमणाऱ्या अन्य मुलांकडे पाहिल्यावर पालक उदास होतात. काही पालक ही समस्या स्वीकारताना मनाचं औदार्य दाखवतात आणि मुलाकडे सतत लक्ष पुरवून हसतमुख राहतात. काही पालकांचा मात्र तोल सुटतो आणि वैतागानं सतत तक्रार करत ते अशक्य अशी गोष्ट बदलू पाहतात. अशा वेळी त्यांच्या मायेचा पाझर जणू आटून जातो.

काय करावं?

- अशा मुलाला आपल्या जवळ ठेवा: त्याला झोळीत बांधा किंवा पाठीवर बांधा, अथवा काम करताना त्याला शेजारी बसवा.
- मुलानं चालायला सुरुवात केली नसली तरी त्याला वॉकरमध्ये ठेवून बघा; कधीकधी रडकी मुलं वॉकरमध्ये रमतात.
- घरात आलेल्या पाहुण्यांशी बोलताना मुलाला कडेवर किंवा पाठीवर घ्या.
- आजी-आजोबा, नातेवाईक आणि मित्रांची मदत घ्या.
- मुलांना दररोज अर्धा-पाऊण तास पाळणाघरात ठेवून काही जमतंय का याचा अंदाज घ्या. तसं जमल्यास मुलाला जरूर पाळणाघरात ठेवा.

हातातली कामं टाकून मुलाला घेतल्यावर काही मुलं शांत होतात, पण कधीकधी सगळ्या मर्यादा ओलांडल्या जातात. मुलांच्या अशा अपुऱ्या वयात त्यांच्याशी जमवून घेणंच चांगलं. एकदा चालायला आणि खेळायला लागल्यावर यापैकी बरीच कटकटी मुलं शांत होतात.

जुळ्यांचं दुखणं

माझ्याकडे येणाऱ्या एका मातेची जुळी मुलं अतिशय छळवादी होती. दोघांनीही त्यांचं पहिलं वर्ष सतत रडण्यात घालवलं, ती क्वचितच झोपत असत; आणि दीड वर्षाची झाल्यानंतरही त्यांच्यात कुठल्याही सुधारणेची चिन्हं नव्हती. यांच्यासाठी काही करणं नेहमी बिघडायचं : त्यांना उठवलं की आडवं व्हायचं असायचं, झोपवलं की खेळायला जावंसं वाटायचं. भुकेच्या वेळी अन्न नकोसं व्हायचं आणि भलत्या वेळी जेवायला हवं असायचं.

काही दिवसांनंतर ती माता मला भेटल्यावर मुलांचं कसं काय चाललं आहे, असं मी विचारलं. त्यावर ती म्हणाली,'परवाच मला दातांवर उपाय करण्यासाठी दातांच्या डॉक्टरांकडे जावं लागलं. दवाखान्यात आतमध्ये माझा एक तास काय शांततेत गेलाय म्हणून सांगू तुम्हाला!'

नतद्रष्ट कार्टी

सामान्यपणे आपण बघतो की मुलं म्हणजे उत्साहाचे झरे असतात, काही ना काही उद्योगात दंग असतात, तर काही खट्याळ किंवा खोडकर असतात; पण सगळ्याच पालकांच्या नशिबी हे सुख लिहिलेलं नसतं. काही मुलांचं सगळं वागणंच अगदी तऱ्हेवाईक असतं आणि सतत नव्या कटकटी करून अशी मुलं पालकांना सळो की पळो करून सोडतात. दुकानात न्यावं तर ती वस्तू ओढतील, इकडे तिकडे फेकतील, हट्ट करून सगळं दुकान खरेदी करण्यासाठी हटून बसतील. घरी कुणी आल्यावर तर यांना ऊत येतो. दारात कुणाचं पाऊल पडताच रडायला किंवा ओरडायला सुरुवात होते. फेकाफेक करून वस्तूंची तोडफोड होते. इतरांची गुणी बाळं बघून आपल्याच नशिबी असला दिवटा का यावा, या विचारानं पालक डोक्याला हात लावून बसतात. अशा मुलांमुळे ते थकून जातातच आणि त्यांचा लोकसंग्रहदेखील ओहोटीला लागतो.

अशा समस्यांचं मूळ पुढील दोन कारणांमध्ये सापडू शकतं :

अतिचळवळी मुलं : अशा मुलांना झंझावात, थैमान, धिंगाणा किंवा वादळ हीच नावं योग्य ठरतात. चालायला शिकल्यापासून घरात यांचा हैदोस सुरू होतो, अन्यथा कुणीतरी सतत पहारा ठेवायला लागतो. घरात तुटणं, फुटणं, आदळआपट, ओतणं, फेकणं यामुळे वस्तू सतत गायब होत असल्यामुळे रोज काही ना काही नवीन वस्तू घरात आणाव्या लागतात. कुठे मोकळं मैदान

मिळालं की मग तर यांचा हात कुणी धरू शकत नाही आणि वारा प्यायल्याप्रमाणे ती दंगा-धोपा करायला लागतात. यांच्या हातापायांना कधीही स्वस्थता नसते.

कुठलीही गोष्ट न पटणारी मुलं : ही मुलं वरील मुलांपेक्षा कमी चळवळी असतात, पण वागवायला महा कठीण असतात. एवढ्या तेवढ्या गोष्टींनी यांना फणकारा येतो, पारा चढतो, तोल जातो. त्यांच्या मनासारखं झालं किंवा केलं, तरी त्यांचं तोंड वाकडंच असतं. एक शब्द बोलताच ती हातपाय झाडतात, जेवणाचं ताट किंवा समोरील वस्तू भिरकावून देतात. फुगा हवा म्हणून फुगा दिला, की तो फेकून देतात आणि आता त्यांना चॉकलेट हवं असतं. खिडकी उघडल्याशिवाय चॉकलेट खाणार नाही, असं म्हणतात. खिडकी उघडली की ती त्यांना बंद करायची असते. तुमच्या हातातली कामाची वस्तू ती भिरकावून देतात. तुम्ही जे काही करत असाल त्याला सारखी हरकत घेतात. लवकरच मग पालकांचा मेंदू हलका होऊन जातो. अशा मुलांना सांभाळणं ही पालकांसाठी एक शिक्षाच असते.

सतत जीव मेटाकुटीला आल्यावर पालकांच्या जीवनातील रस निघून जातो हे खरं असलं तरीसुद्धा अशा मुलांच्या वागण्यातील दुर्मिळ गोडवे हेरून ते बघितले पाहिजेत.

काय करावं?

सतत ताळतंत्र बिघडणाऱ्या मुलांचं वर्तन आधी ओळखायला शिकावं. त्यांचं लक्ष दुसरीकडे वेधून आणि घोंघावणाऱ्या वादळाची दिशा बदलून आपली कामं उरकून घ्यावीत.

- ☐ अशा मुलांची शारीरिक अवस्था आणि वाढ नीट तपासून घ्यावी : ऐकू येतं का, बोलता येतं का, सांगितलेलं समजतं का, वगैरे गोष्टी पडताळून पाहाव्यात. काही शंका आल्यास डॉक्टरांचा सल्ला घ्यावा.
- ☐ मौल्यवान आणि काचेच्या वस्तू उंचावर ठेवाव्यात आणि अकराव्या प्रकरणात सांगितल्याप्रमाणे घरात सर्वत्र बंदोबस्त करावा.
- ☐ अपिरिचित लोकांमध्ये मुलाला नेण्यापेक्षा अशा लोकांकडे न्यावं की ज्यांना आपल्या मुलाची समस्या माहीत आहे. घरी आलेल्यांना समस्येची पूर्वकल्पना द्यावी.
- ☐ मुलाच्या कटकटी आणि करामती पराकोटीला गेल्यावर त्याला धपाटे देण्यापेक्षा उचलून दुसरीकडे ठेवावं. पूर्वी सांगितल्याप्रमाणे वातावरण निवळण्यासाठी ब्रेक घेण्याची युक्ती करावी.
- ☐ धुमाकूळ माजवण्याची खुमखुमी जिरून वृत्ती थोडी शांत व्हावी म्हणून

शक्य असेल तेव्हा मुलाला भरपूर मोकळ्या जागी न्यावं.

- मित्र किंवा कुटुंबीयांकडून देऊ करण्यात आलेली मदत किंवा सल्ले झिडकारून टाकू नका.
- मुलाला बालवाडीत घालण्यासाठी नाव नोंदवा. तेवढाच काही वेळ तुम्हाला शांतता लाभू शकते.

असलं एक मूल पोटी आल्यावर त्याला भावंड आणण्याच्या बाबतीत कानाला खडा लावणारे पालक मी पाहिलेले आहेत. सतत काहीतरी सहन करत आल्यामुळे त्यांच्या आयुष्यातील आनंद लोप पावलेला असतो आणि वृत्ती संतापी आणि द्वेषपूर्ण झालेली असते. अवघड असलं तरी विवंचनेच्या माळरानात सुखाची एखादी दुर्मिळ सर शोधून काढायला हवी. मुलाच्या बाबतीत घडलेल्या दोन-चार चांगल्या घटना पुन्हा पुन्हा आठवून आत्मविश्वासाला बळकटी द्यायला हवी आणि हलक्याफुलक्या क्षणांच्या शिदोरीवर आयुष्याची पुढची अवघड वाट चालायला हवी.

प्रेमा तुझा रंग कसा?

या प्रकरणाचं शीर्षक पाहून काही पालक हबकले असतील किंवा त्यांनी मान मुरडली असेल; परंतु खरोखरच काही पालकांच्या जीवनातील हे दारुण सत्य आहे. अशा मुलांच्या नतद्रष्टपणामागे पालकांची काही चूक असेल, असा समज करून घेतल्यामुळे अशा पालकांना जीवन जगणं अधिकच दुर्धर होऊन बसतं. मग असं वाटतं की अशी मुलं पालकांचा कस बघायला आणि त्यांच्या चांगुलपणाची परीक्षा पाहण्यासाठीच जणू त्यांच्या पोटी जन्माला येतात.

पालकांनी या सत्याचा स्वीकार करायला हवा की अशी मुलं त्यांच्या खोड्या जन्मजात घेऊन येतात आणि त्यावर कसलीही मात्रा चालत नाही. हे सत्य एकदा पचवल्यावर शांतपणे काहीतरी मार्ग सुचू शकतो आणि मुलामधील चांगले गुण शोधून त्यांची जोपासना करता येते. शांत मुलांच्या पालकांचा हेवा करून स्वतःच्या हातांनी दुःखाला निमंत्रण देऊ नका. कितीही कठीण असलं तरी अथक प्रयत्नानं आणि सवयीनं अशाही मुलांवर प्रेम करायला आपण शिकू शकतो.

२६

अतिउत्साहीपणामुळे येणारं चांचल्य, अर्थात ए.डी.एच.डी. (Attention Deficit Hyperactivity Disorder)

अतिउत्साहीपणामुळे येणारं चांचल्य किंवा ए.डी.एच.डी. या समस्येचं निदान मूल शाळेत जाण्यापूर्वी झाल्याचं क्वचितच कानावर येतं. या समस्येनं ग्रस्त असलेल्या मुलांबाबत ऐकू येणाऱ्या तक्रारी म्हणजे किरकोळ अपयश असह्य होणं, सारासार विवेकाचा अभाव, आग्रहीपणा किंवा वरचढ होण्याची वृत्ती, कायम असंतुष्ट असणं, सतत काहीतरी चाळा, सतत बडबड आणि आजूबाजूच्या गाफील मुलांवर किंवा व्यक्तींवर अचानक हल्ला करणं. एवढं वाचल्यावर काही पालक म्हणतील, 'अहो, आमचं मूल अगदी असंच आहे.'

चटपटीत मुलाच्या उद्योगीपणाचं चुकीचं निदान करणारे काही पालक असतात, ते अशा मुलांना अतिउद्योगी किंवा अतिउत्साही (हायपरॲक्टिव्ह) ठरवून मोकळे होतात. काही पालकांचा असा गैरसमज असतो की, अतिखेळकर मूल म्हणजेच ए.डी.एच.डी. असलेलं मूल. वस्तुतः ए.डी.एच.डी. म्हणजे त्रासदायक वर्तणुकींच्या समस्यांचा एक गट आहे; अतिउत्साहीपणा ही त्यातील

एक समस्या असते. वर्तणुकीच्या या विविध समस्यांची तीव्रता आणि मिश्रण कसं आहे, यावर विचार करावा लागतो. ए.डी.एच.डी. असलेल्या हुशार मुलांच्या बौद्धिक कार्यक्षमतेमध्ये कमतरता येऊ शकते; आणि प्रसंगवशात पालकांकडून मिळालेल्या वागणुकीमुळे वर्तनाच्या समस्या उद्‌भवू शकतात.

ए.डी.एच.डी. : एक दृष्टिक्षेप

शाळेत जाणाऱ्या मुलांपैकी दोन टक्के मुलं ए.डी.एच.डी.नं ग्रस्त असतात, काही ठिकाणी हा आकडा पाच टक्क्यांपर्यंत जाऊ शकतो. मुलींपेक्षा ग्रस्त मुलं अधिक आढळतात. या त्रासाची कुणकुण मूल तीन वर्षांचं होण्यापूर्वीच्या त्याच्या वागणुकीतूनही लागू शकते, परंतु शाळेत जाण्याएवढे होईपर्यंत यातील बहुतेकांना उपचारांची गरज पडत नाही. ही समस्या दीर्घकालीन असते आणि असं दिसून आलं आहे की यानं ग्रस्त मुलांपैकी साठ टक्के मुलांमध्ये मोठे झाल्यानंतरही काही लक्षणं टिकून राहतात.

अगदी अलीकडच्या काळापर्यंत मुलांच्या या समस्येचं खापर तज्ज्ञ मंडळी पालकांच्या आपसातील संबंधांच्या समस्या आणि मुलांविषयी नावड किंवा कमी ओढा असण्यावर फोडत आले आहेत. आणखी काही तज्ज्ञ आजकाल मिळणाऱ्या तयार अन्नपदार्थांमध्ये कारखान्यात मिसळल्या जाणाऱ्या द्रव्यांमुळे ए.डी.एच.डी. होतो असं मानतात; परंतु ही दोन्हीही अर्धसत्यं आहेत, असं आता लक्षात आलेलं आहे; मात्र पालकत्वाचा दर्जा आणि काही पदार्थांमधील घटकद्रव्यं आधीच्याच ए.डी.एच.डी.ला काहीसं खतपाणी घालतात, असं म्हणायला थोडीफार जागा आहे. दोन गोष्टी मात्र पूर्णपणे सिद्ध झाल्या आहेत : ए.डी.एच.डी. होण्यात आनुवंशिकतेचा मोठा हात असतो. या ग्रस्त मुलांच्या कुटुंबीयांचा किंवा पालकांचा वैद्यकीय इतिहास तपासला असता हे स्पष्ट झालेलं आहे. दुसरं म्हणजे ही एक जीवशास्त्रीय समस्या आहे. ग्रस्त मुलांच्या वर्तन आणि शैक्षणिक समस्यांमागील कारण म्हणजे त्यांच्या मेंदूमधील सूक्ष्म जुळवाजुळवीत असणाऱ्या सूक्ष्म गडबडी. आपल्या गैरवर्तणुकीवर लगाम ठेवणारी यंत्रणा मेंदूच्या पुढील भागात आणि त्याच्या आसपासच्या सूक्ष्म नसांमध्ये असते. याला 'फ्रॉंटल लोब' असं म्हणतात. इथे काही दोष निर्माण झाल्यास ही समस्या उद्‌भवू शकते.

पाच वर्षांखालील मुलांमधील ए.डी.एच.डी.

पालकत्व स्वीकारताना सर्व जण मनात असे मांडे खात असतात की आपलं मूल आज्ञाधारक असेल, स्वत:च्या खेळात रमणारं असेल आणि एखाद्या

छोट्या प्रौढाप्रमाणे आदर्श वागणारं असेल; पण काही पालकांच्या बाबतीत लवकरच भ्रमनिरास होण्याची वेळ येते. पालकांच्या या विशिष्ट मानसिक बैठकीमुळे अनेक वेळा हे शोधणं अतिशय कठीण होऊन बसतं की त्यांचं मूल एक अतिशय अवखळ, उत्साही, धडपडणारं पण सामान्य मूल आहे, की त्याच्या बाबतीत ए.डी.एच.डी.ची शंका घ्यायला खरोखर जागा आहे. याशिवाय दोन वर्षांचं मूल निरनिराळे धुमाकूळ घालण्यात इतकं वस्ताद असतं की त्याच्या पालकांना हे सगळं अगदी सवयीचं होऊन गेलेलं असतं; यामुळे 'सामान्य' वर्तनाच्या मुलामध्ये ए.डी.एच.डी.ची लक्षणं शोधण्याची सीमारेषा फारच अंधुक होऊन गेलेली असते.

ए.डी.एच.डी.च्या समस्येचं निदान करण्यासाठी तज्ज्ञांजवळ असलेले मार्ग बहुतेक वेळकाढू आणि खर्चिक आहेत. पालकांनी नजर तीक्ष्ण ठेवली आणि कान टवकारलेले ठेवले तर अशा मुलांच्या वर्तनाविषयीच्या समस्या पालकांकडून ऐकताना तितक्याच सहजतेनं आणि खात्रीशीरपणे ए.डी.एच.डी.चं निदान लहान मुलांच्या डॉक्टरांना करता येतं.

साध्या शब्दांत सांगायचं झालं तर समान वय आणि वाढ असलेल्या आणि सरासरीनं समान पालकत्व लाभलेल्या समान वयाच्या मुलांच्या वागणुकीतील काही विशिष्ट वागणुकी विचारार्थ घेतात. अशा गटातील एखादं मूल 'फारच वेगळं' किंवा 'जगावेगळं' वागत असल्यास त्याला ए.डी.एच.डी. झाल्याचं निदान करता येतं. बहुतेक वेळा मुलाच्या वर्तनातील त्रासदायकपणा शिगेला पोहोचल्यावर हे निदान करण्याविषयी सल्ला दिला जातो. एखादं मूल तुडतुडीत, लहरी आणि आकांडतांडव करणारं असू शकतं, पण त्याच्या आसपासच्या कुणालाही त्यात काही फारसं गैर वाटत नसेल तर ए.डी.एच.डी.चं निदान किंवा त्यावरील उपाय करण्याची गरज नसते. म्हणूनच मी नेहमी सगळ्यांना सांगतो : 'कुणाचं वर्तन जर समस्या निर्माण करत असेल तरच ते वर्तन ही एक समस्या आहे असं मानता येतं.'

ए.डी.एच.डी.चं निदान खात्रीशीरपणे करण्यासाठी ए.डी.एच.डी. सारख्या भासणाऱ्या परंतु वेगळ्याच असणाऱ्या समस्या निकालात काढाव्या लागतात. अनेक वेळा किरकोळ अपयश असह्य होणं, कॉमनसेन्सचा अभाव आणि अस्वस्थपणा अशा लक्षणांनी ग्रस्त मुलांना चुकून ए.डी.एच.डी.चं निदान केलं गेलं आहे; प्रत्यक्षात ही मुलं मतिमंद होती. अनेक मुलांच्या बाबतीत अपुरी आणि उशिरा होणारी वाढ आणि ए.डी.एच.डी. यांचा एकत्रित प्रादुर्भाव होतो. मतिमंद मुलाला ए.डी.एच.डी. आहे असं म्हणण्यासाठी त्याचं वर्तन कितीही विचित्र असलं तरीही स्वीकाराच्या सामान्य मर्यादांच्या बाहेरचं असावं लागतं.

पालकांनी काय करावं?

घरात कोणत्याही वयाचं ए.डी.एच.डी.ग्रस्त मूल असल्यास दैनंदिन जीवन सुखरूप पार पाडण्यासाठी पालकांना काही विशिष्ट पद्धतींचा आणि मार्गांचा अवलंब करावा लागतो. असे हतबल पालक खालील तीन मार्गांपैकी एक मार्ग अनुसरताना दिसतात.

- मुलाचं वर्तन सुधारण्यासाठी ते सातत्यानं प्रयत्न करतात आणि यश न आल्यास सक्तीनं मुलामधील दुर्गुण नष्ट करू बघतात.
- पुरेसं यश न आल्यास पालक हताश होतात, अपयशानं खचून जातात आणि दिशाहीनपणे प्रयत्न करायला लागतात.
- अपरिहार्यपणे नशिबाचा ते स्वीकार करतात, मुलाच्या स्वभाववैशिष्ट्यांशी चांगली ओळख करून जमेल तेवढं जुळवून घ्यायला बघतात, सामान्य नियमांतून त्याच्यासाठी काही अपवाद आणि सवलती देतात; वास्तववादी अपेक्षा ठेवतात आणि शिस्तीचा बाऊ करायचं सोडून देतात.

काही पालकांना कधीकधी कडकपणे वागून काही जमतंय का असं बघण्याचा

ए.डी.एच.डी.विरुद्ध लढा

अमेरिकेत असं आढळून आलं आहे की ए.डी.एच.डी. असलेल्या मुलांपैकी साठ टक्के मुलं त्यांना सांगू त्याच्या उलट वागतात. यापैकी वीस टक्के मुलांना तर अत्यंत तीव्र आणि घृणास्पद सवयी लागलेल्या असतात. सुदैवानं मी काम करत असलेल्या हॉस्पिटलमधील आकडे काहीसे कमी होते.

माझं म्हणणं काही जणांना अगदी सरधोपट वाटेल आणि चटकन मान्यही होणार नाही, पण माझ्या मते ए.डी.एच.डी.ग्रस्त मुलाला हाताळताना पालकांनी अतिकडक धोरण स्वीकारल्यास मुलाच्या समस्यांमध्ये खूप वाढ होते. अर्थात यामागे इतरही कारणं असतात, नाही असं नाही. पालकांनी मुलाला 'सरळ' करण्याचा किंवा वठणीवर आणण्याचा विडा उचलला की युद्धाची गंभीरता वाढत जाते. रात्री झोपताना आपलं डोकंच ठिकाणावर नसेल तर या सगळ्या झटापटीचा काय उपयोग? शिवाय नात्यांमध्ये येणारा दुरावा आणि अविश्वास आयुष्यभर टिकतो.

मोह होतो; परंतु सुदैवानं, अपयश येताच ते माघारी वळतात. काही पालक हतबल झाल्यानं आहे त्या जागीच अडकून पडतात. वरीलपैकी तिसऱ्या मार्गानं जाणारे पालक काहीसे यशस्वी होताना दिसतात.

शिस्तीची 'ऐशी' की 'तैशी'?

शिस्त आणि सद्वर्तनाच्या सर्व मर्यादा इतरांची मुलं बिनदिक्कतपणे पाळत असताना आपल्याच मुलाचं नशीब कुठे पेंड खातं? असा प्रश्न या मुलांच्या पालकांना नेहमीच पडत असतो. नातेवाईक, मित्र किंवा बघ्यांच्या टीकेला त्यांना सामोरं जावं लागतं. समस्या सुटण्याऐवजी वाढतच जातात आणि 'करायला गेलो एक' अशी अवस्था होऊन बसते.

मुलांना वळण लावण्याच्या आधी सांगितलेल्या प्रकारांना यश येत नसेल तर सगळ्या गोष्टींचं शांतपणे फेरमूल्यमापन करायला हवं. कोणत्या विशिष्ट पद्धतीनं, अगदी रुपयात सोळा आणे नाही, पण बारा आणे तरी यश मिळतं, हे सबुरीनं शोधून काढायला हवं. मुलानं आशेचा किरण दाखवताच त्यात वापरलेल्या पद्धतीचा मागोवा घ्यायला हवा, आणि सगळ्यात महत्त्वाचं म्हणजे, ज्या पद्धती आपल्या मुलाच्या बाबतीत अगदी कुचकामी असतात; त्यांचा कसोशीनं शोध घेऊन तत्परतेनं त्याचा त्याग करायला हवा.

निरुपयोगी प्रयत्नांना तिलांजली देण्याच्या बाबतीत काही पालकच आडमुठेपणा करतात. ते मला विचारतात, 'तुम्हाला असं म्हणायचं आहे का, की आम्ही त्याला साधं जेवायचं कसं हेही शिकवलं नाही?' मी विचारतो, 'त्याचा काही उपयोग होतोय का?' यावर त्यांचं उत्तर असतं, 'नाही, उलट त्यामुळे समस्या बळावतात.'

इथे पालकांनी असं समजायचं कारण नाही की मुलांनी कसंही वेडंवाकडं वागलं तरी मी त्यांचं समर्थन करून पालकांना दुर्लक्ष करायला सांगेन. याउलट माझं म्हणणं नीट समजावून घ्या; एखादी पद्धत कामी येत नसेल तर सोडून द्या ती पद्धत, दुसऱ्या एखाद्या पद्धतीनं हेच काम होईल का याचा शोध घ्या. ए.डी.एच.डी. असलेल्या मुलाचं जीवन सामान्य नसतं, तसंच त्याला हाताळणंही पालकांसाठी सामान्य नसतं. रुक्ष जीवनात सीमित यशानंही दिलासा मिळू शकतो, पण त्यासाठी नियमांना अपवाद करायला शिकता आलं पाहिजे.

माझ्या अनुभवातून आलेली काही तंत्रं खाली दिलेली आहेत. यातली किती आणि कोणती आपल्याला उपयोगी पडतात ती वापरून यशस्वी

होण्याचा प्रयत्न करा :

- एखाद्या कामातील मुलाच्या ‘अर्धवट यशाचं’ही कौतुक करा.
- सकारात्मक दृष्टिकोन ठेवा – मुलाला काय जमत नाही, यापेक्षा त्याला काय जमतं हे जास्त महत्त्वाचं आहे.
- येणाऱ्या समस्यांची पूर्वसूचना ओळखायला शिका आणि दुय्यम समस्यांकडे डोळेझाक करा.
- स्पष्टपणे संवाद साधा, पटेल असंच बोला.
- मुलाचं लक्ष दुसरीकडे वेधण्याचा आणि ब्रेक घेण्याचा चतुराईनं उपयोग करा.
- जसं आणि जेव्हा जमेल तेव्हा मुलाला बाहेर मोकळ्या हवेत घेऊन जा आणि त्याला भरपूर हुंदडू द्या.

शिस्त लावण्याचे निष्फळ प्रयत्न करून आणि नकारात्मक वागून उगाचच डोकेफोड करून घेऊ नका. याउलट चुकांमधून शिकताशिकता आपल्या मुलाच्या बाबतीत कशाचा उपयोग होतो, हे तुम्हाला शिकता येईल. सर्वांत मुख्य म्हणजे थांबून राहू नका, सतत कार्यरत आणि प्रयत्नशील राहा.

शिस्तीच्या बाबतीत काल्पनिक शक्यतांच्या मागे लागून वास्तविक जीवनातील परिस्थिती आणखी बिघडू देऊ नका. मुलाच्या ए.डी.एच.डी.मुळे घरात आधीच नाराजी असते, त्यात शिस्तीचा बडगा उगारला तर उगाच भडका उडतो. ‘नाही’, ‘नको’ यासारख्या शब्दांचा अतिवापर टाळा; बारीकसारीक चुका काढत राहू नका. कुठल्याही गोष्टीतील अनावश्यक तपशिलांवर भर देऊ नका. बाचाबाचीचे प्रसंग येऊ देऊ नका. मुलाला शिस्त पाळता आली नाही तर त्याच्या सुविधा थांबवू किंवा रद्द करू नका, यामुळे घरातील कटकटींना आणखीनच ऊत येईल.

अशा मुलांना फटके देऊन कधीही उपयोग होत नाही; उलट परिस्थिती चिघळत जाते आणि कधीकधी तर धोकादायक बनते. न ऐकणाऱ्या मुलाला ‘रुळावर’ आणण्यासाठी पालक फटक्यांचा प्रसाद देतात. मूल आणखीनच उलट वागतं, आता धोपटणं सुरू होतं; या नेहमीच्या मारझोडीमुळे परिस्थिती आटोक्याबाहेर जाते. पालक स्वत: लहान असताना त्या वेळची शिस्त आणि फटके यांच्याशी सद्य: परिस्थितीची तुलना करू नका. अशा मुलांच्या बाबतीत सामान्यपणे शांततेचं निशाण नेहमीच फडकत राहू द्या.

औषधरूपी वरदान

मुलांचं वर्तन आटोक्यात आणण्यासाठी औषधोपचारांच्या कल्पनेनं पालकांच्याच काय, पण कित्येक मुलांच्या डॉक्टरांच्याही अंगावर काटा येतो. अगदी लहान मुलांच्या बाबतीत तर अगदीच हळवेपणा येतो; परंतु मी असा अनुभव घेतला आहे की ए.डी.एच.डी.च्या मुलांमध्ये औषधांमुळे पालकांना चकित करणारे परिणाम घडून येतात!

ए.डी.एच.डी.वर उपचार करताना सामान्यपणे दोन विशिष्ट उत्तेजकांचा नेहमी वापर केला जातो. ही औषधं चटकन परिणाम करतात आणि हे परिणाम सर्वत्र विस्तृतपणे नोंदवलेले मिळतात. मागील पंधरा-वीस वर्षांचा अनुभव पाहता अगदी तीन-चार वर्षांच्या मुलांसाठीही ही औषधं सुरक्षित आणि यशस्वी ठरलेली आहेत.

समस्या *तीव्रतम* असेल *तरच* औषधांचा वापर केला जातो. आम्ही पालकांना यासंबंधी अधिक पुरेसं प्रशिक्षण देतो आणि त्यांच्या लेखी विनंतीशिवाय औषधांना हात लावत नाही. यांच्या उपयुक्ततेविषयी आणि साईड इफेक्टविषयी पालक आणि बालवाडीतून पुरेशी प्रतिक्रिया घेतली जाते; आणि पालक समाधानी असतील तरच सुरुवातीच्या तीन आठवड्यांच्या चाचणीनंतर औषधं चालू ठेवली जातात.

'आधी केले मग सांगितले' या उक्तीचा वापर औषधं वापरताना वेगळ्या

अंत भला तो सब भला

एकदा माझ्याकडे एका तीन वर्षांच्या ए.डी.एच.डी.च्या मुलाला उपचारार्थ आणलेलं होतं. हे मूल फारच विचित्र वागायचं आणि त्याची आई साफ कोलमडलेली होती. मी तिला विचारलं की 'मुलाचं वर्तन घरातील सर्वांनाच फार तापदायक आहे का?', यावर ती म्हणाली, 'आमच्या घरातलं तिखट शेफर्ड जातीचं कुत्रंसुद्धा या मुलाला घाबरतं!' यावर मी सगळ्यांसाठी काही मानसशास्त्रीय सल्ले, शिस्तीचे सोयीप्रमाणे बदलून घेतलेले नियम आणि औषधांचा माफक प्रयोग असा सर्वांगीण मार्ग स्वीकारला, आणि यश पदरी आलं. नंतरच्या भेटीत मी त्या आईला विचारलं, 'काय, काही फरक आहे का?' त्यावर ती मोकळेपणानं म्हणाली, 'आता मी त्याच्यावर माया करते.' याहून आणखी काय हवं?

पद्धतीनं होतो; मुलाच्या वर्तनात औषधांनी थोडी सबुरी आणि सुसूत्रता आणता आली तरच त्यांना योग्य वर्तनाचं शिक्षण परिणामकारकपणे देता येतं. ए.डी.एच.डी. असलेल्या मुलानं औषध घेणं सुरू करताच पालकांना त्याच्याशी सहजसंवाद साधणं थोडं सोपं जायला लागतं; नात्यात जिव्हाळा यायला लागला की मुलांची प्रवृत्ती पालकांचं ऐकण्याच्या दिशेनं वळू लागते.

तरण्याची कला

दुर्दैवानं मुलाच्या स्वभावातील अंगभूत गुण अथवा दुर्गुण काहीही केलं तरी पूर्णांशानं कधीच बदलता येत नाहीत. ए.डी.एच.डी. मुलांच्या वागणुकीतील समस्या हाताळण्यासाठी पालकांना क्लिष्ट आणि बोजड सल्ले देण्यापासून मी हळूहळू परावृत्त झालो; खरं सांगायचं, तर यांचा बहुतेक वेळा फारसा उपयोगही होत नाही, त्यापेक्षा मी 'वेळ भागवून नेणारे' मानसशास्त्रीय सल्ले द्यायला लागलो.

या तंत्राला तरण्याची कला असंही म्हणतात; यामध्ये कुठेही वास्तव नजरेआड केलं जात नाही आणि आपण कितीही खटाटोप केला तरीही काही गोष्टी आपल्या मनासारख्या घडू शकणार नाहीत, हे सत्य संबंधितांच्या पुरेपूर गळी उतरवलं जातं. नियमांची संख्या खूपच कमी करून ते मात्र कसोशीनं पाळण्याचा सल्ला दिला जातो. प्रथम वादळाला हुलकावणी द्यायला शिकवलं जातं. त्यानंतर ठिणग्या पडणाऱ्या प्रसंगांना काट दिली जाते. सरतेशेवटी आपले प्रयत्न थांबवून हार मानण्याची नेमकी वेळ ओळखण्यासाठी आणि वेगळ्या प्रयत्नांची सुरुवात करण्यासाठी पालकांना धैर्य आणि उत्साह दिला जातो.

- ☐ खरेदीच्या वेळी मूल बरोबर असल्यास लांबलचक यादी नेण्याचं टाळा, विशिष्ट वेळी कोणत्या दुकानात कमी गर्दी असते हे हेरून काम साधा, किंवा मुलाला बाबागाडीत बसवून हाती येईल ते आपलं अशा दृष्टीनं खरेदी करायला शिका.
- ☐ कुटुंबीय आणि मित्रांच्या भेटीगाठींच्या वेळी लाजिरवाणे प्रसंग उद्‌भवू शकतात : अशा वेळी तोंड दाखवण्यापुरती हजेरी लावा आणि परिस्थिती चिघळण्यापूर्वीच पळ काढा.
- ☐ प्रवास म्हणजे पश्चात्ताप असं वाटण्याची वेळ यायला लागली तर घरी राहायला शिका.

- मूल गायब होण्यात पटाईत असेल तर त्याच्या सुटकेच्या सर्व मार्गांचा कडेकोट बंदोबस्त करा.
- आपले मौल्यवान दागिने, लाडकी क्रोकरी आणि आवडत्या सी.डी. कडीकुलपात ठेवा.
- डोक्याला कल्हई आणि मेंदूचं भजं झाल्यावर निवांतपणे आवडतं संगीत किंवा टी.व्ही.वरील आवडता कार्यक्रम पाहा. यानं मनाला शांतता मिळते आणि धीर येतो.

एखाद्या विचित्र आणि डोकं फिरवणाऱ्या मुलाला सांभाळायचं हे काही शास्त्रीय किंवा रामबाण उपाय नव्हेत; पण यांच्या मदतीनं तुम्हाला थोडा श्वास तरी घेता येईल. 'शांततामय सहजीवन' आणि 'मुलावर प्रेम' या दोन्ही कल्पना प्रत्यक्षातही आणता येतात.

वास्तवाचा स्वीकार करा

ए.डी.एच.डी.ची समस्या सत्य आहे आणि तिचं स्वरूप जीवशास्त्रीय आहे; एखादं मूल शाळेत जाण्यापूर्वीसुद्धा तिचा बळी ठरू शकतं. यानंतरची अनेक वर्षं पालकांसाठी परीक्षा पाहणारी असतात. काहीच न करता मूल शाळेत जाईपर्यंत काही पालक थांबतात, सुरुवातीला काही वेळा समस्येकडे पुरेशा गंभीरपणे पाहिलं जात नाही; पण उशीर झाल्यावर आपल्या आणि मुलाच्या मनावर उठलेले ओरखडे सहसा पुसले जात नाहीत.

इतर मुलांकडे न पाहता आपल्या मुलाच्या समस्या ओळखा. अपेक्षा बऱ्याचशा खाली आणा. तुमच्यातील चांगुलपणाचा आवर्जून उपयोग करा. तुम्हाला आणि मुलाला झेपेल एवढ्याच शिस्तीचा हव्यास धरता यावा म्हणूनच मी पालकांना ही तरण्याची कला शिकवत राहतो.

या समस्येवर मी आणि डॉक्टर किट ची यांनी एक विशेष पुस्तक लिहिलं आहे, त्याचाही वेळ पडल्यास जरूर उपयोग करा.

२७

अपंग मुलं : वर्तन आणि शिस्त

मुलांमधील अपंगत्वाचे असंख्य प्रकार आहेत, या विषयाची व्याप्ती खूप आहे. आणि खरं म्हणजे त्याच्यावर एक पुस्तक स्वतंत्रपणे लिहिण्याची आवश्यकता आहे. त्यामुळे अपंग मुलांच्या समस्या आणि त्या कशा हाताळाव्यात या विषयावरील सांगोपांग ऊहापोहाची अपेक्षा या प्रकरणात ठेवू नका; आपण फक्त प्रामुख्यानं येणाऱ्या समस्यांवर विचार करू.

प्रदीर्घ अनुभवानंतर माझ्या असं लक्षात आलं की मुलांचं वर्तन आटोक्यात ठेवण्यासाठी पालकांना वापरण्याची तंत्रं सामान्य आणि अपंग मुलांसाठी फारशी वेगळी नाहीत. सुयोग्य वर्तनाला कौतुक आणि बक्षीस, अयोग्य वर्तनाकडे दुर्लक्ष, किंवा किमान तसं दाखवणं, या पूर्वीच्याच युक्त्या इथेही कामी येतात.

मुलाचं प्रत्यक्ष वय कितीही असलं तरी अपंग मुलाच्या वाढीवरून त्याचं जे वय वाटतं, त्यानुसारच त्याला उपचार देण्याची सामान्य पद्धत आहे. तरीसुद्धा अशा मुलांना बुद्धी आणि लक्ष केंद्रित करण्याच्या समस्या असतात. त्यामुळे शिस्त लावताना बऱ्याच वेळा पंचाईत होते.

फार मोठ्या गोष्टींची अपेक्षा न धरल्यास अपंग मुलांनाही काहीशी शिस्त लावता येते, आणि पालकांची तशी इच्छाही असते. शारीरिक किंवा बौद्धिक क्षमतांच्या अभावामुळे पालकांना मुलांविषयी फारसं कडक धोरण स्वीकारण्याची इच्छा नसते, त्यामुळे बऱ्याचदा ढील दिली जाते. कठोर भूमिका स्वीकारल्यास पालकच अपराधी भावनेनं ग्रासले जातात. त्यामुळे असे अनेक पुस्तकी सल्ले आपोआपच नजरेआड केले जातात.

मानसिकदृष्ट्या अक्षम मुलांच्या बाबतीतील मुख्य अडचण म्हणजे कोणतीही शारीरिक समस्या नसल्यामुळे अशा मुलांची शारीरिक वाढ उत्तम असते आणि ते सर्व शारीरिक हालचाली सुबकपणे करू शकतात. यांच्यामध्ये कमतरता असते ती समज आणि अनुभवाच्या आधारे शिक्षण घेण्याची. त्यामुळे यांच्या प्रगतीचा वेग कमी असेल हे आधीच गृहीत धरावं लागतं. ही पराभूत वृत्ती नसून सत्याला सामोरं जाणं आहे. त्यामुळे थोड्याशा प्रगतीनंसुद्धा निराश पालक खूपच उत्साहित होऊ शकतात.

मला असं आढळून आलं आहे की विशेषतः पुढील रोगांची शिकार झालेल्या मुलांना शिस्त लावताना अतोनात अडचणी येतात.

अपस्मार : ज्या मुलांचा हा रोग आटोक्यात आणण्यात फारसं यश आलेलं नसतं ती अतिशय चिडचिडी आणि हैराण करणारी असतात. फेफरं येण्यापूर्वीचा काही वेळ आणि नंतरचे काही दिवस समस्या पराकोटीला जातात. दुर्दैवानं या रोगावरील औषधांचा परिणाम अपस्मारावर चांगला होत असला तरी मुलांच्या वर्तनावर अतिशय वाईट होतो; कधीकधी असं मूल घरात नसलेलं बरं इतकं म्हणण्याची वेळ येते.

बोलताना अडखळणं आणि वाचिक समस्या : अशा मुलांना बोलण्याचे प्रयत्न करून अतोनात कष्ट होतात; सतत येणाऱ्या अपयशामुळे ती हवालदिल होतात आणि त्यांचं वर्तन हाताबाहेर जातं.

मेंदूला दुखापत : मुलांची वाढ व्यवस्थित होत असताना कधीकधी दुर्दैवानं ती खाली पडतात, एखादा अपघात होतो किंवा मेंदूत ताप जाण्यासारखे आजार होतात. यामुळे मुलाचं वर्तन अतिरेकी होऊ शकतं, तसंच अतिचळवळ्या मुलांचे दोषही शिरू शकतात. अस्वस्थता, चांचल्य, लक्ष केंद्रित करता न येणं

आणि विचारप्रक्रियेतील घोटाळे. या समस्यांमुळे असं मूल पुरेसं बुद्धिमान असलं तरी त्याचा काही उपयोग होत नाही आणि पालक खिन्न होतात.

स्वमग्नता : अशा मुलांना एकच गोष्ट वारंवार सतत करत राहण्याची खोड असते आणि कितीही प्रयत्न केले तरी ती जाऊ शकत नाही. यामुळे आजकाल अशा मुलांना सामाजिक दृष्ट्या स्वीकारार्ह सवयी लावण्याकडे कल दिसून येतो. उदा. एकसारखा हात उडवणाऱ्या मुलाला टाळी वाजवायला शिकवतात. घरातील दिव्यांच्या किंवा इतर बटणांची सतत उघडझाप करणाऱ्या मुलांच्या हातात बॅटरी दिली जाते.

या पुस्तकात इतरत्र वर्णन केलेले सर्व उपाय अपंग मुलांच्या बाबतीत विशिष्ट बदल करून वापरता येतात. मुलांना शिस्त लावताना आपल्या नेहमीच्या पद्धतीनं सुरुवात करावी : संवादातील सुस्पष्टता, प्रयत्नातील सातत्य, दैनंदिन गोष्टींची नीट घडी बसवणं आणि सकारात्मक दृष्टिकोन. अशा मुलांकडे सामान्य मुलांपेक्षा जास्त लक्ष पुरवावं लागतं, याचा फायदा घेऊन इच्छित शिस्त त्यांच्या मनावर ठसवण्याचा प्रयत्न करावा. मुलाच्या समस्या आणि आपण त्याबाबत करू शकणाऱ्या उपायांची मर्यादा एकदा लक्षात घेतल्यानंतर निरुपयोगी गोष्टींवर वेळेचा अपव्यय करणं टाळता येतं. वाचवलेली शक्ती उपयुक्त गोष्टींवर खर्च करता येते. काही थोडा वेळ आपल्याला हव्या असलेल्या एका गोष्टीवरही देता येतो – ती म्हणजे मुलांवर प्रेम करणं.

विशिष्ट समस्या आणि त्यावरील उपाय

मुलांचं अपंगत्व विविध प्रकारचं आणि विविध कारणांमुळे असल्यामुळे त्यांच्या वर्तणूक- समस्यांवर आणि त्यांना सांभाळण्याच्या उपायांविषयी सरधोपट ठोकताळे देता येत नाहीत. परंतु झोप, आहार आणि स्वच्छता यासारख्या दैनंदिन गोष्टींविषयी उपयोगी पडणारे चार शब्द सांगता येतील.

झोपेच्या समस्या

बहुसंख्य अपंग मुलांना झोपेची समस्या असतेच; परंतु हळवेपणामुळे पालक सीमित रडण्याचं तंत्र किंवा इतर युक्त्या वापरायला सहसा राजी होत नाहीत. मात्र पालकांनी निर्धार दाखवला तर बराच उपयोग होऊ शकतो.

मुलाचं अपंगत्व तीव्र असल्यास औषधाव्यतिरिक्त अन्य उपायांना यश

आलेलं नाही. दिवसभर अशा मुलामागे धावण्यासाठी शक्ती हवी असेल तर पालकांजवळही दुसरा उपाय नसतो. इथे आम्ही अशी युक्ती वापरली की मुलाला झोपेच्या वेळेपूर्वी झोपेचं औषध न देता मूल रात्री उशिरा झोपेतून उठल्यावर दिलं गेलं. यामुळे मध्यरात्रीपासून पहाटेपर्यंतची महत्त्वाची झोप पालकांना गमवावी लागत नाही.

जेवणाच्या समस्या

अपंग मुलांच्या आहारासाठी तासन्तास खर्च होतात. अनेक पालकांना असा अनुभव येतो की प्रत्येक वेळी मुलाच्या जेवणावर दोन तास खर्च करावे लागल्यानं त्यांच्याजवळ अधिक वेळ शिल्लकच राहत नाही. अशा बाबतीत मी प्रत्येक मुलासाठी वेगळा सल्ला देतो. उदा. एखाद्या मुलाला बाटलीनं दूध पिताना अडचणी येत असतील तर त्याला चमच्यानं किंवा कपानं दूध पिता येतं आहे का हे पाहा. घन आहाराच्या समस्या असतील तर अन्न कुस्करून किंवा थोडंसं पातळ करून पाहा. गिळण्यात समस्या असेल तर तज्ज्ञांकडून विशिष्ट उपाय करता येतात.

स्वच्छतेच्या सवयी

स्वच्छतेच्या सवयी लावताना खूप समस्या येतात, त्यामुळे मी वेळ बदलून बघण्याचा उपाय सांगतो. मुलाला अन्न किंवा पेय दिल्यानंतर प्रयत्न करून पाहा. यश येण्याची शक्यता सुमारे सत्तर टक्के असते.

पक्षाघात किंवा मेंदूविकारग्रस्त मुलांमध्ये मलावरोधाचं प्रमाण जास्त आढळतं. अशा वेळी मुलांच्या अन्नात सारकद्रव्यांचा उपयोग करावा. मुलाला दिवसभर भरपूर पाणी पिण्यासाठी सतत प्रोत्साहन द्या.

चिडचिडेपणा

सर्व अपंग मुलांमध्ये दिसून येणारी ही समस्या आहे, तरीदेखील बौद्धिक समस्या किंवा मेंदूविकारांमध्ये हिचा फारच प्रादुर्भाव दिसून येतो. अशा मुलांना सतत हालचालीचा सल्ला दिला जातो. इतरही काही उपाय तज्ज्ञांच्या सल्ल्यानं करता येतात. समस्येचा अतिरेक झाल्यावर डॉक्टरांच्या सल्ल्यानं काही विशिष्ट औषधांचा वापर केला जातो.

सारासार विचाराचा अभाव

अशी मुलं थोडी मोठी झाल्यावर फारच समस्या येतात, मी तर बहुतेकांपुढे हात टेकले आहेत. कितीही प्रयत्न केले तरी वर्षानुवर्षं मुलं तशीच वागत राहतात. अनुभवावरून शिकता न आल्यामुळे असं घडतं. सुरुवातीला पालक आटोकाट

प्रयत्न करतात; पण अपयशाच्या नकारघंटेमुळे पूर्ण निराश होतात. कित्येक वेळा सारासार विचाराच्या अभावाची समस्या उपचार करणाऱ्या तज्ज्ञांच्याही लक्षात येत नाही. असे तज्ज्ञ, पालक नीट प्रयत्न करत नसतील अशी तक्रार करून पालकांचं जिणं अधिकच नकोसं करतात.

जरा उसंत घ्या

अपंग मुलांच्या पालकांची सतत दमछाक आणि ससेहोलपट होत असते. स्वत:ची गाडी रुळावर आणण्यासाठी आणि अटळ वास्तवाला पुन्हा भिडण्यासाठी त्यांनाही एका ब्रेकची आवश्यकता असते. त्यामुळे मुलाला आठवड्यातून एक दोन दिवस पूर्ण वेळ किंवा अर्धवेळ दुसरीकडे ठेवण्याची सोय करावी लागते. मी असा सल्ला आग्रहानं देतो कारण असं केलं नाही तर पालकांचंच डोकं फिरण्याचा धोका जास्त असतो. याचा दुसरा फायदा असा की पालकांना कुटुंबातील इतर मुलांकडे पाहण्याचीदेखील काहीशी फुरसत मिळते.

वास्तवाचा स्वीकार

अपंग मुलांचे वरवर कणखर दिसणारे पालकही आतून अगदी पोखरलेले असतात, हे मी पाहिलेलं आहे. त्यांच्यावर अमर्याद तणाव असल्यामुळे बहुधा ते तो लपवायला पाहतात.

आपलं मूल अपंग आहे या सत्याचा धक्का पचवायलाच अनेकांना खूप वेळ लागतो. एखाद्या प्रिय व्यक्तीच्या मृत्यूचा धक्का पचवण्यापेक्षा ही समस्या खूप वेगळी असते. अपंगत्वाची जाणीव होताच प्रथम ते हबकतात, त्यांचा त्यावर विश्वासच बसत नाही. यानंतर सत्य स्वीकारायला सुरू होण्याचा काळ वेगवेगळा, पण अतिशय वेदनामय असतो. काही पालक तर आयुष्यभर यातून वर येऊ शकत नाहीत.

दाहक सत्य एकदम पूर्णत्वानं स्वीकारायला अवघड जात असल्यामुळे प्रत्येक दिवशी पालक हळूहळू या सत्याशी सामना करत राहतात. अस्वीकार करणं, रागावणं आणि कामात गढून जाणं यापैकी कोणत्यातरी मार्गानं ते तग धरतात.

अस्वीकार **:** समस्येच्या तीव्रतेविषयी शंका येऊन अनेक पालक वेगवेगळ्या डॉक्टरांची भेट घेतात; एखादा डॉक्टर तरी आपल्या मनासारखं बोलेल अशी वेडी आशा त्यांना असते. सत्याचा अस्वीकार ही माणसाची तत्काळ प्रतिक्रिया असते – सत्याची दाहकताच तेवढी असते; याबाबत कित्येक वेळा मला एक विचित्र अनुभव आलेला आहे. मुलाच्या आई-बाबांना अतिशय सहानुभूतीपूर्वक आणि हळुवारपणे मी सगळी समस्या समजावून सांगतो. काही दिवसांनंतर माझा एखादा सहकारी मला असं सांगत येतो की त्याला ते पालक म्हणाले, ‘आम्हाला तर डॉक्टरांनी असं काहीच सांगितलं नाही.’

राग **:** याविषयी अनेकांचा गैरसमज होण्याची शक्यता आहे; पण मनातील जास्तीचा तणाव रागावाटे बाहेर पडतो. आपल्या जीवनातील खूप तणावाच्या इतर घटनांच्या वेळीदेखील ही विचित्र गोष्ट आपल्या अनुभवाला येते. कधीकधी आपल्या आसपासच्या माणसांवर राग काढला तर आपलं मन हलकं होतं. परिस्थिती आपल्या ताब्यात नाही, यामुळे आलेली हतबलता आपला पिच्छा सोडत नाही आणि त्यातून सुटका होण्यासाठी अशी केविलवाणी धडपड केली जाते.

कामात गढून जाणं **:** या बचावाचा उपयोग अनेक जण करताना दिसतात. एका जागी बसून मेंदू कुरतडत राहण्यापेक्षा एखाद्या कामात स्वत:ला गुंतवून घेतलं जातं. यामुळे आपली समस्या खूप मोठ्या स्वरूपात दिसण्याचं टळतं. काही पालक सामाजिक कार्यात झोकून घेतात किंवा पूर्ण वेळ नोकरी पत्करतात; तर काही पालक रात्रंदिवस आपल्या अपंग मुलाच्या सेवेला वाहून घेतात. यामुळे त्यांना थकवा जरूर येतो, पण त्यांना त्यामुळे बरं वाटतं.

पालकांच्या या वृत्ती असाहाय्यतेच्या प्रतिक्रियेतून आलेल्या असतात. त्या निवारण्याची किंवा त्यावर टीका करण्याची गरज नाही; प्रत्येकाला आपला बचाव हवा असतो. सगळा बचाव बाजूला केल्यास समस्या आपल्या पूर्ण प्रखरतेनं आपल्याला चटके देऊ लागते आणि पालकांवर नैराश्याच्या गर्तेत जाण्याची पाळी येते.

वरील प्रतिक्रिया अगदी सामान्य आणि नैसर्गिक आहेत. काही काळ गेल्यावर, अनेक उपयुक्त चर्चा केल्यावर आणि पालकांना सक्रिय मदत पुरवल्यावर हळूहळू ते यातून बाहेर पडू शकतात. मन दुखावलेलं असलं तरी अटळ सत्य स्वीकारून मग ते पुढील मार्गाला लागतात.

मदतीचा हात

अशा पालकांच्या वरील प्रतिक्रिया फारशा जगावेगळ्या नाहीत हे एकदा लक्षात आलं की त्यांना मदत करता येते. ही जबाबदारी कुटुंबीय, मित्रपरिवार आणि खरं म्हणजे समाजातल्या प्रत्येकाची आहे.

नकार देणाऱ्या पालकावर सत्य लादायची धडपड करू नका; परंतु हळुवारपणे आणि उघडपणे सत्य बोलायला घाबरूही नका. सत्य टाळून कुणाचंच भलं होत नाही.

रागाची प्रतिक्रिया नैसर्गिक आहे आणि जवळच्या मित्रांनासुद्धा ती भोगावी लागते. खरं म्हणजे तो राग समोरच्या व्यक्तीविषयी नसतो; केवळ आयुष्यातील दुर्दैवामुळे आलेल्या तणावाला एक निमित्त सापडतं. काही भरकटलेले पालक क्वचित देवालाही दोष देत सुटतात, असं होण्यापेक्षा जबाबदार मित्रांनी देवाऐवजी ही जबाबदारी आपल्या खांद्यावर घ्यावी.

दुःखाच्या हबकाऱ्यानं निष्क्रिय होण्यापेक्षा कामात मन रमवणं कधीही चांगलं. समाजकार्य करणाऱ्या, ऑफिसात जास्त वेळ काम करणाऱ्या किंवा महागाईविरुद्धच्या मोर्चात सामील होणाऱ्या पालकांवर अजिबात टीका करू नका. काही विशिष्ट गरजेपोटी ते असं करत असतात. या गोष्टी सुटल्या तर ते पूर्ण निराधार होऊन जातात.

दुःखामुळे एकलकोंड्या बनलेल्या पालकांविषयी आपण खूप समजूतदारपणा दाखवायला हवा. त्यांना धीर देऊन लोकांमध्ये मिसळायला बोलावलं पाहिजे. त्यांच्या दैनंदिन समस्या हलक्या करण्यासाठी सक्रिय मदतही द्यायला हवी. एवढंच काय, त्यांच्यासाठी एक शांत आणि टीका न करणारा श्रोतासुद्धा बनता यायला हवं.

गर्तेत सापडलेल्या पालकांचं दुःख हलकं करण्यासाठी आपण खंबीरपणे त्यांच्या पाठीशी उभं राहायला हवं. कदाचित आजकाल त्यांचं बोलणंही खुंटलेलं असेल; पण त्यांच्या मूकपणातूनच आपण काय ते समजायला हवं. यामुळे त्यांचं मन नक्कीच कृतज्ञतेनं भरून जाईल – अगदी शब्दांत त्यांनी काही बोलून दाखवलं नाही, तरी आतल्या आत त्यांचं अंतःकरण नक्कीच ओलावेल. शेवटी जखमा भरून यायला काही काळ जावा लागतो हेच खरं!

२८

मुलांचे सर्वसामान्य आजार

काही काही मुलांना दररोज कुठला ना कुठला आजार होत असतो; कधी टॉन्सिलमुळे घसा दुखतो, कधी कान दुखत असतो, तर कधी सर्दी होते. वाढ होताना मुलांना जंतुसंसर्गही होतोच. हे सगळं नित्याचं असलं तरी काही पालक यामुळे घाबरून जातात. या प्रकरणात मुलांना सामान्यपणे नेहमी होणाऱ्या आजारांची आणि उपायांची आपण माहिती घेऊ.

* दमा * पायातील फेंगडेपणा आणि इतर समस्या * खोकला
* सर्दी * घसा बसणं * कानाच्या समस्या * ताप
* तापामुळे आकडी येणं * मेनिंगोकोकल संसर्ग * टॉन्सिल्स
* उलट्या आणि जुलाब

दमा

स्वरूप : फुफ्फुसातील हवेचं वहन करणाऱ्या पोकळ्या आक्रसल्यामुळे दमा होतो. यामध्ये बऱ्याच वेळा आनुवंशिकतेचा वाटा असतो. धाप लागणं, खोकला आणि घरघर ही याची लक्षणं आहेत. काही मुलांना श्वास बाहेर सोडताना

फुफ्फुसाच्या आतल्या भागातून सुईंऽऽ असा आवाज येतो. श्वसनमार्गातील संसर्ग किंवा ॲलर्जीमुळे दमा होऊ शकतो.

सर्व मुलांपैकी तीस टक्के मुलांना दमा होतो. पालक मला सांगत आले की मुलाला कोरडा खोकला आहे आणि मध्यरात्री तो बळावतो, तेव्हा मी ओळखतो की बहुधा हा दम्याचा रुग्ण आहे. काही मुलांना श्वासावाटे अपायकारक वस्तू आत गेल्यासदेखील त्रास होऊ शकतो. याचं सगळ्यात ठळक उदाहरण म्हणजे, बाजूला प्रौढ माणूस सिगारेट ओढत असताना त्याचा धूर घशात जाऊन दम्याचा झटका येतो. मी स्वत: सिगारेट ओढत नाही आणि आसपासच्या व्यक्तींच्या धूम्रपानामुळे मुलांना किंवा कोणालाही त्रास झाला की एक डॉक्टर म्हणून मला खूप राग येतो.

मुलाला दमा आहे हे कळल्यावर अनेक पालक खट्टू होतात. आता मधूनमधून मुलाची शाळा बुडणार आणि त्याला खेळातही भाग घेता येणार नाही असं त्यांना वाटत असतं; परंतु दमेकरी मुलं इतरांप्रमाणेच सामान्य जीवन जगू शकतात.

उपचार : दमा असलेल्या मुलांना आणि त्याच्या पालकांना प्रत्येक पायरीवर काय करायचं, याचा पूर्ण आराखडा डॉक्टरांनी दिला पाहिजे. यामुळे दम्याच्या सौम्य आणि तीव्र झटक्यांच्या वेळी काय कृती करायला हवी याची नेमकी कल्पना मुलांना आणि पालकांना येते. झटक्यापूर्वीची लक्षणं ओळखायला मुलाला शिकवलं पाहिजे, तसंच झटका आल्यानंतरही त्यानं योग्य ती कृती केली पाहिजे. झटका आल्यानंतर वापरण्याच्या औषधांमुळे श्वसनमार्ग खुला होण्यास मदत होते. ही औषधं सरळ किंवा एका विशिष्ट छोट्या पंपाद्वारे हुंगायची असतात. काळजीपूर्वक वापरल्यास यांच्यापासून काहीच धोका नसतो.

झटका आल्यावर उपाय करण्यापेक्षा दम्याचा झटका टाळणं जास्त महत्त्वाचं आहे. यासाठी डॉक्टरी सल्ल्यानं काही विशिष्ट स्टिरॉइड्स नाकावाटे घेतात.

दम्यावर प्रभावी उपचार उपलब्ध असले तरी तो प्राणघातक ठरू शकतो, हे विसरू नये. तीव्र झटका आल्यास तातडीची वैद्यकीय सेवा घ्या.

पायातील फेंगडेपणा आणि इतर समस्या

स्वरूप : मूल प्रथम चालायला शिकतं त्या वेळी त्याला पावलांना विशिष्ट दिशा देता येत नाही; अर्थात हे अगदी काही महिन्यांपुरतं असतं. एखाद्या मुलाच्या बाबतीत ते दीड वर्षांचं झाल्यावर त्याच्या पायांना बाक आलेला दिसू

शकतो. मूल अडीच वर्षांचं होताच पाय सरळ व्हायला लागतात; पण काही जणांच्या बाबतीत ते आणखीनच सरळ होऊन दुसऱ्या दिशेनं वाकतात. सुदैवानं पाच वर्षांचं होईपर्यंत हे सगळं नाहीसं होऊन मुलाचे पाय सरळ दिसायला लागतात.

उपचार : बहुसंख्य मुलांच्या पायांच्या आणि पावलांच्या किरकोळ समस्यांवर कोणत्याही उपायांची गरज नसते. काही मुलांचे अंगठे पावलांच्या आतल्या बाजूला जास्त वळलेले दिसतात, पण हे प्रमाण जास्त नसेल तर काळजी करू नका. उलट, माझ्या एका स्पेशॅलिस्ट मित्राचा दावा आहे की अशीच मुलं पुढे उत्तम फुटबॉलपटू होतात.

बहुतेक बाळांची आणि मुलांची पावलं सपाट असतात. पावलांचे स्नायू वळून पावलांच्या आतील मधल्या भागाला उंचवटा येण्यास सहा वर्षं जावी लागतात. कुटुंबात परंपरा असल्यास काही मुलांची पावलं सपाटच राहतात. काही पालक यासाठी मुलांना अनवाणी पळायला किंवा चालायला लावतात; इतर काही जण पादत्राणाची विशिष्ट रचना करून घेण्याचा सल्ला देतात. आजकालचे बहुतेक हाडांचे डॉक्टर मात्र या समस्येकडे 'दुर्लक्ष' करण्याचा सल्ला देतात.

या ठिकाणी फक्त सामान्य निरीक्षणांची चर्चा केलेली आहे. विशेष काळजी वाटल्यास तज्ज्ञांचा सल्ला घ्या.

खोकला

स्वरूप : पूर्वीच्या काळचे लोक याला 'छाती भरणं' असं म्हणत. विषाणूसंसर्गामुळे याची सुरुवात होऊन शिंका, खोकला, गळणारं नाक आणि शेवटी छाती भरते. खोकला झाला तरी मुलं फारशी आजारी दिसत नाहीत आणि मजेत खेळत राहतात, फक्त काही मुलांना ताप येऊन धाप लागते.

उपचार : विषाणू संसर्ग झाल्यामुळे यामध्ये अँटिबायोटिक्सचा उपयोग होत नाही. मूल किरकिर करत असल्यास सर्दीसाठी नेहमीचे उपाय करा. खोकल्याबरोबर विशिष्ट आवाज आणि धाप लागत असल्यास दमा नसल्याची खात्री करून घ्या. दम्याच्या बहुसंख्य रोग्यांमध्ये आधी चुकून खोकल्याचे उपचार दिले जातात. खोकला हा सर्वत्र आढळणारा विकार आहे, यात घाबरण्यासारखं काहीही नाही. फक्त काही मुलांमध्ये आजार बळावून न्यूमोनिया होण्याची

शक्यता असते. अशा मुलांना तपासून डॉक्टर बहुधा अँटिबायोटिक्स देतात.

आजकाल बहुसंख्य मुलांना लस दिली जाते. काही मुलांच्या बाबतीत खोकला म्हणजे गोवराच्या आगमनाची पूर्वसूचना असू शकते.

सर्दी

स्वरूप : सर्दीचा त्रास श्वसनयंत्रणेतील वरील भागात होतो. याची सामान्य लक्षणं म्हणजे शिंका, खोकला, नाक गळणं आणि घसा खवखवणं. गळणारं नाक हे सर्वांमध्ये आढळणारं मुख्य लक्षण आहे, काही जणांना अंगदुखी आणि ताप येऊ शकतो. (याला पुस्तकांमध्ये आधार नाही). काही मुलांचं नाक जेमतेम ओलं होतं. तर काहींच्या नाकाला धार लागते. वरवर साधा दिसणारा हा आजार मुलानं रात्री रडून घर डोक्यावर घेतलं की खूप मोठा वाटतो!

पाळणाघरातून किंवा बालवाडीतून हा आजार नेहमी 'आयात' केला जातो, तिथं आसपास अनेक घसे खवखवत असतात! हळूहळू मुलांमध्ये प्रतिबंधक शक्ती निर्माण होऊन सर्दी होण्याचं प्रमाण घटतं. मुलांना सामान्यपणे वर्षातून नऊ वेळा किंवा दोन महिन्यातून एकदा सर्दी होते. म्हणजे आता बरी झाली म्हणावं तोपर्यंत पुन्हा होते.

संपर्कातील लोकांमुळे मुलांना सर्दी होते; थंड हवेत खेळणं किंवा भिजणं याच्याशी सर्दीचा काही संबंध नसतो – या सगळ्या कल्पना आहेत. अनेक वर्षं संशोधन करून सर्दीवर परिणामकारक औषध सापडलेलं नाही.

उपचार : अँटिबायोटिक्सचा उपयोग फक्त जिवाणूंवर होतो. त्यामुळे विषाणूंमुळे होणाऱ्या सर्दीवर ते चालत नाहीत. चार ते पाच दिवसांत सर्दी आपोआप बरी होते. यावर कोणतेही विशिष्ट औषध नाही, काही औषधांमुळे मुलांना थोडंसं हलकं वाटतं एवढंच. फारसा हानिकारक नसला तरी हा आजार सर्वांना थोडासा उपद्रव देतोच.

घसा बसणं

स्वरूप : काही विषाणूंमुळे घशातील स्वरयंत्राखालील जागा आकसते. यामुळे श्वास आत घेताना मूल एक विचित्र आवाज काढतं, ज्यामुळे पालकांना घाबरायला होतं. कधीकधी यासोबत कोरडा खोकला होतो.

उपचार : सौम्य स्वरूपात कोणत्याही उपचाराची गरज नसते. आमच्या घरी आजी आम्हाला डोक्यावर टॉवेल पांघरून गरम पाण्याची वाफ घ्यायला लावायची, कधीकधी या पाण्यात निलगिरीचे थेंब टाकले जात. हा उपाय चांगला असला तरी मुलाला भाजण्याच्या धोक्यापासून सांभाळायला हवं किंवा बाथरूममध्ये वाफ कोंडून मुलाला घेऊन बसावं. आजकाल बाजारात पाण्याची वाफ देणारी छोटी यंत्रं मिळायला लागली आहेत. वाफ घेतल्यावर मुलाला रात्री शांत झोप लागते.

घरगुती उपायांनी बरं न वाटल्यास तसंच मुलाला धाप लागल्यास त्वरीत हॉस्पिटलमध्ये जा. फारच क्वचित एखादं मूल यानंतर गंभीररित्या आजारी पडू शकतं.

कानाच्या समस्या

श्रवणदोष

स्वरूप : इतरांनी बोललेलं समजण्यासाठी आणि स्वत: बोलता येण्यासाठी मुलाला नीट ऐकू येणं गरजेचं आहे. याच्या अभावी शिक्षण आणि संवाद साधण्याच्या समस्या येतात. आईच्या आवाजातील चढ-उतारांप्रमाणे छोटं बाळ रडण्यामध्ये चढ-उतार करतं. बाळ सहा महिन्यांचं झाल्यावर आवाजाच्या दिशेनं मान वळवायला लागतं, आवाज करणारी वस्तू दिसली नाही तरी हे घडतं. एक वर्ष झाल्यानंतर मूल घशातून काही आवाज काढायला लागतं, यानंतर बोललेले शब्द उच्चारायला बघतं. ओळखीचं संगीत कानावर पडल्यास मूल त्या दिशेला मान वळवतं, अशा मुलाची श्रवणशक्ती सामान्य असते आणि मुलामध्ये श्रवणदोष नसल्याचं लक्षात येतं.

उपचार : आजकाल बाळ लहान असतानाच मुलांची श्रवणक्षमता तपासतात. यामुळे काही श्रवणदोष असल्यास लवकर निदान होतं. मुलाच्या बोलण्यात नीट प्रगती होत नसल्यास, लहान आणि अपरिचित आवाजांना मूल प्रतिसाद देत नसल्यास किंवा पालकांना थोडी जरी शंका आल्यास मुलाची श्रवणयंत्रणा तपासावी; फक्त आधी हे प्रकरण पूर्ण वाचा.

कानाच्या पडद्यामागील संसर्ग

स्वरूप : पोहताना किंवा सर्दी झाल्यावर युस्टेशियन नलिकेद्वारे जिवाणू कानाच्या पडद्यामागील पोकळीत पोहोचतात. कानाची तपासणी केल्यावर पडदा लाल आणि चिडलेला दिसतो. मूल आजारी, चिडचिडं झाल्यास, कान दुखत असल्यास किंवा क्वचित कमी ऐकायला यायला लागल्यास अशा संसर्गाची शक्यता

मानवी कर्णेंद्रियं

कानामध्ये आत आणि बाहेर अशा दोन पोकळ्या असतात. दोन्ही पोकळ्यांच्या मध्ये कानाचा पडदा असतो. पडद्यामागील पोकळीमध्ये हवा आणि काही अतिशय नाजूक छोटी हाडं असतात, यामुळे कानाच्या पडद्यातून आलेल्या ध्वनिलहरी आवाजाच्या रूपानं कानाच्या मज्जातंतूमार्फत मेंदूपर्यंत पोहोचतात. नाकाच्या मागील भागापासून युस्टेशियन नावाची नलिका निघते. ती कानाच्या पडद्यामागे उघडते. यामुळे पडद्यामागील पोकळीतील हवेच्या दाबावर नियंत्रण केलं जातं. हा दाब थोडा कमी-जास्त झाल्यास आपण कानात 'दडे बसले' असं म्हणतो. खूप उंचावर गेल्यावर किंवा सर्दी झाल्यावर असे दडे बसतात.

पडद्यामागील पोकळीमुळे स्वरलहरींना विशिष्ट ध्वनी प्राप्त होतो, हे एखाद्या वाद्याप्रमाणेच घडतं. यात एखादा द्रव भरल्यास आवाजाचा दर्जा घसरतो. एखाद्या वाद्यामध्ये माती शिरल्यावर असंच घडतं.

असते. मुलांना काय होतंय हे नेमकं न कळल्यामुळे ती चिडचिड करतात. काही मुलांना कानाकडे निर्देश करून समस्या सांगता येते.

उपचार : जिवाणू संसर्ग झाल्यामुळे बहुधा अँटिबायोटिक्सचा वापर केला जातो, यासोबत सौम्य वेदनाशामक कधीकधी देतात. अँटिबायोटिक्सचा वापर न करतादेखील हे बरं होऊ शकतं असं आता सिद्ध झालं आहे. निसर्ग आपला उपचार करतो तेव्हा युस्टेशियन नलिकेचा उपयोग केला जातो किंवा कानाच्या पडद्याला एक छिद्र पडतं. असं छिद्र बहुतेक वेळा आपोआप बरं होतं.

वाहणारा कान

स्वरूप : वरील प्रकारच्या संसर्गानंतर किंवा सर्दी झाल्यानंतर कानाच्या पडद्यामागे काही द्रव साठू शकतो. तो घट्ट होऊन कान चिकट होतो, यामुळे ऐकण्यामध्ये समस्या निर्माण होतात. छोट्या शाळकरी मुलांमध्ये ही समस्या नेहमी दिसते. त्याहून छोट्या मुलांच्याबाबत पालकांना मुलाचं आपल्या बोलण्याकडे लक्ष नाही, असं लक्षात येतं किंवा मूल बहिरं झाल्यासारखं वाटतं. मुलांजवळ पालकांचं म्हणणं 'न ऐकण्याची' उपजत कला असल्यामुळे या समस्येचं निदान करणं कठीण जातं! समस्या गंभीर वाटल्यास त्वरित डॉक्टरांचा सल्ला घ्या.

उपचार : अशा वेळी बहुधा कान दुखत नाही. वेळ आणि निसर्ग याला आपोआप बरा करतात. क्वचित एखादी छोटी शस्त्रक्रिया करून कानाच्या पडद्यात ठेवलेल्या छोट्या नळ्यांद्वारे साठलेला द्रव बाहेर काढला जातो. या नळ्या काही महिन्यांनंतर आपोआप पडून जातात.

शस्त्रक्रियेपूर्वी मी नेहमी श्रवणदोष तपासण्याचा सल्ला देतो. श्रवणदोषांची खात्री झाल्यावरच शस्त्रक्रियेचा निर्णय घ्यावा. निसर्गाला आपलं काम करू देण्यासाठी शस्त्रक्रियेपूर्वी किमान दीड महिन्यांचा अवधी द्यावा.

ताप

स्वरूप : संसर्ग, मग तो साधा सर्दीचा असो की गंभीर, झाल्यानंतर शरीराची प्रतिक्रिया म्हणून ताप येतो. बाहेरून आलेल्या जंतूंना 'तापवून' मारण्याचा आणि त्याद्वारे आजाराचा नायनाट करण्याचा हा निसर्गाचा मार्ग आहे. गोवरासारख्या आजारात खूप ताप येऊ शकतो; पण त्यापेक्षा जास्त गंभीर आजारात अगदी कमी ताप येऊ शकतो. मुलाला ताप आहे म्हणजे काहीतरी गडबड आहे हे ओळखावं. ताप जितका जास्त तितका आजार गंभीर, असे सरधोपट ठोकताळे बांधू नयेत.

अनेक विषाणूंचे संसर्ग ताप येऊन आपोआप बरे होतात, तापाला त्याचं काम करू द्यावं. काही मुलांच्या बाबतीत न्यूमोनिया, मूत्रविकार किंवा मेनेंजायटिस असल्यास ताप हे पहिलं आणि एकमेव लक्षण असू शकतं.

ताप वाढल्यानंतर मूल कष्टी होऊन केविलवाणं दिसायला लागतं. काही पालकांना तर सवयीमुळे यानंतर मुलाला फिट्स येणार हे माहीत झालेलं असतं. म्हणूनच मोठ्यांपेक्षा मुलांच्या तापावर अधिक तत्परतेनं इलाज केले पाहिजेत.

उपचार : मुलाला सुटसुटीत कपडे आणि पांघरूण द्यावं; एकावर एक स्वेटर चढवून त्याला पांघरुणाच्या ढिगाऱ्यांखाली दडपू नये. मूल अतिशय अस्वस्थ असल्यास त्याला तापावरची औषधं द्यावीत. अशा औषधांची चव मुलांसाठी गोड केली असली तरी त्यांचे साईड इफेक्ट्स होतात. औषधांनी ज्वर हटवला तरी मूळ आजार बरा होत नाही, केवळ मुलाला थोडासा आराम पडतो. दुकानातील लोकप्रिय औषधं मुलांना देण्याचं टाळावं; यापासून यकृत आणि मेंदूला इजा होण्याचा धोका असतो असं दिसून आलं आहे.

तापाला पळवण्यासाठी मुलांना शक्यतो थंड पाण्यात बुचकळू नये. असं

केल्यास रक्तप्रवाह त्वचेपासून आतल्या बाजूकडे वळतो. त्यामुळे एवढ्या दिव्यातून गेल्यावरही मुलाचा ताप हटेलच असं नाही. मुलांचे कपडे काढून त्यांना पंख्याखाली ठेवणंसुद्धा तितकंच अयोग्य आहे. कारण पंख्याच्या माऱ्यामुळे मूल कुडकुडतं आणि शरीरात अधिकच उष्णता निर्माण होते. अगदीच काही करावंसं वाटल्यास मुलाला कोमटसर पाण्यात बुडवलेल्या फडक्यानं पुसून काढा.

ताप हटला नाही किंवा वाढत गेला आणि मुलाची प्रकृती ढासळली तर त्याला त्वरेनं डॉक्टरांकडे न्या हे सांगायला नकोच.

तापामुळे आकडी येणं

स्वरूप : मुलांमध्ये मेंदूची प्रगती सतत सुरू असल्यामुळे शरीराच्या तापमानातील थोड्याशा वाढीला मेंदू संवेदनशील असू शकतो. त्यामुळे ताप जास्त चढल्यावर फीट येऊ शकते. सहा महिने ते तीन वर्षांच्या मुलांमध्ये हे नेहमी आढळतं. तर पाच वर्षांनंतर क्वचितच आढळतं. तापामुळे आकडी येण्याची शक्यता सर्वत्र दिसून येते; सुमारे चार टक्के मुलांना आकडी येते.

मुलाला आकडी आलेली पाहून पालक घाबरतात आणि मुलाचं काही बरं-वाईट तर होणार नाही ना, या भीतीनं सटपटतात. आकडी येण्याची क्रिया फार पटकन घडते. कित्येक मुलांना थोडासा आजार होताच कुठल्याही पूर्वसूचनेशिवाय आकडी येते. मूल डोळे फिरवून अचानक ताठर होतं आणि धपापत श्वास घ्यायला लागतं. यानंतर हातपाय झटकून आणि आखडून मूल निपचित पडतं. झालेल्या श्रमांनी मुलाला झोप येते आणि झोप झाल्यावर बरं वाटतं. आकडी बहुतेक वेळा फक्त पाच मिनिटांसाठी येते; पण पालकांचा जीव टांगणीला लावून जाते.

उपचार : मुलाला जास्त ताप असल्यास आधी दिलेले उपचार करावेत. फीट आल्यास मुलाला हळुवारपणे कुशीवर निजवावं. अवघड वाटलं तरी धीर सोडू नये. अशा फीटमुळे बहुधा मुलांचं फारसं नुकसान होत नाही; फक्त ते बघणाऱ्या पालकांच्या नसा आखडतात. मदतीसाठी धावपळ करण्याऐवजी शांतपणे मुलाजवळ थांबा. मुलाच्या तोंडात चमचा किंवा इतर वस्तू खुपसू नका. लागलेली धाप श्वसनमार्गातील अडथळ्यांमुळे नसते, तर श्वसनसंस्थेचे स्नायू आखडल्यामुळे असते.

मुलाला पहिली आकडी येऊन गेल्यानंतर लगेचच डॉक्टरांना दाखवा. जास्त तापाच्या वेळी करण्याच्या उपायांची योजना डॉक्टर आखून देतील.

एखादी फीट आल्यावर मुलाला अपस्मार झाला असं समजून घाबरून जाऊ नका, हा केवळ काही दिवसांचा प्रश्न आहे. तापात एकदा आकडी आल्यानंतर पुन्हा ताप येण्याच्या वेळी आकडीची शक्यता जास्त असते. मेनेंजायटिससारख्या रोगांविषयी परीक्षण डॉक्टरांकडून करून घ्या.

पाच मिनिटांत मूल सावध न झाल्यास त्वरित डॉक्टरांना किंवा तातडीच्या वैद्यकीय सेवेला पाचारण करा.

मेनिंगोकोकल संसर्ग

स्वरूप : हा संसर्ग सध्या अनेक पालकांच्या तोंडचं पाणी पळवतोय. पूर्वसूचनेशिवाय तो पटकन घडून येतो आणि त्वरित उपायांअभावी धोकादायक ठरू शकतो. हा जिवाणू क्रूर असला तरी मारायला अतिशय सोपा आहे; साध्या अँटिबायोटिक्सनंदेखील हा मरतो. वेळीच उपचार झाल्यास खूप फायदा होतो. प्रसारमाध्यमांनी लोकांचं ज्ञान वाढवण्याच्या भरात याच्याविषयी गैरवाजवी भीती जास्त पसरवली आहे.

या संसर्गात सुरुवातीला मुलांना प्रथम ताप येतो. नंतर अंगावर सुमारे अर्धा सेंटिमीटरचे गडद लाल चट्टे उठतात. आपण त्या जागी बोटानं दाबून ठेवलं तरी चट्टे जात नाहीत. लागण तीव्र असल्यास चट्ट्यांवर चीर पडू शकते.

अनेक व्यक्ती या जिवाणूंचं वहन अजाणतेपणी करत असतात, त्यांना कोणतीही लक्षणं दिसत नाहीत. बरेच जण त्यांच्या कचाट्यातून सुटतात आणि काही थोड्यांनाच लागण का होते, हे अजून कळलेलं नाही. वाहकाच्या शिंकेमुळे घशातून आणि नाकातून उडालेल्या शिंतोड्यांद्वारे दुसऱ्यांना लागण होते. या जिवाणूमुळे रक्तात विषबाधा (सेप्टिसेमिया) किंवा मेनेंजायटिससारखे मेंदूचे विकार होऊ शकतात. मी पाहिलेल्या बहुतेक रोग्यांमध्ये हे दोन्ही आजार दिसले. मुलाला सेप्टिसेमिया झाल्यास शरीरावरील चट्ट्यांवर खरचटतं आणि मूल अत्यवस्थ दिसतं. मेनेंजायटिसमध्ये या लक्षणांव्यतिरिक्त डोकेदुखी होते आणि मान अवघडते.

उपचार : या आजारात मुलांना हॉस्पिटलमध्ये दाखल करून शिरेवाटे अँटिबायोटिक्स द्यावी लागतात. त्यामुळे कोणताही विलंब न करता तातडीनं हॉस्पिटलकडे धाव घेणं अत्यंत महत्त्वाचं आहे. काही वेळा सकाळी डॉक्टरांकडे नेल्यावर मुलामध्ये तीव्र लक्षणं सापडत नाहीत, त्यामुळे मुलाला घरी पाठवलं जातं. मात्र काही तास उलटताच मुलाची तब्येत वेगानं ढासळायला लागते.

अशा वेळी तातडीच्या आपत्कालीन उपायांची आवश्यकता असते. या संसर्गाचं चटकन निदान होऊन ताबडतोब अँटिबायोटिक्स सुरू झाली तर ठीक, अन्यथा अपंगत्व किंवा मृत्यूचा धोका संभवतो.

अनेक देशांमध्ये या संसर्गावर लस उपलब्ध आहे. एक वर्षाच्या मुलांना ती मोफत दिली जाते. तरीसुद्धा लागण झाल्यास तातडीच्या वैद्यकीय उपायांना पर्याय नाही.

टॉन्सिल्स

स्वरूप : घशाच्या मागील दोन्ही बाजूंना टॉन्सिल्स नावाच्या ग्रंथींची जोडी असते. बाहेरील संसर्गाविरुद्ध निसर्गानं उभे केलेले हे पहिले पहारेकरी आहेत. नवजात शिशुंचे टॉन्सिल्स खूप लहान असतात. वयाच्या सातव्या वर्षापर्यंत यांची वाढ पूर्ण होते. सर्दीमध्ये बसणारा घसा आणि टॉन्सिल्सच्या विकारामध्ये फरक असतो; दोन्हीमध्ये घशावर लालसर सूज असते. टॉन्सिल्सच्या विकारात जबड्याच्या दोन्ही बाजूकडील ग्रंथी ग्रस्त होतात. तपासणी केल्यावर त्या लाल आणि 'चिडलेल्या' दिसतात आणि कधीकधी त्यामध्ये पू असतो. चार वर्षांखालील मुलांना विषाणूमुळे, तर त्यावरील मोठ्या मुलांना जिवाणूमुळे टॉन्सिल्सचा विकार होतो.

मुलांच्या टॉन्सिल्स ग्रंथी मोठ्या असतील तर काही आजार आहे असं मानण्याचं कारण नाही; काहींच्या ग्रंथीच मोठ्या असून आजार नसतो. अगदी क्वचितच या विकारात गिळण्याचा त्रास होतो. काही मुलांच्या झोपेच्या समस्यांचा संबंध मोठ्या टॉन्सिल्स ग्रंथींशी असतो. रात्री नीट न झोपलेलं मूल दिवसा थकलेलं आणि चिडचिडं बनतं.

उपचार : जिवाणूंच्या मार्गे झालेल्या विकारांवर अँटिबायोटिक्स चांगलं काम करतात. पूर्वीच्या काळी टॉन्सिल्स ग्रंथी शरीराला गरजेच्या नाहीत असं मानून त्या तत्परतेनं कापून टाकल्या जात असत. आजकाल अशा शस्त्रक्रिया फारच कमी झाल्या आहेत, आणि सबळ कारण असल्याशिवाय असे निर्णय घेतले जात नाहीत. मोठ्या टॉन्सिल्स ग्रंथी कापाव्याच लागतात, हा एक साफ चुकीचा समज आहे. मुलाच्या झोपेदरम्यान श्वासाला होणारा अडथळा दूर करणं, हेच आजकाल टॉन्सिल्स शस्त्रक्रियेचं प्रमुख कारण असतं. मुलाला वारंवार टॉन्सिल्सचा विकार जडायला लागला तर या ग्रंथी कापायला हरकत नाही. पण हा निर्णय मुलांच्या डॉक्टरवर किंवा घशाच्या (ई.एन.टी.) डॉक्टरांवर सोपवावा.

उलट्या आणि जुलाब

स्वरूप : लहान मुलांमध्ये नेहमी यांचा प्रादुर्भाव होतो. उलट्या आणि जुलाब दोन्ही होत असल्यास पोटात संसर्ग झाला आहे असं मानता येतं. फक्त उलट्या होत असल्यास कदाचित ते शरीरातील इतर भागातील संसर्गामुळे असतं, उदा. सर्दी किंवा फ्लू. फारच कमी मुलांमध्ये गंभीर आजारात उलट्यांचं लक्षण दिसतं. जुलाब मुलांना कधीही होऊ शकतात.

उलट्या आणि जुलाबांवर उपचार न केल्यास मुलाला शरीरातील पाणी बाहेर फेकलं गेल्यामुळे जलशोष (डीहायड्रेशन) होण्याची भीती असते. हे सर्वथा टाळलं पाहिजे. जलशोष नसल्यास खालील सामान्य उपाय करायला हरकत नाही.

उपचार : उलट्या आणि जुलाबांवरील सगळ्यात सोपा आणि परिणामकारक उपाय म्हणजे मुलाला थोड्याथोड्या प्रमाणात वारंवार साधं पाणी देणं. विषाणूंमुळे पोटात किंवा आतड्यात संसर्ग असल्यास उलट्या आणि जुलाब होऊ शकतात, पण यावर अँटिबायोटिक्सची मात्रा चालत नाही. अशा मुलांना घन आहार न देता द्रव आहारावरच ठेवावं. उलट्या आणि जुलाबांवाटे शरीरातील पाणी आणि क्षार अति प्रमाणात फेकले गेल्यास, विशेषत: तान्ह्या मुलांना जलशोष होण्याचा मोठा धोका असतो.

थोड्या प्रमाणात द्रव द्यावा म्हणजे एका वेळी फक्त पाव कप किंवा ७५ मि.ली. ऐकताना हे प्रमाण खूप कमी वाटलं तरी दिवसाकाठी दीड लीटर द्रव मुलाला देता येतो. द्रव नाकारून अन्नासाठी हट्ट धरल्यास मुलाला घन आहार देऊ नये, यामुळे उलट्या वाढू शकतात. काही पालकांना हे अतिशय क्रौर्य वाटतं, परंतु मुलांच्या भल्यासाठी 'क्रौर्यही' चांगलं असतं.

पाणी, पाणीदार लिंबू सरबत किंवा बाजारातील इलेक्ट्रोलाइट पावडरचा वापर करावा. याचाच स्पष्ट अर्थ असा की मुलाला दूध, सूप किंवा घन आहार *देऊ नका.* उलटीवाटे बाहेर पडलेलं दूध किंवा पाणी यांपैकी साफ करायला अधिक सोपं काय हे कोणत्याही आईला विचारा! बाजारातील लेमोनेडमध्ये जास्त साखर असते. म्हणून ते टाळावं. द्यायचंच झाल्यास : तीन चमचे पाण्यात एक चमचा लेमोनेड मिसळून ते पातळ करावं.

उलटी आणि जुलाबावाटे शरीरातील जरुरीची इलेक्ट्रोलाइट्स फेकली जातात. त्यामुळे मुलाला तोंडावाटे बाजारातील इलेक्ट्रोलाइट जरूर द्यावं. काही पालक शीतपेयांमधून इलेक्ट्रोलाइट पावडर मिसळून मुलांना देतात; कृपया

असं करू नका. शीतपेयं उलटी-जुलाब होणाऱ्या मुलांसाठी नसतात!

बऱ्याच वेळा पालक अशा पेचात सापडतात की मूल मध्यरात्री उलट्या-जुलाबांनी हैराण होतं आणि सगळे दवाखाने आणि औषधांची दुकानं बंद असतात. जागतिक आरोग्यसंघटनेनं (डब्ल्यू.एच.ओ.) यावर उपाय म्हणून जगातील कुठल्याही मुलासाठी ओ.आर.टी. (ओरल रिहायड्रेशन थेरपी) सुचवली आहे. फक्त खालील दिलेलं प्रमाण काळजीपूर्वक पाळलं की झालं. अन्यथा आजार कमी होण्याऐवजी बळावू शकतो :

१ लीटर पाणी उकळून थंड करा.

त्यामध्ये ६ सपाट (चहाचे) चमचे साखर घाला आणि अर्धा (चहाचा) चमचा मीठ घालून ढवळा. मुलाला देण्यासाठी मिश्रण तयार आहे.

वारंवार याचा अर्थ दिवसा आणि रात्री दर पंधरा किंवा तीस मिनिटांनी. उलट्या होत असल्या तरी मुलाला द्रवाचे घोट देत राहावेत. वेळ लावण्यासाठी गजराच्या घड्याळाचा उपयोग करता येईल. यामुळे मुलालाही गंमत वाटून द्रव पिण्याची वेळ झाली असं समजतं.

वरील सर्व गोष्टी उलट्यांप्रमाणेच जुलाब झाले तरी पाळायच्या आहेत. साध्या द्रावामुळे मोठ्या आतड्यावर काही बाहेर फेकण्याचं फारसं काम पडत नाही आणि जुलाब चटकन थांबतात. जुलाब थांबल्यानंतर मुलाला बद्धकोष्ठ होईल अशी काही पालकांना भीती वाटते; परंतु पोट रिकामं असल्यामुळे आणखी याला कुठल्याही उपायाची गरज पडत नाही.

काही थोड्या मुलांना उलट्या-जुलाबांवर यापेक्षा अधिक उपचारांची गरज पडते. लक्षणं खूपच तीव्र असल्यास किंवा मूल कोमेजून गेल्यास अथवा डोळे खोल गेल्यास त्याला तातडीनं हॉस्पिटलमध्ये न्यावं.

औषधं कशी द्यावीत?

डॉक्टर मुलाला द्यायच्या औषधांची यादी लिहून देतात पण पुढील दिव्यातून पालकांना जायचं असतं अन् ते म्हणजे ही औषधं मुलांच्या घशातून खाली उतरवणं. आजकालच्या औषधांमध्ये वरकड द्रव्यं न मिसळण्याची फॅशन मला फारशी मान्य नाही. साखर किंवा रंग न मिसळल्यामुळे औषध पिताना एरंडेल घेतल्यासारखं वाटतं आणि मग मुलानं हातपाय झाडले तर त्यात नवल ते काय?

उपाय की अपाय?

उलट्यांची तक्रार असलेल्या मुलांना त्यांचे पालक कोणकोणते पदार्थ देतात हे जर मी तुम्हाला सांगितलं, तर तुम्ही तोंडात बोट घालाल.

मी विचारत असे, 'काय होतंय मुलाला?'

'डॉक्टर, तो दिलेलं सगळं ओकून टाकतो.'

'तुम्ही त्याला काय देता?'

'अहो, फारसं काहीच नाही. त्याला चांगली शक्ती यावी म्हणून फक्त एक ग्लास दुधामध्ये एक अंडं आणि थोडी कस्टर्ड पावडर मिसळून देते.'

इतकं सगळं देऊन हे पालक पुन्हा मलाच वर विचारतात की मूल असं का करतं म्हणून!

- ☐ डॉक्टरांनी सांगितलेलं औषध बेचव असल्यास दुसरं पर्यायी पण चवदार औषध देण्याविषयी डॉक्टरांना सुचवा.
- ☐ काही मुलं जंग जंग पछाडलं तरी औषध घ्यायला नकार देतात. अशा मुलांसाठी दिवसातून चार ऐवजी फक्त दोन डोस पुरणारी औषधं देण्याची विनंती डॉक्टरांना करा.
- ☐ मुलांची बहुतेक औषधं पातळ स्वरूपात उपलब्ध असतात. चमच्यानं औषध पाजून वरून मुलाला आवडीचं पेय द्यावं.
- ☐ अजिबात औषध न घेणाऱ्या मुलांसाठी आजकाल प्लॅस्टिकचं एक नळीसारखं उपकरण मिळतं. मूल तोंड पूर्ण उघडत नसलं तरी छोटी फट करून या नळीद्वारे मुलाला औषध पाजता येतं. अर्थात औषध तोंडात गेल्यावर मूल त्याचा फवारा उडवतं, हा भाग वेगळा!
- ☐ गोळ्या आणि कॅप्सूल शक्यतो मुलांना दिल्या जात नाहीत, कारण त्या घशात अडकण्याची भीती असते. गोळी देण्याची वेळ आलीच तर डॉक्टरांना किंवा औषध दुकानदारांना विचारून गोळीचा चुरा करून थोड्याशा आइस्क्रीमबरोबर द्या.

हॉस्पिटलला भेट

मुलाला हॉस्पिटलमध्ये ठेवायचं म्हटलं की सगळेच हवालदिल होतात. तरी

आजकाल मुलांची आणि पालकांची भीती काहीशी कमी झालेली दिसते.

कमी अवधीसाठी राहणं : मुलांच्या छोट्या शस्त्रक्रियांसाठी त्यांना सकाळी बोलावून संध्याकाळपर्यंत घरी पाठवणं हल्ली शक्य झालं आहे. यामुळे मुलाला घरापासून दूर राहण्याचा वेळ कमी होतो.

पालकांचं सान्निध्य : मुलाला हॉस्पिटलमध्ये राहावं लागल्यास किमान एका पालकाला त्याच्या जवळ राहण्याची परवानगी देतात. शस्त्रक्रियेपूर्वी भूल देताना पालकांना आजकाल मुलाजवळ थांबू देतात, तसंच भूल उतरण्याच्या वेळी पालकांनी मुलासमोर उपस्थित राहावं, यामुळे मूल एकदम भेदरून जात नाही.

वेदनाशामक औषधं : पूर्वी काही लोक असं म्हणत की लहान मुलांना वेदना मोठ्यांएवढ्या जाणवत नाहीत. यातील तद्दन टाकाऊपणा आता मान्य झाला आहे. आजकाल डॉक्टर मोठ्यांप्रमाणेच लहानांनाही वेदनाशामक औषधं देतात. आजकाल तर एखाद्या नवजात अर्भकाला दुर्दैवानं शस्त्रक्रियेला सामोरं जावं लागलं तर त्यालादेखील मोठ्यांप्रमाणेच वेदनाशामक औषधं देण्याची पद्धत रूढ झाली आहे. मुलांच्या वेदना कमी झाल्यामुळे पालकांनाही बरंच हायसं वाटतं.

आधीच आजारपण आणि वेदना सोसत असलेल्या मुलाला भीतीनं गांगरून टाकू नये, असा आपला मुख्य उद्देश असतो. मुलांना सुरक्षित वाटत असेल तर ती लवकर बरी होतात असं आढळलं आहे. तसंच जवळपास आई-बाबा दिसत राहिले तरी मुलं लवकर बरी होतात.

मुलं आणि सक्तीची विश्रांती

आजारी मूल घरीच असल्यास पूर्वीप्रमाणे आजकाल डॉक्टर त्यांना फक्त बिछान्यावर राहण्याची सक्ती करत नाहीत. आधुनिक रुग्णालयांमध्येसुद्धा आदल्या दिवशी शस्त्रक्रिया झालेल्या मुलांना हिंडाफिरायची परवानगी दिली जाते. आजारी मूल घरी असताना हिंडण्याफिरण्यासाठी त्याच्या अंगात शक्ती असेल आणि त्याला बरं वाटत असेल तर त्याला हिंडू फिरू द्या. अंथरुणातून उठून पडल्या पडल्या त्याला टी.व्ही. पाहायचा असेल तरी

काही हरकत नाही. मूल अगदी कोमेजून गेलं असेल तर स्वत:च जाऊन बिछान्यात झोपेल किंवा तुम्हाला तसं सांगेल. आजारी मूल त्याला शक्य असेल तेवढीच हालचाल करेल, हे लक्षात घेऊन थोडंसं त्याच्या कलानं घ्या आणि त्याच्या पद्धतीनं त्याला बरं होऊ दे.

मुलांच्या वाढीबाबत समस्या

मुलांसंबंधी पुस्तकांमध्ये मुलांच्या वाढीच्या मार्गावरील अनेक टप्पे किंवा मैलाच्या दगडांचं वर्णन तुम्हाला आढळून येईल. यामध्ये सामान्य हालचाली, कौशल्यपूर्ण हालचाली, श्रवण, दृष्टी, वाचा, खेळ आणि सामाजिक कौशल्यांचा समावेश होतो. मी मुलांच्या वाढीसंबंधित केंद्रामध्ये अनेक वर्षं काम केलं आहे. त्यामुळे यशाचे आणि काळजीचे फक्त ढोबळ मुद्दे आपण विचारात घेऊ.

व्यक्त करण्याचं कौशल्य

भावनांचं व्यक्तीकरण आणि भोवतालच्या लोकांशी संपर्क साधण्याची कौशल्यं अत्यंत महत्त्वाची असतात. तुम्ही एखाद्या सहा महिन्याच्या मुलाचे डोळे बघा; सभोवतालच्या विश्वातली प्रत्येक गोष्ट जणू त्यांना आत सामावून घ्यायची असते, आणि 'अगदी बारीकशी हालचालही त्याच्या नजरेतून सुटत नसेल' तर हे एक अत्यंत चांगलं लक्षण आहे. वयाचं दुसरं वर्ष सुरू झाल्यानंतर योग्य शब्द स्वत:हून (आपण बोलल्यानंतर नाही) सुस्पष्टपणे बोलू शकणाऱ्या मुलाची प्रगती समाधानकारक मानावी.

काही मुलं मात्र उशिरा बोलायला लागतात. अशा वेळी प्रथम ही खात्री करून घ्या की मुलाला ऐकू तरी व्यवस्थित येतंय ना! तज्ज्ञांकडून त्याच्या श्रवणक्षमतेविषयी परीक्षा करून घ्या. यात काही आढळून न आल्यास आणि मुलाची इतर वाढ आणि आकलनशक्ती ठीक वाटल्यास मुलाच्या बोलण्याविषयी फारशी काळजी करण्याचं कारण नाही.

मूल बोलू शकत नसल्यास त्याची ग्रहणशक्ती कशी आहे ते पाहा. पुस्तकातील किंवा तक्त्यातील वस्तू तसंच सभोवतालच्या वस्तू मुलाला अचूकपणे बोट दाखवून सांगायला जमलं पाहिजे. ग्रहणशक्तीवरून मुलाच्या सुप्त बुद्धिमत्तेचा अंदाज बांधता येतो.

बुद्धिमत्तेच्या तरल खुणा

मूल खेळत असताना त्याचं नुसतं निरीक्षण केलं तरी त्याच्या बुद्धिमत्तेविषयी

अंदाज बांधता येतात. निरनिराळी खेळणी मूल कसं वापरतं यावरून त्याच्यातील सर्जनशीलतेचा मागोवा घ्या. उदा. अंगणातील मातीमध्ये पट्टे ओढून दोन हातांनी लावलेली छोट्या मोटारींची शर्यत. मूल मधूनच 'शक्तिमान' किंवा 'स्पायडरमॅन' बनत असेल तर त्यातून त्याची कल्पनाशक्ती दिसून येते. हीच गोष्ट शाळा किंवा दुकान खेळताना आढळून येते. हे सगळं नित्य घडत राहिल्यास मूल ठीक आहे आणि काळजीचं कारण नाही असं समजावं.

वाढीविषयीची काळजी

माझ्या दृष्टीनं मुलांच्या वाढीविषयी एवढ्याच गोष्टी महत्त्वाच्या असतात. मुलाला सभोवतालचं वातावरण नीरस वाटत असेल, चालताना मूल अगदीच उद्देशहीन वाटत असेल, किंवा कोणत्याही ध्वनीला त्याचा प्रतिसाद उशिरा किंवा थंड असेल तरच मी साशंक होतो. मूल फक्त काही ठरावीक शब्द पुन्हा पुन्हा बोलत असेल किंवा साधे संदेश नीट ग्रहण करू शकत नसेल तर माझ्या मनात शंकेची पाल चुकचुकते. एखादं चित्रांचं पुस्तक मूल जेव्हा ठोकळेबाज पद्धतीनं चाळतं आणि आतल्या कोणत्याही पानावर ओळख किंवा रस दाखवण्यासाठी जराही थबकत नाही त्या वेळी काहीतरी गडबड आहे असं मला वाटून जातं. मुलाशी बोलत असताना जर मूल आवाजानं

बादरायण संबंध

बऱ्याच पालकांची अशी धारणा असते की मुलाचं चालणं, धावणं आणि टेबल-खुर्ची इत्यादींवर चढणं यावरून त्याच्या बुद्धीविषयी अंदाज लावता येतो. परंतु असं नाही. लवकर चालायला शिकलेलं मूलही अधिक बुद्धिमान असतंच असं नाही; बऱ्याच वेळा हा एक आनुवंशिक घटक असतो– बहुधा अशा मुलांची आई तिच्या लहानपणी लवकर चालायला लागलेली असते.

शारीरिक हालचालींवरून घाईनं बुद्धीचा अंदाज करणाऱ्या पालकांना मी नेहमी एक गमतीदार उदाहरण सांगतो. ग्रे हाऊंड जातीचा कुत्रा अतिशय वेगानं धावतो, अतिशय शीघ्र आणि कौशल्यपूर्ण हालचालींचं हे बहुधा जगातील सर्वोत्तम उदाहरण आहे; पण या कुत्र्याला बुद्धिमान मानायचं ठरवलं तर एकदा पेंढा भरलेल्या सशामागे धावून फसल्यावर आयुष्यभर तो मठ्ठपणे तेच करत राहिला नसता!

हुंकार देऊन किंवा शब्दांनी बोलत नसेल आणि त्याच्या चेहऱ्यावर आणि डोळ्यांमध्ये संवादाचे कुठलेच संकेत मिळत नसतील तर मी चिंतामग्न होतो. आपल्या खेळण्यांमध्ये किंवा लुटूपुटूच्या नाटकांमध्ये मूल रमत नसेल आणि उगाचच इकडे तिकडे हेतूशून्यपणे धावत असेल किंवा खेळणी नुसतीच आपटून अथवा फेकून मोडत असेल तर नक्कीच काहीतरी बिनसलेलं आहे, अशी माझी खात्री पटते.

तुम्हालाही अशा शंका आल्यास आपल्या *बालरोगतज्ज्ञाची जरूर भेट घ्या.* वाढीमधील टप्पे दर्शवणारं परिशिष्ट १ पाहा, तसंच उपलब्ध अनेक पुस्तकांमधून अधिक माहिती मिळवा.

आजारी मूल कसं ओळखाल?

माझ्या कनिष्ठ सहकाऱ्यांना शिकवताना मी नेहमी त्यांच्या मनावर असं बिंबवतो की अनेक वैद्यकीय गोष्टींची तपशीलवार माहिती असणं म्हणजे हुशार डॉक्टर होणं नाही, तर त्याला आजारी मूल बिनचूकपणे ओळखता यायला हवं. यासाठी काही ठोकताळे आणि अनुभवाचे बोल ऐकावेत.

अर्थात मूल आजारी आहे हे ओळखण्यासाठी डॉक्टरची गरज नाही, तुम्हीही ते ओळखू शकता. मुलाचा तरतरीतपणा आणि डोळ्यांकडे बघून याविषयी स्वच्छ कल्पना अगदी सहज येऊ शकते.

पुढे वर्णन केलेली परिस्थिती वैद्यकीय आणीबाणी मानली जाते आणि अशा वेळी पालकांनी तातडीच्या वैद्यकीय सल्ला आणि मदतीसाठी धावाधाव *केलीच* पाहिजे :

- ☐ मुलाच्या डोळ्यात गोंधळल्याची भावना असेल, डोळे फिरवले असतील किंवा निस्तेज झाले असतील तर.
- ☐ मूल कावरंबावरं होऊन भरपूर घाम सुटत असेल आणि फिक्कट पडलेलं असेल तर.
- ☐ मुलाला लघवी होत नसल्यास, तोंड कोरडं पडल्यास, डोळे खोल गेल्यास आणि त्वचा चिमटीत पकडली असता निर्जीव वाटल्यास. बहुधा ही लक्षणं डीहायड्रेशनची असतात.
- ☐ मुलाची मान अवघडून दुखल्यामुळे ती हलवता किंवा वाकवता न आल्यास : मेनेंजायटिसचा धोका असू शकतो.
- ☐ मुलाला धाप लागल्यास, श्वासोच्छ्वास वेगानं होत असल्यास किंवा

श्वासावाटे विचित्र आवाज आल्यास : मुलाच्या फुफ्फुसांना इजा झालेली असू शकते.

- □ मुलाला ताप येऊन अंगावर एकदम पुरळ किंवा चट्टे आल्यास (यामध्ये क्वचित त्वचा खरचटल्यासारखी दिसते) : मेनिंगोकोकल संसर्ग असू शकतो.

याउलट आजारी मूल सावध असेल, डोळे पाणीदार असतील आणि तुम्ही त्याच्या जवळून नुसतं चाललात तरी तुमच्याकडे पाहत असेल किंवा काही सांगू इच्छित असेल तर शांत व्हा : काळजी करण्यासारखं काहीच नाही.

माझ्या अनुभवाप्रमाणे मुलाची आई काळजीत असेल तर मी काळजीत पडतो. मुलाची आई *आणि* आजी काळजीत असतील तर मी खूपच काळजीत पडतो!

एवढं सगळं वाचल्यानंतर एव्हाना मुलांना आटोक्यात ठेवायला आणि शांत करायला तुम्हाला जमायला लागलेलं असेल; यापुढे तुम्हाला अजूनही अनेक गोष्टींना तोंड द्यायचं आहे...

- □ मुलांच्या वर्तणुकीविषयी अथपासून इतिपर्यंत
- □ सकारात्मक शिस्त प्रत्यक्षात कशी आणावी
- □ शाळेत जाण्यासाठी गरजेची पूर्वतयारी
- □ मुलांचा आत्मविश्वास : लाजाळूपणा सोडून नवे मित्र जोडणं
- □ योग्य त्या मार्गानं मुलांना आत्ताच निरोगी आणि उत्साही कसं बनवावं म्हणजे नंतर येणाऱ्या समस्यांना रामराम ठोकता येईल!
- □ एकल आणि सावत्र पालकत्व तसंच इतर कौटुंबिक समस्या
- □ लैंगिकता आणि मृत्यूविषयी चर्चा
- □ टी.व्ही. आणि इंटरनेट

परिशिष्ट : १

वाढीतील महत्त्वाचे टप्पे

टीप : मुलांची होणारी सर्वसामान्य वाढ हा एक व्यापक विषय आहे, कारण मुलांच्या वागणुकीतून दिसून येणारे गुण पाहता त्यांच्यातली बलस्थानं आणि त्यांच्यातल्या उणिवा तुलनेनं वेगवेगळ्या असतात. खाली दिलेल्या यादीतील एखाददुसरं लक्षण जर तुमच्या मुलात उशिरानं दिसून आलं तर फारशी चिंता करू नका. जर बरीच लक्षणं उशिरा दिसायला लागली, अथवा मुलात आकलनक्षमतेचा अभाव दिसला किंवा आसपासच्या परिसराबाबत कुतूहल जागृत झालं नाही, अथवा मुलाच्या खेळण्यात नावीन्यपूर्णता दिसत नसेल तर तज्ज्ञांचं मत घेणं आवश्यक आहे.

मुलांच्या वेगवेगळ्या वयातील वाढीचा एक सर्वसामान्य मार्गदर्शक आराखडा पुढे देत आहे.

१ वर्षाचं मूल

- ☐ फर्निचरला धरून धरून त्याच्या आधारानं चालायला लागतं.
- ☐ काही मुलं आपली आपण चालायला लागू शकतात (सरासरी १३ महिन्यांच्या वयात – सर्वसामान्यपणे ९ महिने ते १८ महिन्यांच्या दरम्यान).
- ☐ अंगठा आणि त्याच्याशेजारच्या बोटात छोट्या छोट्या वस्तू उचलून घेतं.
- ☐ 'नाही' या शब्दाचा अर्थ या वयाच्या मुलाला कळतो आणि सर्वसामान्यपणे ते त्यातल्या आज्ञेचं पालनही करतं.
- ☐ आपलं नाव त्याला माहीत असतं आणि त्या नावानं त्याला हाक मारली असता बहुतेक वेळा ते वळून प्रतिसाद देतं.
- ☐ कुठल्यातरी अगम्य भाषेत लयीत बडबड करतं.
- ☐ 'ते आईकडे दे' हे वाक्य त्याला समजतं खरं, पण त्या वाक्याबरोबर हातानं खूण करून दाखवावी लागते!
- ☐ 'दादा' 'बाबा' सारखे एक-दोन अर्थपूर्ण शब्द बोलायला लागतं.
- ☐ दुसऱ्याच्या मदतीनं दुधाचा कप वापरायला लागतं.
- ☐ त्याला चमचा हातात धरता येतो, पण त्या चमच्यानं ताटलीतला पदार्थ नीट उचलून तोंडापर्यंत न सांडता न्यायला त्याला जमत नाही.
- ☐ दिसेल ती वस्तू किंवा खेळणी तोंडात घालण्याची सवय आता कमी कमी होत जाते.
- ☐ 'बाय बाय' करण्यातली गंमत अनुभवायला लागतं आणि अगदी छोट्यांचे खेळही त्याला आवडायला लागतात.

- नेहमीच्या वस्तू ओळखायला लागतं. त्यांचं लक्ष असताना एखादं खेळणं लपवलं तर ते कुठे आहे हे त्यांच्या लगेच लक्षात येतं.

काळजी घ्या, जर :

- त्याची लयबद्ध बडबड थांबली तर.
- त्याला ऐकू येण्याची समस्या आहे असं वाटलं तर.
- आसपासच्या वातावरणात त्याला काहीच रस नसेल तर.
- अजूनपर्यंत त्याला फर्निचरला धरूनही उभं राहायला येत नसेल तर.
- अंगठा आणि त्याच्याशेजारच्या बोटाच्या पकडीत काही धरू शकत नसेल तर.
- त्याचं भावंड या वयात जे करत होतं ते त्याला जमत नसेल किंवा त्याच्यात एखादा ठळक फरक दिसत असेल तर.

दीड वर्षाचं मूल

- कुठल्याही आधाराशिवाय ते चालायला लागतं.
- एखादं खेळणं घेण्यासाठी खाली वाकतं.
- जमिनीवरून चाकं असलेली खेळणी ढकलतं.
- डब्यात किंवा बरणीत वस्तू ठेवणं आणि बाहेर काढणं त्याला खूप आवडायला लागतं.
- छोट्या छोट्या वस्तू किंवा कोरड्या अन्नाचे तुकडे बोटांच्या चिमटीत उचलून घेतं.
- पेन्सिल एखाद्या चाकूसारखी हातात पकडतं आणि वाट्टेल तसं फराटे मारतं.
- आपल्या स्वत:च्याच अगम्य भाषेत स्वत:शीच तालबद्ध बडबड करतं.
- सहा ते वीस शब्दांचा योग्य वापर करतं. (टीप : योग्य याचा अर्थ आई जे बोलेल तेच पुन्हा बोलून दाखवणं असा नाही.)
- बहुतेक मुलं कुठलातरी एक हात स्वत:च्या पसंतीनं पुढे करायला लागतात.
- बूट, केस, नाक, पाय वगैरे दाखवायला सांगितलं की इशारा करून दाखवतात.
- बोलून दाखवलेल्या साध्यासोप्या आज्ञेला प्रतिसाद देतात.
- चित्रमय पुस्तकातल्या वस्तूंकडे बोट दाखवून इशारा करतात. उदा. कुत्रा.
- चमचा हातात नीट धरायला लागतात आणि बऱ्यापैकी व्यवस्थितपणे खायला लागतात.
- कुणाच्याही मदतीशिवाय दुधाचा मग नीट धरून दूध पिऊ शकतात.
- तोंडात खेळणी घालणं बंद करतं.

- एकमेकांवर तीन ठोकळे रचू शकतं.
- कपडे ओले किंवा घाणेरडे झाले तर नापसंती दर्शवायला लागतं.
- कठड्याला घट्ट धरून जिन्यानं वरच्या मजल्यावर जायला लागतात.
- आईला चिकटून राहणं किंवा दुर्लक्ष करणं या दोन्ही गोष्टी ते आलटून पालटून करत राहतं.
- अजून समज आलेली नसते. आपल्याला काय हवं आहे ते त्यांना कळत नाही, पण ते त्यांना आत्ताच्या आत्ता हवं असतं, एवढं मात्र त्यांना कळतं.

दोन वर्षांचं मूल

- व्यवस्थितपणे चालतं. दुडदुडत धावायलाही लागतं.
- जिन्याच्या प्रत्येक पायरीवर दोन्ही पाय ठेवत, कठड्याला घट्ट धरून वरच्या मजल्यावर जायला लागतं आणि तसंच खाली उतरायलाही त्याला बहुधा जमायला लागलेलं असतं.
- खेळण्यांवर बसून ती ढकलत ढकलत घरभर फिरण्यात त्यांना मजा वाटायला लागते.
- दोरीला बांधलेलं खेळणं ओढत ओढत मागे जाणं जमायला लागतं.
- बॉल लाथेनं उडवायचा प्रयत्न करायला लागतं.
- एकमेकांवर सहा ठोकळे रचायला शिकतं.
- लॉलीपॉपवर गुंडाळलेला कागद काढायला शिकतं.
- पेन्सिल नीट पकडायला लागतं.
- कागदावर गोल गोल रेघोट्या मारायला लागतं.
- उभ्या रेषेशेजारी दुसरी उभी रेषा काढतं.
- चित्रमय पुस्तकं पाहण्यात त्याला गंमत वाटायला लागते.
- एका वेळी एकच पान उलटायला लागतं.
- 'कुठला मुलगा हसतोय?' या प्रश्नावर ते बोटानं इशारा करून दाखवतं.
- हाताचा वापर व्यवस्थितपणे करायला लागतं.
- जवळपास पन्नासच्या वर शब्द त्याला बोलता येतात आणि आणखी बरेच शब्द समजतात.
- दोन शब्द एकत्रपणे, तर कधीकधी तीन शब्द एका पाठोपाठ बोलायला लागतं.
- स्वत:चा नावानं उल्लेख करतं.
- इतरांबरोबर बडबडगाणी आणि कविता म्हणायला लागतं.
- 'बाबा, आला' सारखी छोटी वाक्यं बोलतं.
- अन्न नीट चावून खातं.

- ☐ चमच्यानं व्यवस्थित खाता येतं.
- ☐ सामान्यपणे दिवसा कपडे ओले करत नाही.
- ☐ त्याला शू किंवा शी लागली असेल तर सांगतं.
- ☐ आई करत असलेल्या घरगुती कामांचं अनुकरण करायला लागतं.
- ☐ खेळणी नीट आवरून ठेवायला मदत करतं.
- ☐ कपडे नीट घालून घेतं.
- ☐ सतत आईचं लक्ष वेधून घेण्याचा हट्ट धरतं.
- ☐ इतर मुलांच्या बरोबर नाही, पण शेजारी खेळायला लागतं.
- ☐ चिकटून राहतं – दुसऱ्या खोलीत खेळतं खरं, पण दर दोन मिनिटांनी आई आसपास आहे ना याची खात्री करून घेत राहतं.
- ☐ त्याच्या मनासारखं करू दिलं नाही तर बंडखोर बनतं.
- ☐ खेळणी आणि त्याच्याकडे दिलं जाणारं लक्ष याबाबतीत मत्सरी बनतं.
- ☐ हे वय वाटणी करण्याचं किंवा इतरांना समजून घेण्याचं नसतं.

काळजी घ्या, जेव्हा असं घडतं :

- ☐ फार थोडं बोलणं किंवा अजिबात न बोलणं. (या प्रसंगी त्याला ऐकू येतंय की नाही, समजतंय की नाही आणि वाढीच्या इतर बाबींची खात्री करा.)
- ☐ खेळणी अजूनही तोंडात घालणं.
- ☐ खेळणी वाट्टेल तशी फेकून देणं.
- ☐ तेच तेच खेळ खेळत राहणं – उदा. चाक फिरवणं, ठोकळे आपटणं.
- ☐ आसपासच्या परिसराबाबत काडीचंही कुतूहल न दाखवणं; खरं म्हणजे एव्हाना त्यानं सगळीकडे लुडबुड करायला हवी.
- ☐ 'देहबोली' चा अभाव असणं.
- ☐ अखंड किरकिर करणं.

अडीच वर्षांचं मूल

- ☐ २०० पेक्षा जास्त शब्दांचा वापर करतं.
- ☐ 'मी', 'मला', 'तू' अशा प्रकारची सर्वनामं वापरतं.
- ☐ मोठ्या माणसांप्रमाणे पेन नीट घट्ट पकडतं आणि गोलाकार किंवा आडवी रेषा काढू शकतं.
- ☐ सात ठोकळ्यांचा मनोरा रचतं.
- ☐ शू किंवा शी करण्यासाठी पँट खाली करू शकतं, पण बहुधा ती पुन्हा वर खेचून घेणं मात्र त्याला जमत नाही.
- ☐ स्वत:चं पूर्ण नाव पाठ असतं.

- अतिउत्सुकतेपोटी बोलताना अडखळू शकतं.
- इतर मुलांच्या शेजारीच खेळतं.
- खेळणी किंवा मोठ्यांचं लक्ष इतरांबरोबर वाटून घ्यायला तयार नसतं.
- धीर नसतो, त्याला सगळं काही आत्ताच्या आत्ता हवं असतं.

तीन वर्षांचं मूल

- जिन्याच्या प्रत्येक पायरीवर आळीपाळीनं एकेक पाय टाकत वर चढतं आणि उतरताना प्रत्येक पायरीवर दोन्ही पाय ठेवत खाली येतं.
- दोन्ही पायांनी एकदमच खालच्या पायरीवरून उडी मारतं.
- वाटेतल्या अडथळ्यांना चुकवत वेगानं आणि अचूकपणानं धावू-पळू शकतं.
- तीनचाकी सायकल पेडल मारत चालवू शकतं.
- दबक्या पावलांनी चवड्यांवर चालू शकतं.
- हात पसरून बॉलचा झेल घेऊ शकतं.
- बुटाच्या लेसमध्ये मोठाले मणी ओवू शकतं.
- बघून बघून गोलाकार आणि फुली काढू शकतं.
- तीन प्राथमिक रंग ओळखू शकतं, पण तरीही अजून हिरवा आणि निळा रंग त्याला गोंधळात पाडत असतो.
- कात्रीनं कापू शकतं.
- इतरांना समजू शकेल अशा प्रकारे बोलू शकतं, अगदी एखाद्या अनोळखी माणसाशीही.
- बोलताना बऱ्याच गोष्टीची अनेकवचनं अचूकपणे वापरतं.
- स्वत:च्या इच्छेनं आपलं पूर्ण नाव आणि मुलगा की मुलगी ते सांगू शकतं.
- खेळताना बराच वेळ अजूनही स्वत:शीच बोलत राहतं.
- घडलेली घटना वर्णन करून सांगू शकतं, सोप्या भाषेत पण खात्रीलायकपणे.
- प्रश्नांचा भडिमार करायला लागतं: 'का?', 'का?', 'का?'
- मोठ्या कुतूहलानं गोष्टी ऐकतं आणि त्याची आवडती गोष्ट त्याला पुन्हा पुन्हा ऐकायची असते.
- कितीतरी बडबडगाणी त्याला तोंडपाठ असतात.
- दहापर्यंत अंक तोंडपाठ म्हणता येतात.
- दहापर्यंत अंक म्हणता येतात खरे, पण प्रत्यक्षात दोन-तीन वस्तूंचीच मोजणी करायला जमतं.
- हात धुता येतात, पण पुसून कोरडे करण्याच्या बाबतीत मात्र त्याच्याकडे लक्ष द्यावं लागतं.

- ☐ आपल्याआपण कपडे घालू शकतं, पण बटणं लावता येत नाहीत आणि बुटांची लेस बांधता येत नाही.
- ☐ घरगुती कामांमध्ये मोठ्या माणसांना मदत करायला आवडतं.
- ☐ वागण्यातली अधीरता आणि आत्मकेंद्रित वृत्ती बरीच कमी झालेली असते.
- ☐ त्याला हवं ते मिळेपर्यंत थोडा वेळ वाट पाहण्याइतका धीर असतो.
- ☐ खेळणी, लॉलीपॉप आणि आईबाबांचं लक्ष वाटून घ्यायची जाणीव आलेली असते.
- ☐ ते इतर मुलांच्यामध्ये जाऊन त्यांच्याशी खेळायला लागतं.
- ☐ कल्पनाशक्ती विस्तारते, आणि स्वत:ला दुसरं कुणीतरी कल्पून खेळण्याचे खेळ आवडायला लागतात.
- ☐ आईपासून बऱ्यापैकी दूर राहू शकतं, पण या बाबतीत वेगवेगळ्या मुलांमध्ये पुष्कळ वैविध्य असतं.

काळजी घ्या, जेव्हा :

- ☐ योग्य शब्दांचा वापर करून बोलण्याची क्षमता नसते.
- ☐ देहबोली दुबळी असते.
- ☐ तेच तेच खेळ खेळण्यात कल्पनाशक्तीचा अभाव दिसतो.
- ☐ त्याचं वागणं अजूनही दीड वर्षाच्या मुलासारखंच अजाण, लहरी आणि स्वार्थी असतं.

चार वर्षांचं मूल

- ☐ जिन्याच्या पायऱ्यांवरून आधाराशिवाय चालतं आणि बहुतेक वेळा पळतं.
- ☐ सहजपणे फेकणं आणि झेलणं जमतं; बॉल उसळणंही जमतं.
- ☐ ठोकळ्यांचा ढीग करतं, दोन्ही बाजूला दोन आणि त्यावर एक ठोकळा ठेवून पुलाचा आकार तयार करतं.
- ☐ एखाद्या मोठ्या माणसाप्रमाणे पेन हातात पकडतं.
- ☐ धड, डोकं, पाय आणि बोटांसह हात असलेल्या माणसाचं चित्र काढतं.
- ☐ बऱ्यापैकी घरासारख्या दिसणाऱ्या आकाराचं चित्र काढतं.
- ☐ चार प्राथमिक रंगांची नावं सांगतं.
- ☐ बोलताना व्याकरण आणि वाक्यरचना बहुधा अचूक असते.
- ☐ तरीपण अजूनही काही शब्दांचे उच्चार चुकीचे आणि बोबडे केले जातात.
- ☐ एखाद्या घटनेचं वर्णन अचूक शब्दात, तर्कशुद्धपणे करू शकतं.
- ☐ आपला पत्ता आणि वय सांगू शकतं.

- आता प्रश्न विचारण्याला ऊत आलेला असतो. सतत 'का?', 'कधी?', 'कसं?' अशा प्रकारचे प्रश्न विचारत राहतं.
- मोठ्या उत्कंठेनं गोष्टी ऐकतं.
- बहुतेक वेळा वास्तव आणि कल्पना यांचा गोंधळ करत गोष्टी सांगतं.
- त्यांना त्यांचे काल्पनिक सवंगडी असू शकतात.
- काल, आज आणि उद्या म्हणजे काय ते त्याला कळतं; थोडक्यात त्याला भूतकाळ आणि भविष्यकाळ समजतो.
- २० पर्यंत आकडे म्हणता येतात आणि पाचापर्यंत वस्तू मोजू शकतं.
- विनोदातली गंमत कळते आणि शब्दांशी खेळता येतं.
- व्यवस्थितपणे खाता येतं आणि सुरीनं कापूही शकतं.
- चार वर्षांचा होण्यापूर्वी ते क्वचितच सुरी आणि काट्याचा वापर करतं.
- स्वत:चे हात स्वत:च धुतं आणि पुसतं.
- कुणाच्या तरी देखरेखीखाली आपले दात घासतं.
- नाक बऱ्यापैकी साफ करू शकतं.
- शी करून झाल्यावर स्वत:ची स्वच्छता करायला जमतं.
- स्वत:चे स्वत: कपडे घालता आणि काढता येतात, अपवाद फक्त लांब किंवा हात पोहोचणार नाहीत अशा बटणांचा, बो आणि बुटांच्या लेसचा. (वयाच्या पाचव्या वर्षापूर्वी मुलांना क्वचितच बुटाची लेस बांधता येते, आणि त्यातही आजकाल व्हेल्क्रोचा शोध लागल्यापासून तर बरीच मुलं त्याहीपेक्षा उशिरा लेस बांधायला शिकतात.)
- इतर मुलांसोबत छान खेळतं.
- आता फटक्यांपेक्षा शब्दांचा वापर करून वाद घालू शकतं.
- उद्धटपणानं बोलणं आणि फालतू कारणांवरून भांडणं झपाट्यानं शिकतं.
- आळीपाळीनं वस्तू वापरणं किंवा काहीतरी करणं, वाटणी करणं आणि साध्यासोप्या नियमांचं पालन करणं जमतं.
- कायदापालन करण्यावर आणि प्रत्येकाकडून नियमांचं पालन केलं जाण्यावर भर द्यायला लागतं.
- बऱ्याच जणांना इतरांवर दादागिरी करायला आवडतं.
- आपल्या लहान भावंडाची किंवा अस्वस्थ असलेल्या एखाद्या खेळगड्याची काळजी घेतं.
- आईपासून सहजपणानं दूर राहू शकतं.

संदर्भ : चिल्ड्रन्स डेव्हलपमेंटल प्रोग्रेस, मेरी शेरीडन (एन.एफ.ई.आर. पब्लिशिंग कं., यूके)

परिशिष्ट २

तुम्हाला हे माहीत आहे का?

- व्यक्तीच्या मोठेपणीच्या शारीरिक उंचीतील निम्मी वाढ मूल दोन वर्षांचं झाल्यावर पूर्ण होते.
- मुलाच्या जन्मापासून अडीच वर्षांपर्यंत प्रत्येक पालकाला सुमारे सात हजार ते आठ हजार नॅपी बदलाव्या लागतात.
- दैनंदिन शक्तीसाठी वीस वर्षांच्या व्यक्तीपेक्षा अडीच वर्षांच्या मुलाला वजनाच्या किलोग्रॅमच्या प्रमाणात पाहिलं असता अडीच पट जास्त अन्न लागतं. यावरून छोटी मुलं भरपूर का खातात हे समजू शकतं.
- लहान वयापासून शालेय शिक्षण पूर्ण होईपर्यंत टी.व्ही. बघणाऱ्या आजकालच्या सामान्य मुलाला खुनाची कमीत कमी अठरा हजार दृश्यं पाहायला लागतात.
- मुलांना मृत्यू आणि घटस्फोटाचा अर्थ समजत नाही : आपलं माणूस परत येणार आहे असंच त्यांना वाटतं.
- धर्म आणि श्रद्धेच्या बाबतीत मुलांना काहीच समजत नाही; आसपासच्या लोकांप्रमाणेच ती बिनदिक्कतपणे वागतात. किशोर वय संपता संपता धर्माविषयी स्वतःचा असा विचार मूल करू शकतं.
- रस्त्यांपेक्षा मुलांसाठी घर अनेकदा अधिक धोकादायक असतं : बाहेरील हिंसाचारापेक्षा अधिक घटना कौटुंबिक हिंसाचाराच्या घडतात.
- धूम्रपान करणाऱ्या लोकांनी सोडलेला तंबाखूचा धूर श्वसनाद्वारे आसपासच्या लोकांच्या शरीरात पोहोचतो. याला दुय्यम धूम्रपान (पॅसिव्ह स्मोकिंग) म्हणतात. दुय्यम धूम्रपानाचे दुष्परिणाम मोठ्यांपेक्षा लहान मुलांवर अधिक होतात. जगातील सुमारे एक तृतियांश लोक धूम्रपान करतात, यामध्ये महिलांचं प्रमाणही लक्षणीय आहे.
- अशी एक गैरसमजूत आहे की मुलांच्या पोटात जंत असतात आणि त्यामुळे त्यांना म्लानपणा, कुपोषण आणि पोटदुखीच्या समस्या येतात. सामान्य वाढ असलेल्या मुलांच्या जंतांच्या समस्येवर फारसं काही करू नये अशी धारणा आजकाल रूढ होत आहे. जसे, शौचावाटे जंत पडणं किंवा विशेषतः रात्री मुलांना गुदभागी कंड सुटणं असा खरोखरच त्रास होत असल्यास उपचार सुरू करावेत.
- जगातील अनेक देशांमध्ये कडक हिवाळ्यात अनेक महिने हिमवर्षाव होतो आणि सूर्यदर्शन होत नाही. अशा देशांतील लोकांनी, विशेषतः

मुलांनी भरपूर सूर्यस्नान घेणं (अत्यंत कमी कपड्यात उन्हात बसणं) धोकादायक ठरू शकतं, विशेषत: त्वचेच्या कॅन्सरचा धोका अधिक असतो. नेहमी सवय नसल्यामुळे त्वचा सूर्यप्रकाशात भाजून निघू शकते (टॅनिंग). याचे दुष्परिणाम टाळण्यासाठी विशिष्ट मलमाचा वापर करावा, तसंच काळा चष्मा, टोपी आणि भरपूर कपड्यांसहित सूर्यस्नान करावं.

परिशिष्ट ३
लसीकरण

जगामध्ये अनेक रोग मुलांसाठी धोकादायक आहेत आणि मुलांचा बळी घेऊ शकतात: घटसर्प, इन्फ्लुएन्झा प्रकार ब (यामध्ये हिमोफिलिया किंवा रक्त न गोठण्याची समस्या येऊ शकते), हिपेटायटिस ब, गोवर, पोलिओ, धनुर्वात आणि डांग्या खोकला. आजकाल या रोगांवरील प्रभावी लस उपलब्ध असल्यामुळे मुलाला योग्य वेळी लस दिल्यास या रोगांविषयी फारशी काळजी करावी लागत नाही.

लस उपलब्ध होण्यापूर्वी जगातील अनेक मुलं रोगांमुळे दगावत असत. ज्या देशांमध्ये लस कार्यक्रम नीट राबवला जात नाही तिथे अजूनही डांग्या खोकल्यामुळे मुलांचा मृत्यू ओढवतो. याचाच दुसरा अर्थ असा की लस देण्याआधी तान्ह्या मुलांना अनेक रोगांचा धोका असतो. लसीकरण मोहिमेमुळे पळालेले रोग मोहीम मंदावताच पुन्हा डोकी वर काढू शकतात.

बहुतेक देशांमधील सरकारी आरोग्यखात्यांतर्फे दिल्या जाणाऱ्या लसी सुरक्षित असतात; फारच थोड्या लसींबाबत साईड इफेक्ट्स असतात; परंतु तेसुद्धा फार मामुली स्वरूपाचे असतात. लस देण्यामुळे मुलाला प्रत्यक्ष रोग होऊन अपंगत्व अथवा मृत्यू येण्याचं प्रमाण अनेक लाखांमध्ये एखादं असलं तरी त्याची शक्यता फेटाळून लावता येत नाही.

कृपया ध्यानात घ्या : खाली दिलेली माहिती केवळ जनजागृतीसाठी वापरावी. आपल्या मुलाबाबत कृती करताना किंवा तपशीलवार माहितीसाठी तुमच्या डॉक्टरला भेटा.

कांजिण्या

यामध्ये मुलाच्या अंगावर छोटे फोड किंवा पुरळ येऊन मूल विद्रूप दिसतं. क्वचित ताप येतो किंवा मूल आजारी दिसतं. कांजिण्या बऱ्या होण्यास सुमारे दोन आठवडे लागतात. हा रोग विषाणूंमुळे होतो. प्रथम मुलाच्या त्वचेवर, विशेषत: छाती, पोट आणि पाठीवर लाल चट्टे उठून खाज सुटते. कधीकधी तोंडामध्येही चट्टे उठतात. यांचं फोडासारखं रूपांतर होऊन त्यात द्रव भरतो. नंतर फोड फुटून खपली धरते.

कांजिण्या झालेल्या मुलाकडे पालकांना बघवत नाही. मुलाला प्रचंड खाज सुटते आणि बारीकसा ताप येऊ शकतो. खाज घालवण्यासाठी यावर बाजारात औषधं मिळतात.

यावरील लस इंजेक्शनद्वारे दिली जाते. तान्ह्या आणि लहान मुलांना एक डोस आणि मोठ्यांना दोन डोस दिले जातात. मूल दीड वर्षाचं झाल्यावर ही लस द्यावी आणि ही देण्याचं चुकल्यास वयाच्या दहा ते तेरा वर्षांदरम्यान (मुलाला कांजिण्या पूर्वी येऊन गेल्या नसल्यास) लस द्यावी.

घटसर्प

काही विशिष्ट जिवाणूंमुळे घशात संसर्ग होऊन घटसर्प होतो; श्वसनमार्गात अडथळा आल्यास क्वचित मूल दगावू शकतं. घशातून विषारी स्राव पाझरल्यामुळे मुलाला अर्धांगवायू किंवा हृदयविकाराचा झटका येऊ शकतो. लस उपलब्ध झाल्यापासून या रोगाचा प्रादुर्भाव खूपच कमी झाला आहे.

ट्रिपल नावाच्या इंजेक्शनद्वारा देण्याच्या लसीमध्ये घटसर्प, डांग्या खोकला आणि धनुर्वात या तीन लसींचा समावेश असतो. ही लस सुरक्षित आणि सर्वत्र वापरात आहे. मुलाच्या दोन, चार आणि सहा महिन्यांच्या वयात ही लस देतात. मूल चार वर्षांचं झाल्यावर किंवा तेव्हा चुकल्यास किशोर वयात पुन्हा एक डोस (बुस्टर) दिला जातो.

रुबेला

याला जर्मन मिझल्स असंही म्हणतात, गोवराचा हा एक उपप्रकार आहे; परंतु गोवरापेक्षा कमी त्रासदायक आहे. यातील प्रमुख समस्या अशी आहे की गर्भवतीला रुबेला झाल्यास गर्भातील मुलांना अनेक गंभीर रोग होऊ शकतात : जसे, हृदयरोग, मेंदूविकार, यकृताचे विकार आणि बहिरेपणा. एम.एम.आर. नावाची लस उपलब्ध असते. ती यावर उपयुक्त आहे. मूल एक आणि चार वर्षांचं झाल्यावर लस देतात आणि पंधरा ते सतराच्या दरम्यान बुस्टर डोस देतात.

इन्फ्लुएन्झा प्रकार ब (यामध्ये हिमोफिलिया किंवा रक्त न गोठण्याची समस्या येऊ शकते)

एका विशिष्ट जिवाणूमुळे होणाऱ्या या रोगाचं आपल्या नेहमीच्या फ्लूशी कोणतंही साम्य नाही – नेहमीचा फ्लू म्हणजे विषाणूंमुळे होणारा व्हायरल इन्फ्लूएन्झा.

पूर्वी लस नसताना याच्या सौम्य लागणीमुळे मुलांमध्ये नैसर्गिक प्रतिकार शक्ती निर्माण होत असे; परंतु लागण जास्त झाल्यास त्यातून मेनेंजायटिस किंवा इतर गंभीर आणि जीवघेणे आजार होत असत. लसीकरण प्रक्रिया मंदावल्यास हा आजार पुन्हा उपटतो.

याची लस इंजेक्शनद्वारा वयाच्या दोन, चार, सहा आणि बाराव्या महिन्यात दिली जाते.

हिपेटायटिस ब

यामध्ये काही विषाणूंमुळे यकृताचा दाह होतो. हा एक संसर्गजन्य, सर्वत्र आढळून येणारा जीवघेणा रोग आहे. याचा संसर्ग अनेक कारणांमुळे होऊ शकतो : रक्तदानातून, उघड्या जखमा किंवा व्रण, बाधित रुग्णानं वापरलेली सुई वापरल्यास, आणि सर्वसामान्य लैंगिक संबंध. गर्भवती मातेमुळे जन्माच्या वेळी मुलाला हा रोग होऊ शकतो.

यावर उपलब्ध असलेली प्रभावी लस सर्व मुलांना द्यायला हवी. प्रथम जन्मापासून सात दिवसांच्या आत आणि नंतर दोन, चार आणि सहा महिन्यांनी लस देतात. बाधित मातेद्वारे जन्मवेळी लागण झालेल्या अर्भकांना बारा तासांच्या आत एक विशिष्ट औषध द्यावं लागतं.

गोवर

लहान मुलांमध्ये बहुतेकांना कधी ना कधी गोवर झालेला आढळतो. लस दिली नसल्यास गोवर प्रत्येकाला होतो. विषाणूंमुळे होणाऱ्या या रोगात आलेल्या पुरळामुळे आजारपण, उच्च ताप, छळणारा खोकला, डोळ्यांची जळजळ आणि असह्य क्लेश होतात. कुपोषण समस्या असलेल्या देशांमध्ये हा जास्त फैलावतो. वेळीच उपचार न केल्यास पुढे गंभीर समस्या उद्‌भवू शकतात.

आईच्या नाळेमधून गर्भावस्थेपासूनच मुलांना रोगाशी लढण्याची शक्ती मिळते. ही प्रतिकारशक्ती जन्मापासून एक वर्षापर्यंत हळूहळू मंदावत जाते; म्हणून मुलाला एक वर्ष झाल्याशिवाय गोवराची लस देत नाहीत. एम.एम.आर. नावाची लस उपलब्ध असते. ती यावर उपयुक्त आहे. वयाच्या एक आणि चार वर्षांनंतर ही इंजेक्शनद्वारे दिली जाते.

या लसीचे फारसे साईड इफेक्ट्स नाहीत. लस दिल्यावर सुमारे दहा दिवसांनी ती कार्यरत होते. अशा वेळी सुमारे दहा ते पंधरा टक्के मुलांना किरकोळ ताप येतो. काहींना गोवराप्रमाणे किरकोळ पुरळही येतं. अशा वेळी डॉक्टरांकडून औषध आणावं.

मेनिंगोकोकल संसर्ग

हा जिवाणू निरोगी लोकांच्या नाक आणि घशाच्या मागील भागात असतो. बरेच जण याच्या तावडीतून सुटतात आणि काही थोड्यांनाच लागण का होते, हे अजून कळलेलं नाही. वाहकाच्या शिंकेमुळे घशातून आणि नाकातून उडालेल्या शिंतोड्यांद्वारे दुसऱ्यांना लागण होते.

या संसर्गात सुरुवातीला मुलांना प्रथम ताप येतो. नंतर अंगावर सुमारे अर्धा सेंटिमीटरचे गडद लाल चट्टे उठतात. पूर्वसूचनेशिवाय तो पटकन घडून येतो

आणि त्वरित उपायांअभावी धोकादायक ठरू शकतो. या जिवाणूमुळे रक्तात विषबाधा (सेप्टिसेमिया) किंवा मेनेंजायटिससारखे मेंदूचे विकार होऊ शकतात. प्रसंगी अपंगत्व अथवा मृत्यू येऊ शकतो. प्रसारमाध्यमांनी लोकांचं ज्ञान वाढवण्याच्या भरात याच्याविषयी गैरवाजवी भीतीच जास्त पसरवली आहे. काही वेळा सकाळी डॉक्टरांकडे नेल्यावर मुलामध्ये तीव्र लक्षणं सापडत नाहीत, त्यामुळे मुलाला घरी पाठवलं जातं. मात्र काही तास उलटताच मुलाची तब्येत वेगानं ढासळायला लागते. साध्या अँटिबायोटिक्सनंदेखील हा जिवाणू मरतो. वेळीच उपचार झाल्यास खूप फायदा होतो. या आजारात मुलांना हॉस्पिटलमध्ये दाखल करून शिरेवाटे अँटिबायोटिक्स द्यावी लागतात. त्यामुळे कोणताही विलंब न करता तातडीनं हॉस्पिटलकडे धाव घेणं अत्यंत महत्त्वाचं आहे.

या जिवाणूचे अनेक प्रकार आहेत. बहुतेक देशांमध्ये सी प्रकारच्या धोकादायक जिवाणूंची लस वापरात आहे. मूल एक वर्षाचं झाल्यावर लस द्यावी.

गालगुंड

एका विषाणूमुळे हा रोग होऊन मुलाच्या लसिकाग्रंथी (लाळ उत्पादन करणाऱ्या ग्रंथी) बाधित होतात. विशेषतः कानाखालील ग्रंथींवर जास्त प्रभाव पडतो. याची लक्षणं म्हणजे वेदना, ग्रंथींची सूज, ताप, तोंडाचा कोरडेपणा आणि जबडा उघडताना आणि अन्न चावताना दुखणं. हे जंतू शरीराच्या इतर भागात शिरल्यास दुर्दैवी घटना घडू शकतात : मुलांच्या वृषणग्रंथीत पोहोचल्यास वेदना होतात आणि सूज येते. क्वचित प्रसंगी वंध्यत्व येऊ शकते.

एम.एम.आर. नावाची लस उपलब्ध असते. ती यावर उपयुक्त आहे. जगात जवळजवळ सर्व देशांत या लसीचा सुरक्षित वापर होतो. वयाच्या एक आणि चार वर्षांनंतर ही इंजेक्शनद्वारे दिली जाते.

न्यूमोकोकल संसर्ग

एका विशिष्ट जिवाणूमुळे होणाऱ्या रोगांना वरील नाव दिलं जातं. मुलांच्या मेनेंजायटिस, न्यूमोनिया आणि सेप्टिसेमियासारख्या रोगांचं मूळ या संसर्गात असतं.

हे जंतू श्वसनसंस्थेच्या वरील भागात बाधा आणतात, हा जिवाणू निरोगी लोकांच्या, विशेषतः लहान मुलांच्या, नाक आणि घशाच्या मागील भागात असतो. वाहकाच्या शिंकेमुळे घशातून आणि नाकातून उडालेल्या शिंतोड्यांद्वारे दुसऱ्यांना लागण होते.

काही लोकांना ही लागण होण्याचा धोका इतरांपेक्षा अधिक असतो. पाळणाघरात किंवा बाहेर इतर मुलांच्या संपर्कामुळे दोन वर्षांपासून मुलांना संसर्गाची भीती असते. अशा मुलांना इतर रोग नसतात. मोठ्या माणसांमध्ये

ज्यांना या संसर्गाची भीती असते ते म्हणजे मधुमेही, फुफ्फुस हृदय आणि मूत्रपिंडाचे जुनाट विकार, धूम्रपान करणारे, वयाची पासष्ट वर्षं उलटलेले आणि प्लीहा वगैरे कापल्यामुळे ज्यांची प्रतिकारशक्ती कमजोर झाली आहे असे लोक.

बऱ्याच देशांत थंडीच्या दिवसांमध्ये हा रोग पसरतो. याची लक्षणं मेनिंगोकोकल संसर्गापेक्षा वेगळी असल्यामुळे डॉक्टरांना काळजीपूर्वक शोधून काढावी लागतात.

सध्या उपलब्ध असलेल्या लसीद्वारे या जिवाणूंचे सात प्रचलित प्रकार नष्ट होतात. ही लस दोन वर्षांखालील किंवा मोठ्या मुलांना देतात. मोठ्यांसाठी वेगळी लस दिली जाते. ही लस दिल्यावर या रोगासमवेत मुलांचं न्यूमोनिया आणि कानाच्या संसर्गापासूनही संरक्षण होतं. वयाच्या दोन, चार आणि सहा महिन्यांनी आणि पुन्हा अठरा महिन्यांनी ही लस देतात.

पोलिओ

या विषाणूजनित आजारामुळे कायमचं अपंगत्व येतं. आता पोलिओवर लस उपलब्ध झाली असली तरी अनेक देशांमध्ये हा दिसून येतो.

याची लस देताना दोन कडवट थेंब साखरेच्या पाण्यात मिसळून तोंडावाटे पाजतात. ही लस सुरक्षित, वेदनारहित आणि प्रभावी आहे. वयाच्या दोन, चार, सहा महिन्यांनी आणि पुन्हा चार वर्षांनी देतात.

धनुर्वात

एखादी जखम उघडी राहिल्यास आणि तेथे घाण वस्तूचा संपर्क आल्यास (रस्ते, बागा किंवा गोठे इत्यादी) धनुर्वात होऊ शकतो. जखमेतून रोगजंतू शरीरात प्रवेश करतात, आकडी येऊन श्वसनाला अडथळा येतो आणि प्रसंगी मृत्यूपण होऊ शकतो.

ट्रिपल नावाच्या इंजेक्शनद्वारा देण्याच्या लसीमध्ये घटसर्प, डांग्या खोकला आणि धनुर्वात या तीन लसींचा समावेश असतो. ही लस सुरक्षित आणि सर्वत्र वापरात आहे. मुलाच्या दोन, चार आणि सहा महिन्यांच्या वयात ही लस देतात. मूल चार वर्षांचे झाल्यावर किंवा तेव्हा चुकल्यास पंधरा ते एकोणीस वर्षांदरम्यान पुन्हा एक डोस (बुस्टर) दिला जातो.

डांग्या खोकला

फारसा घातक नसला तरी हा त्रासदायक आजार आहे. लहान मुलांना याचा जास्त धोका असतो. याचा संसर्ग मेंदूपर्यंत पोहोचून शंभरातील एक मूल दगावतं. वेळेवर लस दिली गेल्यास हे प्रमाण लाखात एक असं पडतं.

बोर्टेला नावाच्या जंतूंमुळे हा रोग होतो. चीनमध्ये याला 'शंभर दिवसांचा

खोकला' म्हणतात. खोकल्याची ढास येऊन मुलाला धाप लागते आणि श्वास आत ओढताना त्रास होऊन विशिष्ट आवाज होतो. कधीकधी आकडी येऊन उलटी होते. मुलाला खूप वेदना होतात आणि पालकांनाही ते बघवत नाही.

याची लस दिलेल्या मुलांपैकी केवळ ऐंशी ते नव्वद टक्केच मुलांना डांग्या खोकला होत नाही; त्यामुळे डॉक्टर नाराज असतात. पूर्वी उपलब्ध असलेल्या लसीमुळे निम्म्या मुलांना प्रतिक्रिया म्हणून बारीक ताप आणि चिडचिड होत असे. साध्या औषधांनी ही लक्षणं मावळत असत. नव्यानं आलेल्या लसीमुळे साईड इफेक्ट्स होत नाहीत.

या लसीमुळे मेंदूची कायमस्वरूपी हानी होते, असा समज काही देशांमध्ये पसरला आहे. केवळ एक लाखांत एखादी घटना घडू शकते. यावर अधिक संशोधन चालू आहे.

या लसीबद्दल योग्य विचार करण्याची गरज आहे. लस दिली नाही तर बहुतेक मुलांना डांग्या खोकला होतो. हा क्लेशदायक असून अनेक दिवस चालू राहतो. उपचार न झाल्यास मेंदूला इजा किंवा मृत्यू संभवतो. नीट विचार केला असता लस दिल्यामुळे येणाऱ्या समस्यांपेक्षा या समस्या शंभर पटीनं गंभीर आहेत. मुलाच्या दोन, चार आणि सहा महिन्यांच्या वयात ही लस देतात. मूल चार वर्षांचं झाल्यावर पुन्हा लस देतात.

नेहमी विचारले जाणारे प्रश्न

प्रश्न : लस दिल्यानंतर ताप आल्यास तुम्ही मुलाला कोणतं औषध देता?

उत्तर : पॅरासिटॅमोल

प्रश्न : मुलाला सर्दी-पडसं किंवा ताप असताना लस द्यावी का?

उत्तर : नाही, बरं झाल्यावर द्या.

प्रश्न : एखाद्या लसीमुळे मोठा आजार किंवा तीव्र प्रतिक्रिया झाल्यास पुढचा डोस द्यावा का?

उत्तर : प्रथम तीव्र प्रतिक्रियेची माहिती डॉक्टरांना द्या. डॉक्टरांना वाटल्यास ते पुढील डोस टाळायला सांगतील.

प्रश्न : मुदतीआधी जन्माला आलेल्या मुलांना लस कधी द्यावी?

उत्तर : मूल निरोगी असल्यास इतर मुलांप्रमाणेच.

प्रश्न : लसीचा एखादा डोस हुकल्यास पुन्हा सर्व घ्यावे लागतात का?

उत्तर : नाही! जास्तीचे डोस घेऊ नयेत. मूळ योजनेप्रमाणे डोस चालू ठेवावेत.

प्रश्न : मुलाचं लसीकरण थोडं उशिरा सुरू केल्यास दोन डोसमधील काळ बदलावा लागतो का?

उत्तर : नाही.

प्रश्न : लहान मुलाला कापून जखम झाल्यास किंवा कुत्रा चावल्यास धनुर्वाताचं इंजेक्शन द्यावं का?

उत्तर : डॉक्टरांचा सल्ला घ्या : मागील दोन वर्षांत दिलेल्या लसींमध्ये धनुर्वाताची लस असल्यास पुन्हा देण्याची गरज नसते.

प्रश्न : मूल एक वर्षाचं होण्यापूर्वी गोवर आल्यास त्याला गोवराची लस देण्याची गरज नसते का?

उत्तर : बहुतेक वेळा गोवर वाटलेलं पुरळ गोवराचं नसतंच, निदान करताना चूक होते. शंकेला जागा नसावी म्हणून अशा मुलाला गोवराची लस देण्यास काही हरकत नाही.

प्रश्न : आमच्या (पालकांच्या) लहानपणी देवी आणि क्षयाची लस देत असत. ती हल्ली का दिसत नाही?

उत्तर : देवीच्या लसीचा प्रसार जगभर सर्वत्र झाल्यामुळे हा रोग हद्दपार झाला आहे. म्हणून हल्ली त्याची लस देत नाहीत. क्षयाच्या बाबतीत कुटुंबातील कुणाला किंवा जवळपासच्या व्यक्तीला लागण झाल्यास केवळ खबरदारीचा उपाय म्हणून क्षयाची लस दिली जाते.

प्रश्न : (गोवराची लस अंड्यांपासून बनवली असल्यामुळे) एखाद्या मुलाला अंड्यांची ॲलर्जी असल्यास गोवराची लस द्यावी का?

उत्तर : तुमचे डॉक्टर बहुधा लस देण्याचा सल्ला देतील, फक्त अधिक काळजी घ्या.

प्रश्न : एम.एम.आर. लस दिल्यामुळे स्वमग्नतेचा धोका वाढतो का?

उत्तर : मुलांमध्ये स्वमग्नता उद्‌भवण्याचं वय ही लस देण्यानंतर येत असल्यामुळे अशी भीती पसरली होती. स्वमग्नतेच्या रोग्यांमध्ये वाढ झाल्यावर ही लस देण्याची वेळ मागे आणण्यात आली होती. परंतु या घटना पूर्णपणे योगायोग समजाव्यात.

परिशिष्ट ४

घरातील सुरक्षा उपायांची यादी

ऑस्ट्रेलियातील एका संस्थेकडून (चाईल्ड ॲक्सिडेंट प्रिव्हेन्शन फाऊंडेशन ऑफ ऑस्ट्रेलिया) ही यादी मागवली आहे. ही केवळ मार्गदर्शक आहे. अचूक माहितीसाठी तुमच्या डॉक्टरांचा आणि शहरातील बालकल्याण संस्थांचा सल्ला घ्या.

संपूर्ण घरात

- ☐ घरातील वस्तू अडखळून पडण्यासारख्या जागी ठेवू नका.
- ☐ चटकन पाय घसरणार नाही असे गालीचे आणि सतरंज्या वापरा.
- ☐ जिन्यांच्या तोंडावर छोटं दार लावून घ्या.
- ☐ जिन्याची रेलिंग मुलांना चढून घसरता येईल इतकी लहान ठेवू नका.
- ☐ विजेच्या सॉकेटवर आच्छादन घाला.
- ☐ विजेची सर्व बटणं विजेचा धक्का लागणार नाही इतपत सुरक्षित ठेवा.
- ☐ पडदे ओढण्याच्या दोऱ्या मुलांच्या हातापासून उंचावर ठेवा.
- ☐ फर्निचरची मांडणी मूल धडकणार नाही अशी ठेवा.
- ☐ छतावरील पंखे पडता कामा नयेत.
- ☐ आगीविरुद्ध खबरदारी म्हणून धूरसंवेदक यंत्रणा बसवा.
- ☐ दारं आणि खिडक्यांच्या काचांवर संरक्षक थर बसवा.
- ☐ काचेच्या सरकत्या दारांच्या कडांवर चिकटपट्ट्या लावून घ्या.

स्वयंपाकघर

- ☐ काही विशिष्ट व्यक्तींनाच यात प्रवेश द्या.
- ☐ आगविरोधक किंवा एखादं ब्लँकेट हाताशी राखा.
- ☐ भांडी धुण्याच्या साबण आणि पावडरी कुलपात ठेवा.
- ☐ अल्कोहोल आणि विषारी द्रव्यांपासून मुलांना दूर ठेवा.
- ☐ गॅसची शेगडी ओट्यावर पक्की बसवून घ्या.
- ☐ पडदे आणि इतर लोंबणाऱ्या वस्तू गॅसपासून दूर ठेवा.
- ☐ सुऱ्या, कात्र्या आणि विळी तसंच आगपेट्या मुलांच्या हातापासून दूर ठेवा.
- ☐ मिक्सर इत्यादी यंत्रांची वायर लोंबून मुलांच्या हाती लागता कामा नये.
- ☐ दांडा असलेली भांडी गॅसवर असताना दांडे ओट्याच्या आतील बाजूस वळवा.

बैठकीची खोली

- ☐ हवा गरम करण्याची यंत्रं मुलांपासून दूर ठेवा.
- ☐ विजेच्या वायर्स मुलांना ओढता येणार नाहीत अशा आखूड ठेवा.
- ☐ टी.व्ही., कपाटं आणि इतर अवजड वस्तू कोपऱ्यात किंवा भिंतीपाशी, पडणार नाहीत अशा ठेवा.
- ☐ टेबल, खुर्च्यांच्या कोपऱ्यांवर मऊ पट्ट्या चिकटवा.
- ☐ क्रोकरी अथवा काचेच्या इतर वस्तू मुलांच्या हाती लागू देऊ नका.
- ☐ आपल्या पर्सेस किंवा पाकिटं मुलांपासून दूर ठेवा.

जेवणाची खोली

- ☐ गरम वस्तू आणि पेयं मुलांपासून दूर ठेवा.
- ☐ जेवणाच्या टेबलावर कापडाऐवजी न घसरणारी मॅट वापरा.
- ☐ मुलाची खुर्ची मूल बसल्यावर हलणार नाही याची काळजी घ्या.
- ☐ मूल खुर्चीतून पडू नये म्हणून मिटणाऱ्या पट्ट्या बसवा.

झोपण्याच्या खोल्या

- ☐ खिडक्या, विजेची बटणं आणि पंख्यांपासून फर्निचर दूर ठेवा.
- ☐ मुलाच्या कॉटच्या जाळ्या पुरेशा जवळजवळ असाव्यात.
- ☐ मूल झोपी गेल्यावर बिछान्यावरील खेळणी दुसरीकडे ठेवा.
- ☐ बंकबेड वापरणं टाळा.
- ☐ मुलाच्या बिछान्याजवळ टेबल ठेवून नॅपी आणि रात्री लागणाऱ्या इतर वस्तू एकत्र ठेवा.
- ☐ खेळणी काढण्यासाठी मुलांना उंचावर चढायला लावू नका.
- ☐ मुलाच्या वयाप्रमाणे सुरक्षित खेळणी आणा.
- ☐ मुलांच्या खोलीत रात्री मंद दिवा सुरू ठेवा.

बाथरूम

- ☐ गरम पाण्याच्या नळातून सहसा कोमट पाणी येऊ द्या. (सुमारे ५० डिग्री सेल्सिअसपेक्षा कमी)
- ☐ नळ गरम झाला असताना त्याला मुलाचा हात लागून किंवा गरम पाण्याच्या चिळकांडीनं त्याला भाजणार नाही याची काळजी घ्या.
- ☐ औषधांच्या कपाटाला कुलूप लावा.
- ☐ दाढीची ब्लेड, रेझर आणि इतर धारदार वस्तू मुलांपासून दूर ठेवा.
- ☐ हेअरड्रायरसारखी विजेची उपकरणं मुलांच्या हाती लागू देऊ नका.

- ☐ रूम हीटर (खोलीतील हवा गरम ठेवणारं यंत्र) मुलांपासून दूर ठेवा.

कपडे धुण्याची जागा

- ☐ शक्यतो मुलांचा प्रवेश टाळा.
- ☐ कपड्याचे साबण, पावडर इत्यादी वस्तू मुलांपासून दूर ठेवा.
- ☐ खराब नॅपी साठवण्याची बादली घट्ट झाकणानं बंद करून उंचावर ठेवा.
- ☐ वॉशिंग मशीन आणि कपडे वाळवण्याची यंत्रं वापरात नसताना बंद करून ठेवा.

घराबाहेरची जागा

- ☐ शेडच्या दरवाज्याला कुलूप लावा.
- ☐ गॅरेजमधील सर्वांचा मुक्त प्रवेश बंद करा.
- ☐ रंग, खतं आणि कीटकनाशकं यांना विशिष्ट लेबलं लावून मुलांपासून दूर ठेवा.
- ☐ पाण्याची कारंजी, पोहण्याचे तलाव यात बुडण्याचे धोके असणारे मार्ग मुलांसाठी बंद करा.
- ☐ तलावाला उंच कुंपण घालून फाटकाला कुलूप लावा.
- ☐ घराभोवतीच्या आवाराला मजबूत कुंपण घाला, मुलांना सहजपणे ते ओलांडून बाहेर जातायेता कामा नये.
- ☐ खेळांची साधनं सुरक्षित आहेत आणि सुरक्षित जागी आहेत याची खात्री करा.
- ☐ मुलं पडू शकण्याच्या ठिकाणी उश्या ठेवा.
- ☐ जाण्या-येण्याच्या वाटेत अडखळण्यासारख्या वस्तू ठेवू नका.
- ☐ मुलाच्या हाती येऊ शकणाऱ्या झाडांच्या फांद्या कापून टाका.
- ☐ बागकामाची अवजारं आणि पाण्याच्या नळ्या इत्यादी मुलांपासून दूर ठेवा.